యండమూరి వీరేంద్రనాథ్

నల్లంచు తెల్లచీర

నవసాహితి బుక్ హౌస్

ఏలూరు రోడ్ • విజయవాడ - 520 002.

NALLANCHU TELLACHEERA

By :
YANDAMOORI VEERENDRANATH
36, U.B.I. Colony,
Road No. 3, Banjara Hills,
HYDERABAD - 500 034.
Ph : 924 650 2662
yandamoori@hotmail.com
yandamoori.com

SARASWATHI VIDYA PEETAM,
Kakinada - Samalkot Road,
MADHAVAPATNAM,
E.G. Dist. (A.P.)

20th Edition : **September, 2024**

Publishers :
NAVASAHITHI BOOK HOUSE
Eluru Road, Near Ramamandiram,
Vijayawada - 520 002.
Ph : 0866 - 2432 885
navasahithiravi@gmail.com

Cover Design :
CHANDRA
Hyderabad.

Printers :
Nagendra Enterprises
Vijayawada-3, Ph : 94901 96963

Price :
₹ 130/-

నల్లంచు తెల్ల చీర

మే నెల. విజయవాడ. మధ్యాహ్నం. సత్యనారాయణపురం.

"చీరలు...చీరలు... పిఠాపురం, ధర్మవరం చేనేత చీరలు..." ఓ కుర్రవాడు గొంతు పగిలేలా అరుస్తున్నాడు. అతడికి పధ్నాలుగు నుండి పదహారు మధ్య వయసుంటుంది. వాడి నెత్తి మీద మూట ఉంది. తెల్లగా సన్నగా ఉన్నాడు. ఇంకా మీసాలు కూడా సరిగ్గా రాలేదు.

"చీరలమ్మా చీరలు... నారాయణ పేట నేత చీరలు..." అతడితోపాటే నడుస్తున్న మధ్య వయస్కుడు మధ్య మధ్యలో తనూ గొంతు కలుపుతున్నాడు. వయసు కన్నా అతడు ముసలిగా కనపడుతున్నాడు. బలహీనంగా ఉన్నాడు. అతడి తల మీద కూడా చిన్న మూట ఉంది. చాలా సేపట్నుంచీ తల మీద బరువుతో నడుస్తూ ఉండటం వల్ల ఇద్దరి తలల మీద నుంచీ చెమట ధారాపాతంగా కారుతోంది. బరువు కృంగతీస్తున్నా గుండెల్లో శక్తినంతా గొంతులోకి తీసుకుని అరుస్తున్నారు ఇద్దరూ.

"అమ్మా చీరలు కావాలా?" ఓ ఇంటి ముందు నిలబడి అడిగారు.

"చెయ్యి ఖాళీ లేదు వెళ్ళు" లోపల్నుంచి వినబడింది.

బిచ్చగాళ్ళం కాదన్న బాధ ధ్వనించేటట్టు "చీరలమ్మా. శుద్ధమైన నేత చీరలు..." అన్నాడు ముసలివాడు.

ఆవిడ బయటకొచ్చి "నెలాఖర్లో చీరలేమిటి? ఇప్పుడు కాదు" అని తలుపు వేసేసింది.

* * *

మళ్ళీ నడక. పైన ఎండ మాడ్చేస్తోంది. చెప్పుల్లోంచి ఆవిర్లు పైకి తంతున్నాయి. ఎండకి భయపడి రోడ్డు మీద మనుషులు కూడా ఎవరూ లేరు. దూరంగా రైల్వే ట్రాక్ మీద ట్రైన్ పెద్ద శబ్దం చేసుకుంటూ వెళుతోంది.

"లాభం లేదురా అబ్బీ, ఈ పట్నంలో మన చీరలు ఎవరూ కొనరు. సాయంత్రం పూట కొనటానికి అద్దాల షాపుల కెళతారు గానీ, మన దగ్గర ఎవరు కొంటార్రా?"

కుర్రవాడు మాట్లాడలేదు.

"ఇక నేను నడవలేను రా. గొంతు ఆర్చుకుపోతోంది."

వీధి పంపులో ఒక్కో చుక్క నీరు పడుతోంది. వాటితో నోరు తడుపుకుని ఇంటి ముందు అరుగు మీద కూర్చున్నారు. "పల్లెటూర్లోనే బావుండేదిరా. రోజుకో చీరన్నా అమ్ముడు పోయేది" నిస్త్రాణగా అన్నాడు. కుర్రవాడు దీనిక్కూడా సమాధానం చెప్పలేదు.

బయట అరుగు మీద మాటలు వినిపించి 'ఎవరదీ' అని ఒకావిడ వచ్చి తొంగి చూసి లోపలికి వెళ్ళిపోయింది. మధ్యాహ్నం వేళ కాబట్టి ఇరుగమ్మలు-పొరుగమ్మలు ఆ ఇంట్లోనే చేరినట్టున్నారు. నలుగురూ కలిసి, అక్కడ లేని అయిదో ఆవిడ గురించి మాట్లాడుకుంటున్నారు.

"ఎవరో బట్టల వాళ్ళమ్మా" చూసి వెళ్ళినావిడ లోపలి వాళ్ళకి చెపుతోంది. వాళ్ళ సంభాషణ దాని మీదకు మళ్ళింది.

"వీధిలోకి వచ్చేవాళ్ళ దగ్గర చీరలు అసలు కొనకూడదట. మొన్న మా ఆడపడుచు చెప్పింది. ఒకే రకం చీరలు వాళ్ళ దగ్గర రెండేసి ఉంటాయట. మొదటి చీర చూపించేటప్పుడు అయిదు మీటర్లుంటుంది. అది నలిగిందంటూ అదే డిజైన్‌లో మడత విప్పని మరో చీర ఇచ్చాడట. అతడు వెళ్ళిపోయాక కట్టుకుందామనుకుంటే ఆ చీర మూడు మీటర్ల కన్నా ఎక్కువ ఉండలేదట"

"అప్పటికి వాడి అడ్రస్ కూడా ఉండదు" ఇంకో ఆవిడ అందించింది.

ఇద్దరు, ముగ్గురు నవ్విన ధ్వని. "అసలు వీళ్ళందర్నీ పోలీసులకి పట్టించాలండీ."

అరుగు మీద కూర్చున్న కుర్రవాడి మొహం ఎర్రగా మారింది. అసలే ఎండ వల్ల కంది ఉన్నదేమో-అది మరింత స్పష్టంగా కనపడుతోంది. తల పక్కకి తిప్పి మేనమామ వైపు చూశాడు. ఇద్దరి కళ్ళూ కలుసుకున్నాయి.

"ఒరేయ్! మన ఊరు వెళ్ళిపోదాంరా. మనూళ్ళో పది రూపాయలొచ్చేట్టు ఒక చీర అమ్మినా చాలు. ఇక్కడ అదీ లేదు."

కుర్రవాడు ఓడిపోయినట్టు తలొంచుకున్నాడు. మేనమామ వద్దంటున్నా బలవంతంగా బయల్దేరతీసింది అతడే. దాదాపు పది సంవత్సరాల్నుంచీ ఆ పల్లెటూళ్ళో ప్రతీ సందూ తిరుగుతూ వచ్చారు. అయినా ఎక్కడ వేసిన గొంగళి అక్కడే అన్నట్టు ఉండిపోయింది. ఏదో ఒకటి చెయ్యాలి. ఫలితమే ఈ ప్రయాణం! కేవలం తన మాట తీసెయ్యలేక తనతో పాటూ పట్నం వచ్చిన మావని ఆ కుర్రవాడు జాలిగా చూశాడు. పెద్దాయన చెప్పిన మాటలు కూడా నిజమే అనిపించాయి. అద్దాల గదుల్లో కల్తీ చీరలు కొనటానికి అలవాటుపడిన వాళ్ళు ఈ నాణ్యతని ఎలా గుర్తిస్తారు?

"మావయ్యా! ఎండ ఎక్కువగా ఉంది. నువ్విక్కడే పడుకో. నేనో రెండు వీధులు తిరిగొస్తాను."

ముసలాడు మగతగా కళ్ళు విప్పి, "ఒరేయ్ ఇక్కడ నొప్పిగా ఉందిరా" అంటూ రొమ్ము దగ్గర చూపించాడు. ఆ కుర్రవాడు అతడి ఒంటి మీద చెయ్యివేస్తూ, "ఒళ్ళు కూడా వేడిగా ఉంది మావయ్యా! వడదెబ్బ తగిలినట్టుంది. నీడనే పడుకో. నేను ఓ గంటలో వస్తాను. నీ మూట జాగ్రత్త" అన్నాడు. 'వెళ్ళిరా' అన్నట్టు ముసలాడు కళ్ళు మూసుకుంటూ తలూపాడు. కుర్రవాడు తల మీద మూట పెట్టుకుని సాగిపోయాడు..

2

"చీరలూ–చీరలూ–నారాయణపేట చీరలు–స్వంత మగ్గాల మీద నేసిన చీరలమ్మా..."

అరగంట నుంచీ అరుస్తూ తిరుగుతున్నాడు. ఒకళ్ళిద్దరు పిలిచి ఏదో ఉబుసుపోక చూసినట్టు ఓ పది నిముషాలు చూసి పంపించారు తప్ప కొనే ఉద్దేశ్యం వారిలో కనబడలేదు.

ఆ కుర్రవాడిలో కూడా శక్తీ ఓపికా నశించాయి. బాగా ఆకలేస్తోంది. తెచ్చిన డబ్బులు కూడా క్రితం రోజే అయిపోయాయి. నిస్సత్తువని పళ్ళ బిగువున అదిమి పెట్టి అరవసాగాడు. కొంచెం సేపటికి అరవటానికి కూడా శక్తి మిగల్లేదు.

కొమ్మూరి వేణుగోపాల్రావు క్లినిక్ పక్కనుంచి సందులోకి తిరిగి, మూల మీదున్న కిళ్ళీషాపులో ఓ సోడా తాగాడు. కాస్త సత్తువ వచ్చినట్టుంది.

దూరంగా ఎవరింట్లోంచో సుమన్ కళ్యాణ్ పూర్ గజల్ చాలా మంద్ర స్థాయిలో నెమ్మదిగా వస్తోంది. **"షరాబీ... షరాబీ..... ఏ సావన్ క మోసమ్- గులాబీ... గులాబీ... ఏ ఫూలోంకె చెహరే-...ఖూబ్‌సూరత్ నహోతా ఇస్‌మే ప్యార్ న.."** (మత్తుగొలిపే వర్షాకాలపు సాయంత్రం... అందమైన గులాబీ పూలతోట పరిమళం... ఏదీ అందంగా ఉండదు. వీటిలో ప్రేమభావం లేకపోతే!)

ఆ కుర్రవాడు తన చీరల అమ్మకం గురించి కూడా మర్చిపోయి ఆ పాట తాలూకు అందాన్నీ, అర్థాన్నీ ఆస్వాదిస్తూ పాట పూర్తయ్యే వరకూ అలాగే ఉండి పోయాడు. తెలంగాణాలో పెరగటం వల్ల అతడికి హిందీ బాగా తెలుసు. అది కూడా పూర్తి కారణం కాదు. చీరలకీ భావుకతకీ దగ్గర సంబంధం ఉంది.

నేసిన చీరలకి అతడు అంచులు కత్తిరించేవాడు. ఒకోసారి చీరలకి ప్రింటింగు కూడా చేయవలసి వచ్చేది. అతడి వేళ్ళు నేత మీద అపురూపంగా జారేవి. నూలుని ముట్టుకోకుండానే కౌంటు చెప్పగలిగేవాడు. నారాయణపేటలో వృద్ధులు కూడా ఆ కుర్రవాడి పనితనానికి అబ్బురపడే వారు. పదో తరగతి తెలుగు మాస్టారంటే అతడికి చాలా అభిమానం. క్లాసులో ఒకసారి ఆయన రాజస్థాన్ గురించి చెప్పాడు. "రాజస్థాన్ లో 'మల్హోరీ' అనే ప్రాంతం పెళ్ళి చీరలకు ప్రసిద్ధి! అక్కడ ఒక చీరని పూర్తిగా ఒక్కరే నేస్తారుట. పెళ్ళి చీరను నేస్తూ ఆ చీర ఏ పెళ్ళికూతురి ఒంటిని అలంకరిస్తుందో ఊహించుకుంటూ, తన పెళ్ళి గురించి కలలు కంటూ, కూనిరాగాలు తీస్తూ ఆ కన్నెపిల్ల చీర నేత పూర్తి చేస్తుంది. ఆ పాటలని 'లోరీ' లంటారు. పూర్తిగా ఒక కన్నెపిల్ల చేతి మీద తయారయిన ఆ రాజస్థాన్ చీరలు దేశంలో ఎంతో ప్రసిద్ధి".

పదో తరగతి ప్రథమ శ్రేణిలో పాసయినప్పుడు తను స్వయంగా నేసిన చీరని తీసుకువెళ్ళి మాస్టారికి ఇచ్చాడు. మబ్బు రంగు మీద మల్లె అంచు చీర. దాన్ని చూసి మాస్టారుగారి భార్య ఎంతో మురిసిపోయింది., "ఇప్పుడెందుకురా ఇవన్నీ. బాగా చదువుకో. బాగుపడతావు" మాస్టారు మందలిస్తున్నట్టు అన్నారు.

"నేనూ నా భవిష్యత్తు గురించి ఆలోచిస్తూనే ఈ చీర నేశాను మాస్టారూ" అనుకున్నాడు అతడు మనసులో. పైకి అనలేదు.

ఆయన భార్య చీరని చేతుల్లోకి తీసుకుంటూ "చాలా బావుందిరా" అంది. కుర్రవాడు నవ్వి తల దించుకున్నాడు. మళ్ళీ ఆవిడే, "ఒరేయ్! నీ పనితనం చూస్తోంటే ఎప్పటికయినా నువ్వు గొప్పవాడివి అవుతావని అనిపిస్తుందిరా" అంది.

వింటూన్న మాస్టారు ఆ కుర్రవాడి వైపు సానుభూతితో చూశాడు. నారాయణ పేట కార్మికుల హస్త నైపుణ్యాన్ని కాపిటలిస్టుల కబంధహస్తాలు కబళించినంత కాలమూ ఆ ఊరి నేతగాళ్ళు గొప్పవారయ్యే ప్రసక్తి లేదని ఆయనకి తెలుసు.

"నేను పదోక్లాసు పాసవటానికి మాస్టారే కారణమమ్మా. ఇంతకన్నా పెద్దది ఇచ్చుకోలేను."

"అంత మాటనకురా. నువ్వింకా చదవాలి. ఎంత కష్టపడయినా సరే. శలవుల్లో ఇక్కడికే రా. రోజూ ఓ గంట చదువు చెపుతాను."

"శలవుల్లో పట్నం వెళ్దామనుకుంటున్నాం మాస్టారూ. ఈ పల్లెల్లో ఎంత అమ్మినా ఏముంది? పట్నంలో నాలుగు చీరలు అమ్మగలిగితే చాలు."

"పట్నంలో ఈ చీరలు ఎవరు కొంటార్రా?"

"దిగితే గానీ లోతు తెలీదుగా మాస్టారూ."

మాస్టారు ఆ కుర్రవాడి వైపు చిత్రంగా చూశారు. కుర్రాడి మొహంలో ఆయన చూపుల కందని లోతేదో కనపడింది.

"ఒక వైపు చదువుకుంటూ మరో వైపు మీ మావకి ఇంత సాయం చేస్తున్నావంటే నిన్ను కన్నవాళ్ళెవరో గానీ చాలా అదృష్టవంతుల్రా" అంటూ భార్య వైపు తిరిగి "ఒక్క చదువే కాదు. వీడు బాగా పాడతాడు కూడా. ఒరేయ్ అమ్మగారు వింటారు. ఒక పాట పాడరా" అన్నారు.

ఆ కుర్రవాడు రెండోసారి అడిగించుకోకుండానే తల దించుకుని నెమ్మదిగా పాడటం ప్రారంభించాడు. ఆ హిందీ పాట అర్థం గమ్మత్తుగా ఉంది.

"వెన్నెల్లో కూర్చుని భావాన్ని నేస్తే-పాట చీర తయారైంది.
జరీ పల్లవికి పొగమంచు చరణం అంచు.
పై పైకి రాకు సూర్యుడా. పొద్దంటే మాకు చేదురా.
కంచిపట్టు చీర ఒంటిని జారితే, కంటి చూపు చీర కట్టాలి.
వేళ్ళు నేసే నేతకి-కుచ్చిళ్ళు పాడే పల్లవి.
తుఫాను రేగే ముందర-ముస్తాబులేల దండగ."

మాస్టారుగారి భార్యకి అర్థం కాలేదు. పాటలోనూ, గొంతులోనూ ఉన్న మాధుర్యాన్ని ఆస్వాదించింది. అయితే మాస్టారు మాత్రం ఈ అద్భుతమైన భావానికి విస్మయం చెందారు.

"ఎవర్రాశార్రా ఈ పాటని?"

ఈ కుర్రవాడు మరింత సిగ్గుతో తల వంచుకుని "నేనే మాస్టారూ" అన్నాడు. ఆయన కన్నార్పకుండా అతడి వైపు చూశాడు. 'యవ్వనం' తొంగి చూడటానికి ప్రయత్నిస్తున్న మొహం నుంచి, పారిపోకుండా ఉండటానికి 'అమాయకత్వం' ఆఖరి యుద్ధం చేస్తోంది. యుద్ధం ప్రారంభించిన మొదటి సైనికుడిలా ఉంది బుగ్గ మీద చిన్న మొటిమ.

'ఇతడి పూర్వీకులెవరో గొప్ప కవులో, గాయకులో అయి ఉంటారు. లేకపోతే అంత భావాన్ని ఇంత చిన్న పదాల్లో ఇరికించే నేర్పు ఇంత చిన్న వయసులో ఈ కుర్రవాడికి రాదు' అనుకున్నారాయన. ఆయనకి తెలీదు–చీర నేసేవాడికి ఆడవాళ్ళ హృదయం అద్దంలా చదివే నేర్పుండాలనీ–ఏ రంగు మీద ఏ అద్దకం అందం ఇస్తుందో తెలుసుకోవాలంటే, ఏ పువ్వు ఏ భావానికి అర్థమో చెప్పగలిగే భావుకత్వం ఉండాలనీ, అది కుర్రవాడిలో ఒక పిసరు ఎక్కువే ఉందనీ–అందుకే ఆ కుర్రవాడికి చీర నేసే కళతోపాటు, ఏ చీర ఎవరికి నప్పుతుందో చెప్పగల అద్భుతమైన వరాన్ని కూడా దేవుడు ప్రసాదించాడని..!

పాట పూర్తయింది. ఆ కుర్రవాడు తెప్పరిల్లి అక్కణ్ణుంచి కదిలాడు. అయితే ఈసారి అతడు చీరలు చీరలని అరవలేదు. అందువల్ల ఏమీ లాభం లేదని తెలిసి పోయింది.

3

ఒక పెద్ద భవంతి–ముందు తోట – కాంపౌండ్ వాల్ ఉన్నాయి. గేటు దగ్గర ఎవరూ లేరు. తెరిచే ఉంది. నేరుగా లోపలికి ప్రవేశించాడు.

దారికిరువైపులా చెట్లు గాలికి ఊగుతున్నాయి. పూలు అందంగా కదులుతున్నాయి. ఆ ఇల్లు ఎమ్మెల్యేగారిది. కానీ మిట్ట మధ్యాహ్నం అవటం వల్ల బయట నిర్మానుష్యంగా ఉంది.

లోపల ఎమ్మెల్యేగారి భార్య విసుగ్గా అటూ ఇటూ పచార్లు చేస్తోంది. ఇంకొక నలభై ఏళ్ళావిడ అవిడనే చూస్తోంది. ఆవిడో డాక్టరు గారి భార్య. ఆవిడ చాలా ఇబ్బందిలో ఉన్నట్టు కనపడుతోంది. దానికి కారణం కూడా ఉంది. ఆ సాయంత్రం **'మిస్ విజయవాడ'** ఎంపిక జరుగుతోంది. దానికి ఆమె ముగ్గురు జడ్జీల్లో ఒకరు. అంత వరకూ బాగానే ఉంది.

వచ్చిన చిక్కల్లా, ఎమ్మెల్యేగారి కూతురు ఆ పోటీల్లో పాల్గొనటంతోనే వచ్చింది..! తన కూతురు ఎలాగైనా ఈ సంవత్సరం 'మిస్ విజయవాడ'గా ఎన్నికవ్వాలని ఎమ్మెల్యేగారి భార్య పట్టుబట్టి కూర్చుంది. డాక్టర్‌గారి భార్యకి ఆ విషయం కుండ బ్రద్దలు కొట్టినట్టు చెప్పింది.

తనొక్కతే జడ్జీ అయితే (పోటీ కూడా చూడకుండా) బహుమతి ఇచ్చేదే గానీ, ఆమెతో పాటు మరిద్దరు నిర్ణేతలున్నారు. అందులో ఒకామె మరీ స్ట్రిక్టు. "నేను నూటికి నూరు మార్కులిచ్చినా, మిగతా ఇద్దరివీ కలిపి ఎవరికి ఎక్కువ వస్తే వారికిస్తారు బహుమతి" అంది డాక్టర్ గారి భార్య. అప్పుడు ప్రారంభమయింది ఇంట్లో రిహార్సల్.

కూతురి బొట్టు మార్చి, కట్టు మార్చి, రకరకాలుగా హెయిర్ స్టయిల్ మార్చి, మరింత మేకప్ చేసి తీసుకొచ్చి చూపిస్తోంది కానీ, డాక్టర్ గారి భార్యకి ఏదీ నచ్చటం లేదు. ఎలా మార్చి తీసుకొచ్చినా, "ఇలా అయితే వాళ్ళు యాభై కూడా వెయ్యరు" అంటోంది. ఇదే తతంగం గంట నుంచీ జరుగుతోంది.

ఎమ్మెల్యేగారి కూతురు అందవికారేమీ కాదు. కానీ మిస్ విజయవాడగా ఎన్నికవ్వాలంటే అదేమీ అంత సులభమైన విషయం కాదు. పాపం ఆ అమ్మాయి కూడా ఓపిగ్గా అన్ని రకాల స్టయిల్స్ మారుస్తూ గంట నుంచీ తిప్పలు పడుతోంది. సరిగ్గా అప్పుడు వినిపించింది బయట్నుంచీ 'అమ్మా' అన్న కేక.

* * *

ఎమ్మెల్యేగారి భార్య బయటకొచ్చి మెట్ల మీద నిలబడి ఉన్న కుర్రవాడిని చూసి, "ఎవరూ" అంది.

"ఎండ మండిపోతోందమ్మా. కాస్త మంచి నీరిప్పిస్తారా" అని అడిగాడు. ఆవిడ ఏమనుకుందో గాని, లోపలికి తిరిగి "ఒరేయ్ రాముడూ. ఈ అబ్బాయికి నీళ్లు కాస్త తెచ్చి ఇవ్వు" అంది. ఆవిడ లోపలకి వెళ్ళిపోబోతూంటే "మంచి

చీరలున్నాయి... చూస్తారా అమ్మా" అని అడిగాడు. వెళ్ళబోయేది ఆగి "చీరలా..." అంది.

"అవునమ్మా. స్వంతంగా నేసినవి..."

నేత చీరలనగానే ఆవిడలో ఇంటరెస్ట్ పోయినట్టు స్పష్టంగా కనిపించింది.

"ఇప్పుడు ఖాళీ లేదు. వెళ్ళు" అంది. ఇంతలో లోపల్నుంచి ఆవిడ కూతురొచ్చింది.

కృత్రిమ వేషధారణలో ఉన్న ఆ అమ్మాయిని చూడగానే ఆ కుర్రవాడు అదోలా ఫీలయ్యాడు. ఆమె మేకప్ చాలా అసహజంగా అనిపించింది. ఆ అమ్మాయి వయసు అతడికన్నా అయిదారు సంవత్సరాలు ఎక్కువ ఉంటుంది. కానీ మేకప్ వల్లా, హెయిర్ స్టయిల్ వల్లా, మరో మూడు నాలుగు సంవత్సరాలు ఎక్కువ వయసు ఉన్నదాన్లా కనిపిస్తోంది.

తన కూతుర్ని చూడగానే ఆ చీరలమ్ముకునేవాడి మొహంలో కనపడిన ఆశ్చర్యాన్ని ఆవిడ మరోలా అర్థం చేసుకుని-"ఈ రోజు 'మిస్ విజయవాడ' పోటీ ఉంది. అంటే అందాల పోటీ అన్నమాట" అంది కాస్త గర్వంగా.

అప్పుడతడు ఆ అమ్మాయి వైపు మరింత పరీక్షగా చూశాడు.

చేనేతని చూడగానే గుణం కనిపెట్టగలిగే కళ్ళు అతనివి! అంచు క్రింద కాళ్ళని బట్టి పై శరీరచ్ఛాయని అంచనా వేయ గలిగే నేర్పున్న కళ్ళు!! ఆ అమ్మాయి సహజమైన అందాన్ని ఎక్కడో-ఏదో పాడుచేస్తోందని గ్రహించటానికి అతడికి అరక్షణం కన్నా తక్కువ పట్టింది.

ఈ లోపులో ఆ అమ్మాయి విసుగ్గా, "మమ్మీ! ఇక నేనీ వేషాలు మార్చలేను. నాకు ప్రైజు రాకపోయినా ఫర్లేదు. ఎన్నిసార్లు మార్చినా ఆంటీకి నచ్చటం లేదు" అంది.

"అదేమిటమ్మా. పద నేను అడుగుతాను" అందావిడ కూతురితో సహా లోపలికి వెళ్తూ.

ఆ కుర్రవాడు వెనుకనుంచి "అమ్మగారూ" అన్నాడు.

"ఇప్పుడు మాకు చీరలేమీ అక్కర్లేదని చెప్పాను కదయ్యా".

"చీరల గురించి కాదమ్మా. మీ అమ్మాయి కట్టుకున్న చీర ఆ ఒంటికి నప్పలేదు అమ్మగారూ."

ఆవిడ మొహంలో ఆశ్చర్యం కనిపించింది. "అంటే...? నీ దగ్గర ఓ చీర కొని కట్టుకుంటే బావుంటుందంటావా?" అంది ఎగతాళిగా.

"కాదమ్మగారు. బరువైన చీరలు చూడటానికీ, కొనటానికీ బాగుంటాయి తప్ప, కట్టుకుంటే లావుగా కనిపించేట్టు చేస్తాయి."

'అంత దూరం నుంచే తన చీర బరువు గురించి అతడు ఎలా కనుక్కున్నాడా' అని వెళ్ళి పోబోతున్న అమ్మాయి కూడా ఆ మాటలకి ఆగి, "గులాబీ రంగు చీర... ఇది బానే ఉంది కదా" అంది అప్రయత్నంగా. సాధారణంగా గులాబీ రంగు ఏ ఛాయకైనా నప్పుతుంది.

ఆ కుర్రవాడు చిరునవ్వుతో, "లేదమ్మాయి గారూ" అన్నాడు. "...మీ శరీరచ్ఛాయకి గులాబీ కంటే ఆకుపచ్చ బావుంటుంది. అందులోనూ మీ అంత ఎత్తున్న, లావున్న అమ్మాయికి అంత చిన్న బోర్డరు సరిపోదు. బోర్డరు మీదనుంచి పువ్వులు పైపైకి వెళ్ళి క్రమంగా మాయమవుతే బావుంటుంది. అసలే పోటీ అంటున్నారాయె. ఏమాత్రం కాస్త తేడా ఉన్నా అది లెక్క లోకి వస్తుంది."

"ఓహో. నీ దగ్గిరున్న ఇలాంటి చీరొకటి మా కంటగట్టే ప్రయత్నమా ఇది?" ఎగతాళిగా అంది తల్లి.

కుర్రవాడు నవ్వాడు. "నా దగ్గర అలాంటి చీర లేదమ్మా. అమ్మాయిగారు ఎలాంటి చీర కడితే బావుంటుందో చెప్పానంతే..."

ఆ అమ్మాయి అతడి వైపే విస్మయంతో చూస్తోంది. అతడికి తనకన్నా అయిదారేళ్ళు చిన్న వయసుంటుంది. కానీ చీరల మీద మంచి కమాండ్ ఉన్నవాడిలా మాట్లాడుతున్నాడు.

"మీరేమీ అనుకోకపోతే ఒక్కమాట అమ్మగారూ! చాలామంది షాపుకెళ్ళి ఏ చీర బావుందా అని ఎన్నుకుంటారు తప్ప ఏ చీర 'తమకి' బావుంటుందా అని ఎన్నుకోరు" అన్నాడు. "... అలాగే, మీ అమ్మాయిగారి గెడ్డం మీదున్న పెట్టుడు మచ్చ మరి కాస్త పక్కకి జరిపితే బావుంటుంది. కుడి వైపుకి-"

సూది పడితే వినపడేటంత నిశ్శబ్దం అక్కడ వ్యాపించింది. ఇప్పుడు ఆ తల్లికి కూడా అతడి మీద నమ్మకం కుదిరినట్టుంది. ఏదో మానవాతీత శక్తి లాంటిది లేకపోతే తప్ప ఆ మచ్చ 'పెట్టుడుదని' తెలీదు. నాలుగు సంవత్సరాల్నుంచీ ఆ మచ్చని అక్కడే చూసినవారికి కూడా అది ఇంకాస్త పక్కన ఉంటే బావుండేది అన్న ఆలోచన రాలేదు.

ఇంతలో ఆ అమ్మాయి అడుగు ముందుకు వేసి కుతూహలంగా "ఇంకా ఏం చెయ్యాలి" అని అడిగింది. ఆ కుర్రవాడు ఇప్పుడు కాసింత ధీమాగా, మరింత పరిశీలనగా ఆ అమ్మాయి వైపు చూశాడు.

అమ్మాయి శరీరఛాయ గులాబీ. ఆ రంగులో ఉన్నవాళ్ళకి ఏ రంగు చీరైనా బానే ఉంటుంది. చామనఛాయ గలవారైతే పసుపు, నారింజ, గులాబి రంగులు ఎలాగో తప్పవు. 'బాగానే ఉంటుంది కదా' అని తెల్లగా ఉన్నవాళ్ళు కూడా అవే వేస్తే, వాళ్ళకీ మిగతా వాళ్ళకీ తేడా ఉండదు. దేవుడిచ్చిన తెలుపుదనపు వరానికి, మరింత కొట్టొచ్చినట్టు కనబడే ఆకుపచ్చ నీలపు అలంకారాలు అద్దవచ్చు. ఆ అమ్మాయిలో ఉన్న చిన్న లోపం... ఆమె మామూలు కన్నా ఎత్తు రెండు అంగుళాలు ఎక్కువ పొడుగు. దాన్నే ఆమె 'హుందాగా' మార్చుకోవచ్చు. కానీ ఆ చీరకట్టులో ఆమె అటుఒంటి ప్రయత్నమేమీ చేసినట్టు కనిపించలేదు. ఒకదానికి ఒకటి పొసగని వస్త్రం ధరించి ఉంటే ఆమెలో ఆ 'హుందా' కనిపించి ఉండేది. కానీ ఆమె కూడా ఫ్యాషన్ పేరిట 'మ్యాచింగ్' వరదలో కొట్టుకుపోయింది. కనీసం ఆమె కట్టిన పసుపు రంగు చీర మీద వేరే రంగు జాకెట్టు ధరించినా బావుండేది.

"...ఆ లోలాకులు మార్చండమ్మాయి గారూ. పొడుగ్గా ఉన్న వాళ్ళు లోలాకులు వేసుకుంటే బావోదు. అలాగే క్రిందికి వేలాడే నగలకన్నా, మెడ చుట్టూతా ఉండే నగయితే బావుంటుంది" అతడు నవ్వాడు. "...మీ చెప్పులు కూడా మార్చాలి."

"ఇవి హైహీల్స్ కావు".

"ఎత్తు సంగతి కాదు నేను చెప్పేది. పొడుగ్గా ఉన్నవాళ్ళు సాదా చెప్పులు వేసుకోకపోతే, భూమికీ శరీరానికీ మధ్య ఆ డిజైను కళ్ళకి కొట్టొచ్చినట్టు కనపడి మరింత ఎత్తుగా కనపడతారు."

ఆ అమ్మాయి చప్పున తన చెప్పుల వంక చూసుకుంది. ఇంత కాలం అసలా కోణంలో ఆలోచన రానందుకు సిగ్గుపడ్డట్టు మరింకేమీ ఆలోచించకుండా, అతడి శక్తి సామర్థ్యాల మీద నమ్మకాన్ని వెలిబుచ్చుతూ "నాకేం చీర బావుంటుందో కాస్త చూసి చెప్పు" అంది.

ఇప్పటివరకు అతడి సలహాలని ఒప్పుకొంటున్న తల్లి, కూతురి ఈ చివరి మాటలకి ఉలిక్కిపడి చూసింది. ఆ అమ్మాయి ఎగ్జయిట్మెంటు చూస్తుంటే ఆ

కుర్రవాడిని తిన్నగా పడగ్గది లోకి తీసుకుపోయి, బీరువా తెరిచి చీరలన్నీ చూపించేట్టూ కనపడింది.

"ఏమిటమ్మాయ్, వాడు చూసి చెప్పటమేమిటి? నీకేమైనా మతి పోయిందా?" అని అడ్డుకుంది.

ఆ అమ్మాయి నిర్లక్ష్యంగా "ఫర్లేదులే అమ్మా" అని లోపలికి దారితీసింది.

అతడిని లోపలికి వెళ్ళకుండా ఆపుచేసే ఉద్దేశ్యంతో తల్లి "అబ్బాయ్. నీ దగ్గరేమన్నా చీరలుంటే చూపించు" అంది.

ఆ అమ్మాయితో పాటు లోపలికి వెళ్ళాలా వద్దా అని తటపటాయిస్తున్న ఆ అబ్బాయి ఈ మాటలకు తెరిపిన పడ్డట్టు తేరుకుని, "నేనొక చీర ఇస్తానమ్మగారూ, దీనికి మీరేమీ ముందు డబ్బు ఇవ్వనవసరం లేదు. కట్టుకుని, బావుంటేనే ఇవ్వండి" అన్నాడు.

ఆ అమ్మాయి వెనక్కు వచ్చి, "ఏదీ చీర చూపించు. డబ్బులకేం ఉందిలే" అంది.

అబ్బాయి మూట విప్పి అందులోని చీరలని అటూ ఇటూ జరిపి, మధ్య నుంచి ఒక చీరను బయటకు తీశాడు.

నల్లంచు తెల్ల చీర!!

ఆ అమ్మాయి చీర తీసుకుని లోపలికి వెళ్తూ "దీనికి మ్యాచింగ్ బ్లౌజు ఉందో లేదో" అనుకుంది స్వగతంగా.

"మ్యాచింగ్ వద్దమ్మగారూ. బోర్డరు కొట్టొచ్చినట్టు కనపడే బ్లౌజ్ ఉంటే వేసుకోండి" అని వెనుక నుంచి అన్నాడు. పొడుగ్గా ఉన్నవాళ్ళు పాటించవలసిన మరో నియమం.

ఆ అమ్మాయి చీర తీసుకుని లోపలికి వెళ్ళిపోయింది.

"ఎంతబ్బాయ్ ఆ చీర?" కూతురు వెళ్ళాక తల్లి అడిగింది.

"నూటపాతిక అమ్మగారూ..."

'నా కూతురుతో మరీ అంత చౌక చీర కట్టిస్తావా' అన్నట్టు "నూ...ట... పాతికా?" అందావిడ. ఆ అబ్బాయి మాట్లాడలేదు. ఆలోచిస్తున్నాడు.

ఓ ఆడవాళ్ళులారా. మీరెప్పుడు తెలుసుకుంటారు? వెయ్యి రూపాయల చీరని ఎనిమిది సంవత్సరాలు దాచి దాచి కట్టుకోవటం కంటే, నూట పాతిక

ఖరీదు చేసే ఎనిమిది వేర్వేరు చీరలు కొని కట్టుకుంటే మీరు మరింత ఆకర్షణీయంగా కనబడతారని..! పైగా... మీరు ఆకర్షణీయంగా కనబడాల్సింది పెళ్లిలోనూ, ఫంక్షన్లలోనూ మాత్రమే కాదు. ఇంట్లో భర్తకి కూడా అనీ..! అందరూ వెయ్యి రూపాయల చీరలు కట్టుకొని వచ్చిన పెళ్ళిలో, మీరు ప్రత్యేకంగా కనపడాలంటే. అందుకు మొదటి మార్గం మీరు 'పాతికవేల' రూపాయల చీర కట్టటమనీ, లేదా రెండో మార్గం 'నూట పాతిక..' ది కట్టటమనీ..! ఖరీదు కాదు ముఖ్యం-కొట్టొచ్చేటట్టు కనపడటం అనీ, అలా కనబడటానికి తమ తమ శరీరతత్వాన్ని అర్థం చేసుకోవటం అన్నిటి కన్నా ముఖ్యం అనీ, అలా చేయని పక్షంలో అందరిలో మీరూ ఒకరిగా కలిసి పోతారనీ!! అన్నిటికన్నా చివరగా, చీర అందంగా కట్టుకోవటం ఎంత గొప్ప కళో, అందమైన చీరని ఎన్నిక చేసుకుని దాన్ని సరైన కాలంలో (వేసవికాలం పగలులో లేతరంగు, వర్షాకాలం మబ్బుల్లో ముదురురంగు), సరైన సమయంలో (లైటు వెలుగుల రాత్రిళ్ళైతే ఒక రంగు, సూరీడు వెలిగే పగలైతే ఒక రంగు) ధరించటం కూడా అంత గొప్ప కళే అనీ- చీర అనేది ఒంటి చుట్టూ కప్పే సాధనం కాదనీ, ఒంటికి అందం తెచ్చే ఆయుధమనీ... ఓ ఆడవాళ్ళలారా. మీరెప్పుడు తెలుసుకుంటారు?

"ఏమిటబ్బాయ్ ఆలోచిస్తున్నావ్?"

అతడు ఉలిక్కిపడి "ఏమీ లేదమ్మగారూ" అన్నాడు.

ఈ లోపులో ఆ అమ్మాయి గది లోంచి కిటికీ దగ్గరకొచ్చి, "ఇదిగో... చుక్క ఇక్కడ పెట్టుకోనా?" అని అడిగింది.

తల్లికి ఒళ్ళు మండిపోతోంది. పక్కన డాక్టరుగారి భార్య లేకపోతే సంస్కారం గింస్కారం మర్చిబోయి కూతుర్ని నాలుగు తిట్టి ఆ కుర్రాడ్ని తన్ని తగిలేసేదే! మింగ లేకా, కక్క లేకా చూస్తోంది. ఈ లోపులో ఆ కుర్రవాడు ఇవ్వవలసిన మిగతా నాలుగు సూచన్లూ ఇచ్చేశాడు.

సరిగ్గా పది నిమిషాల తర్వాత ఆ అమ్మాయి బయటికొచ్చింది. ఒక్కక్షణం అక్కడున్న ఆడవాళ్ళిద్దరికీ మతిపోయింది. తల్లికైతే తను చూస్తున్నది స్వంత కూతుర్నేనా అని అనుమానం కలిగింది.

సరైన చీరతో, పొందికైన కొద్ది చీరకట్టు మార్పులతో, ఆ అమ్మాయి పూర్తిగా మారిపోయింది. పొడుగు స్థానే హుందాతనం వచ్చింది. లోలాకులు తీసేసి

దుద్దులు పెట్టి; మెళ్ళో హారం బదులు నెక్లెస్ మార్చేసరికి అందం ద్విగుణీకృతం అయింది. గెడ్డం మీద పుట్టుమచ్చ కాస్త స్థానం మారేసరికి ఆ వదనం, కేవలం ఓ గొప్ప చిత్రకారుడు మాత్రమే గుర్తించ గల సౌందర్యాన్ని సంతరించుకుంది.

హెయిర్ స్టయిల్ నుంచి చెప్పుల వరకూ అన్నీ మారిపోయాయి. మార్పు అంటే దట్టమైన పౌడరు పూతలూ, ఎర్రటి లిప్-స్టిక్‌లూ కావు. ఒక శాస్త్రజ్ఞుడు ఎన్నాళ్ళో శ్రమించి, ఎన్నో రసాయనాల్ని ఇటూ అటూ మార్చి సమ్మేళనం జరిపినట్టు, ఒక్కొక్క సౌందర్య స్థానాన్ని పరిగణనలోకి తీసుకుని, జాగ్రత్తగా దాని అందాన్ని ఇనుమడింప జేసిన ఏకాగ్రత, నేర్పు, అవస్థ-ఆ అలంకరణలో కనబడ్డాయి. అది కేవలం అభ్యాసం వల్ల రాదు, పూర్వజన్మ సుకృతం కూడా ఉండాలి.

తల్లి కూడా కూతుర్ని మొదటిసారే చూసినట్టు విభ్రాంతి చెందిందంటే, దాన్నిబట్టే అర్థం చేసుకోవచ్చు-ఎంత మార్పొచ్చిందో!

“గుడ్. వెరీగుడ్” జడ్జిగా ఉన్న డాక్టర్ గారి భార్య అంది. ఆమెకిప్పుడా అమ్మాయిని చూస్తుంటే ప్రైజు వస్తుందని నమ్మకం కుదురుతోంది.

ఆ అమ్మాయి అతడి వైపు చూసి నవ్వింది.

ఆ కుర్రవాడు ఆ అమ్మాయివైపే చూస్తున్నాడు... ఇంకా ఏదో సరిగ్గా కుదరనట్టు.

“పదమ్మా పద. టైమైపోతోంది” అంటూ హడావుడి పెట్టింది తల్లి. ఈ లోపులో డ్రైవరు కారు తీసి బయట పెట్టి రెడీగా నిల్చున్నాడు.

“ఇదిగోనయ్యా నీ డబ్బులు, మొత్తానికి చీర మాకు అంటగట్టావ్” అంటూ నూటపాతికా అతడి చేతిలో పెట్టింది తల్లి.

“నీళ్ళలో పెడితే ఉంటుందా?” డాక్టర్ గారి భార్య అడిగింది. ఆ కుర్రవాడు హర్ట్ అయినట్టు కనిపించాడు. నిజానికి ఆ అమ్మాయి ఒంటికి ఆ చీర ఎంత బాగా నప్పిందంటే... చెపితే గాని అది నేత చీర అని తెలీదు. అసలా చీర ‘ఒక్కసారి కట్టుకున్నందుకే నూటపాతికా ఇవ్వొచ్చు’ అన్నంత బావుంది.

“ఇక పదండి” అంటూ వాళ్ళని బయల్దేర తీసి, “ఇదిగో రాములూ. ఇతనెళ్ళాక తలుపేసుకో” అని పనివాడికి చెప్పి ఆమె ముందుకు నడిచింది.

అప్పటికింకా ఆ కుర్రవాడు చీరల మూట సర్దుకోలేదు. ఆఖరి నిముషంలో ఆ అమ్మాయి కదలబోతుంటే ఆ అమ్మాయి మేకప్‌లో ఆఖరి లోపం ఏమిటో అప్పుడు తెలిసింది. హఠాత్తుగా నిద్రలోంచి మేల్కొన్నట్టు "అమ్మాయిగారూ" అన్నాడు. ఆ అమ్మాయి కళ్ళు తిప్పి అతని వైపు చూసింది. అతను ఆ కళ్ళనే చూస్తున్నాడు.

కళ్ళు చాలా రకాలు... మీనలోచనాలు, తీక్షణమైనవి, డ్రూపింగ్ ఐస్, మత్తయిన కళ్ళు, రెప్పలు జారినవి, కోల కళ్ళు-ఇలా ఎన్నో! ప్రపంచంలో అన్నింటికన్నా అందమైన కళ్ళు 'ఆల్మండ్' షేపున్న కళ్ళు! విశాలనేత్రాలు ఎటువంటి అమ్మాయికయినా అందాన్నిస్తాయి. అలాంటి ఆల్మండ్ కళ్ళున్న అదృష్టవంతురాలు ఆ అమ్మాయి! సాధారణంగా పెద్ద కళ్ళున్న అమ్మాయిని చూడగానే 'బావుంది' అనేస్తాం. మిగతా లోపాలన్నీ కళ్ళ వల్ల కప్పబడి పోతాయి. పెద్ద కళ్ళున్న అమ్మాయిలు ఆ పొగడ్తలకి లొంగిపోయి మిగతా విషయాలు పట్టించుకోరు.

ఆ కళ్ళ అందానికి ఆ కుర్రవాడు కూడా సహజంగానే పడిపోయాడు కానీ, అతడి సునిశితమైన దృష్టికి 'లోపం' ఇప్పుడు స్పష్టంగా తెలుస్తోంది.

ఆ అమ్మాయి రెండు కళ్ళ మధ్య స్వాభావికం కన్నా గోరంత ఎక్కువ 'దూరం' ఉంది. అందాన్ని ఆస్వాదించటం వేరు. ఆస్వాదించ గలిగే అందాన్ని అంచెలంచెలుగా తయారు చేసుకోవటం వేరు! చాలామంది పురుషులు కేవలం ఆస్వాదిస్తారు. అనలిటికల్‌గా చూడరు. కేవలం అందానికే వర్తించదు ఈ నీతి! జీవితంలో ప్రతీ స్టేజీకీ వర్తిస్తుంది. నారాయణపేట లాటి చిన్న పల్లెలో నేతమగ్గం ముందు కూర్చునే ఒక కుర్రవాడిలో, మొగ్గ విచ్చుకుంటున్నట్టు ఆ అనలిటికల్ నాలెడ్జి విచ్చుకుంటున్నదని ఎవరికీ తెలీదు.

కూతురు కళ్ళు పెద్దవి కాబట్టి కాటుక నిండుగా పెట్టి, వాటిని మరింత పెద్దవిగా కనబడేట్టూ చేసి మురిసి పోవటం చిన్నప్పటినుంచి ఆ తల్లికి అలవాటు. ఆ అమ్మాయి అదే అలవాటుని పెద్దయ్యాక కూడా కొనసాగించింది. పెద్ద కళ్ళున్నవాళ్ళు కంటి నిండా కాటుక పెట్టుకుంటే నిండుగా ఉంటుందన్నది సర్వజనీనమైన విషయమైతే అయి ఉండవచ్చునేమో కానీ, అన్ని సందర్భాల్లోనూ కాదు. కళ్ళు దూరంగా ఉన్నప్పుడు ప్రారంభంలో దట్టంగా ఉన్న కాటుక రేఖ, కంటి చివర్లకు చేరుకునే కొద్దీ పలుచనైతే, కళ్ళు దగ్గరగా ఉన్న భావం

కలుగుతుంది. అలాగే కనుబొమ్మలు కోలగా కాకుండా అర్ధ చంద్రాకారంగా వంపు తిరిగితే కొత్త అందం వస్తుంది. కనురెప్పల పై భాగపు షేడ్‌కి కూడా ఇది వర్తిస్తుంది. ఆ కుర్రవాడికి టెక్నికల్ టర్మ్స్ తెలీదు. హంపీ నగరంలో శిల్పాన్ని చెక్కిన శిల్పికి కూడా తెలిసి ఉండదు. అందానికి సైన్సు పరిధి లేదు. తనకు తోచింది చెప్పాడంతే.

ఆ అమ్మాయి మళ్ళీ లోపలికి పరిగెత్తింది.

"ఇక ఈ రోజు మనం పోటీకి వెళ్ళినట్టే" అంది తల్లి. ఇంతలో బయట హారన్ వినిపించింది. అప్పటికే కార్లో కూర్చున్న జడ్జీగారికి మరింత తొందరగా ఉంది. మరోసారి హారన్ మ్రోగింది.

"వస్తున్నా. వస్తున్నా" హడావుడిగా అని, "అబ్బాయ్., చేసింది చాలు. ఇక వెళ్ళు. అమ్మాయ్. రా..! రాములూ-తలుపేసుకో" అంటూ కారు దగ్గరకి పరుగెత్తింది తల్లి.

ఆ కుర్రవాడు బట్టలు సర్దేసి మూట కట్టేశాడు. ఈలోపులో గుమ్మం దగ్గిర్నుంచి "ఎలా ఉన్నాను" అని వినిపించింది. తలెత్తి చూశాడు.

అపరంజి బొమ్మలా ఉందా అమ్మాయి. ఎత్తు, ఎత్తుకి తగిన చీర. మొహానికి అందాన్నిచ్చే కళ్ళు.

తనలో వచ్చిన మార్పు తనకే తెలిసినట్టు ఆ అమ్మాయ్ మొహం వింత వెలుగులో ప్రకాశిస్తోంది.

"అమ్మ డబ్బులిచ్చేసింది కదూ."

"ఇచ్చారమ్మ గారూ."

ఇంతలో బయట్నుంచి మళ్ళీ హారన్ వినిపించింది. ఆ అమ్మాయి గుమ్మం వరకూ వెళ్ళి, బయటకు నడవబోయి, తలతిప్పి ఆ అబ్బాయి వంక చూసి, వెనుక రాములు లేడని నిర్ధారించుకుని, తూనీగలా పరుగెత్తుకొచ్చి అతడి మొహాన్ని రెండు చేతులు మధ్యా తీసుకుని పెదవుల మీద గాఢంగా ముద్దు పెట్టుకుని "థ్యాంక్యూ" అనేసి క్షణంలో అదృశ్యమైంది.

అంతా రెప్పపాటులో జరిగిపోయింది.

ఊహించని సంఘటనకి ఆ కుర్రవాడో క్షణంపాటు నిర్విణ్ణుడయ్యాడు. అతడి జీవితపు తొలిముద్దు అది. అతడికి ఆ అమ్మాయి పేరు కూడా తెలీదు.

అంత అందమైన అమ్మాయికి ఈపాటికే అసంఖ్యాకంగా ప్రేమలేఖలు వచ్చి ఉండవచ్చు. ఎందర్నో తిరస్కరించి ఉండవచ్చు. కానీ వేలూ, లక్షలూ ఇచ్చికూడా తెలుపుకోలేని కృతజ్ఞతని ఆ విధంగా తెలుపుకుంది. మనసు లోంచి పెల్లుబికే ఆనందాన్ని ఆ విధంగా ప్రకటించి ఋణం తీర్చుకుంది. తెలివితేటలకి నీరాజనం పట్టే ముద్దు అది..! పొంగిపొర్లే ఎగ్జయిట్‌మెంట్‌కి పరాకాష్ట అది..!

(ఆ తరువాత పదిహేను సంవత్సరాలకి ఆంధ్రదేశంలో... దాదాపు ప్రతీ అమ్మాయి ఇటువంటి ఎగ్జయిట్‌మెంట్ ఫీలయింది. అతడి పట్ల కాదు. వస్త్ర ప్రపంచంలో మకుటంలేని మహారాజులా దూసుకొచ్చిన **రవితేజా** టెక్స్‌టైల్స్ వారి చీరల ఫ్యాషన్ వెల్లువలో కొట్టుకుపోతూ).

4

ఆ కుర్రవాడు తిరిగి మామ దగ్గరకొచ్చేసరికి మూడు కావస్తోంది. ఎండ కాస్త తగ్గింది. ఆ కుర్రవాడి మొహం ఒక వింత కాంతితో మెరిసిపోతోంది. అయితే ఆ కాంతి తొలి ముద్దు వల్ల వచ్చింది కాదు.

పట్నంలో రెండొందల చీర నాల్గొందలకి అమ్ముతారని తెలియని ఆ కుర్రవాడు అసలు ధరకన్నా పాతిక ఎక్కువ రావటమే ఆనందంగా ఫీలవుతున్నాడు..! ఆ పాతికా అతడి నేర్పరితనానికి నిదర్శనం. ఆ క్షణం అతడు ఆ చీర ఖరీదు రెండొందలని చెప్పినా వాళ్ళు కొనేవారే! వ్యాపారభాషలో నిజాయితీకీ, నేర్పరితనానికీ చుక్కెదురు.

'మధ్యవర్తికి చీరలిచ్చేస్తే లాభం లేదు. కష్టమో నష్టమో మనమే స్వయంగా పట్నం వెళ్ళి అమ్ముకుంటే మంచిది' అన్న ఆలోచన వచ్చింది అతడికే! మామని బలవంతపెట్టి బయల్దేర తీసింది అతడే! 'చీరలు – చీరలు' అని రోడ్డు వెంట తిరిగితే లాభం లేదని, మంచి నీళ్ళ నెపం మీద ముందు ప్రవేశించి అక్కడ పరిస్థితిని అర్థం చేసుకుని క్రమక్రమంగా అందులోకి చొచ్చుకు పోయేటంత తెలివితేటలు ప్రదర్శించింది అతడే!

మెట్టు తరువాత మెట్టులాంటి వ్యాపార లక్షణాలు ఇవి. ఒక్కొక్క మెట్టు ఎక్కుతున్నాడు. ఆయాసం రావటం లేదు. పైకి వెళ్ళేకొద్దీ క్రింద కనపడే దృశ్యం ఆనందాన్ని కలుగజేస్తోంది.

'మావయ్యా! వంద రూపాయల చీర నూటపాతిక్కి అమ్మాను మావయ్యా! అనుకున్న దాని కన్నా పాతిక ఎక్కువొచ్చింది' అని ఆ విజయోత్సాహంతోనే మావయ్యకు చెప్పాడు. అయితే ఆ మాటలు ఆ వృద్ధుడికి వినపడ్డాయో లేదో తెలీదు. బలహీనంగా కళ్ళు విప్పాడు.

'దా... దా... దాహం' అన్నట్టు సైగ చేశాడు. అతడి ఒళ్ళు పెనంలా మాడిపోతోంది.

కుర్రవాడు వణికిపోయాడు. తను చేసిన తప్పు అతడికి అర్థమైంది. వడదెబ్బ కొట్టిన మామని అరుగు మీద అజాగ్రత్తగా వదిలేసి, చీరల అమ్మకానికి బయల్దేరాడు. ఇక్కడ... ఈ ఎండలో... తన మామ దాహంతో గొంతు ఆర్చుకుపోయి... అరవటానికి శక్తి లేక... రోడ్డు మీద నడిచే వారిని పిలిచే శక్తి రాక... పాపం ఎంత సేపటి నుంచి దాహంతో కొట్టుకుంటున్నాడో ... ఆర్చుకుపోయిన గొంతులో కొట్టుకుంటున్న ప్రాణం ఎంత అల్లల్లాడిందో...

ఆ కుర్రవాడు పరుగెత్తుకెళ్ళి పంపులో నీళ్ళు తెచ్చి మొహం మీద జల్లాడు. తల వళ్ళోకి తీసుకుని నోటిలో పోశాడు. నిముషం తరువాత వృద్ధుడి మొహంలోకి కాస్త కళ తిరిగి వచ్చింది. అయితే అది చాలా తాత్కాలికమైంది... చావుకళ! ఆ విషయం ఆ వృద్ధుడికి తెలిసినట్టుంది. కళ్ళు విప్పి మేనల్లుడి వైపు చూశాడు. 'అయిపోయిందిరా-నా పని అయిపోయింది' అన్నట్టుంది ఆ చూపు..!

"మావయ్యా... మావయ్యా..." రుద్ధకంఠంతో అన్నాడు ఆ కుర్రవాడు. అతడికి భయం వేసింది. ఏడుపొచ్చింది. ఊరుకాని ఊళ్ళో ఇంత విపత్తుని ఊహించలేదు. ఇదంతా తన వల్లనే. వడదెబ్బ కొట్టిన మనిషిని అజాగ్రత్తగా వదిలెయ్యటం వల్లనే.

"అయిపోయిందిరా... అ... యి... పోయింది" మావయ్య కంఠం నూతి లోంచి వచ్చినట్టు ఉంది. వణికే చేతుల్తో ఆ కుర్రవాడి చేతిని తన గుప్పిట్లోకి తీసుకున్నాడు. 'నాకు... నాకో వాగ్దానం చెయ్యాల్రా'. గాలి స్థంభించింది. మబ్బు వెనుక నుంచి సూర్యుడు బయటికి రావటంతో ఎండ ఒక్కసారిగా ఫెళ్ళున కొట్టింది. "చెప్పు మావయ్యా నువ్వేం చెయ్యమంటే అది చేస్తాను చెప్పు."

"నువ్వు మాధవిని చేసుకోవాల్రా..."

స్థంభించిన గాలి ఒక్కసారి పెనుగాలిలా మారి మొహం మీద కొట్టినట్టయింది.

వెన్నెల్లో కూర్చుని భావాన్ని నేస్తే -

పాట చీర తయారైంది.

జరీ పల్లవికి-చరణం అంచు.

...అని తను వ్రాసుకున్న పాటని చదివి నవ్వుతూ 'ఇదేం పాట బావా... తలా తోకాలేని పాట-' అని ఎగతాళి చేసిన మాధవి! 'నెత్తి మీద చీరల మూట పెట్టుకొని రోడ్డు రోడ్డు తిరిగి బట్టలు అమ్ముతావా' అని హేళన చేసే మాధవి! ప్రత్యూషకాదుల్నీ సంధ్యాదీపపు వెలుగుల్నీ ఆస్వాదించలేని మాధవి! ముగ్గేయటం తెలియని మాధవి-పదమూడేళ్ళొచ్చినా గోలీలాడే మాధవి..

"ఇప్పుడు కాదురా. కానీ ఎప్పటికైనా నువ్వే చేసుకోవాలి. అది అమాయకప్పిల్ల. ఇంకో ఇంట్లో కోడలిగా బ్రతకలేదు. దాన్నీ, దాని తల్లినీ నువ్వే పోషించాలి. నా కొడుకుని కూడా నువ్వే పైకి తీసుకురావాలి. మాధవి మంచిదిరా! చాలా మంచిదిరా! మాటివ్వరా... మా ట...ఇ...వ్వ... రా."

సందిగ్ధం మనసుని ఊపేస్తోంది. ఎదుటి మనిషి ప్రాణం కూడా కొద్దికొద్దిగా పోతోంది.

"ఒరే! నువ్వు కాదంటే నా కుటుంబం చెట్టుకొక పిట్ట అయిపోతుంది. ఇన్నాళ్ళూ పెంచిన దానికి బదులుగా అడగటం లేదురా నిన్ను, మావయ్యగా అర్థిస్తున్నాను. మాధవి... మా...ధ...వి...ని..."

ఆ కుర్రవాడు అప్రయత్నంగా అతని చేతిలో చెయ్యివేసి "చేసుకుంటాను మావయ్యా" అన్నాడు. వృద్ధుడి మొహం ఆఖరి సారి ఆనందంతో వెలిగింది. సంతృప్తితో నిండింది.

"చాల్రా... చా..." మాట పూర్తవకుండా ప్రాణం పోయింది. తల వాలిపోయింది.

ఆ కుర్రవాడికి దుఃఖం రాలేదు. దానికన్నా పెద్దభావం... స్థబ్దం. తనకి నేతని నేర్పిన వేళ్ళు.. అచేతనంగా. తన నేతని పరీక్షించిన కళ్ళు... నిస్తేజంగా. తన పనిని అభినందించిన స్పర్శ... నిర్జీవంగా.

ఆఖరి కోర్కె తీరిన ఆనందంతో ఆత్మ సంతృప్తిగా వెళ్ళిపోయింది. దాన్ని సంతృప్తి పర్చటానికి ఇచ్చిన మాట... 'ఒరే... మాధవి మంచిదిరా. అమాయకప్పిల్ల'.

మంచితనం-అమాయకత్వం-ఈ రెండేనా భార్యాభర్తల మధ్య ఉండాల్సింది? మనిషి ఏదో ఒక బలహీనమైన క్షణం ఒక తప్పు చేస్తాడు. దాని పరిణామంతో జీవితాంతం రోదిస్తాడు. అతడప్పుడు చేసిన తప్పు అలాటిదే!

5

జూన్ నెల. సాయంత్రం. హైద్రాబాద్, అబిడ్స్. రవితేజా టెక్స్‌టైల్స్ మానేజింగ్ డైరెక్టర్ టయోటా కారు ప్రవేశించగానే ఆ ఆవరణలో చైతన్యం మొదలైంది. నిండైన, అందమైన విగ్రహం కార్లోంచి దిగింది.

ఆ టెక్స్‌టైల్స్ మిల్స్‌లో కూలీ నుంచి మానేజర్ వరకూ అందరికీ అతడంటే ఇష్టమే. తన స్థాయికూడా చూసుకోకుండా అతడు అందరితో కలిసి పోతాడు. నవ్వుతూ నవ్విస్తూ ఉంటాడు. అసలు పని చేసినట్టే కనిపించడు. అయినా రోజుకి పదహారు గంటలు పనిచేస్తాడు. అందుకే ఈ రోజు ఆంధ్రదేశాన్ని తన చీరల్తో ఒక ఊపు ఊపుతున్నాడు. ఆంధ్రదేశంలో ప్రతీ ఆడపిల్లా **రవితేజ బ్రాండ్** చీర కట్టుకోవడమే ఒక ఫ్యాషన్‌గా భావించే స్థాయికి తీసుకెళ్ళాడు.

అతని కంపెనీ చీరల్ని కట్టనిది అతని భార్య ఒక్కతే. ఆవిడ పేరు మాధవి. ఆమెదో చిత్రమైన మనస్తత్వం. ఒకరోజు ఆమె ఏదో ఫంక్షన్‌కి నిండుగా అలంకరించుకుని వెళ్ళింది. ఫంక్షన్‌కి వచ్చిన ఒకావిడ "నీకీ చీర నప్పలేదమ్మా" అని మాధవి మొహం మీదే అనేసింది. పక్కనున్న మరొకావిడ ఆ మాట అందుకుని, "ఆమె కేమిటమ్మా... మొగుడు చీరల కంపెనీ ప్రొప్రైటరు. చీరలు ఫ్రీగా వస్తాయి" అంది. 'ఫ్రీగా వచ్చిన చీరలు అంతకన్నా ఏం బాగుంటాయిలే...' అన్న ఉద్దేశ్యం ధ్వనించేట్టు.

అంతే! ఆ రోజునుంచీ మాధవి, రవితేజ టెక్స్‌టైల్స్ చీరలు కట్టటం మానేసింది. రవికి మొదట్లో అర్థం కాలేదు. దేశమంతా అంత క్రేజ్‌తో ఉంటే, ఇంట్లో భార్యకి తమ చీరలు నచ్చకపోవటం...

"మీ చీరలు నాకు నప్పవు" అందామె ఒక్కమాటగా. అతడికి షాక్ తగిలినట్టయింది.

న... ప్ప...వు!

ఒక కొత్త రకం డిజైను మార్కెట్లోకి వచ్చి ఫెయిల్ అయిందంటే నష్టం లక్షల్లో ఉంటుంది. అందువల్ల అతడి కంపెనీలో నిరంతర శోధన జరుగుతూనే ఉంటుంది. రిసెర్చి డిపార్ట్‌మెంట్ ఖర్చే సంవత్సరానికి పాతిక లక్షలుంటుంది. అతని ఆఫీసు నుంచి కొందరు అజంతా, ఎల్లోరాలకి వెళ్ళి ఆ శిల్పాల డిజైన్లు కూడా చూస్తూ ఉంటారు.

చీరెలకీ సినిమాలకీ దగ్గర సంబంధం ఉంది. ఆ డిపార్ట్‌మెంట్‌లో కొందరి పని ఎప్పుడూ కొత్త సినిమాలు చూడటమే. చూసి... శ్రీదేవి చీరలు, హేమమాలిని చీరల్లాటి కొత్త 'ఫ్యాషన్లు' కనిపెట్టటమే.

ఎక్కువ ప్రత్యేకత లేకుండానే ఛాందినీ చీరలు పాపులర్ అవటానికి కారణం ఒక తెలుగు సినిమా 'ప్రేమనగర్'! ప్రేమనగర్లో వాణిశ్రీ కట్టుకున్న ఛాందినీ చీర ఆ తరువాత ఎంతో పాపులర్ అయింది. (ఛాందినీ చీరలు రాజస్థాన్‌కి సంబంధించినవి. ఒక రాష్ట్రానికి సంబంధించిన చీరలు మరో రాష్ట్రంలో కట్టటం సాధారణమే అయినా ఇంత ఎక్కువ పాపులర్ అవటం అరుదు. కేవలం బెంగాల్ కాటన్స్, కలకత్తా నేత చీరలు, బెంగుళూర్ సిల్క్ మాత్రమే ఇలా పాపులర్ అయ్యాయి.) చక్కటి పెర్సనాలిటీతో హీరోయిన్ చీర కట్టుకున్న విధానం, ఆ రోజుల్లో ఒక క్రేజ్ కెరటాన్ని సృష్టించింది. జనం కేవలం ఆ చీరల్ని చూడటానికే ఆ చిత్రానికి వెళ్ళారన్నా అతిశయోక్తి లేదు. వీటిని TIE & DIE చీరలని కూడా అంటారు. బట్టలో రాయి పెట్టి కట్టేసి, రంగు అవసరం లేనిచోట రాయి మీద పాలితిన్ కవర్ పెట్టి రంగులో ముంచటం వల్ల వీటికి టై అండ్ డై చీరలని పేరొచ్చింది.)

ఒక మోస్తరు షిఫాను మీద ప్రారంభమైన ఈ చీరలు, వాణిశ్రీ పుణ్యమా అని పాపులర్ అయ్యి, ఇతరములైన కాటన్, సిల్క్‌ల మీద కూడా ప్రింట్ చేయబడ్డాయి. చివరికి అన్ని ఫ్యాషన్ల లాగే ఇవీ కాలగర్భంలో కలిసిపోయాయి.

ఆడవాళ్ళ ఫాషన్లు రోజురోజుకీ మారిపోతూ ఉంటాయి. **ఆడవాళ్ళ 'మారబోయే కోర్కెలని' ఆరు నెలల ముందుగా పట్టుకో గలిగినవాడే నిజమైన బట్టల వ్యాపారి!** అందుకే రిసెర్చి డిపార్ట్‌మెంట్ మీద అంత ఖర్చు! భారతదేశంలో ప్రతి స్త్రీకి నచ్చే చీర కనీసం ఒకటన్నా ఆ ఫాక్టరీలో తయారవ్వాలి. లేకపోతే రిసెర్చి మీద ఇన్ని లక్షల ఖర్చు అనవసరం.

కాబట్టి... 'నప్పవు' అన్న ప్రశ్నే లేదు.

రవితేజ అహం దెబ్బతిన్నది.

"ఎందుకు నప్పవు? నాతో రా నేను సెలెక్టు చేస్తాను. విమల్, గార్డెన్ వెరైటీల్లో ఎన్ని రకాలున్నాయో, మన కంపెనీలోనూ అన్ని వెరైటీలున్నాయి."

"ఏమఖ్ఖర్లేదు. ఫ్రీగా వచ్చినాయని అందరూ దెప్పి పొడవటానికా?"

"ఫ్రీ ఏమిటి?"

ఆమెకి అసలు విషయం చెప్పక తప్పలేదు. వింటోంటే అతడికి నవ్వొచ్చింది. తన చీరలకి వంక పెట్టినందుకు కోపం కూడా వచ్చింది.

"చూడు మాధవీ! నువ్వు పొట్టిగా ఉంటావు. కుచ్చిళ్ళు ఎక్కువ పెట్టుకోవద్దని లక్షసార్లు చెప్పాను, పెద్ద పూసలు, ఎక్కువ నగలు పెట్టుకోకూడదని కూడా చెప్పాను. నువ్వు విన్లేదు. అంత వరకూ ఎందుకు? లావుగా ఉన్నవాళ్ళు 'పెద్ద' సైజు హాండ్-బ్యాగ్ ఉపయోగించకూడదని కూడా చెప్పాను. అదికూడా నీకు పట్టలేదు. అన్నిటికన్నా ముఖ్యంగా పొట్టిగా ఉన్నవాళ్ళు కూర్చునేటప్పుడు కాళ్ళు రెండూ దగ్గరగా పెట్టుకుని కూర్చోవాలని నీకు ఎన్నిసార్లు చెప్పాను? ఈ తప్పులన్నీ నీలో పెట్టుకుని... మా చీరలని అంటావేం?"

అప్పటికే ఆమె ఏడుపు ప్రారంభించింది. "నేను లావుగా ఉన్నాననేగా... పొట్టిదాన్ననేగా...."

"చూడు మాధవీ! పొట్టి అనేది దేవుడిచ్చిన శాపం. దానికి నువ్వేం చేయలేవు. కేవలం పొడుగు-పొట్టి వల్లే మనిషి అందం, ఆనందం ఆగిపోదు. కనీసం నువ్వు చేయగలిగింది కూడా చెయ్యవెందుకని?"

"ఏమిటి? ఏం చెయ్యాలి?"

"రోజుకి ఎనిమిది గంటలు నిరర్థకంగా గడిపే బదులు ఒక్క అరగంట వ్యాయామం చెయ్యవచ్చు."

"ఇంకా నయం. సర్కస్‌లో చేరమన్నారు కాదు."

అతడికి విసుగేసింది. చాలామంది బ్రతకటం కోసం జీవిస్తారు. కొద్దిమందే జీవించటం కోసం బ్రతుకుతారు. ఆమె మొదటి టైపు. పెళ్ళయిన మొదటి రోజునుంచీ 'పక్క మీదకు వచ్చేటప్పుడు నోట్లో ఒక యాలక్కాయ వేసుకొమ్మని' చెపుతూనే ఉన్నాడు. ఆమె అర్థం చేసుకోదు. అంత వరకూ ఎందుకు? 'పౌడరు

వేసుకోవలసింది మొహం మీదే కాదు. సగం అందం మెడ వల్ల వస్తుంది. మెడ వెనుక కూడా మొహమంత బాగా అద్దంలా ఉండాలి. అక్కణ్నుంచి కూడా పరిమళం రావాలి' అన్నంత చిన్న విషయం కూడా ఆమెకి తెలీదు. తెలియక పోవటంలో తప్పు లేదు. చెప్పినా వినదు.

మరో కొత్త డిజైను కనిపెట్టాలి. అతడికి జీవితంలో ప్రతీ సెకనూ అవే ఆలోచన్లు. కొంత కాలానికి మెదడు అలసిపోతుంది. అలసిన మెదడుకు విశ్రాంతి కావాలి. అది మాత్రం ఇంట్లో దొరకదు. శారీరక సుఖం కాదు. ప్రేమ కావాలి. ప్రేమకి మొదటి స్టెప్పు 'అర్థం చేసుకోవటం'. తప్పు ఎక్కడుందో మాత్రం తెలియటం లేదు.

గులాబీ... గులాబీ... ఏ సావన్ కి ఖుష్బూ... ఖూబ్ సూరత్ నహోతా, అగర్ ఇస్ మే రంగె మొహబ్బత్ న హోతా (వర్షాకాలపు గులాబీ తోట కూడా- అందులో 'ప్రేమ' అంశ లేకపోతే అందంగా ఉండదు). చిన్నప్పుడు విన్న పాట అతడిని వెంటాడుతోంది.

6

వస్త్రాల వ్యాపారంలో ఒక కంపెనీ మిగతా కంపెనీల నుంచి చాలా గట్టి పోటీని నిరంతరం ఎదుర్కోవలసి వస్తుంది. చెంచురామయ్య & కో దాదాపు పాతిక సంవత్సరాలుగా రంగంలో ఉన్న సంస్థ. రవితేజ కంపెనీ రావటంతో దాని పునాదులు కదిలిపోయాయి.

రవితేజ టెక్స్‌టైల్స్‌కి పోటీగా, చెంచురామయ్య చివరి ప్రయత్నంగా ఒక వినూత్న పథకాన్ని ప్రవేశపెట్టాడు. లాటరీ తీసి కొనుగోలుదారునికి మారుతీకారు ప్రెజెంటు అన్నాడు. అద్దాల్లోంచి రిబ్బను కట్టిన కొత్త మారుతీ కారు ఆహ్వానిస్తూ ఉంటుంది. నెల రోజులే టైము. అదృష్టం ఎవరి తలుపన్నా తట్టవచ్చు.

ఇలా ప్రతీ నగరంలోనూ ఏర్పాటు చేశాడు.

ఎవరాగ్గలరు? చెంచురామయ్య షోరూమ్‌ల మీద జనం గుంపులు గుంపులుగా పడ్డారు. క్యూల్లో నిలబడ్డారు. రవితేజ టెక్స్‌టైల్స్‌కి ఒక వైపు నుంచి ఈ తాకిడి. మరొక వైపు రిడక్షన్ సేల్స్.

వీధిన పడ్డాను.

అకస్మాత్తుగా అప్పులవాళ్ళు వత్తిడి చేయటంతో, ఉన్న ఆస్తులన్నీ అమ్మి వీధిన పడ్డాను. సరుకంతా ఏ ధరకైనా అమ్మివేయటానికి నిశ్చయించుకుని మీ ఊరు వచ్చాను.

70 రూపాయల షర్టు పీసు 50. ముప్ఫై అయిదుకే చీర.

5 రూపాయలకే నైటీ.

మూడు రోజులు మాత్రమే.

ఈ టైపు ప్రకటనలు..!

ఏదో ఒకటి చేస్తే తప్ప లాభం లేదు.

ఆ రోజు కంపెనీ డైరెక్టర్ల అతి ముఖ్యమైన సమావేశం జరుగుతోంది. ఒక ప్రధానమైన నిర్ణయం తీసుకోవాలి. రవితేజ ఏం చేస్తాడు? డైరెక్టర్లందరూ ఆసక్తిగా మీటింగ్లో కూర్చుని ఉన్నారు.

"డియర్ సర్స్..." అన్నాడు రవితేజ. "ఒక ముఖ్య విషయం చర్చించటానికి మనమిక్కడ సమావేశమయ్యాము. మన సమస్య తాకిడి రెండు వైపుల్నుంచి ఉంది. ఆకర్షణీయమైన బహుమతులు పెట్టి కస్టమర్లని ఆకర్షిస్తూన్న కంపెనీలు ఒక వైపు, రిడక్షన్ అమ్మకాల పేరిట చౌక సరుకు అంటగడుతూన్న చిన్న షాపులు ఒక వైపు..! ఈ రెంటినీ మనం ఎదుర్కోక పోతే గత అయిదేళ్ళుగా మనం సాగిస్తున్న అభివృద్ధి ఆగిపోతుందని మీ అందరికీ తెలుసు. ఈ విషయమై గత కొన్ని వారాలుగా మన ప్లానింగ్ డిపార్ట్‌మెంట్ ఎన్నో పథకాల్ని నాకు సమర్పిస్తూ ఉంది. అలాగే మన మార్కెటింగ్ వారితో ఎన్నో సుదీర్ఘమైన చర్చలు జరిపి, ఆ విషయాలన్నీ మన ఛైర్మన్‌కి ఈ రోజే క్లుప్తంగా వివరించి, నేను అమలు జరపబోయే కొత్త విషయాలకు ఆయన అనుమతి తీసుకున్నాను. ఈ పథకాల్లో మీకేమైనా అనుమానాలుంటే చర్చించటం కోసమే ఈ రోజు ఈ సమావేశం" అంటూ ఆగాడు.

రవితేజ టెక్స్‌టైల్స్ ఛైర్మన్ శర్మ నవ్వుతూ చూస్తున్నాడు. ఆయనకి యాభై సంవత్సరాల వయసుంటుంది. లక్షాధికారి. పిల్లలు లేరు.

రవితేజ అన్నాడు: "పోటీదార్లని ఎదుర్కోవటానికి మనం ఏదైనా, చేయాలంటే ఇంకా ఆకర్షణీయమైన బహుమతులు పెట్టాలి. ఏం పెడతాం? ఓడలు? హెలికాప్టర్స్? మా చీర కొంటే చంద్రమండలానికి ఉచిత యాత్ర...?" నవ్వులు.

"ఇవేమీ మనం ఇవ్వలేం. అందుకే..." రవితేజ ఆగి, నెమ్మదిగా అన్నాడు. "...మనం ఏమీ ఇవ్వం."

ఎవరో మంత్రించినట్టు నవ్వులు ఆగిపోయాయి. ఇప్పుడు రవితేజ నవ్వాడు. నవ్వి అన్నాడు. "అవును. అంత పెద్ద బహుమతులు ఏమీ ఇవ్వం. ప్రతీ చీరతో రెండు భాగ్యలక్ష్మీ లాటరీ టిక్కెట్లు ఇస్తాం..."

"ఏమిటీ...?" ఎవరో అరిచారు.

"అవును. రెండు లాటరీ టిక్కెట్ల ద్వారా లక్షల రూపాయల బహుమతి పొందటానికి ఎంత 'తక్కువ' ఛాన్సు ఉందో, ఒక చీర కొనటం ద్వారా మారుతీ కారు పొందటానికి అంతే తక్కువ ఛాన్సు ఉందన్న భావాన్ని మన కొనుగోలుదార్ల మనసుల్లో ఈ విధంగా చొప్పిస్తాం. సర్స్... ఏ పథకమైనా పెట్టిన కొత్తలోనే అందర్నీ ఆకర్షిస్తుంది. తరువాత జనం కూడా అందులో లొసుగు గుర్తిస్తారు. నా ఊహ నిజమైతే ఈ పథకం ఎక్కువ కాలం సాగదు. మనం చేయ వలసిందల్లా ఈ పథకాన్ని వాళ్ళు అనుకున్న దానికన్నా తక్కువ కాలంలో ముగించేట్టు చేయటమే..." ఆగాడు.

"చీర ధర పెంచకుండా, తాము నష్టపోకుండా మారుతీకారు బహుమతిగా ఇవ్వాలంటే అమ్మకాలు కనీసం 'యాభై లక్షలు' పెరగాలి. ఇదెంత వరకూ సాధ్యం? కాబట్టి అమ్మకం దారు చీర ధర పెంచక తప్పదు. '...మీరు కొనే చీర మీద పది రూపాయలు ఎక్కువ పెడతారా? మామూలు ధరకి మా చీర కొని రెండు లాటరీ టిక్కెట్లు పొందుతారా?' ఈ భావాన్ని కస్టమర్ల మనసులోకి ఇంజెక్ట్ చేస్తాం. మనం చేసే ఈ పనిని చూసి మొదట్లో చాలామంది నవ్వుకుంటారు. కానీ మారుతీ కారు కోసం వెళ్ళేవారిని చూసి ఇంకా నవ్వుకుంటారు. ఆ గిల్టీ ఫీలింగ్‌ని కస్టమర్ల లోకి ప్రవేశపెట్టడమే మనం చేసే పని..."

చప్పట్లు. ఆగకుండా చప్పట్లు కొట్టారు. డైరెక్టరు శర్మ రవితేజని అభినందిస్తున్నట్టు చూశాడు.

"మన రెండో పోటీదారు బోంబే బ్రదర్స్... వాళ్ళవి రిడక్షన్ అమ్మకాలు... డిస్కౌంట్స్...! మన ధరల్తో పోల్చుకుంటే ఇవి చాలా తక్కువ. కానీ వస్తువులో నాణ్యత కూడా తక్కువే. ఈ విషయం అందరూ ఒప్పుకుంటారు. కానీ, మనం కూడా ఒప్పుకోవలసిన విషయం ఒకటుంది. ఈ ప్రపంచంలో ఏ వస్తువైనా తీసుకోండి. దాన్ని తయారు చేయటానికి అయ్యే ఖర్చు పది రూపాయలైతే, దాన్ని పన్నెండు రూపాయలకి, మహా అయితే పద్నాలుగు రూపాయలకి అమ్ముతారు. ఒక్క చీరల విషయంలోనే, తయారీ ఖర్చు వంద అయితే, దాన్ని మూడొందలకి అమ్ముతారు. ముఖ్యంగా పట్టు చీరలైతే, పదిహేనొందలు పెట్టి కొనుక్కుని సంబరపడే వాళ్ళకి తెలీదు. దాన్ని తయారు చేయటానికయ్యే ఖర్చు మూడొందల కన్నా ఎక్కువ ఉండదని..."

అతడు ఆగి అందరి వైపూ చూసి మళ్ళీ నవ్వాడు. "... దీన్లో మన తప్పు కూడా లేదు. ఎన్నో చీరలు సంవత్సరాల తరబడి షాపుల్లో ఉండి పోతాయి. ఎవరూ కొనకపోయినా కొన్ని వెరైటీ రంగులు మనం షాపుల్లో ఉంచాలి. వీటి వడ్డీ లక్షల్లో ఉంటుంది. అదీగాక 'సరదాగా' షాపింగ్‌కి వచ్చిన కొందరు ఆడవాళ్ళు ప్రొద్దున్న పదింటికొచ్చి సాయంత్రం వరకూ అన్నీ బేరం చేసి, ఏమీ కొనకుండా వెళ్ళి పోతారు. వీళ్ళ ఎయిర్ కండిషన్ ఖర్చు, సేల్స్ మ్యాన్ జీతాలూ... అన్నీ మనం మన అమ్మకాల్లోనే సర్దుకోవాలి. అందుకే చీరల ధరలు ఇంతగా పెరిగి పోతున్నాయి. మనం అమ్మకాల్ని పెంచ గలిగితే ధరలు తగ్గించవచ్చు."

"ఇక్కడ నేనో విషయంలో అడ్డు పడదల్చుకున్నాను" అన్నాడు శర్మ. "... ధరలు తగ్గించనవసరం లేదని నా అభిప్రాయం. మిగతా వస్తువులు వేరు, చీరల విషయం వేరు. తక్కువ ధర చీరలయితే ఏమో కానీ, ఎక్కువ ఖరీదు చీరలు కొనేవాళ్ళు ధర గురించి పెద్ద పట్టించుకోరు. ఆ మాట కొస్తే, ధర ఎక్కువ చెప్తే ఇంకా మంచి చీరేమో అని ముచ్చట పడతారు. కంటికి కాస్త నజరుగా కనిపించే చీర ఎక్కువ ధరైతే, పదిమందికీ చెప్పుకోవచ్చుగా. ఇంకోలా చెప్పాలంటే నగల్లాగే ఖరీదైన చీరలు కూడా స్టేటస్ సింబల్. ఒకోసారి ధరలు తగ్గించటం కూడా ప్రమాదకరం. రవితేజ సూచించినట్టు పట్టు చీర యాభై రూపాయలకి ఇస్తామంటే ఎవరూ కొనరు. 'ఆ చీరకి మాకంతే ఖర్చయింది' అని మనం చెప్పినా నమ్మరు. 'ఎప్పుడూ లేనిది ఇదేమిటి?' అంటారు. ఇదేదో మోసం అనుకుంటారు..."

రవితేజ నవ్వాడు. "అవును, మన రిసెర్చి డిపార్ట్‌మెంట్ ఇది కూడా ఆలోచించింది. అందుకే మనం ధరలు తగ్గించం. అలా అని, మిగతావాళ్ళలా తాహతుకి మించి మారుతీ కార్లు ఇచ్చి చేతులు కాల్చుకోం..."

"మరేమి చేస్తాం?"

రవితేజ వెంటనే సమాధానం చెప్పలేదు. ఇప్పుడు అసలు విషయానికి రావాలి. వాళ్ళని జాగ్రత్తగా ఒప్పించాలి. తాము తీసుకోబోయే నిర్ణయాల మీదే కంపెనీ భవిష్యత్తు ఆధారపడి ఉంటుంది.

అతడు బల్లమీదున్న కాగితాల్ని చేతుల్లోకి తీసుకుని కంఠం సవరించు కున్నాడు. "సర్స్! ఒక చీర కొంటే దానితోపాటు బ్లౌజుపీసు ఉచితంగా ఇస్తున్నారు కొంతమంది. ఫాల్స్ కూడా. నేను ఇప్పుడు మీ ముందు చర్చకు పెట్టబోయేదేమి టంటే మనం చీరతో పాటు బ్లౌజు పీసు కూడా ఉచితంగా ఇస్తాం. అయితే అందర్లా చీరలోనే దాన్ని మడత పెట్టి ఇవ్వడం కాకుండా, కొనుగోలుదార్లు మన షాపులో ఉండే 'ఏ బ్లౌజు గుడ్డనన్నా' ఎన్నిక చేసుకునే వీలు కల్పిస్తాం. మనం ఇందు కోసం పెట్టే జాకెట్టు పీసుల ఖరీదు మాత్రం మన 'లాభం' కన్నా తక్కువ ఉండేటట్టు చూసుకుంటాం. దీనివల్ల కస్టమరు మన షాపులో ఎక్కువ సేపు ఉంటారు. మన షాపుల్లో 'రద్దీ' పెరుగుతుంది. ఐ మీన్ పెరిగినట్టు కనిపిస్తుంది. వ్యాపారం యొక్క ముఖ్య లక్షణం... జనం రష్‌తో షాపు కళకళలాడేట్టు కనిపించేలా చేసుకోవటం..! మనం కూడా ఫాల్స్ ఇస్తాం. అయితే అందర్లాగా ఇవ్వం. అక్కడికక్కడ కుట్టించి ఇస్తాం. ఇలా కుట్టిచ్చే సమయంలో ఆడవాళ్ళ చేతులు ఊరుకోవు. మరో చీరని వెతుకుతాయి..."

చప్పట్లు ఆగకుండా వినిపించాయి. రవితేజ సెక్రటరీ వైపు చూసి నవ్వాడు. ఈ చివరి సలహా ఇచ్చింది ఆమే! ఆమెకి నలభై అయిదేళ్ళుంటాయి. అతడికి కుడి భుజంలా పని చేస్తోంది.

అతడు కొనసాగించాడు. "... మన అమ్మకాల అభివృద్ధి పథకం క్రింద ఒక పదహారు పేజీల చిన్న పుస్తకాన్ని ప్రచురిస్తున్నాం. ఏ శరీరాకృతికి ఏ చీర బావుంటుంది? ఏ కాలంలో ఏ రంగు బావుంటుంది? కేశాలంకరణ... వగైరా అన్నీ అందులో ఉంటాయి. సాధారణంగా తమ షాపులో 'టై'లు కొన్నవారికి ఇలాటి చిన్న పుస్తకాన్ని ఇస్తారు. మన చీరకొన్న ప్రతీవారికి ఈ పుస్తకం

ఉచితంగా ఇస్తాం. అంతేకాదు. "అంతర్జాతీయ విమానాల్లో ప్రయాణం చేసేవారికి చిన్న టూత్ పేస్టు, బ్రష్, షేవింగ్ సెట్ బహుమతిగా ఇస్తారు. కోటీశ్వరులు కూడా ఇలాంటి చిన్న చిన్న ఐటమ్స్ చాలా ఇష్టపడతారు. ఫ్రెండ్స్! మన దగ్గర రెండొందల పైగా ఖరీదున్న చీర కొన్నవారికి, ఆ చీర రంగుకి మ్యాచ్ అయ్యే గాజులు, మేకప్ బాక్సు కాంప్లిమెంటరీగా ఇస్తాం. బాక్సులో 'చీర రంగుకి సరిపోయే' బొట్టు, లిప్‌స్టిక్, చిన్న పౌడర్ డబ్బా, పాకెట్ ఐలైనర్ లాటివి ఉంటాయి. మూడొందలు దాటిన చీరకి దుద్దులు కూడా ఇస్తాం. అఫ్‌కోర్స్ ఆర్టిఫిషియల్‌వి."

"మనకేమన్నా మిగులుతుందా అసలు?" ఒక వృద్ధ డైరెక్టర్ అడిగాడు. రవితేజ గుండెల్నిండా ఊపిరి తీసుకున్నాడు. ఇక అసలు విషయం చెప్పవలసిన సమయం వచ్చేసింది. "సర్స్, మీ అందరి అనుమతితో–ఈ రోజునుంచీ మన చీరల ధర పాతిక శాతం పెంచుతున్నాను."

బాంబు పేలింది. అప్పటివరకూ ఆసక్తితో వింటూన్న డైరెక్టర్లందరూ ఒక్కసారిగా మాట్లాడటం మొదలు పెట్టారు. కొందరు 'నో' అని అరిచారు. కొందరు తమలో తాము చర్చించుకోవడం ప్రారంభించారు. అతడు మౌనంగా అందర్నీ పరిశీలిస్తున్నాడు. తన ఆలోచన మీద అతడికి నమ్మకం ఉంది. ఇక డైరెక్టర్లే ఒప్పుకోవాలి. ఆడవాళ్ళు ధర గురించి పెద్ద పట్టించుకోరని అతడికి తెలుసు. నూనె కిలో పాతికయితే ఎంతో బాధపడే స్త్రీ, చీర వంద పెరిగినా కొనేస్తుంది.

రవితేజ టెక్స్‌టైల్స్ చీరలు
శరీరాలకి కాదు
మనసులకి చుట్టుకుంటాయి

ఇదీ వాళ్ళ స్లోగన్. అది నిజమైనంత కాలం ధర గురించి ఆలోచించ నవసరం లేదు. కానీ డైరెక్టర్లు అలా ఆలోచించటంలేదు. ఒక్కసారి మార్కెట్ పడిపోతే నష్టం. అందుకే ఇంత చర్చ..! ఈలోపులో డైరెక్టర్లు ఒక నిర్ణయానికి వచ్చారు.

అమ్మకాలు ఎప్పటికప్పుడు తమకి తెలియజేసేలా, ఆర్నెల్ల పాటు ధరలు పెంచేటట్టు!!

సో...

హి ఎచీవ్డ్ ఇట్..!

ధర పెంచి, ప్రోత్సాహకరమైన బహుమతులు ఇవ్వాలనే చారిత్రాత్మకమైన నిర్ణయాన్ని ఆ విధంగా తీసుకున్న దేశపు మొట్టమొదటి బట్టల కంపెనీ-రవితేజా టెక్స్‌టైల్స్ అయింది. ఏ చీర కొన్నా ఏదో ఒక బహుమతి ఖాయం!

మీటింగ్ పూర్తయింది. కాక్‌టైల్స్ కోసం డైరెక్టర్లు లేస్తూ ఉండగా రవితేజ అన్నాడు. "సర్స్! ఇప్పటి వరకూ కస్టమర్లకు ఇచ్చే రాయితీలని కొన్ని మీ ముందుంచాం. మీరు వాటి నన్నిటినీ ఒప్పుకున్నందుకు నా తరఫునా, నా రిసెర్చి డిపార్ట్‌మెంట్ తరఫునా కృతజ్ఞతలు. నేను మీటింగ్‌లో చెప్పటానికి సిగ్గుపడిన... ఐ మీన్ మొహమాటపడిన ఆఖరి అంశాన్ని ఇప్పుడు వెల్లడి చేస్తున్నాను. ఇది చెప్పగానే మీరు నవ్వుతారు. కానీ మా డిపార్ట్‌మెంట్ మా స్వంత బాధ్యత మీద కస్టమర్లకి ఈ బహుమతి ఇవ్వబోతున్నాం."

"ఏమిటది?"

"మన షాపులో చీర కొనటానికి వచ్చే స్త్రీ, తనతో పాటు ఎంతమంది స్నేహితురాండ్రని తీసుకువస్తే, నూటికి అన్ని రూపాయలు కన్సెషన్ ఇస్తాం" అని ఊరుకున్నాడు.

ఇరుగు పొరుగువారిని ఇన్వాల్వ్ చేసే ఆ పథకం వెనుక అర్థం-అక్కడున్న వారికి ఎవరికీ వెంటనే అర్థం కాలేదు. 'షాపింగ్‌కి, అందులోనూ బట్టల కొట్టుకి వచ్చిన ఆడవాళ్ళు ఊరుకోరు' అని అర్థం కాగానే ముందర ఎవరో సన్నగా విజిల్ వేశారు. తరువాత అందరి ఆమోదాన్ని తెలుపుతున్నట్టు వెంటనే నవ్వులు వినపడ్డాయి. ఎప్పుడూ ఎగ్జయిట్ అవని ఛైర్మన్ కూడా రవితేజ భుజం తడుతూ "గుడ్, వెరీగుడ్..." అన్నాడు. అని, పార్టీ హాలు వైపు నడుస్తూ ఉండగా "నీ చివరి పథకం బాగానే ఉంది. పదిమంది స్నేహితురాండ్ర వరకే పరిమితం అని పెట్టు. లేకపోతే మరీ కక్కుర్తి పడే ఆడవాళ్ళెవరైనా ఉంటే వందమందిని తీసుకొచ్చి మొత్తం షాపంతా పట్టుకు పోతారు" అంటూ నవ్వాడు.

రవితేజ టెక్స్‌టైల్స్ పబ్లిక్ లిమిటెడ్ కంపెనీ. కానీ నలభై శాతం షేర్లు శర్మవే. ఫైనాన్స్ డిపార్ట్‌మెంట్ అంతా ఆయనే చూసుకుంటారు. ఇవిగాక మరి నాలుగు డిపార్ట్‌మెంట్లు ఉత్పత్తి, మార్కెటింగ్, డిజైన్, రీసెర్చ్ విభాగాలు రవితేజ

చూసుకుంటాడు. ఇంకో ముగ్గురు డైరెక్టర్లు మిగతా మూడు డిపార్ట్‌మెంట్లు చూసుకుంటారు. ఒకరి విషయాల్లో మరొకరు కల్పించుకోరు.

ఆరోజు పార్టీ చాలా బాగా జరిగింది. ముఖ్యంగా రవితేజ బాగా ఉల్లాసంగా ఉన్నాడు. అతడి నిర్ణయాలు తొందర్లోనే అమలు జరపబడి అవి సఫలీకృతమైతే, **రవితేజ టెక్స్‌టైల్స్** భారతదేశపు నెం.1 కంపెనీ అవుతుంది. అతడికి ఆ నమ్మకం ఉంది. కొత్త డిజైన్స్ విషయంలో తన నెవరూ కొట్టలేరని అతడికి తెలుసు. అందుకే ఆ రోజు అంత ఆనందంగా ఉన్నాడు.

7

అతడు ఇంటికి వెళ్ళేసరికి పదకొండున్నరయింది. వంటవాడు తలుపు తీశాడు. బట్టలు మార్చుకుని పక్క మీద పడుకుని భార్య మీద చెయ్యి వేశాడు. ఆమె నిద్రపోవటం లేదు. ఒక్కసారిగా అతడి చేతిని విదిలించి కొడుతూ, "వచ్చారా? ఇప్పుడెందుకు రావటం? తెల్లారేక రావల్సింది" అంది విసురుగా.

అతడి మీద చన్నీళ్ళు జల్లినట్టయింది. అతడి మనసు ఎప్పుడో గాని అంత ఆనందంగా ఉండదు. అతడి ఉత్సాహమూ, ఆ రోజు గెలుపూ అదంతా ఒక దెబ్బతో ఎగిరి పోయింది. తమాయించుకుంటూ "అది కాదు మాధవీ..." అంటూ ఏదో చెప్పబోయాడు.

ఆమె కళ్ళు చిట్లించి అతడి వైపు చూస్తూ "ఈ రోజు కూడా తాగి వచ్చారు కదూ..." అంది అసహ్యం ధ్వనించేలా! ఆ మాటలు వినేవాళ్ళకి అతడో పెద్ద తాగుబోతూ, రోజూ అర్ధరాత్రి దాటాక ఇంటికి చేరుకునేవాడిలా కనిపిస్తాడు. నిజానికి అతడు ఎప్పుడూ కంపెనీ కోసమే తాగుతాడు. కొత్తలో ఆమెని ఒప్పించటానికి ప్రయత్నించాడు- "నువ్వు చెప్పేది తాగుబోతుల గురించి. ఆ 'స్థానం'లో ఉంటూ గ్లాసు అసలు పట్టుకోకపోతే బాగోదు. తాగినవాళ్ళు ఇలా ఉండరు మాధవీ. నీకు తెలీదు. ఒక పెగ్గు తాగినా పది పెగ్గులు తాగినా ఒకేలా వాసన రావటం మగవాడికి దేవుడిచ్చిన శాపం" నవ్వించటానికి అతడు చేసిన ప్రయత్నాన్ని అర్థం చేసుకునేటంత సెన్సాఫ్ హ్యూమర్ లేదు ఆమెకి.

ఆ రోజు కూడా కార్లో వస్తూ 'ఆమె అలా అడుగుతుందని' అనుకున్నాడు. చాలా చెప్పాలనుకున్నాడు. ఈ రోజు సాధించింది తక్కువ విజయమేమీ కాదు.

కానీ మగవాడు సాధించే విజయాల్ని అందరికన్నా ముందు భార్య గుర్తించాలి. లేకపోతే ఇంత కష్టపడటంలో అర్థం లేదు.

తనని తాను కంట్రోల్ చేసుకుంటూ, "చూడు మాధవీ, మీటింగ్ అయ్యేసరికి పది అయింది. తరువాత డిన్నర్ అన్నారు. ఈ రోజు అటెన్షన్ అంతా నా మీదనే. అలాటిది వాళ్ళని వదిలేసి నేనెలా రాగలను?" అంటూ ఆమెకు నచ్చచెప్పటానికి ప్రయత్నించాడు.

"ఓహో అలాగా. మరి నన్నెందుకు కట్టుకున్నారు? ఆ ఫ్యాక్టరీనే కట్టుకోలేకపోయారా"

అతడు నవ్వాడు. "రెంటినీ ఒకేసారి కట్టుకున్నాను. మన పాతరోజులు మర్చిపోయావా మాధవీ? రాత్రింబవళ్ళు నేతమగ్గాల మీద బ్రతుకులు గడిపిన రోజులు అవి. కష్టపడకపోతే పైకి రావటం కష్టం. ఇప్పుడు మనం ఇంత సుఖం అనుభవిస్తున్నామంటే-ఆ రోజు కష్టపడటం వల్లనే కదా!"

"చాల్లెండి. రంకు నేర్చినమ్మ బొంకు నేర్వదా అని, ఎన్నైనా చెపుతారు."

నిశ్చేష్టుడయ్యాడు. సున్నితమైన తీగ ఏదో తెగి గుండె గీరుతున్న బాధ. జీవితంలో మొదటిసారి అతడికి కోపం వచ్చింది. పిడికిళ్ళు బిగుసుకున్నాయి. "అంటే... నేనబద్ధం చెపుతున్నానంటావా?"

"అబద్ధమే చెపుతున్నారో-నిజమే చెపుతున్నారో... ఏం చెపుతే ఏం లాభం? భార్యని సుఖ పెట్టలేక పోయాక."

"ఏం? ఇప్పుడు నీకేం కష్టం వచ్చింది?"

"ఏం సుఖముందీ అనండీ?"

"ఏం లేదు? మహిళామండలి మీటింగుల కెళ్ళటానికి కారుంది. రాత్రి నిద్ర పోవటానికి ఎయిర్ కండిషన్డ్ బెడ్రూమ్ ఉంది. పని చేయటానికి నలుగురు మనుష్యులున్నారు. ఇంకేం సుఖం కావాలి?"

"ఇంతేనా? ఇదేనా సుఖమంటే?"

"మరింకేమిటి?"

"ఒక అచ్చటా లేదు, ముచ్చటా లేదు."

అతడు తెల్లబోయి "నెలకు నాలుగుసార్లు డిన్నర్‌కి తీసుకెళ్తున్నాను. ఫ్యామిలీ పార్టీలకెళ్తున్నాం. ఇంకా ఏమిటి ముచ్చట?"

"డిన్నర్లకీ, పార్టీలకీ వెళ్ళటమేనా ముచ్చటంటే? ప్రొద్దున్న వెళ్ళి ఏదో రాత్రి పడుకోవాలి కాబట్టి ఇంటికి రావటం–"

అతడికి విసుగేసింది. తమాయించుకుని "చూడు మాధవీ! కొంతమంది జీవిస్తారు. మరికొందరు జీవితాన్ని ఛాలెంజిగా తీసుకుని కష్ట పడతారు" అన్నాడు.

"కష్టం! కష్టం! కష్టం! మీరొక్కరేనా కష్టపడుతూంది? ఇంకెవరూ లేరా?"

"లేరు. చూడు! నిజంగా కష్టపడేవాళ్ళు చాలా తక్కువమంది ఉంటారు. లేకపోతే ఇన్ని సినిమా హాళ్ళు, రేసులూ, బార్లూ ఎప్పుడూ ఇంత ఫుల్‌గా ఉండవు".

"మీతో వాదించటం నాదే బుద్ధి తక్కువ. అసలీ తప్పంతా నాన్నది. మీకు మాటివ్వటం ఏమిటి? మీకు బదులు ఏ గుమాస్తాని కట్టుకున్నా సుఖంగా ఉండేది".

మనం పడే కష్టానికీ, మనవాళ్ళు అనుకున్నవాళ్ళు అర్థం చేసుకునే విధానానికీ, ఇంత వ్యత్యాసం ఉంటుందని అనుకునేసరికి అతను మొహం మీద అగ్నిపర్వతం బ్రద్దలైనట్టు కదిలి పోయాడు. అప్పుడే అతనో నిర్ణయానికి వచ్చి నిద్రలోకి జారుకున్నాడు.

8

రవితేజ కారొచ్చి L.I.C. క్వార్టర్ల ముందు ఆగింది. అందులోంచి అతడూ, మాధవీ దిగారు. ఈ లోపులో లోపల్నుంచి మాధవరావు బయటకు వచ్చాడు. అతడు రెవెన్యూ డిపార్టుమెంట్లో గుమాస్తా.

ఇంటి ముందు కారు ఆగటంతో తల్లీ, అతడి ముగ్గురు చెల్లెళ్ళూ కిటికీల్లోంచి చూస్తున్నారు. రవితేజ కార్లోంచి రెండు పెద్ద పెద్ద దండలు చేత్తో పట్టుకుని, లోపలికి నడిచాడు. హాల్లో నిలబడి ఇద్దరికీ చెరో దండ ఇచ్చాడు. ఈ లోపులో చెల్లెళ్ళు, తల్లి ఆ గదిలోకి వచ్చారు.

మాధవరావు, మాధవి దండలు మార్చుకున్నారు. తల్లి హారతి ఇచ్చింది. రవితేజ పళ్ళెంలో పదివేలు వేశాడు. తరువాత మాధవరావుకి షేక్ హ్యాండిస్తూ "నిండు మనసుతో నా భార్యని పునర్వివాహం చేసుకున్నందుకు అభినందనలు"

అన్నాడు. తరువాత మాధవి వైపు తిరిగి, "నీ కోర్కె కూడా నెరవేరింది కదూ. ఇక హాయిగా ఉండు మాధవీ" అన్నాడు.

చేతులు రెండూ కోటు జేబుల్లో పెట్టుకుని తాపీగా బయట కొచ్చి కారు స్టార్ట్ చేశాడు. దంపతులిద్దరూ కారు వద్దకు వచ్చారు. "నా పెద్ద చెల్లెలి పెళ్ళి మీరు చేస్తారనే ఆశతో మీ భార్యని నేను చేసుకున్నాను" అన్నాడు వెనుకే వచ్చిన మాధవరావు.

రవితేజ నవ్వాడు. "పెద్ద చెల్లెలే కాదు, మిగతా చెల్లెళ్ళ పెళ్ళి కూడా చేస్తాను. డబ్బు పెద్ద సమస్య కాదు. మా ఆవిడైతే... సారీ... నా మాజీ భార్య అయితే, 'అసలు డబ్బెందుకూ' అంటుంది. అంతేనా మాధవీ... ఇప్పుడు నీ కోర్కె తీరింది. ఆఫీసు, ఇల్లు తప్ప మూడో విషయం తెలియని మాధవరావు నీకు భర్తగా వచ్చాడు. ఒకరి కష్టాల్లో ఒకరు పాలు పంచుకోవచ్చు. ఆఫీసు నించి రాగానే షికార్లు వెళ్ళవచ్చు. పాలూ నీళ్ళులాగా కలిసిపోవచ్చు. బెస్టాఫ్ లక్!" అంటూ కారు ముందుకి పోనిచ్చాడు.

ఎన్నిరోజులు గడిచాయో తెలీదు. ఒక వర్షం కురిసిన రాత్రి తలుపు కొట్టిన చప్పుడు వినిపించింది. రవితేజ తలుపులు తీశాడు. ఎదురుగా మాధవి ఉంది.

"వచ్చేసానండీ. అక్కడ ఉండలేక వచ్చేశాను" అంది.

"ఏమైంది మాధవీ? సాయంత్రప్పూట పార్కులకి వెళ్ళటం లేదా? ఒకళ్ళ కష్టాలు మరొకరు పాలు పంచుకోలేక పోయారా?" ఆత్రంగా అడిగాడు.

"రాత్రి రెండింటికి లేచి ఆ పంపులో నీళ్ళు పట్టలేనండీ... ఆ రెండో ఆడపడుచు పైకి అలా కనపడుతుంది కానీ నంగనాచి. ఆయన జీతంలో నేనేదో కాస్త తీసి చీర కోసం ఉంచుకున్నానని తెలిసి, తల్లి దగ్గర చేరి తనకీ ఓ చీర కావాలని ఒకటే నసుగుడు. అబ్బబ్బ. ఆ ఇంట్లో నేనో క్షణం ఉండలేకపోయాను."

"ఇంటి సంగతి సరే! ఆయన ప్రేమగా చూసుకుంటున్నాడా?"

"ఆ! చూసుకుంటారు. ఏం లాభం! పెద్దోడికి క్లాసులో మార్కులు సరిగ్గా రాలేదు. రెండోవాడికి అజీర్తి. దాంతో ఇంతకు ముందులా ఆయన ఇంటిక్కూడా పెందరాళే రావటంలేదు. స్నేహితుల్తో తిరిగి ఏ ఎనిమిదింటికో వస్తారు. ఈ మధ్య సిగరెట్లు కూడ తెగ కాలుస్తున్నారు. నాకు సిగరెట్టు పొగ అసలు పడదు. మీకు తెలుసుగా!"

"వద్దని చెప్పలేకపోయావా?"

"చెప్పానండీ. పెళ్ళయిన మొదట్లో కొంతకాలం మానేసారు. మళ్ళీ ఇప్పుడు మొదలు పెట్టారు. ఎందుకని అడిగితే, బాధలూ, టెన్షన్ మర్చిపోవటానికి అన్నారు."

"మరిప్పుడేం చేస్తావు?"

"ఆయన్నొదిలేసి, ఏదైనా ఉద్యోగం చూసుకుని వెళ్ళి పోదామను కుంటున్నాను. ఏ వర్కింగ్ ఉమెన్స్ హాస్టల్లోనో ఉంటాను."

"అదే మంచిదనుకుంటాను మాధవీ! నీ మనస్తత్వానికి ఎలాంటి మగవాడూ సరిపోడు."

"అదేమిటండీ?"

"తన చీరకన్నా, తన తోటికోడలు కొనుక్కున్న చీర బావున్నట్టు తోచటం సహజం! చీరల వరకూ అయితే ఫర్వాలేదు కానీ, అది జీవితానికి కూడా అన్వయించుకుంటే కష్టం. నీ మొగుడూ నీ కాపురం కన్నా, ఎదురింటి కాపురం బావున్నట్టు అనిపించిన మరుక్షణం నీకు సుఖశాంతులు కరువైనట్లే. ఇది తెలుసుకోగలిగావు. చాలు."

...

రవితేజకి చప్పున మెలకువ వచ్చింది. వళ్ళంతా చెమట పట్టింది. తల పక్కకి తిప్పి చూశాడు. రైల్వే ఫ్లాట్ ఫామ్ మీద కూలీలు పడుకునేటట్టు వెల్లకిలా, కాళ్ళు కాస్త ఎడంగా పెట్టి మాధవి నిద్రపోతోంది. ఆ పోశ్చర్‌లో భార్యని చూడలేక మరో పక్కకి తిరిగి పడుకున్నాడు.

వచ్చిన కలే అతడిని వెంటాడుతోంది. అతడికి సిగ్గు కూడా వేసింది. ఏమిటా కలకి అర్థం? తన భార్య తన నుంచి దూరంగా వెళ్ళిపోవాలని మనసులో ఎక్కడో కోరుకుంటున్నాడా? లేదు. ఆమె చేసే పనులకి, ఆమె వాదించే వాదనకీ ఒక్కోసారి చెంప బ్రద్దలు కొట్టాలన్నంత కోపం వచ్చే మాట నిజమే. తన దురదృష్టానికి తనలోనే ఏడ్చేవాడు తప్ప విడిపోవాలని ఎప్పుడూ అనుకోలేదు.

పెళ్ళయిన కొత్తలో ఇప్పటికన్నా ఎక్కువ కష్టపడేవాడు. దాన్ని అర్థం చేసుకునేది కాదు. "ఎందుకింత కష్టపడటం... ఎవరు కష్టపడమన్నారు?" లాటి మాటలనేది. పోనీ డబ్బంటే ఇష్టం లేదా అంటే... ఫంక్షన్‌కి తయారవుతూ "ఛా. ఒక్క మంచి చీర లేదు" అంటుంది.

"అదేమిటి మాధవీ? బీరువాలో అన్ని చీరలు పెట్టుకుని..." ఆమెకి చాలా చీరలున్నాయని అతడికి తెలుసు. ఫారిన్ చీరలు, బెనారస్ పట్టు, గద్వాల్, ధర్మవరం, కుంభకోణం, కాంచీపురం, ఆరణి, కాశ్మీరి, మధుర, వెంకటగిరి, పోచంపల్లి చీరలు. ఇవి గాక షిఫాను, జార్జెటు, ఆర్గండీ, చందేరీ ఫుల్ వాయిల్, హాఫ్ వాయిల్ ఉన్నాయని తెలుసు.

"మూడొందల యాభై చీరలు పెట్టుకుని, ఫంక్షన్‌కి వెళ్ళటానికి ఒక్క చీర లేదంటావేం?"

"వెయ్యి ఉన్నా ఏం లాభం? ఒక్కసారి వచ్చి చూడండి. అందరూ కొత్త కొత్త డిజైన్లు కట్టుకుని వస్తే, నేనేమో దేభ్యం మొహం వేసుకొని వెళ్ళాలి. ఛీ... దేనికైనా పెట్టి పుట్టాలి. ఎప్పుడూ ఇవే చీరలు కట్టుకొస్తుందని అందరూ నవ్వుకోరూ?"

"మరి ఉన్న చీరలన్నీ ఏం చేస్తావు?" గొంతులో ఆశ్చర్యం.

"ఎన్నున్నాయి? అదే మీ జనరల్ మేనేజరు వాళ్ళావిడకి ఎన్ని చీరలున్నాయో ఆయన్ని అడగండి."

"ఆవిడ కూడా ఈ ఫంక్షన్ కొస్తుందా?"

"వస్తుంది. ఏం?"

"ఇప్పుడు వాళ్ళింట్లో కూడా ఇదే వాదన జరుగుతూ ఉంటుందని నా ఉద్దేశ్యం. నీ చీరల గురించి ఆవిడ కూడా వాళ్ళాయనకి ఇలాగే చెప్తూ ఉండి ఉంటుంది. ఆడవాళ్ళందరికీ తమ సంసారం తప్ప ప్రపంచంలోని మిగతా సంసారాలన్నీ హాయిగా ఉన్నట్టు అనిపిస్తుంది."

"చాల్లెండి ఇదో తర్కం నేర్చుకున్నారు."

"అవును తర్కమే! రాత్రింబవళ్ళు కష్టపడితే, ఎవరు పడమన్నారు? మిమ్మల్ని చేసుకోవటం కన్నా గుమాస్తాని చేసుకోవటం సుఖం అంటావు. మళ్ళీ ఫంక్షన్‌కి వెళ్ళాల్సి వస్తే ఒక సారి కట్టిన చీర మరోసారి కట్టనంటావు. ఎలా నీతో?"

"ఛీఛీ. పెళ్ళానికి ఎవరన్నా మంచి చీర కొనిపెడదామనుకుంటారు కానీ ఇలా వాదనలతో కడుపు నింపుదామనుకోరు".

ఎంత చెప్పినా అర్థం చేసుకోలేని భార్యని చూసి, అప్పుడప్పుడు అతనికి విసుగేస్తుంది. ఫంక్షన్‌కి వెళ్ళగానే తను సెంటర్ ఆఫ్ అట్రాక్షన్ అవ్వాలి. పదిమంది

కళ్ళూ తన మీద పడాలి. అదీ కోర్కె. జీవితంలో మరే గెలుపూ లేని స్త్రీలకి ఇంతకన్నా పెద్ద కోర్కెలేమి ఉంటాయి ?

ఆ రాత్రి అతడికి మరి నిద్ర పట్టలేదు. పక్క మీద చాలాసేపు అటూ ఇటూ పొర్లాడాడు. గతం గుర్తొచ్చింది. ఒకప్పుడు కటిక నేల మీద పడుకుని భవిష్యత్తు గురించి ఆలోచించేవాడు. ఇప్పుడు వర్తమానం గురించిన ఆలోచన..!

భవిష్యత్తును గురించిన ఆలోచనల్లో ఆనందం ఉంది. మనిషి వర్తమానం గురించి ఆలోచిస్తున్నాడంటే బాధలో ఉన్నాడన్నమాట.

తనతో వచ్చిన పెద్ద చిక్కేమిటంటే, ఎదుటివారితో ఏమాత్రం అభిప్రాయ భేదం వచ్చినా వెంటనే సర్దుకుపోలేడు. ఒకరోజు ఏదో పెళ్ళికి మాధవి 'పక్కింటావిడ' చీర కట్టుకొని, ఆవిడ నగలే వేసుకుని తయారైంది. మళ్ళీ మామూలు గొడవే. ఇన్ని నగలు, చీరలు ఉండగా వేరే వాళ్ళవి వాడటం ఏమిటని అతడు చిరాకుపడ్డాడు. ఇంకొకరి చీరలో ఆమె కనబడటం చాలా ఇరిటేటింగ్‌గా అనిపించింది. ఇదంతా ఆడాళ్ళకి మామూలే అంటుంది. తను చిరాగ్గా పడుకుంటే, "ఛీ! ఏ మొగుడైనా పెళ్ళాన్ని బ్రతిమాలి మంచి చేసుకుంటాడు. అదికూడా తెలీదు. ఖర్మ!" అంటుంది. మగవాడు ఎందుకు చేసుకుంటాడు? రాత్రయ్యేసరికి ఆమె కావాలి కాబట్టి..! తప్పు తనదే అనిపిస్తే పగలే మంచి చేసుకోవచ్చుగా. 'అవసరం' వచ్చినప్పుడే ఎందుకు మంచి చేసుకుంటాడు? ఈ విషయం గుర్తించి కూడా గుర్తించనట్టు కనబడటం ఆడవాళ్ళ అజ్ఞానమా? లేక తెలివా?

ఏదేమైనా ఈ రకమైన 'దూరం' తమ మధ్య నుంచి పోదు. ఆమె వైపు నుంచి కూడా ఆలోచించడానికి ప్రయత్నించాడు. పిల్లల్ని స్కూలుకి తీసుకెళ్ళటం, పెళ్ళాంతో కలిసి కూరగాయల మార్కెట్‌కి వెళ్ళటం, ఆఫీసు నుంచి సాయంత్రం అయిదింటి కొచ్చేయటం... చాలా మంచి విషయాలు. ప్రతి స్త్రీ కోరుకునేది అదే. కానీ రోజురోజుకీ జీవన వ్యయం పెరుగుతున్న రోజుల్లో ఇది సాధ్యమేనా? అసలేమీ సాధించనివాళ్ళు కూడా అయిదింటికి ఇంటికి రావటం లేదని గ్రహించదే. "పక్కింటాయన్ని చూడండి. భార్యనెంత ప్రేమగా చూసుకుంటాడో" అంటుంది. ఈ పక్కింటి వాళ్ళందర్నీ మిషన్ గన్‌తో కాల్చెయ్యాలి.

పది సంవత్సరాల క్రితం లాగే ఇప్పుడు కూడా బట్టల మూటలు మోస్తూ

ఉంటే ఏమి ఉండేది? శర్మగారు తనని కలుసుకోకపోతే ఎలా ఉండేది!" అనుకున్నాడు. గతం గుర్తొచ్చింది.

* * *

పట్నంలో వీధి వీధి తిరుగుతూ అతడో విషయం గుర్తించాడు. రోడ్డున పోయేవాడి బట్టలు ఎవరూ సాయంత్ర సమయంలో కొనరు. భర్తలు ఇంట్లో లేనప్పుడే కాలక్షేపం కోసం పిలిచి ఒకటీ అరా కొంటారు. కాబట్టి ఆ సమయంలోనే అమ్మటం మంచిది. మిగతా వేళల్లో తిరగడం అనవసరం.

అందువల్ల సాయంత్రం పూట పని చేయటానికి అతడో బట్టల షాపులో చేరాడు. ఒకరోజు ఒకాయన వచ్చాడు. దాదాపు యాభై ఏళ్ళుంటాయి. ఆయన రాగానే షాపులో యజమానితో సహా అందరూ లేచి నిలబడ్డారు.

"బయట అద్దాల్లో మోడల్ బొమ్మకి కట్టిన చీర చాలా బావుంది. కార్లో వెళుతుంటే అట్రాక్ట్ చేసింది. అదివ్వండి" అన్నాడు. యజమాని రవి వైపు తిరిగి "ఆ చీర ఇవ్వు" అని కూల్ డ్రింక్ తెప్పించటం కోసం హడావుడిగా వెళ్ళాడు.

రవి ఒక చీర తీసి ఇచ్చాడు. ఆయన దాని వైపు పరీక్షగా చూసి, "ఇది కాదు. బయట బొమ్మకు కట్టింది" అన్నాడు.

"అదే ఇది. ఒకటే శారీ సర్!"

"కానీ అది బావుంది!"

రవి ఆయన వైపు చూసి నవ్వాడు. "ఎంత బావున్నా, షోకేస్‌లో కట్టిన చీరలు ఎప్పుడూ కొనకండి సర్. రోజుల తరబడి ఎండకి అవి కలర్ షేడ్ తప్పిపోయి ఉంటాయి."

ఆయన మొహంలో ఆశ్చర్యం కనిపించింది, "కానీ ఈ చీరకీ దానికీ తేడా ఉన్నట్టుందే."

"చీరలో లేదు సర్. కట్టటంలో ఉంది."

ఆయన ఈసారి అతడి వైపు ఓ క్షణం కన్నార్పకుండా చూసి "సరే. ప్యాక్ చెయ్యి" అని యజమాని దగ్గరికి వెళ్ళి కూల్ డ్రింక్ తీసుకున్నాడు. ఇద్దరూ కౌంటర్ దగ్గర మాట్లాడుకుంటూ ఉండగా దూరంగా చీరని ప్యాక్ చేస్తున్న రవి వంక చూస్తూ, "ఎవరా కుర్రాడు?" అన్నాడు.

"సాయంత్రం పూట పార్ట్ టైం చేస్తూ ఉంటాడు సర్!"

"సాయంత్రం పూటా? ఇంతకు ముందీ సిస్టమ్ లేదే!"

"పగలంతా ఎక్కువ రష్ ఉండదు. సాయంత్రం పూట ఓ రెండు మూడు గంటలు నలుగురైదుగుర్ని పెట్టుకుంటే బావుంటుంది. ఎక్కువ జీతం ఇవ్వనవసరం లేదు."

"ఈ సలహా కూడా ఆ కుర్రవాడే ఇచ్చాడా?" అంటూ కారు వైపు నడిచాడు. ఈ లోపులో రవి చీర ప్యాకెట్టుతో వచ్చాడు. "అయ్యగారి కార్లో పెట్టు" అన్నాడు యజమాని. ఆయన కార్లో కూర్చుని స్టార్టు చేస్తూ ఉండగా రవి ప్యాకెట్టు అందజేశాడు. ఆయన చీర అందుకుంటూ, "ఎప్పుడూ కస్టమర్లకి 'ఈ చీర కొనకండీ!' అని చెప్పకూడదు" అన్నాడు క్లుప్తంగా.

"మన దగ్గర అలాంటిదే రెండో చీర ఉన్నప్పుడు, మొదటి చీరలో లోపం చెప్పటం ద్వారా కస్టమర్‌కి నమ్మకం పెరుగుతుంది. రెండో చీర తరువాత ఎలాగూ అమ్ముడవుతుంది సర్!"

కారు కదిలి వెళ్ళిపోయింది. రవి లోపలికి వచ్చి, పక్కనున్న సేల్స్-బాయ్‌ని ఆయన ఎవరని అడిగాడు. "శర్మగారు తెలీదా? తేజా టెక్స్‌టైల్స్."

రవికి షాక్ తగిలినట్టయింది. తేజా టెక్స్‌టైల్స్ ఛైర్మన్‌తో తను మాట్లాడాడు..! చీరల గురించి 'ఆయన'కి చెప్పాడు..!

ఒకప్పుడు తేజా టెక్స్‌టైల్స్ ఎంతో ప్రసిద్ధి. కానీ అది గతం. శర్మగారికి గుర్రప్పందాల అలవాటు ఉంది. దాంట్లో లక్షలు పోయాయి, తాగుడు అలవాటయింది. వ్యాపారం మీద ఉత్సాహం పోయింది. క్రమంగా ఆ కంపెనీ మూత పడే స్థితికి వచ్చింది. ఇది వర్తమానం.

ఆ మరుసటిరోజు మధ్యాహ్నం మూడింటికి ఒక అమ్మాయి షాప్‌కి వచ్చింది. పాతికేళ్ళుంటాయి. యవ్వనంతో మెరిసిపోతోంది. లోపలికి రాలేదు. షోకేస్ దగ్గరే నిలబడి బొమ్మని చూస్తూ, "అందుకే నేను కట్టుకుంటే ఆయనకి నచ్చలేదు" అనుకుంది స్వగతంగా.

షాపు యజమాని పరుగెత్తుకుంటూ వచ్చి, "ఏమయింది మేడం?" అన్నాడు కంగారుగా.

"నిన్న ఆయన ఇలాంటి చీర ఇక్కడే కొన్నారటగా!"

"అవును మేడమ్!"

"ఈ బొమ్మలో ఉన్న అందం-నేను కట్టుకుంటే సగం కూడా రాలేదన్నారు. అదేమిటో చూద్దామని వచ్చాను" నవ్వింది. "... ఎవరు దానికి కట్టింది?

"రవి అని కుర్రాడు మేడమ్!"

ఆమె కారు దగ్గరకు నడిచి కార్లో కూర్చుంది. ఆమె కెందుకనో నవ్వొచ్చింది. బహుశా భర్త మాటలకి కాబోలు..! ఆడవాళ్ళు షోకేసుల్లో బొమ్మల్లా ఉండాలని ఏ భర్తయినా కోరుకుంటాడు. కుదరకపోతే విసుక్కుంటాడు.

"ఆ కట్టుడు ఒక ఆర్ట్!" తన వెనుకే కారు దగ్గరకి వచ్చిన షాపు యజమానితో అంది. ఆమె మొహంలో ఎప్పుడూ చిరునవ్వు చెరగకుండా ఉంది. అదో అందాన్ని ఇస్తోంది.

"రవి అని సాయంత్రం పూట వస్తాడు మేడమ్. పగలంతా స్వంతంగా వీధుల్లో అమ్ముకుంటాడు".

ఆ అమ్మాయి నవ్వుతూనే తలూపి, కారు స్టార్ట్ చేసింది. యజమాని లోపలికి వెళ్ళిపోయాడు. కారు పోనిస్తూ యథాలాపంగా తల పక్కకి తిప్పి సడెన్‌గా ఆపింది.

అప్పుడే రవి షాప్ మెట్లెక్కి లోపలికి వెళుతున్నాడు. ఆమె చేతులు స్టీరింగ్ మీద బిగుసుకున్నాయి.

అయిదు సంవత్సరాల క్రితం-మిస్ విజయవాడగా ఎన్నికవటానికి సరిగ్గా రెండు గంటల ముందు-అతడు చేసిన అలంకారంతో తనని తాను అద్దంలో చూసుకుని-ఆపుకోలేని ఎగ్జయిట్‌మెంట్‌తో ఎవర్నయితే ముద్దు పెట్టుకుందో - ఆ 'కుర్రవాడు'!

ఆమె అతడిని కలుసుకునే ప్రయత్నమేమీ చేయలేదు. ఆమె మొహం మీద ఏదో ఉద్వేగపూరిత భావం మాత్రం కదలాడుతూ ఉన్నది.

9

ఆ రోజు సాయంత్రం షాపులో గొడవ జరిగింది. చాలా సంవత్సరాల నుంచీ అందులోనే గోపీ మాధుర్ ఒక కో సేల్స్-మాన్‌గా పని చేస్తున్నాడు. బట్టలు కొనటానికి వచ్చే ఆడవాళ్ళకి చీరలు చూపించేటప్పుడు కావాలని చెయ్యి తగిలించడం, 'ఈ చీర మీ ఒంటి రంగుకి చాలా బావుంటుంది', 'మీ స్ట్రక్చర్‌కి ఏ చీరయినా సరిపోతుంది' లాంటి కామెంట్స్ చేస్తూ ఉంటాడు. అవతలివారి

వైపు నుంచి కాస్త ప్రోత్సాహకరమైన నవ్వు కనపడగానే, మరింత ముందుకు సాగుతాడు. "షోకేసులో బొమ్మకి చీర కట్టిన విధానం చూశారుగా. అలా కట్టుకోండి. బావుంటుంది. నేనే కట్టాను. కావాలంటే..." అని అర్థవంతంగా సగంలో ఆపు చేస్తాడు.

చాలామంది ఆడవాళ్ళు ఇలాంటివి ఇష్ట పడరు. ఆ రోజు జరిగిన సంఘటన అలాంటిదే. ఆ షాపులోనే రెడీమేడ్ గార్మెంట్స్ విభాగం ఉంది. ఫాస్ట్‌గా ఉన్న కాలేజీ అమ్మాయిలయితే, 'ఫలానా నంబర్ బ్రా ఉందా?' అని అడుగుతారు. కొంతమంది మొహమాట పడతారు. అటుఒంటి అమ్మాయే ఒకామె వచ్చి, తల దించుకొని సన్నటి స్వరంతో చెప్పి, 'థర్టీ' ఉందా? అని అడిగింది. గోపీ మాథుర్ ప్యాకెట్ విప్పి, "థర్టీ టు లో ఈ వెరైటీ అయితే..." అని అసభ్యంగా ఏదో మాట్లాడాడు. ఆ అమ్మాయి ఏమీ కొనకుండా వెళ్ళిపోయాక, "వచ్చిన కస్టమర్ని ఎందుకలా పోగొడతావు?" అన్నాడు రవి.

"నీ పనేదో నువ్వు చూసుకోరాదూ. నా సంగతెందుకు?" అన్నాడు మాథుర్. ఇద్దరికీ గొడవ జరిగింది. ఆ సాయంత్రం ఇద్దరు రౌడీలతో వచ్చి గోపీమాథుర్ రవిని తన్నబోయాడు. రవి తిరగబడ్డాడు. అతడు పల్లెల్లో పెరిగినవాడు, ముగ్గురినీ కొట్టాడు. మొత్తం మీద నలుగురూ ఆస్పత్రిలో చేరారు.

వారం రోజుల తరువాత ఆస్పత్రి నుంచి విడుదలయ్యే సరికి-రవికి షాపులో ఉద్యోగం పోయినట్లు తెలిసింది. అంతకు రెండు రోజుల ముందే డిశ్చార్జి అయి వచ్చేసిన మాథుర్, రవి గురించి నాలుగు కల్పించి చెప్పాడు. అతడు తన షాపులో ఎంతో కాలం నుంచి పనిచేస్తున్న వాడవటం చేత, యజమాని అతడి మాటనే నమ్మాడు.

రవి పెద్దగా బాధ పడలేదు. అతడికి అప్పటికే ఈ ఉద్యోగం బోర్ కొట్టింది. ఎంతకాలం ఈ పని చేసినా ఇంతే. అప్పటికి అతడు ఒక వేయి రూపాయల దాకా జమ చేశాడు. కానీ వెయ్యి రూపాయలతో ఏ పనీ కాదు. ఏదో ఒకటి చేయక పోతే పైకి రావటం కష్టం. ఆలోచించ సాగాడు.

పై సంఘటన జరిగిన వారం రోజులకి తేజా డైరెక్టర్ శర్మగారు ఆ షాప్‌కొచ్చి మళ్ళీ రవి గురించి వాకబు చేశారు.

"అతడిని తీసేశాం సార్!" అన్నాడు షాపు ఓనరు.

ఆశ్చర్యంగా, "ఎందుకు?" అని అడిగాడు శర్మ.

"ఏవో గుడ్డ ముక్కలు కొట్టేస్తున్నాడట. మా మాధుర్ చెప్పాడు."

"దొంగతనమా? ఆ కుర్రవాడు ఒప్పుకున్నాడా?"

"ఎందుకొప్పుకుంటాడు సర్? మాధుర్ మీద 'ఆడవాళ్ళతో అసభ్యంగా ప్రవర్తిస్తున్నా'డని చెప్పాడు. కానీ మాధుర్ మా దగ్గర చాలా సంవత్సరాల నుంచి పని చేస్తున్నాడు" అన్నాడు యజమాని.

ఆ వివరాలన్నీ కనుక్కున్నాక, శర్మ ఇంటికెళ్ళి భార్యతో "వాడో గొప్ప పనిమంతుడన్నట్టు నువ్వు రికమెండ్ చేశావు. ఏదో మంచి ఉద్యోగం ఇద్దామని వెళితే, ఆ షాపులోనే తీసేశారట. చూడు ఎలా చేశాడో?" అంటూ జరిగిన సంగతంతా చెప్పాడు. ఆమె ఏమీ మాట్లాడ లేదు.

మరుసటిరోజు సాయంత్రం షాపింగ్ కోసం ఆ షాపుకే వెళ్ళిందామె. మాధుర్ దగ్గరకెళ్ళి నిల్చుంది. అటువైపు తిరిగి బట్టలు సర్దుతున్న మాధుర్ వెనక్కి తిరిగి ఆమెను చూశాడు. ఆమె అందాన్ని చూసి ఒక్కక్షణం మతిపోయింది.

"ఏమి చూపించమంటారు మేడమ్?"

ఆమె వెంటనే జవాబు చెప్పకుండా నవ్వింది. అయిదు సంవత్సరాల క్రితం లయోలా కాలేజీ కుర్రాళ్ళని మజ్నూలని చేసి సత్యనారాయణపురం చుట్టూరా తిప్పిన నవ్వు అది.

"బ్రాలున్నాయా?" అంటూ ఆమె నెంబర్ చెప్పగానే మాధుర్ మొహంలో వెకిలి నవ్వుతో కూడిన అదోలాటి భావం కదలాడింది. అదేదో మామూలుగా చూసినట్టు ఆమె బ్రెస్ట్ మీద రెండు క్షణాలు చూపు నిలిపి, తరువాత ఆమె మొహంలోకి చూశాడు. గేలం వేసే ముందు ఒక రకమైన 'పాస్' అది. ఆమె మొహం మీద నవ్వు అలాగే ఉంది.

అతడు వెనుదిరిగి, వెనుక ఉన్న బీరువాలోంచి ప్యాకెట్టు బయటకు తీయసాగాడు. తీస్తూ ఆలోచించాడు. ఆమె తన చూపుని గమనించి కూడా అలాగే చిరునవ్వుతో ఉండటం అతడికి అదో లాంటి ధైర్యాన్నిచ్చింది.

అన్నిరకాల బ్రాలని చూపుతూ, "ఈ హుక్స్ కొత్తగా వచ్చాయి మేడమ్. విప్పటానికి సులభంగా ఉంటాయి" అన్నాడు. అలా అంటూ అతడు ఆ బ్రాని ఎత్తి పట్టుకున్న భంగిమ అసహ్యంగానూ, ప్రవొకేటింగుగానూ ఉంది.

ఆమె తలెత్తి చూసి, పక్కనే ఉన్న సేల్స్ మేన్‌కి కూడా వినిపించనంత నెమ్మదిగా సన్నటి స్వరంతో "ఎవరికి? నాకా? ఆయనకా?" అంది. దాంతో అతడికి పూర్తిగా ధైర్యం వచ్చింది. నవ్వాడు.అతడికి తన అందం మీద చాలా నమ్మకం.

ఈ లోపులో ఆమె ప్యాకెట్లోంచి మరొకటి తియ్యటానికి మూటల ప్యాకెట్ మీద చెయ్యి వేసింది. అదే సమయానికి తన చేత్తో పట్టుకున్న బ్రాని వదిలేశాడు. అది ఆమె చెయ్యి మీద పడగానే, మరొకటి తీసి ఆమెకి చూపెట్టే నెపం మీద తనూ వాటి మీద చెయ్యి పెట్టి, బట్టల క్రింద ఉన్న ఆమె చేతిని నెమ్మదిగా స్పృశించాడు. ఆమె చెయ్యి వెనక్కి తీయకపోవడంతో చిటికెన వేలిని గట్టిగా వత్తాడు.

అప్పుడు పేలింది అతడి చెంప. షాపు బయట అద్దాలు కదిలి పోయేలా హాలంతా మార్మోగిన ఆ చప్పుడుకి మాట్లాడుతున్న కస్టమర్లందరూ తలతిప్పి చూశారు. ఒక్కసారిగా అక్కడ నిశ్శబ్దం ఆవరించింది.

కౌంటర్ దగ్గరున్న యజమానికి చెమటలు పట్టినయ్. "ఏమైంది? ఏమైంది మేడమ్?"అంటూ కంగారుగా పరుగెత్తుకు వచ్చాడు.

ఆమె చెయ్యి ఇంకా మంట పెడుతూనే ఉంది. చదువుకునే రోజుల్లో ఇంతకు ముందు నాలుగైదు సార్లు ఇలా కొట్టింది గానీ, అప్పుడు సాధారణంగా అబ్బాయిలు సైకిల్ మీద కూర్చుని ఏవో వెకిలి మాటలన్నవాళ్ళు అయి ఉండేవారు. ఇప్పుడలా కాదు. 'పది నిముషాల ముందే కొట్టేటందుకు ప్రిపేరయి ఉండి' నిలబడి ఉన్న మనిషిని...... సాచి పెట్టి కొట్టటం.

గోపీ మాథుర్ కళ్ళు బైర్లు కమ్మాయి. ఊహించనంత వేగంతో జరిగిపోయిన దానికి అతడు ఇంకా షాక్ నుంచి తేరుకోలేదు.

మాథుర్ దగ్గరకి ఆడ కస్టమర్లు రాగానే, అతడికి పక్కనే కాస్త దూరంగా ఉన్న తోటి సేల్స్-మెన్ తాము ఎంత పనిలో ఉన్నా అతడి ప్రవర్తననీ, ఆడవాళ్లని అతడు 'టాకిల్' చేసే విధానాన్నీ గమనిస్తూ ఉంటారు. ఆ రోజు అతడితో అంత అందమైన స్త్రీ నవ్వుతూ మాట్లాడటాన్ని ఒకరిద్దరు ఈర్ష్యతో చూస్తున్నారు. ఆమె చేతి మీద అతడు చెయ్యి వెయ్యటం కూడా చూశారు. ఆమె సన్నటి స్వరంతో మాట్లాడటం చూసి, 'ఎక్కడ కలుసుకోవాలో' చెప్పుతోంది అనుకున్నారు. అంతలో

ఆమె చాచి పెట్టి కొట్టింది. వాళ్ళుకూడా ఓ క్షణం నిశ్చేష్టులయ్యారు. కానీ వాళ్ళలో ఆనందం పొంగిపొర్లింది. చూసిన దానికి నాలుగైదు కల్పించి పక్కవాళ్ళకి చెప్పసాగారు. అది గాలిలా పాకిపోయింది.

ఈ లోపులో ఆమె విసవిసా బయటికి నడిచింది. ఆమె వెనుకే షాపు యజమాని చేతులు నులుముకుంటూ పరుగెత్తాడు. ఆమె ఏమీ మాట్లాడకుండా కారులో కూర్చుని ముందుకు పోనిచ్చింది.

ఆమె ఇంటికి చేరుకునేసరికి, అప్పటికే నాలుగైదుసార్లు ఫోన్ వచ్చింది. ఆమె ఫోన్ అందుకుంది. "మాడమ్, సారీ మాడమ్ సారీ" అంటున్నాడు షాపు యజమాని. ఈ సంఘటన షాపు అమ్మకాల్ని ఎంత తగ్గిస్తుందో అతడికి తెలుసు.

"సర్లెండి. అయిపోయిందేదో అయింది"

యజమాని గుండెల్నిండా ఊపిరి పీల్చుకుని, "థ్యాంక్స్ మాడమ్"అని ఆగి, "–ఈ విషయం శర్మగారికి..." ప్రాధేయ పడుతున్నట్టు ఆపు చేశాడు.

"చెప్పనులెండి. అయినా ఆడవాళ్ళొచ్చే షాపుల్లో అలాటి వాళ్ళుంటే అమ్మకాలు..." ఆమె మాటలు పూర్తి కాకుండానే అతడు అందుకుని– "అవును మాడమ్. చాలా డేంజర్" అన్నాడు.

"ఇంతకీ వాడినేం చేశారు?"

"అప్పుడే తీసేశాను మాడమ్. రావల్సిన జీతం కూడా ఇచ్చి వెంటనే పంపేశాను."

"గుడ్... అన్నట్టు వీడి సంగతి ఇంతకు ముందే మీకో సేల్స్-మాన్ చెప్పినట్టున్నాడు కదూ. దొంగతనం నేరం మోపి అనవసరంగా అతన్ని తీసేశారు."

"అవును మాడమ్. పొరపాటయి పోయింది. చాలాకాలం నుంచీ చేస్తున్నాడు కదా అని వాడి మాటలు నమ్మాము."

"పాపం అతనెక్కడున్నాడు?"

"తె... తెలీదు మేడం"

"కనపడితే వెంటనే తిరిగి తీసుకోండి."

"తప్పకుండా మాడమ్... ఈ విషయం శర్మగారి వరకూ..."

"నేను మర్చిపోతున్నాను. మీరూ మర్చిపోండి."

10

రవి మళ్ళీ ఆ షాపు ఛాయలకి ఎన్నడూ వెళ్ళలేదు. ఉద్యోగం పోయాక ఏం చెయ్యాలా అని ఆలోచించాడు. మామూలుగా అయితే భారతదేశంలో లక్షల మంది చీరలమ్మే వాళ్ళు ఉన్నారు. దాని వల్ల లాభం లేదు. పెద్ద ఎత్తున చేయటానికి పెట్టుబడి లేదు. ఉన్నంతలో ఏదో చేయాలి.

తన దగ్గరున్న వెయ్యి రూపాయల్తో వర్తకం చేయలేనని అతడికి తెలుసు. కొద్దిగా అప్పు తీసుకున్నా, మహా అయితే ఓ ఇరవై చీరలొస్తాయి. వాటిలో ఎన్నని అమ్మగలడు? ఏదో ఒకటి కొత్తగా చేస్తే తప్ప లాభంలేదు. షాపులో ఉద్యోగం మానెయ్యటంవల్ల ఇంట్లో డబ్బు కూడా లేదు. మాధవి, మాధవి తల్లి (తన అత్తగారు) గొణుక్కోవటం ప్రారంభించి చాలా కాలమైంది. బావమరిది రోడ్డు పట్టుకు తిరగటం తప్ప పనేమీ చేయడు. ఉన్న ఒక్క పాంటూ చిరిగిపోయి, బయటకు వెళ్ళటానికి కూడా లేదు. "ఎన్ని సార్లు కుట్టాలి బాబూ. కుట్టు కూడా నిలబడటం లేదు" అన్న తిరస్కారంతో, తనకా పని ఇష్టం లేదని మాధవి అన్యాపదేశంగా అతడికి తెలియచేసింది.

ఇటువంటి తిరస్కారాలు అతడికి అలవాటే. మోకాళ్ళ దగ్గర చిరుగుని, మరో గుడ్డ వెనుక పెట్టి తనే కుట్టుకోవడం ప్రారంభించాడు. చేతి కుట్టు పైకి కనపడకుండా ప్యాంటు కుట్టుకుంటూ ఉండగా...

అప్పుడు స్ఫురించింది అతడికి.

ఆప్లిక్ వర్క్...!

సాదా చీర మీద వేరే గుడ్డతో డిజైను కుట్టి, దాన్నే ఒక అద్భుతమైన చీరగా మార్చటాన్ని ఆప్లిక్ వర్క్ అంటారు..! '...ప్రింట్ చేయించుకోవచ్చుగా' అనేవాళ్ళకి ఆప్లిక్ వర్క్ అందం తెలీదు. అది 'ఎంబ్రాయిడరీ' అంత బాగోదని అనుకుంటారు. కానీ అది కేవలం 'కుట్టటం' చేతకాక..! చీర రంగు, పైన వేసే గుడ్డ రంగు, సరిగ్గా మ్యాచ్ అవ్వాలి..! మళ్ళీ 'మ్యాచ్ అవటం' అంటే 'తెలుపుకి నలుపు, నలుపుకి తెలుపు' ఇలాంటి మ్యాచింగు కాదు. కుట్టవలసిన ఆకృతి (డిజైన్) బట్టి రంగు ఎన్నుకోవటం కూడా ఒక కళ..! అది పుస్తకాల్లో చదివితే రాదు.

రవి ముందు నుంచీ ఆలోచించేది ఒకటే. షాపువాళ్ళు 'జనరల్' గా ఇచ్చేదీ, ప్రత్యేకంగా ఇవ్వలేనిదీ... తను ఇవ్వాలి..! షాపువాళ్లు ఆప్లిక్ వర్క్ కోసం మంచి గుడ్డ వాడరు. షాపుల్లో దొరికేవి అన్నీ ఒకే రకంగా ఉంటాయి. చీరకన్నా ముందు అది వెలిసి పోతుంది. పల్చటి చీరకు మందపాటి బట్టవేస్తే డిజైను కనిపించకపోగా, చీర కృంగి పోతుంది.

ఇక్కడే అతడు తన పథకం అమలులో పెట్టదల్చుకున్నాడు. ఆప్లిక్ చీరల అందం అంతా, డిజైను కత్తిరించటం లోను, వాడే దారాల రంగుల్లోనూ ఉంటుంది. అందులో అతడు ఎలాగూ నిష్ణాతుడు..! ఆలోచనంటూ రావాలేగానీ అలాంటి ఆర్టు అతడి చేతిలోనే ఉంది..!

వెయ్యి పెట్టుబడికీ-మరో వెయ్యి అప్పుతో ఇరవై చీరలు తీసుకున్నాడు. పది జార్జెట్, పది ఆర్గండీ. పది రోజుల పాటూ కూర్చుని చెరో ఐదు మీదా ఆప్లిక్ వర్క్ చేశాడు. దశాబ్దం ముందు ఆప్లిక్ వర్క్‌కి అంత గుర్తింపు లేదు.

మొత్తం ఇరవై చీరల్నీ పట్టుకుని ఓ గవర్నమెంటు ఆఫీసుకి వెళ్ళాడు. ఆఫీసులో ప్రదర్శన ప్రారంభించినప్పుడు ఆడవాళ్ళయితే మూగారు గానీ, మామూలు బడ్జెట్ చీరల్ని చూసి పెదవి విరిచారు. అతడు చేసిన వర్క్ ఎవరూ అంతగా పట్టించుకోలేదు. నెలసరి వాయిదాలు ఎక్కువ ఇచ్చే షరతు మీద రెండు చీరలు మాత్రం తీసుకున్నారు. అవీ మామూలువి. ఆప్లిక్ చేయనివి.

ఒక లావుగా ఉన్నావిడ మాత్రం దాన్ని తీసుకుంది. అయితే రవి వెంటనే దాన్ని ఆమెకు అమ్మలేదు. 'ఇలాటి చీర మరొకటి కుట్టి తీసుకొస్తానమ్మా' అని వెళ్ళిపోయి, మరుసటి రోజు రాత్రంతా కూర్చొని కుట్టి తీసుకొచ్చాడు.

మామూలుగా చూసేవాళ్ళకి ఆ రెంటికీ తేడా తెలీదు. ఆప్లిక్ వర్క్ విశిష్టత 'కట్టుకుంటేనే' తెలుస్తుంది. మొదటి రోజు ఎన్నిక చేస్తున్నప్పుడే ఆమె శరీరతత్వాన్ని అతడు అంచనా వేశాడు. అతడు రెండో చీర మీద కుడుతున్నప్పుడు... ఆ శరీరానికి సరిపోయేలా... గుండె దగ్గరలో పువ్వు ...కొంగు చివర ఒకటి... నడుము దగ్గర నుంచి కొంగు వేసుకొనే వంపు దగ్గర ఒక పువ్వు... కాళ్ళ దగ్గర... కుడి చేతి కుచ్చిళ్ళలోకి వెళ్ళిపోతూ ఒకటి... మొత్తం అయిదు పువ్వులు; చీరంతా సన్నటిలైను, మధ్య మధ్యలో చిన్న చిన్న ముక్కలు... ఆమె కట్టుకుంటే... సరిగ్గా సరిపోయేలా కుట్టాడు.

చిలకాకు పచ్చ రంగు మీద అప్లిక్ ఎంత బాగా కుదిరిందంటే, రెండ్రోజులు తరువాత ఆమె దాన్ని కట్టుకుని ఆఫీసుకు వచ్చిన రోజు సచివాలయంలో 'స్ట్రయిక్' కన్నా ఎక్కువ సంచలనం సృష్టించింది.

పువ్వులు అమర్చటంలోనే ఆ 'ట్రిక్' ఉందని తెలుసుకో(లే)ని ఆడవాళ్ళు... మొత్తం చీరలన్నిటినీ ఎగబడి కొనుక్కున్నారు. ఆడవాళ్ళు ముచ్చట పడితే ధర సంగతి చూడరని అతడికి తెలుసు. వెయ్యికీ వెయ్యి లాభం వచ్చింది.

అదీ ప్రారంభం..!

ఆ తరువాత రెండు సంవత్సరాలకి... సాదా అమెరికన్ జార్జెట్ చీరలకి చిన్న చిన్న పువ్వులు ఉన్న గుడ్డని అంచుగా వేసి, అదే కలర్ బ్లౌజు వేసుకోవటం... ఆంధ్రదేశంలో ఒక రకమైన వేలం వెర్రిగా కూడా మారింది. (పాతికేళ్ళ క్రితం విషయాలు జ్ఞాపకం ఉన్నవాళ్ళకి – ఈ విషయం ఇప్పటికీ గుర్తుండే ఉంటుంది..! దానికి ఆద్యుడు అతడే.)

ఆ తరువాత అతడు ఎక్కడా ఆగలేదు. దాదాపు పది పన్నెండు షాపులకి అప్లిక్స్ సరఫరా చేసేవాడు. హైద్రాబాద్ లో కనీసం ఆరు ఆఫీసుల్లో ప్రతీ స్త్రీ అతడి దగ్గర ఖాతా తెరిచింది. మొదటి ఆర్నెల్లలోనే అమ్మకాలు అరలక్ష దాటినయ్..!

అప్పుడు కలిశాడు శర్మ అతడిని..!

ఏదో ఆఫీసులో చీరల అమ్మకం విషయం మాట్లాడి అతడు మెట్లు దిగుతూ ఉండగా, ఎదురుగా వస్తూన్న శర్మ అతడిని ఆపుచేశాడు. "ఫలానా షాపులో నాకు చీర అమ్మింది నువ్వే కదూ. ఆ రోజు నుంచీ నీ గురించి చూస్తున్నాను. పాపం నీ ఉద్యోగం పోయిందటగా. నీ మీద నేరాలు చెప్పినవాడి ఉద్యోగం కూడా పోయిందటలే. మా ఆవిడ చెప్పింది. ఇంతకీ ఇప్పుడేం చేస్తున్నావు?".

"గవర్నమెంటు ఆఫీసుల్లో వాయిదాల పద్ధతి మీద చీరలమ్ముతున్నాను".

"నీ చేతిలో గొప్ప ఆర్ట్ ఉంది. మా కంపెనీలో చేరకూడదూ?"

రవి నవ్వి "జీతం ఎంతిస్తారు?" అని అడిగాడు.

"అయిదొందలు. ఓ.కే..?"

"నాకు డిజైన్స్ కత్తిరించే వాడికి ప్రస్తుతం నేను అంతే ఇస్తున్నాను"

శర్మగారు షాక్ అయినట్టూ చూసారు.

"క్షమించండి. మిమ్మల్ని హర్ట్ చేయటం నా ఉద్దేశ్యం కాదు. ఇప్పుడు నేను చేస్తున్న ఆప్లిక్ పని బాగానే ఉంది. దాన్ని వదిలి రాలేను."

"ఎంతుంటాయి నీ అమ్మకాలు?"

"క్రితం నెల దాదాపు లక్ష..."

శర్మ విస్తుబోయి అతడి వైపు చూశాడు. తేజ టెక్స్‌టైల్స్ హైదరాబాద్ విభాగం అమ్మకాల కన్నా అది ఎక్కువ.

శర్మ వ్యాపారవేత్త. తన ముఖ భంగిమ అవతలి మనిషికి కనపడనీయ కుండా, "పోనీ నీకు నీ వ్యాపారంలో ఎంత లాభం వస్తుందో, అంతా ఇస్తాను. నీ ఆప్లిక్ వర్క్ అంతా మా కంపెనీకే చెయ్యకూడదూ?" అన్నాడు.

ఆర్నెల్ల క్రితమైతే ఎగిరి గంతేసి ఒప్పుకునేవాడే. అప్పుడు అతడు కేవలం ఒక బట్టల షాపులో సేల్స్‌మ్యాన్. కానీ ఇప్పుడు 'అమ్మకాల రుచి' చూచిన మనిషి..! ఆ నిచ్చెన ఏ శిఖరాలకి తీసుకు వెళ్తుందో తెలియని వాడు..! రిస్కుకి అలవాటు పడ్డవాడు..!

"దానికెంత ఇస్తారు?"

"నెలకి పదివేలు."

అంటే సంవత్సరానికి లక్షా ఇరవై వేలు. ఫుట్-పాత్‌ల మీద పడుకునే రోజుల్లో అందులో ఒక సున్నా తీసేసినా-అది కలలో కూడా ఊహించలేనంత పెద్ద రొక్కం.

తను చెప్పిన సంఖ్యతో, రవి మొహంలో మార్పుని శర్మ మరోలా అర్థం చేసుకుని, తను పొరపాటున ఎక్కువ చెప్పానేమో అనుకుని, "నువ్వు అన్నట్టు క్రితం నెల నీ అమ్మకాలు లక్ష ఉంటేనే సుమా" అని చివర్లో కలిపాడు.

శర్మ 'పదివేలు' అనగానే ఒప్పుకోబోతున్న రవి, ఈ మాటలకి హర్ట్ అయ్యాడు. మొట్ట మొదట షాపులో ఆయన్ని చూడగానే గౌరవభావం కల్గింది. తేజా ఎమ్.డి. అని తెలియగానే, 'అనవసరంగా సలహా ఇచ్చానా' అని భయపడ్డాడు. కానీ ఇప్పుడు ఈయన పూర్తి వ్యాపారవేత్త లాగే మాట్లాడటంతో, అతడూ అలాగే జవాబులు చెప్పసాగాడు. అవును మరి. అతడు తన చేతిలోని 'కళ' విలువ తెలిసినవాడు. తన వ్యాపారంలో యిప్పటికే పదివేలు లాభం సంపాదించిన వాడు అతడు. ఎప్పుడైతే వ్యాపారం రంగంలోకి దిగిందో, అక్కడ నుంచీ ఇక మిగతా మర్యాదలన్నీ పారిపోతాయి.

"సంవత్సరానికి లక్షా ఇరవైవేలు ఇస్తామంటున్నారు. నాకు అంత అవసరంలేదు. మీ కంపెనీలో అయిదు శాతం షేర్లు ఇప్పించండి చాలు."

పక్కలో బాంబు పడ్డట్టు అదిరిపడి, "నీకేమైనా మతి పోయిందా? మా కంపెనీ కోటి రూపాయల్ది" అన్నాడు శర్మ.

"అయ్యుండవచ్చు. కానీ గత పది సంవత్సరాలుగా మీరు మీ సభ్యులకి ఒక్క రూపాయి కూడా లాభం పంచలేదు. మార్కెట్లో షేరు ధర పదో వంతు కూడా లేదు".

ఇందులో ఏదైనా తిరకాసు ఉందా అని శర్మ ఆలోచనలో పడ్డాడు. తనకు కావలసిన షేప్ రావడం కోసం వేడిగా ఉన్న ఇనుము మీద కమ్మరి సుత్తి దెబ్బ కొట్టినట్టు రవి ఆయనతో "చూడండి. నిజానికి నెలకి పదివేలు అంటే నేను ఎగిరి గంతేసి ఒప్పుకోవాలి. కానీ మీ షేర్లు ఎందుకు అడుగుతున్నాను? మీలో ఒకడిగా కలిసిపోవటానికి..! అప్పుడే నాకూ పని చేయాలన్న తపన ఉంటుంది. అయిదు శాతం షేర్ల వల్ల కనీసం తిండికి సరిపోయే డబ్బయినా నాకు వస్తుందని అనుకోను."

తన కంపెనీ గురించి రవి ఇంత స్టడీ ఎప్పుడు చేశాడో అర్థం కాలేదు. (అతడు అన్ని కంపెనీలనీ అలాగే స్టడీ చేస్తున్నాడని తెలీదు). ఏమైతేనేం, శర్మ కొంచెం ఆలోచించి, మొత్తానికి ఒప్పుకున్నాడు.

అలా తేజా టెక్స్టైల్స్‌లో రవి షేర్ హోల్డర్ అయ్యాడు. ఆరోజు నుంచీ ఆ కంపెనీ పరుగు మొదలు పెట్టింది. మొత్తం కంపెనీ అంతా కాదు. కేవలం ఆప్లిక్ విభాగం. దానికి అధిపతి రవి. ఒక స్టేజిలో ఆ ఒక్క విభాగం తాలూకు లాభాలే మొత్తం కంపెనీని పోషించవలసిన పరిస్థితి ఏర్పడింది. మరోవైపు ఈ ఆప్లిక్ వర్క్ ఆంధ్రదేశాన్ని ఊపేసింది.

తన బాధ్యతని ఒక యజ్ఞంలా నిర్వహిస్తూ వచ్చాడు రవి. ఆర్నెల్లలో మొత్తం మార్కెట్టు చదివాడు. బోంబే డైయింగ్, విమల్ లాంటి కంపెనీల షేర్ల ధర రోజు రోజుకీ పెరుగుతోంది. కేవలం తమ కంపెనీదే పెరగటం లేదు. దీనికి కారణం అందరికీ తెలుసు. కానీ ఎవరూ ఏమీ చెయ్యలేరు.

తేజా టెక్స్టైల్స్ కంపెనీలో అరవై శాతం పైగా షేర్లు శర్మవే. ఆయనకి ఉన్న గుర్రప్పందేల పిచ్చి మిగతా డైరెక్టర్లకి తలనొప్పిగా ఉండేది. కంపెనీ

మూలధనాన్ని ముట్టుకునేవాడు కాదు కానీ, ఎన్నో సంవత్సరాల్నుంచీ వచ్చిన లాభాలన్నీ గుర్రాల మీద పెట్టేవాడు. అందువల్ల అభివృద్ధి కుంటుపడింది.

సంవత్సరం గడిచింది. ఈ లోపులో అతడు తేజా టెక్స్‌టైల్స్ వెనుక ఒక బలమైన శక్తిగా రూపొందాడు. ఇది ఇలా ఉండగా ఒకరోజు చిత్రమైన సంఘటన జరిగింది.

11

'ప్రేమ మంజరి' అనే గుర్రం గెలుస్తుందని నిశ్చయంగా తెలిసి, దాని మీద ఇరవై లక్షలు కాద్దామని దృఢ నిశ్చయంతో ఉన్నాడు శర్మగారు. కానీ డబ్బు లేదు. ఎన్ని విధాలో ట్రై చేశాడు. తన షేర్లు కుదువ పెడదామనుకున్నాడు కూడా. కానీ తనఖా పెట్టుకోవటానికి ఎవ్వరూ ముందుకు రాలేదు.

కాలుగాలిన పిల్లిలా తిరగసాగాడు.

అప్పుడు మిగతా డైరెక్టర్లతో కలిసి రవి అతడికో పరిష్కారం సూచించాడు.

'ఒక్కరోజు' కోసం తేజా టెక్స్‌టైల్స్ శర్మకి ఇరవై లక్షలు అనధికారికంగా అప్పు ఇచ్చేటట్టూ, ఆ గుర్రం ఓడిపోయిన పక్షంలో శర్మ తన షేర్లన్నీ వదిలేసుకునేట్లు, గెల్చిన పక్షంలో ఇరవై శాతం కంపెనీకి దానంగా ఇచ్చేటట్టూ...

శర్మకి ఈ ప్రపోజల్ అర్థం కాలేదు. డైరెక్టర్లందరూ కూర్చున్నారు. శర్మ ఇంటిలో, క్రింద హాల్లో ఈ సమావేశం జరిగింది.

"మీరేం చెపుతున్నారో నాకు అర్థంకావడం లేదు. నా అరవై శాతం షేర్లు ఇరవై లక్షలకి వదులుకుని, నేను స్థాపించిన మొత్తం తేజా టెక్స్‌టైల్స్‌తో సంబంధాలు తెగతెంపులు చేసుకోవాలా?"

"గుర్రం ఓడిపోతే తేజ అన్న కంపెనీయే ఉండదు. బట్టల తయారీకి స్థాపించిన కంపెనీ తాలూకు డబ్బుని గుర్రప్పందాల్లో పోగొట్టుకున్నామని ఏ ఒక్క సభ్యుడు పోలీసు కంప్లైంట్ ఇచ్చినా అంతా జైల్లో ఉంటాం. ఎవరికీ ఏడు సంవత్సరాలకి తక్కువ శిక్ష పడదు. ఇక తేజా కంపెనీ ఏముంటుంది? తెగతెంపులు ప్రసక్తి ఏముంది?" అన్నాడు రవి.

శర్మకి అతడు చెపుతున్నది అర్థం అయింది. "ఒక వేళ గెలిస్తే?" అన్నాడు.

"గెలిస్తే ఆ ఇరవై లక్షల మీదా మీకో ముప్ఫై లక్షలు లాభం వస్తుంది. లాభం మీరుంచుకోండి. మీకీ సాయం చేసినందుకు మాకు ఇరవై శాతం షేరు 'దానం' చేస్తున్నారు. అంతే!"

"అంటే నా షేరు 60% నుంచి 40% కి తగ్గిపోతుంది. కంపెనీ వ్యవహారాల్లో నాకే మాత్రం పలుకుబడి ఉండదు. అంతేగా"

ఎవరూ మాట్లాడలేదు. తన గుర్రాల బలహీనతని అవతలివాళ్ళు తమ స్వార్థానికి ఉపయోగించుకుంటున్నారేమో అన్న అనుమానం శర్మకి కలిగింది. దాన్ని ఖండిస్తూ రవి "మీరు మాకిచ్చిన షేర్లని కూడా మేము మీ పేర ట్రస్ట్ లోనే ఉంచుతాం. అంటే దాని మీద వచ్చే లాభాలు కూడా మీకే చెందుతాయి" అన్నాడు.

"కేవలం మీరు నాకు ఇరవై లక్షలు ఒక్కరోజు చేబదులు ఇచ్చినందుకు, నేను కంపెనీ మీద నా అధికారాలు మీకు అప్పగించి లాభాలు మాత్రం తీసుకోవాలి. అవునా."

"కేవలం ఒక్కరోజు అప్పు ఇచ్చినందుకు కాదు. మా ఆరుగురు డైరెక్టర్లూ జైల్లో గడపటం అనే రిస్కు తీసుకున్నందుకు..."

శర్మ ఆలోచించాడు. "సరే, మీరు చెప్పినట్టే చేద్దాం. ఇరవై లక్షలు ఇవ్వండి. కానీ ఈ డబ్బు నాకిచ్చినట్టు ఏ రికార్డులోనూ ఉండకూడదు. నా తరఫు నుంచి అదీ షరతు."

అతడు చెపుతున్నదేమిటో అక్కడున్న వారందరికీ అర్థమయింది. గుర్రం ఓడిపోతే ఇరవై లక్షలూ పోయి, తేజా టెక్స్ టైల్స్ డైరెక్టర్లందరూ అరెస్టవుతారు. శర్మ మాత్రం అవడు (డబ్బు లేక కంపెనీ మూత పడుతుంది. అది వేరే సంగతి). గుర్రం గెలిస్తే, మరుసటి రోజు డబ్బు జమ అవుతుంది. శర్మ షేర్లు శర్మకే ఉంటాయి. అధికారం మాత్రం ఉండదు. (అతడికేమీ నష్టం లేదు).

డైరెక్టర్లు ఆలోచనలో పడ్డారు. శర్మ లేకుండా ఈ రిస్కు తీసుకోవటం వారికి ఇష్టం లేదు. అందరూ రవి మీదకు తోసేశారు. చివరికి ఆ బాధ్యత తానొక్కడూ తీసుకోవటానికి రవి ఒప్పుకున్నాడు. అంటే-ఒకవేళ ఈ విషయం బయట పడితే, ఆ డబ్బు కంపెనీ నుంచి రవే తీసి ఇచ్చినట్టు పోలీసుల ముందు ఒప్పుకోవాలి. అలా అగ్రిమెంటు కుదిరింది.

ఒకరికి జీవితంలో ఆనందం ఇచ్చే వ్యసనం-మరొకరికి నిచ్చెన మెట్ల మీద జీవన్మరణ సమస్య..!

ఆ రాత్రి రవికి టెన్షన్‌తో నిద్ర పట్టలేదు..!

పై గదిలోంచి ఇదంతా విన్న మరొకామెకి కూడా..!

* * *

ఆ మరుసటి రోజు మధ్యాహ్నం మూడింటికి, శర్మ తప్ప-మిగతా వాళ్ళంతా తేజ టెక్స్‌టైల్స్ బోర్డ్ రూమ్‌లో కూర్చుని ఉన్నారు. అందరి మొహాల్లోనూ టెన్షన్ కనపడుతూంది.

"ఈ ఏర్పాటు వల్ల మనం శర్మగారితో శాశ్వతంగా మనస్పర్థలు కొని తెచ్చుకుంటున్నామేమో" అన్నాడు ఒక డైరెక్టరు. "ఇప్పటివరకూ ఈ కంపెనీలో ఆయన చెప్పింది వేదం."

"అది గుర్రం గెలిస్తే సంగతి, ఓడిపోతే కంపెనీ శాశ్వతంగా మూత పడుతుంది."

ఇంతలో ఒక డైరెక్టర్ అన్నాడు. "శర్మ... మనిషి మంచివారే. కానీ ఆయనకీ గుర్రాల పిచ్చి పోకపోతే ఈ కంపెనీ బాగుపడదు. మనలో మనమాట-నేనింత వరకూ ఎవరికీ చెప్పలేదు. ఇంకొంత కాలం ఇలాగే సాగుతే ఈ షేర్లన్నీ అమ్మేసి కంపెనీ నుంచి తప్పుకుందామని అనుకున్నాను."

"నేనూ అంతే. కేవలం ఆయన మీద గౌరవంతో ఆయనేం చేసినా ఒప్పుకుంటూ వచ్చాను. కానీ ఎంతకాలం? దానికీ ఒక హద్దు ఉందిగా. కంపెనీ ముఖ్యం".

రవి మాట్లాడకుండా వాళ్ల సంభాషణ వింటున్నాడు. నిజానికి సమస్య వాళ్ళెవరిదీ కాదు, తనది. మనసులో మాత్రం 'ఈపాటికి గుర్రం పరుగెత్తటం ప్రారంభించి ఉంటుంది' అనుకున్నాడు.

అందరూ తమ తమ ఆలోచనల్లో ఉండగా ఫోన్ మ్రోగింది. ఒక డైరెక్టర్ రిసీవర్ ఎత్తాడు.

రవి గుండె వేగంగా కొట్టుకోసాగింది. అవతలి వైపు నుంచి ఫోన్ పది సెకన్లు విని పెట్టేస్తూ "డియర్ ఫ్రెండ్స్. 'ప్రేమ మంజరి" నాలుగు లెంగ్తుల్లో గెలిచిందట" అని ప్రకటించాడు చిరునవ్వుతో.

ఒక్కసారిగా హాల్లో చప్పట్లు ప్రతిధ్వనించాయి. అందరూ కరచాలనం చేసుకుంటున్నారు. ఏ సంతోషమూ ప్రకటించని వాడు గని ఒకడే. అసలు సమస్య ఇప్పటి నుంచీ ప్రారంభం అయిందని తెలుసు. ఎప్పుడైతే శర్మగారి ఏకఛత్రాధిపత్యం పోయిందని తెలిసిందో, ఇక ప్రతివాడూ తనే ఆ కంపెనీ వ్యవహారాలు సరిదిద్దటానికి ప్రయత్నం చేస్తాడు.

అరగంట తరువాత శర్మ కారు రివ్వున దూసుకొచ్చింది. అంత ముసలాయనా కుర్రాడిలా పరుగెత్తుకుంటూ మెట్లెక్కాడు. రవిని పట్టుకుని ఊపేశాడు. "ప్రేమమంజరి గెల్చింది..! ప్రేమ మంజరి గెల్చింది..! ముప్ఫై లక్షలు" అని అరిచాడు. ఆయన మొహం వెయ్యి కాండిల్ బల్బులా వెలిగిపోతోంది. ఏకధాటిగా ఆ గుర్రపు గొప్పతనాన్ని పది నిముషాలపాటు అక్కడ ఉన్నవారికి వివరించాడు. చివరికి అసలు విషయానికి వచ్చాడు.

"మన పెద్ద మనుషుల ఒప్పందం ప్రకారం నేను ఇరవైశాతం షేర్లు మన ట్రస్టుకిచ్చి అధికారం వదులుకోవాలి. కానీ నేనలా చేస్తానని వ్రాతపూర్వకమైన ఒప్పందం ఏమీ లేదు. నేను ఒప్పుకోనన్నా ఎవరూ చేసేదేమీ లేదు." అందరి వైపు చూసి నవ్వాడు. "నేను నా ఇరవై శాతం వదులుకోబోవటం లేదు" అని ఆపాడు. అక్కడ సూదిపడితే వినపడేంత నిశ్శబ్దం ఆవరించింది. ఆ నిశ్శబ్దంలోంచి ఆయన కంఠం తిరిగి వినిపించింది. "మొత్తం అరవైశాతం షేర్లనీ ట్రస్టుగా పెట్టి రవిని ట్రస్టీగా ఉంచుతున్నాను. తేజా టెక్స్‌టైల్స్ నుంచి వెలువడే ప్రతీదీ ఈ రోజు నుంచీ 'రవితేజ'గా వ్యవహరించబడుతుంది".

ఒక్కసారిగా హాల్లో తిరిగి చప్పట్లు వినపడ్డాయి. ఆ చప్పట్లు కొడుతున్న డైరెక్టర్ల వైపు రవి సాలోచనగా చూశాడు.

మొన్న మొన్న వచ్చినవాడు తను. ఇందులో ఎందరు మనస్ఫూర్తిగా కొడుతున్నారో తెలీదు. శర్మగారు అధికారం వదులుకుంటే దాన్ని తమ చేతిలోకి తీసుకుందామని ఎందరు ఉవ్విళ్ళూరారో తెలీదు. రేపు తను తీసుకోబోయే నిర్ణయాలని ఎంతమంది సపోర్ట్ చేస్తారో తెలీదు.

అతడు తల తిప్పి శర్మగారి వైపు చూశాడు. జీవితంలో మొట్ట మొదటిసారిగా గెల్చిన ఆనందంలో ఈ ముసలాయన ఏవేవో పిచ్చి పిచ్చి వాగ్దానాలు చేస్తున్నాడు. ఎంత వరకూ దీని మీద నిలబడతాడో చూడాలి. ఏ క్షణమైనా కోపమొస్తే 'ట్రస్టూ లేదు-గాడిద గుడ్డూ లేదు' అనొచ్చు. ఈ వేడి తగ్గాక మాట్లాడాలి అనుకున్నాడు.

కానీ రెండ్రోజుల తర్వాత రవికన్నా ముందు శర్మే అతడితో మాట్లాడాడు. రవి ఊహించిన దానికన్నా పెద్ద వ్యాపారవేత్త ఆయన..!

"నిన్ను మేనేజర్‌గా చెయ్యటానికి నేనేం తెలివితక్కువ వాడిని కాను. నాకా ఓపిక లేదు. నాక్కావలసింది నెలకి రెండు లక్షల ఖర్చు. ఈ కంపెనీ అది భరించలేక పోతోంది. నా షేరుకి అంత లాభం వచ్చేలా చెయ్యి. నిన్ను శాశ్వతంగా ఎమ్.డి.ని చేస్తాను. నేను ఇలా గుర్రప్పందేలాడుకుంటూ, వైన్ తాగుతూ శేషజీవితం గడిపేస్తాను" అన్నాడు.

ఇంకెవరయినా అయితే ఎగిరిగంతేసి ఒప్పుకునేవారే. కానీ రవి భవిష్యత్తు ఆలోచించాడు. "నేను నా ప్రాణం ధారపోసి కంపెనీని లాభాల్లోకి తీసుకొస్తాను. ఆ తరువాత నన్ను తీసేస్తే?" అని ఎదురుప్రశ్న వేశాడు.

"మరేం చెయ్యాలి? షేర్లన్నీ నీ పేరు మీద మార్చాలా?"

"అక్కర్లేదు. పదవి నాకివ్వండి, లాభాలు మీరు తీసుకోండి. నేను బ్రతకటానికి నా ఆప్లిక్ విభాగం మీద వచ్చే డబ్బు చాలు. నేనేమిటో చూపించాలంటే అన్ని అధికారాలూ నాకు కావాలి. లాభాలు అవసరం లేదు".

"నా కిష్టమే" అన్నాడు శర్మ.

అలా ప్రారంభమయింది **రవితేజ టెక్స్‌టైల్స్** కంపెనీ..!

అప్పటికే అతడు కామర్స్‌లో డిప్లమా పాసయ్యాడు. ఆ రోజు నుంచీ రోజుకి పద్దెనిమిది గంటలు పని చేసేవాడు. మొత్తం వ్యవహారాలన్నీ ఒక కొలిక్కి తీసుకువచ్చాడు. సంవత్సరం తిరిగేసరికి కంపెనీ బ్రేక్ ఈవెన్ అయింది. అప్పుడే వచ్చినయ్ ఛాందినీ, ఆ తరువాత క్రాస్టిచ్, ఆర్గండీలో పెద్ద అంచులున్న కొత్తరకం ఫారిన్ కలర్లు...

రెండో సంవత్సరం కంపెనీ లాభాల్ని చూసి "మైగాడ్, తేజా టెక్స్‌టైల్స్ తిరిగి ఇన్ని లాభాలు కళ్ళ జూస్తుంది అని నేను కలలో కూడా అనుకోలేదు" అన్నాడు శర్మ.

'మొన్న మొన్న వచ్చిన వాడిని అందలం ఎక్కించటం ఏమిటా' అని అప్పటి వరకు కాస్తోకూస్తో గొణుగుతున్న డైరెక్టర్లు ఎవరైనా ఉంటే మూడో సంవత్సరం తిరిగే సరికి సంతృప్తులయ్యారు.

అంచెలంచెలుగా పెరుగుతున్న రవితేజ టెక్స్‌టైల్స్ అభివృద్ధి పట్ల అసంతృప్తులైన బయట వారు కొందరు లేకపోలేరు. నాగిలో ప్రముఖులు చెంచురామయ్య అండ్ కంపెనీ..! తగిన రోజు కోసం జాగ్రత్తగా వేచి ఉన్నారు. ఆ రోజు సెప్టెంబర్లో వచ్చింది.

అప్పటికే రవితేజ టెక్స్‌టైల్స్ వస్త్ర ప్రపంచంలో మకుటంలేని మహారాజులా వెలుగుతోంది. వంద రూపాయల షేరు వెయ్యి పలుకుతోంది. కంపెనీని విస్తరించటం కోసం మార్కెట్లోకి వెళ్ళాడు రవి. పెట్టుబడిగా కోటి రూపాయలు తీసుకు రావాలని అతడి ఆశయం.

దేశంలోని నాలుగు పెద్ద బ్యాంకుల ఛైర్మన్లని కలుసుకున్నాడు. విరివిగా పార్టీలిచ్చాడు. అతడి షేర్లని కొనటానికి... చిన్న చిన్న కంపెనీలకి ఆ నాలుగు బ్యాంకులూ అప్పిచ్చేటట్టూ అంగీకారం కుదిరింది. మంచో... చెడో తెలీదు గానీ భారతదేశపు కామర్సు చరిత్రలో ఒక నూతనాధ్యాయం ప్రారంభానికి అతడు ఆ విధంగా నాంది పలికాడు. కొందరే ఉంటారు చరిత్రని సృష్టించేవాళ్లు.

అతడికి తెలియనిదల్లా, చెంచురామయ్య & కో తన ప్రతీ చర్యనీ రహస్యంగా పరిశీలిస్తూ ఉందని..! ఒక ప్రముఖ దినపత్రిక ఈ వార్తని రెడీ చేసుకొని, బాంబులా పేల్చటానికి సిద్ధంగా ఉందని..! ఆ బాంబు గానీ సరిగ్గా పేలితే, వస్త్రప్రపంచం లోంచి రవితేజ పేరు శాశ్వతంగా తొలిగిపోతుందని..!

ఈ రంగాలన్నీ సిద్ధమైన పదిహేను రోజులకి... కోటి రూపాయలు విలువగల రవితేజ షేర్లు మార్కెట్‌లో విడుదలయ్యాయి.

రవితేజ కంపెనీ కాపిటల్ మార్కెట్లోకి రాగానే, ముందు అనుకున్న ప్రకారం, చిన్న చిన్న కంపెనీలన్నీ ఆ షేర్లు కొన్నాయి. కోటి రూపాయలు పదిరోజుల్లో జమ అయ్యాయి. గొప్ప సంచలన వార్తగా అది మార్కెట్ లో పాకిపోయింది. అప్పటికీ 'ఆర్.టి' చీరల గురించి అందరికీ తెలుసు కాబట్టి – ఆ వార్త ఎవరికీ అంతగా అనుమానం కలిగించ లేదు. రవితేజ షేర్లు తమ వద్ద కనీసం ఓ పదయినా ఉన్నాయని చెప్పుకోవటం ఫ్యాషన్ అయింది.

ఎక్కడ పెరుగుదల ఉంటుందో అక్కడ శత్రుత్వం కూడా ఉంటుంది. చెంచురామయ్య & కో వారికి, కేంద్ర ఆర్థికమంత్రితో దగ్గర సంబంధాలున్నాయి. కేంద్రంలో ఉన్న పార్టీ తాలూకు దినపత్రిక ఆ విధంగా చెంచురామయ్యకి దగ్గరైంది.

వేటగాడు వల పరచుకుని కూర్చున్నట్టు ఈ పత్రిక తాలూకు మనుష్యులు రవితేజ చుట్టూ వేచి ఉన్నారన్న సంగతి మూడో కంటికి తెలీదు. అంత పకడ్బందీగా జరిగింది. రవితేజ కంపెనీ ఫైనాన్స్ డిపార్టుమెంటులో చెంచురామయ్య మనుష్యులు 'ప్లాంట్' చేయబడ్డారు.

మొత్తం రంగం అంతా సిద్ధం చేసుకొని ఆ పత్రిక దీన్నంతా ఒక వార్తగా ప్రచురించింది. ఆ తరువాత ఈ కోటి రూపాయల వెనుక ఉన్న వ్యవహారమంతా, బ్యాంకుల పేర్లతో సహా ఎక్కడెక్కడ ఏఏ స్థాయిలో ఎవరెవరు సమావేశమైందీ, ఎవరెవర్ని ఎలా సంతృప్తి పరిచిందీ నెల రోజుల పాటు వివరంగా వ్యాసాలుగా ప్రచురించింది. దీనికోసమే ఎదురు చూస్తున్నట్టు సి.బి.ఐ రంగంలోకి దిగింది. వస్త్ర ప్రపంచంలోకి ధృవతారలా దూసుకువస్తున్న రవితేజా టెక్స్‌టైల్స్‌కి ఇది పిడుగు పాటులా తగిలింది. మూడు నెలల పాటు షేరు మార్కెట్టు కదిలిపోయింది. రిజర్వ్ బ్యాంక్ నోటీసుల మీద నోటీసులు యిచ్చింది. అందరి దృష్టి ఈ కంపెనీ మీదే పడింది.

శర్మ బేజారెత్తిపోయాడు. ఒకానొక స్టేజిలో మొత్తం షేర్లన్నీ అమ్మేసి, వ్యాపారం నుంచి తప్పుకుందామా అని కూడా ఆలోచించాడు. రవితేజ, మరి ముగ్గురు డైరెక్టర్లే ఏదొచ్చినా ఎదుర్కోవటానికి సిద్ధంగా ధైర్యంగా ఉన్నారు.

వ్యాపారంలో 'ఇది నైతికం... ఇది అన్యాయం' అని ఏమీ లేదు. 'ఇది చట్టవిరుద్ధం' అని కోర్టు తేల్చే వరకూ ముద్దాయి దోషి కాదు. ఇంత జరిగినా కేసు పెట్టబడ లేదు. కారణం? రవితేజ కంపెనీ చేసింది చట్టవిరుద్ధం కాదు. నైతికంగా తప్పయితే అయి ఉండవచ్చు. అది వేరే సంగతి. దీన్ని ఒక నేరంగా చట్టపరిధిలోకి తీసుకురావటానికి ఆర్థిక మంత్రి ద్వారా చెంచురామయ్య చాలా ప్రయత్నించాడు. ఒక వైపు ఇది చేస్తూ, రెండో వైపు ప్రజలకి ఆర్.టి. చీరల మీద సానుభూతి (ఈ పదం కరక్టేనా?) పోయేలా ప్రోపగండా చేయించాడు. 'ప్రజల సొమ్ము తినేసిన కంపెనీ' అనే భావం ప్రజల్లో కలిగించటానికి ప్రయత్నం చేశాడు.

ఈ పోరాటం మూడు నెలల పాటు సాగింది. మల్టీ నేషనల్ కంపెనీల మధ్య పోరాటాలు ఈ విధంగానే సాగుతాయి. చెంచురామయ్య అంచనా ఎక్కడ తప్పిందంటే-ప్రజలు వ్యక్తుల్నీ, సంస్థల్నీ చూడరు. 'ప్రోడక్ట్' చూస్తారు. రిలయన్స్ అంటే తెలీదు. 'విమల్' చీరెలు అంటే తెలుస్తుంది.

అలాగే రవితేజ కంపెనీ ఆర్థిక సంక్షోభం–పురోగతిని తాత్కాలికంగా ఆటంక పరచినా, అర్టీ, అప్లిక్ చీరల్ని ప్రజలు ఎగబడి కొంటూనే ఉన్నారు. ఒకవైపు నుంచి మబ్బులు మూసుకుంటున్నాయని, ఏ క్షణమైనా పిడుగు పడవచ్చని అనుకుంటున్న సమయాన, ప్రధానమంత్రికీ, ఆర్థికమంత్రికీ మధ్య పొరపొచ్చాలు రావటం, కాబినెట్ మార్పుల్లో ఆ మంత్రికీ పదవి పోయి, తూర్పు దిక్కుగా తోసివేయ బడటం జరిగింది. సమస్యల్ని సృష్టించే ముఖ్యమైన మనిషి పదవి పోయాక, చిన్న చిన్న శత్రువుల్ని సరి చెయ్యటం తేజా టెక్స్టైల్స్ లాంటి మల్టీక్రోర్ సంస్థకి పెద్ద సమస్య కాలేదు.

చెంచురామయ్య మీద ఈ విజయంతో రవితేజ పేరు ఒక్కసారిగా పైకి దూసుకుపోయింది. ఈ గొడవల్తో మానసికంగా బెదిరిపోయి, శర్మ షేర్లు అమ్మేసి ఉంటే జీవితాంతం విచారించి ఉండేవాడు. అలా కాకుండా ఆపింది రవితేజ..!

ఆ రాత్రి పూర్తిగా తాగేసి, శర్మ ఏడ్చాడు. అంత పెద్దవాడూ రవితేజ చేతులు పట్టుకుని “రవీ! ఎక్కడో గాలిలోంచి వచ్చి ఈ కంపెనీ వ్యవహారాలన్నీ నీ చేతుల్లోకి తీసుకొని నన్ను కట్టి పారేశావని నాకు నీ మీద ఏ మూలో కోపం ఉన్నమాట నిజమేనయ్యా! కానీ ఈ రోజు అది పోయింది” అన్నాడు.

“ఫర్వాలేదండీ” అనలేదు రవితేజ. శర్మ వైపు ఆశ్చర్యంగా చూశాడు. ఈయన ఎమ్.డి. గా ఉన్నప్పుడు ఒక్క నిర్ణయం తీసుకునేవాడు కాదు. ఎప్పుడూ తాగుతూనే ఉన్నాడు..! ఏ లాభాపేక్ష లేకుండా తను ఇంత భారాన్ని భుజాల మీద వేసుకుని పని చేస్తుంటే, ఆయనకి ఇప్పటి వరకూ తన మీద ‘ఏ మూలో’ కోపంగా ఉండేదిట..!

ఆ రాత్రి అతడు డైరీలో వ్రాసుకున్నాడు.

నేనిదంతా ఎందుకు చేస్తున్నాను? ఎత్తులు, పై ఎత్తులు, ఘర్షణలు... వీటి మధ్య... ఒకప్పుడు నాలో ఉండే భావుకుడు ఏమయ్యాడు? వెన్నెల్లో కూర్చుని భావపు అంచు మీద జరీ పాట నేసిన వాడు ఏమయ్యాడు? నెత్తి క్రింద బట్టల మూట పెట్టుకుని కాలే కడుపుతో ఫుట్ పాత్‌ల మీద పడుకున్నప్పుడు లోపల్నుంచి పారిపోయాడా? జీవితాన్ని ఆనందంగా అనుభవించటం పోయి ఇంకా ఇంకా ఏదో సాధించాలన్న తపన నాలో ఎందుకు ఎక్కువ అవుతోంది? కేవలం ఇంట్లో సంసార సుఖం లేకపోవటం వల్లేనా? ఇంట్లో సుఖం లేని వాళ్ళే ఇలా బయట రంగాల్లో చాలా పైకి వస్తారన్నది సత్యమేనా? చిన్నతనం నుంచీ ప్రేమ

లేకపోవటం వల్ల నేనిలా 'పని దాహం' తో తయారయ్యానా? సెన్స్ ఆఫ్ అఛీవ్‌మెంట్ రుచి చూసిన మనిషికి ఇక దేన్లోనూ ఉత్సాహం ఉండదా? ఏది ఏమైనా నాక్కొద్దిగా ఆటవిడుపు కావాలి. లేకపోతే ఎక్కువ కాలం పని చెయ్యలేను..."

బయట వర్షం మొదలైంది. కిటికీ తలుపు వేయటానికి వెళ్ళాడు. పైన ఆకాశంలో మబ్బులు ముంచుకొస్తున్నాయి. అతడి భవిష్యత్తు మీదకి విధిలా... దట్టంగా.

బయట గట్టిగా ఉరిమిన శబ్దం వినిపించింది. గతం తాలూకు ఆలోచన్ల నుంచి అతడు ఆ రాత్రి బయట పడలేక పోతున్నాడు. ఎందుకో మనసంతా ఎగోనీతో నిండిపోయింది. ఎందుకీ జీవితం? అనిపిస్తోంది. కొంతకాలం ఏ స్విట్జర్లాండో వెళ్ళిరావాలి. వెళ్ళినా లాభం ఉంటుందా? మనసులో బాధనంతా ఎవరికయినా చెప్పుకోవాలన్న తపన ఈ మధ్య బాగా పెరుగుతోంది. బాధంటే మళ్ళీ ఏమీ ఉండదు. ఎప్పుడూ ఆహ్లాదంగా నవ్వే చిన్నపిల్లల కంపెనీలో ఎక్కువ సేపు గడపాలని ఉంటుంది. లేకపోతే ప్రకృతి దృశ్యాలని చూడాలని ఉంటుంది. ఇలాటివే చిన్న చిన్న కోర్కెలు.

నేత చీరల మధ్య భావుకత్వపు అద్దకాన్ని అతడు హృదయం మీద హత్తుకుని పెరిగి పెద్దవాడయ్యాడు. ప్రొద్దున్నించి సాయంత్రం వరకూ అతడిది చీరల ప్రపంచమే. ఫోటో సెషన్స్... రకరకాల చీరల్లో, డిజైన్లలో, మత్తు గొలుపుతూ ఎంతో అందమైన మోడల్స్... 'ఏ వంపు దగ్గర చీర ఎలా మడత పడాలన్న విషయం దగ్గిర్నుంచీ, ఏ పువ్వు అద్దకం ఎక్కడ ఇమడాలి' వరకూ అతడితో చర్చించే అందమైన అసిస్టెంట్లు... అది ఓ రంగుల ప్రపంచం. కానీ ఇవేమీ అతడిని కదిలించ లేదు. వాంఛాపరమైన కోరికలు అతడికి పెద్దగా లేవు. అతడివి చాలా చిన్న కోర్కెలు. విసుగు, కోపం, నిర్లిప్తత ఇలాంటి భావాలు... అవసరమైనప్పుడు తప్ప, మిగతా సమయమంతా **ఒక చిన్న చిరునవ్వు మొహం మీద కదలాడుతూ ఉంటే ఆ స్త్రీకి, ఆ 'నవ్వు ఇచ్చే అందం', ఒక చీర గానీ, నగ గానీ ఇవ్వదు** అని అతడి అభిప్రాయం. కొంతమంది ఎప్పుడూ చిరునవ్వుతో పలకరిస్తూ ఉంటారు. ఇలాంటి వారిని ఎక్కువగా జపాన్, థాయ్-ల్యాండ్ దేశాల్లో చూశాడు.

అతడి భార్య స్థానంలో ఉన్న ఏ స్త్రీకయినా-విసుగూ, కోపం వచ్చే సందర్భాలు నిజానికి చాలా తక్కువగా ఉండాలి. అతడికేసీ అలవాట్లు లేవు. ముఖ్యంగా... 'వేధించే గుణం' లేదు. చాలామంది మగవారిలాగా-భార్యల పుట్టిళ్ళ గురించే ఎద్దేవా చేస్తూ మాట్లాడటం గానీ, జోకులు వెయ్యటంగానీ చెయ్యడు. ప్రతీ విషయాన్నీ అనలైజ్ చేస్తూ ఆలోచించటంవల్ల అతడికి కోపం, ఉద్వేగం లాటివి కూడా రావు. మాధవి కాకుండా ఇంకే స్త్రీ అయినా-ఆ ఇంట్లో నిశ్చయంగా ఎక్కువ సుఖపడి ఉండేది. ఎప్పుడైతే 'నెగిటివ్ థింకింగ్' వస్తుందో-తాము 'సుఖపడరు' ఎదుటి వారిని సుఖపెట్టలేరు. చిన్న చిన్న విషయాలకే విపరీతంగా కంగారు పడిపోవటం, తమ భయాలతో, అనుమానాలతో అవతలివారిని వేధించటం, అవతలివారి చిన్న తప్పుల్ని కూడా భూతద్దాల్లో ఎత్తి చూపటం, 'నేను కాబట్టి ఈ సంసారం చేయగలుగుతున్నాను, నేను కాబట్టి మీతో ఉండగలుగుతున్నాను. నేను కాబట్టి, నేను కాబట్టి..' అనుకోవటం-ఇవన్నీ 'నెగిటివ్ థింకింగ్' ఉన్నవారి అలవాట్లు.

'ఎందుకు మాధవీ ఎప్పుడూ నవ్వుతూ ఉండవు?' అని ఎప్పుడైనా అడుగుతాడు. 'ఆ. నా మొహానికి ఇక నవ్వు కూడానా' అంటుంది. మగవాడికి అంతకన్నా శూన్యత ఏముంటుంది? ఇంతకాలం అహర్నిశలు పని ధ్యాసలో ఉండటంవల్ల మిగతా విషయాల్ని పట్టించుకొనే స్థితిలో లేడు. ఇప్పుడు జీవితంలో ఒక అత్యున్నతమైన స్థానంలో నిలబడి వెనుదిరిగి చూసుకుంటే... సాధించిన దాన్ని భార్యే గుర్తించడం లేదు.

బయట వర్షం ఎక్కువైంది. అతడు పక్క మీంచి లేచి బెడ్రూమ్ కిటికీ లోంచి వర్షాన్ని చూడబోయేడు. ఈ చప్పుడుకి మాధవి నిద్రలోనే అట్నుంచి ఇటు వత్తిగిలి, "అర్ధరాత్రి అంకమ్మ శివాలన్నట్లు మీరు పడుకోరు. పక్కవాళ్ళని పడుకోనివ్వరేమిటి? మీకేం? ఎనిమిదింటికి లేస్తారు. తెల్లవార్నే లేచేవాళ్ళకి తెలుస్తుంది బాధ" అంది.

అతడు మాట్లాడకుండా కిటికీలోంచి బయటకు చూడసాగాడు. ఆమె తెల్లవారుజామునే లేవకపోయినా కొంప మునిగిపోదని అతడికి తెలుసు. ఆమెకి నిద్రాభంగం కలిగించటం తప్పే. పోనీ అదే, ఆమెకు నిద్రాభంగం కలిగించకుండా బైట వరండాలోకి వెళ్లి నిలబడితే, నిద్ర కళ్ళతో బయటకు వచ్చి, "లోపలికొచ్చి సగుకోకూడదూ, మళ్లీ జలుబు చేస్తే నేనేం చెయ్యాలి. ఖర్మ" అని సాధిస్తుంది.

ఏ పని చేసినా దాన్ని వ్యతిరేకించటానికి రెడీమేడ్‌గా ఒక వాదనని పెట్టుకున్న వాళ్ళకి ఏం చెప్పగలం?

జీవితంలో తనేం కోల్పోయాడు–అన్నది అతడికి ఒక విదేశీయానంలో తెలిసింది. రవితేజ టెక్స్‌టైల్స్ తరఫున ఆర్నెల్లు ట్రైనింగ్‌కి వెళ్లవలసి వచ్చింది. అప్పటికి అతడికి మాధవితో వివాహమై నాలుగు సంవత్సరాలు కావస్తోంది. బయల్దేరుతూంటే మాధవి 'మర్చిపోరుగా, నాకో బంగారు చైన్ వాచి' అని చెప్పింది. అతడు నవ్వుతూ తలూపాడు. కంపెనీ కారు విమానాశ్రయానికి తీసుకువెళ్ళటం కోసం వచ్చి ఇంటి ముందు ఆగింది. అన్ని వస్తువులూ సరిగ్గా ఉన్నాయో లేదో చూసుకుంటున్నాడు అతడు.

"ఆర్నెల్లుండాలి. ఆరోగ్యం అదీ జాగ్రత్త, ఎక్కువ తాక్కండి".

అతడు నవ్వుతూ, "నాతో ఇన్ని సంవత్సరాలు కాపురం చేశావు. ఇంకెంత కాలానికి నా మీద నమ్మకం ఏర్పర్చుకుంటావు మాధవీ?" అని అడిగాడు.

"కవిత్వం చాలు గానీ, బయల్దేరండి".

ఇద్దరూ కారు దగ్గరకొచ్చారు. "వాచి సంగతి మర్చిపోకండి. రీకో–"

కారు విమానాశ్రయానికి వచ్చింది. అతడు రెండు మూడు పుస్తకాలు కొనుక్కొని వచ్చి కూర్చున్నాడు. బొంబాయి వెళ్ళే విమానం బయల్దేరటానికి ఇంకా అరగంట ఉన్నది. అప్పుడు చూశాడు అతడు ఆ జంటని. ఇద్దరు పిల్లలనుకుంటా! బిక్కమొహంతో పక్కన నిలబడి చూస్తున్నారు. ఆమె వయసు ముప్ఫై అయిదు పైనే ఉంటుంది. కళ్ళు రెండూ ఎర్రబడగా తల దించుకుని పైటతో వత్తుకుంటోంది. అతడు ఆమె చెంపలు తుడుస్తున్నాడు. అయితే అందులో ఏదీ కృత్రిమంగా లేదు. అది ఎంత స్వాభావికంగా ఉందంటే, అంత పెద్ద విమానాశ్రయంలో ఒక్కరు కూడా ఆ దృశ్యాన్ని చూసి మొహం ప్రక్కకి తిప్పుకుని నవ్వుకోలేదు. మనసంతా ఒక ఆర్ద్రభావాన్ని నింపేలా ఉంది. ఆ దృశ్యం మనుష్యులకీ, జంతువులకీ తేడా ఏమిటో తెలియ చెప్పేలా ఉంది. ఆమె, వాళ్ళ ఇద్దరు పిల్లలూ చేతులు ఊపుతూ ఉండగా అతడు వెనక్కి తిరిగి తిరిగి చూసుకుంటూ కౌంటరు వైపు సాగిపోయాడు.

రవికి ఇదంతా ఎంతో అపురూపంగా తోచింది. వీడ్కోలు సంగతి సరే. ఆగమనం కూడా అంతే. రాగానే సూట్‌కేసు విప్పి చూడాలన్న ఆత్రమే ఎక్కువ.

ఒక్కోసారి కాంప్ నుంచి తిరిగి రావటం నాల్గయిదురోజులు ఆలస్యం అవుతూ ఉంటుంది. ఇంట్లోకి అడుగు పెట్టగానే "ఇంకో నాలుగు రోజులు అక్కడే ఉండలేక పోయారా? ఇంటికన్నా గుడి పదిలం అని..." అని మొదలు పెడుతుంది. వచ్చిన సంతోషం అంతా పోతుంది. ఈ విసుగంతా నాల్రోజులు ఎక్కువైన వంటరితనం వల్ల వచ్చినదైతే, అలా నిష్ఠూరంగా అసహ్యం కలిగేలా చెప్పటం కన్నా మామూలు భాషలో చెప్పొచ్చుగా. ఒక స్పర్శతో-లేదా చూపులతో.

"నేనక్కడేం ఆడుకోవటానికి వెళ్ళలేదు మాధవీ. పని ఉండే ఉండిపోయాను" అనాలనిపిస్తుంది. అనడు. అంటే తిరిగి, "పని. పని. పని. ఎవడు పెట్టుకొమ్మన్నాడు అంత పని?" అంటుంది. మళ్లీ అక్కడికే వస్తుంది సంభాషణ. అందుకే మాటలు అనవసరం.

టెన్నీస్‌లో మెకెన్రో, బొమ్మల్లో పికాసో, నటనలో బలరాజ్ సాహ్నీ అంత గొప్పవాడు కాకపోయినా తన రంగంలో తను గొప్పవాడు! తాగి వచ్చి భార్యని చావబాదేవాడూ, స్కూటరిమ్మని మామని వేధించేవాడూ, పేకాట్లో జీతమంతా పొగొట్టుకునే వాడూ, లంచాలు పట్టి సంపాదించేవాడూ, కొడుకుల్ని చావబాదేవాడు, ప్రొద్దస్తమానం పక్క మీద పడుకుని పేపరు చదివే వాడూ... వీళ్ళందరి కన్నా తను గొప్పవాడు. కానీ తన భార్య దృష్టిలో మాత్రం కాదు.

ఆర్నెల్లకొక కొత్తచీర కొనుక్కొచ్చేవాడు, నెలకొక సినిమాకైనా తీసుకెళ్ళేవాడు, కొడుకుల చదువు గురించి పట్టించుకునేవాడు, పక్కింటావిడ మొగుడులా ఇంటిపట్టున ఉండేవాడు, భార్యకి కాస్త తలనొప్పి వస్తే ఎంతో హడావుడి చేసేవాడు-ఆవిడ దృష్టిలో వీళ్ళ కన్నా తను అధముడు.

ఈ ప్రపంచంలో పది రైళ్ళు ఒకే సారి పరుగిడే బ్రిడ్జినైనా వెల్డింగ్ చేసే పరికరం ఉందేమో గానీ, అతకని రెండు మనసుల్ని కలిపే ఆయుధం లేదు.

బయట వర్షం తగ్గింది. అతడొచ్చి పక్క మీద పడుకుని ఆలోచిస్తున్నాడు. తెల్లవారుతోంది. సరిగ్గా ఆ సమయానికి, వర్షం వెలుస్తున్న తొలి ఉషస్సులో కూర్చుని ఒకామె పదిహేను సంవత్సరాల క్రితం తను ముద్దు పెట్టుకున్న ఒక కుర్రవాడికి సుదీర్ఘమైన ఉత్తరం వ్రాస్తూ ఉంది.

పది సంవత్సరాల నుంచి అతడి అభివృద్ధిని దినదినం చూస్తూ, తన ఉనికి విషయం ఇన్నాళ్ళూ చెప్పకుండా కంట్రోల్ చేసుకుంటూ, మరి చేసుకోలేక.

తను ఎవరో... మొట్ట మొదటి సారి అతడిని ఎక్కడ కలుసుకుందో... ఇదంతా ఎంత చిత్రంగా జరిగిందో వ్రాస్తోంది. ప్రత్యూషపు వెలుగులో మోకాళ్ళ మీద ముగ్ధంగా కూర్చుని ఆమె వ్రాస్తూన్న ఆ ఉత్తరం, అతడి భవిష్యత్ జీవితపు తెల్లచీర మీద, విధి నేసే నల్లంచు నేతకి కారణమవుతుందని ఆ క్షణం వారిద్దరికీ తెలీదు.

12

షాపుల్లో కొనే ఒక చీర వెనుక చాలా చరిత్ర ఉంటుంది. పది చీరలు తీయిస్తే, వాటిని తిరిగి మడత బెట్టి లోపల పెట్టటం వల్ల జరిగే రాపిడికి రెండు శాతం చీరలు **డెడ్-స్టాక్** అవుతాయనీ, ఆ ఖరీదు కూడా తాము కొనే చీర ధరలోకే వచ్చి చేరుతుందనీ చీరలు బేరం చేసే వాళ్లకి తెలీదు. తాము ఉచితంగా తాగే కూల్ డ్రింక్ ఖరీదుకి పదిరెట్లు తాము చెల్లించే ధరకి కలపబడిందనీ, కేవలం చీర మీద అంటించిన కాగితం ముక్క మీద ఉన్న ధర, FIXED PRICES అని వ్రాసి ఉన్న బోర్డు చూసి తాము మోసపోతున్నామనీ, ఆ ధర ఫ్యాక్టరీ నుంచి వచ్చింది కాదని, ఆ క్రితం రాత్రి సేల్స్ మెన్ అయినా వేసి ఉండవచ్చునీ పట్టుచీర కొనేవారికి తెలీదు.

ఇలా ఆలోచిస్తూ ఉండగా రవితేజకి ఒక ఆలోచన స్ఫురించింది. ఈ విషయాలన్నీ తామే ఎందుకు కస్టమర్లకి చెప్పకూడదు? ".. ముందు కస్టమర్ మన మీద నమ్మకం పెంచుకోవాలి" అని శర్మగారితో పరిచయం కాక ముందు అన్నాడు. ఇప్పుడు అదే ఎందుకు ఉపయోగించుకో కూడదు? మంచి ఆలోచన..!

ఆ ఆలోచన వచ్చాక అతడు ఆగలేదు. సెక్రటరీని పిలిచాడు. ఆమె పేరు సరస్వతి. నలభై అయిదేళ్ళుంటాయి. తెలివైనది. "కూర్చోండి" అన్నాడు. కూర్చుంది.

"చాలాకాలం క్రితం, ఈ కంపెనీలోకి రాక ముందు, శర్మగారితో మొదటి పరిచయంలో నేనేం మాట్లాడానో తెలుసా? షోకేసులో ఉన్న చీర ఎప్పుడూ కొనకండి. ఫేడ్ అయిపోయి ఉంటుంది. అలాటిదే ఇంకొకటి లోపల్నుంచి తీసుకోండి అని..."

అతడు కూర్చోపెట్టి అకస్మాత్తుగా ఇలా అనేసరికి ఆమెకేమీ అర్థం కాలేదు. రవితేజ నవ్వి అన్నాడు. "...ఇలాంటి సలహాలే మనం కస్టమర్లకు మన వైపు నుంచి ఎందుకు ఇవ్వకూడదు?"

ఆమె దిగ్భ్రాంతితో చూసింది. రవితేజ చెప్పుకుపోతున్నాడు. "ప్రతీచీరకీ మనం ఒక ధర ఫిక్సు చేస్తాం. మన రిటైలర్స్ ఆ ధరకే దాన్ని అమ్ముతూ ఉండవచ్చు. కానీ ఇప్పట్నుంచి ఆ పట్టికని మనమే డైరెక్టుగా కొనేవాళ్లకి అందజేస్తాం. లోకల్ టాక్సెస్ ఎక్స్ట్రా అన్నది ఎలాగూ ఉంటుంది. చీర అమ్మకాల్లో ఎవరూ ఇంత వరకూ ఇలా చేయలేదు. కొనుగోలుదార్లకి విశ్వాసం ఏర్పడుతుంది. వ్యాపారంలో మొదటి మెట్టు విశ్వాసం..." అతడు చేతిలోని కాగితాలు ఆమెకి అందించాడు. "మొన్న ఉపన్యాసంలో నేను కస్టమర్లకి ఇచ్చే ఉచిత బహుమతుల గురించి తయారు చేసిన స్కీమ్స్ ఇవి! అలాగే మేకప్ అందాల గురించి, ఏ చీర ఎవరికి నప్పుతుందన్న విషయాల గురించి చిన్న పుస్తకం కూడా ఉచితంగా ఇద్దామనుకున్నాం గుర్తుంది కదా! ఆ పుస్తకంలో–ఈ సలహాలు కూడా చేరుద్దాం. వాటిని వ్రాసి పట్టుకు రండి. మీరు కస్టమరయితే ఏ జాగ్రత్తలు తీసుకోవాలి అనేది".

ఆమె కిప్పుడు అర్థమైంది. నవ్వి, ఆ కాగితాలు తీసుకువెళ్లి తయారు చేయించి తీసుకు వచ్చింది. వాటిని అతడు చదువుతూ ఉంటే, తను వ్రాసింది తన యజమానికి నచ్చిందో లేదో అని ఆత్రంగా అతడి వైపే చూస్తూ ఉన్నది. అతడు ఆమె వ్రాసిన పాయింట్లు చదవటం ప్రారంభించాడు.

- A Woman Express herself in many ways. అన్ని రకాల దుస్తుల్లోనూ చీరకి ఒక ప్రత్యేకత ఉంది. విదేశీ దుస్తులతో పోలిస్తే ఇన్ని గజాల గుడ్డని శరీరానికి చుట్ట బెట్టడం వృధా అనిపించవచ్చు. కానీ ఇప్పుడిది విదేశీయుల్ని కూడా బాగా ఆకర్షిస్తోంది. బహుశ పత్తిపంట పుష్కలంగా పండే దేశం కాబట్టి ఈ అలవాటు వచ్చి ఉండవచ్చు.
- కొంగు పొడవుగా తీసి భుజాల చుట్టూ వేసుకోవటం, కొప్పు పెట్టుకోవటం ఒకప్పుడు ముసలమ్మల ఫ్యాషన్‌గా భావించబడేది. ఒక సినిమాలో జయబాధురీ ఈ విధంగా తయారవ్వగానే, కాలేజీ అమ్మాయిలందరూ అలా అలంకరించుకుని, ఉన్నట్టుండి నమ్రత, గౌరవప్రదమైన ఒద్దిక తెచ్చేసుకున్నారు. కాబట్టి ఫ్యాషన్‌కి హద్దులు లేవు.
- చీర మొత్తంలో పైట చెంగుకి ఒక ప్రాధాన్యత ఉంటుంది. దీన్ని చాలామంది నిర్లక్ష్యం చేస్తూ ఉంటారు. తమిళనాడు అమ్మాయిలు చీర కొంగుని నడుము

చుట్టు తిప్పి ముందు వైపు అంచంతా క్రిందికి పరుచుకునేలా దోపుతారు. ఈ రకమైన కట్టులో ఒక అందం ఉంటుంది.

- బాగా గంజిపెట్టిన చీరలయితే చూడముచ్చటగా ఉండేమాట నిజమే గానీ, రోజువారీ పనికి... ముఖ్యంగా ఆఫీసుల్లో... ఇస్త్రీ అవసరంలేని 'వాష్ అండ్ వేర్' చీరలయితే ఎక్కువ శ్రమ ఉండదు. అలాగే తెల్లటి చీరలు తప్ప మిగతావి నీడపట్టున ఆరెయ్యటం మంచిది.

అతడు సంతృప్తి చెందలేదు. మిగతాది చదవకుండానే తలెత్తి "ఇదంతా బాగానే ఉంది. కానీ, నేను చెప్పింది మీరు సరిగ్గా అర్థం చేసుకోలేదనుకుంటాను. మన బుక్-లెట్‌లో ఈ వివరాలన్నీ మొదటి ఛాప్టర్లో ఎలాగూ వస్తాయి. షాపుల్లో కస్టమర్లు తీసుకోవలసిన జాగ్రత్తల గురించి వ్రాయమన్నాను. పోన్లెండి నేను చెపుతాను వ్రాసుకోండి" అంటూ డిక్టేషన్ మొదలు పెట్టాడు. ఆమె వ్రాసుకుంటోంది.

- ఏ చీరయినా మీకు నచ్చితే దాన్ని వెంటనే కొనెయ్యాలన్న ఆతృతని దుకాణదారుని ముందు ప్రదర్శించకండి.
- ఏ చీర మీదయినా మీ దృష్టి రెండు సెకన్లు ఎక్కువ నిలబడితే వెంటనే దుకాణందారు "ఇది లేటెస్ట్ డిజైనమ్మా, చాలా ఫాస్టు కలరు. మొన్నే వచ్చింది మార్కెట్లోకి..." అంటాడు. నమ్మకండి. మీ దృష్టి దాని మీద కొద్దిగా ఎక్కువ సేపు ఆగటంతో మీరు దాని పట్ల కొద్దిగా ఆకర్షితులయ్యా రనీ, కానీ అటూ ఇటూ ఊగుతున్నారనీ అతడు గ్రహించాడు. మిమ్మల్ని కన్విన్స్ చేయటానికి ప్రయత్నం చేస్తున్నాడు. కేవలం మీకు నచ్చితేనే తీసుకోండి. అతడి మాటల వల్ల కాదు.
- చీరలు కొనేటప్పుడు పొడవు వెడల్పు కొలవమని అడగటంలో మొహమాట పడకండి.
- అయిదు మీటర్ల కన్నా పొడవైన చీరలు ఒంటికి అందాన్నిస్తాయి.
- కళ్ళు చెదిరే రంగుల్తో పెద్ద ప్రింటులున్న చీరల్ని భారీకాయం ఉన్న వాళ్లు కట్టుకుంటే ఎత్తైన ముఖ ద్వారానికి బరువుగా వేలాడే కర్టెన్లలా ఉంటారు. అలాగే, పొట్టివాళ్ళు ఎక్కువ నగలేసుకుంటే భూమిలో సగం వరకూ పాతి పెట్టిన మొక్కజొన్న పొత్తులా ఉంటారు.

సరస్వతి వ్రాయటం ఆపి, కాస్త తటపటాయించి, "ఈ చివరి సలహా తీసేద్దాం సార్. కొనుగోలుకీ దానికీ సంబంధంలేదు" అంది.

ఆమె అలా చెప్పటంతో అతడు కాస్త ఆలోచించి, ఆమె వైపు మెచ్చుకోలుగా చూస్తూ, "అవును తీసెయ్యండి" అన్నాడు.

మొహమాటపడుతూ "నేను చెప్పానని కాదుకదా" అని అడిగింది. "కాదు. కాదు. మీరు చెప్పింది కరెక్టే. మిగతావి వ్రాసుకోండి" అని తిరిగి చెప్పటం ప్రారంభించాడు.

- "గొప్ప తగ్గింపు ధరలు"అన్న బోర్డు చూసి ఎప్పుడూ మోసపోకండి. 'అసలు ఎవరైనా ధర ఎందుకు తగ్గించాలి?' అని ఒక క్షణం ఆలోచించండి. కేవలం చీరకి అంటించిన కాగితం మీద, 'తన కలం' తో వ్రాసిన ధరలోనే తగ్గింపు ఇస్తున్నాడన్న విషయం మర్చిపోకండి. లేకపోతే మిగిలిపోయిన సరుకంతా వదుల్చుకోవటానికి ప్రయత్నిస్తున్నాడని గ్రహించండి. ఏ విధంగానైనా మీకే నష్టం.
- రవితేజ వారి ధరల లిస్టు దుకాణదారు దగ్గర ఉచితంగా పొందండి. మీరు కొనే చీర ధర, దానితో పోల్చి సరి చూసుకోండి. చీర ధరలను కరెక్టుగా కొనుగోలుదార్లకి చెప్పే సంస్థ-రవితేజ టెక్స్‌టైల్స్ ఒకటే.

* * *

"దట్సాల్" అంటూ పూర్తిచేసి, "ఎలా ఉంది?" అని అడిగాడు నవ్వుతూ.

"నాకు తెలియని విషయాలే చాలా ఉన్నాయి సర్" అంది. అలా అంత తొందరగా పాయింట్ మీద పాయింట్ చెప్పటం ఆమెకి ఎంతో ఆశ్చర్యంగా అనిపించింది. అందుకే అతడు 'ఆర్టీ' అయ్యాడు అని మనసులో అనుకుంది.

"ఇలా ఇవ్వండి. సంతకం పెడతాను. డైరెక్ట్‌గా కంపోజింగ్‌కి ఇచ్చెయ్యండి" అన్నాడు చెయ్యి సాచుతూ. ఆమె కాగితం అందిస్తూ ఉంటే అది జారి బల్ల క్రిందకు వెళ్లింది. ఆమె తియ్యబోతూంటే "నేను తీస్తాను" అంటూ అతడు వంగాడు. సరీగ్గా అప్పుడు తలుపు చప్పుడయింది. ఇద్దరూ బల్ల వెనుక నుంచి ఒకేసారి తలెత్తారు.

స్ప్రింగ్ డోర్ దగ్గర మాధవి నిలబడి ఉంది. సరస్వతి కాగితం తీసుకుని వెళ్లి పోయింది. ఆమె వెళ్తున్నంత సేపూ నిప్పులు కక్కే కళ్ళతో ఆమె వైపు చూస్తూ, ఆమె వెళ్ళిన తరువాత, "ఇందుకే నన్నుమాట ఇరవై నాలుగ్గంటలూ ఆఫీసూ ఆఫీసూ అని పడి చచ్చేది" అంది. అతడు విస్తుబోయాడు. ఆమె ఏం

మాట్లాడుతూ ఉందో కొంచెంసేపు పాటు అర్థం కాలేదు. అర్థమయ్యాక, ఇంకేమీ అనలేక "మా...ధ... వీ" అన్నాడు.

''పిల్లి కళ్ళు మూసుకుని పాలు తాగుతూ ఎవరూ చూడటం లేదనుకుంటుందట" వెటకారంగా అంది. అతడికెప్పుడూ రానంత కోపం వచ్చింది.

"నీకేమైనా మతిపోయిందా? ఆవిడ నాకన్నా పదేళ్ళు పెద్దది" అన్నాడు ఆవేశాన్ని అణచుకుంటూ.

"ఆ వయసులోనే బుద్ధి వెయ్యి వేషాలు వేసేది. దాన్ని లోపలికి పిలవండి. తేలుస్తాను".

"ఏమిటి నువ్వు తేల్చేది. అసలు నువ్విక్కడికెందుకొచ్చావు?"

"మీ కృష్ణలీలలు చూద్దామని!"

దాదాపు ఐదు నిముషాలు ఏం మాట్లాడుకున్నారో ఇద్దరికీ అర్థం కాలేదు. అతడు చాలా ఇరిటేటింగ్‌గా ఉన్నాడు. తన భార్యకి తన మీద ఇంత అపనమ్మకం ఉందని అతడికి అప్పుడే తెలిసింది. అతడు కాపాడుకుంటూ వచ్చిన విలువలన్నిటినీ ఒక్క మాటతో తోసేసి, చాలా సున్నితమైన చోట దెబ్బకొట్టిందామె.

ఒక మనిషి మీద మరొక మనిషికి ఉండే అభిప్రాయం థర్మాస్ ఫ్లాస్క్ అంత ఫ్రెగైల్‌దనీ, భార్యాభర్తల మధ్య కూడా అలాటి బంధమే ఉంటుందనీ, ఏ క్షణమైనా బ్రద్దలై పోతుందనీ అతడికి తెలుసు. తను ఎన్నాళ్ళనుంచో పెంచుకుంటూ వచ్చిన 'కారెక్టర్' ఒక అద్దాలమేడ ఒంటిదని అతడికి అర్థమైంది. మాట అనే చిన్న రాయి విసిరి అతడి భార్య ఆ అద్దాల మేడని కుప్ప కూల్చేసింది.

మాధవితో అతడి సంబంధం, ఒక సగటు మగవాడికి కావలసిన శారీరక సంతృప్తిని ఇస్తూనే వచ్చింది. కానీ ఇద్దరూ కాలక్రమేణా మానసికంగా దూరమవటంతో అది ఒక చిన్న అఫైర్‌గా మాత్రమే మారింది. తరువాత అతడు తన వ్యాపకాల్లో నిమగ్నమై ఇక పూర్తిగా ఆ అవసరాన్ని మర్చిపోయాడు. ఆ 'మర్చిపోవటాన్ని' భార్య ఇలా ఊహిస్తుందని అతడు కలలో కూడా అనుకోలేదు.

తనని తాను కంట్రోలు చేసుకుంటూ "వెళ్ళు మాధవీ! ఇది ఆఫీసు, అందరూ వింటారు" అన్నాడు.

"మీ గురించి ఎవరో చెపితే ఏమో అనుకున్నాను. ఇప్పుడు కళ్ళారా చూసి నమ్మాల్సి వస్తోంది".

రవితేజ పిడికిళ్ళు బిగుసుకున్నాయి. "ఎవరు?" అని అడిగాడు.

ఆమె మాట్లాడలేదు. అది ఆఫీసు అని కూడా మర్చిపోయి, అతడు ఆమె చెయ్యి గట్టిగా పట్టుకుని గద్దిస్తున్నట్టు "ఎవరు?" అని అడిగాడు.

"ఎవరో మీకెందుకు చెప్పాలి? నా శ్రేయోభిలాషి".

రవితేజ గట్టిగా ఏదో అనబోయాడు. అంతలో అద్దాల అవతల్నుంచి నీడలా కదలిక కనిపించింది. అందరికీ తమ మాటలు వినిపించే అవకాశం ఉందని, అతడు స్వరం తగ్గించి, "సర్లే-ఇంతకీ ఇప్పుడెందు కొచ్చినట్టు" అన్నాడు.

"కేవలం మీ శృంగారం చూద్దామనే" వెటకారంగా అని తలుపు దగ్గరకు వెళ్ళి వెనుదిరిగి, "ఒకటి మాత్రం గుర్తుంచుకోండి. ఇవాల్టి నుంచీ మీరేం చేసినా నాకు తెలిసిపోతూ ఉంటుంది" అని, మరి అతడు మాట్లాడటానికి వీల్లేకుండా అక్కణ్ణుంచి వెళ్ళిపోయింది.

అతడొక్కడే ఆ రూమ్‌లో అలా చాలాసేపు కూర్చుండి పోయాడు. బయట చాలామంది తమ గొడవ విన్నారనీ, లోపలికి రావటానికి తటపటాయిస్తున్నారనీ అతడికి తెలుసు. అతడికిప్పుడు మాధవి మీద కోపం కన్నా, ఆమె మనసులో ఆ విషబీజం నాటిందెవరో తెలుసుకోవాలన్న దుగ్ధ ఎక్కువైంది. ముందే ఒక అభిప్రాయంతో ఆమె ప్రవేశించింది. దానికి తగ్గట్టుగా ఈ దృశ్యాన్ని చూసేసరికి బి.పి. పేషెంట్ అయిన ఆమె సహజంగానే రెచ్చిపోయింది. బహుశ ఆ స్థితిలో ఉన్న ఏ ఆడదైనా అలాగే చేస్తుందేమో. తను అంత గట్టిగా అరవకుండా ఉండవల్సింది.

రవితేజ కుర్చీలోంచి లేవబోతూ ఉంటే సరస్వతి లోపలికి వచ్చింది. ఆమె మొహం పాలిపోయి ఉంది. ఆమె తమ మాటలు విన్నదని ఆమె మొహమే చెపుతూంది. అతడు చెప్పిన మాటలు కంపోజు చేయించి తీసుకొచ్చింది. అతడు దాన్నిచూసి ఆమె కిచ్చేసి, ఆమె వెళ్ళబోతూ ఉంటే, "సరస్వతిగారూ" అన్నాడు. ఆమె ఆగింది.

"ఐ యామ్ సారీ!" అన్నాడు.

ఆమె తల వంచుకుని "నేనూ ఆ మాటే చెపుదామనుకున్నాను సార్" అని అక్కణ్ణించి వెళ్ళిపోయింది.

అతడు కిటికీ దగ్గర నిలబడ్డాడు. సాయంత్రం అయిదున్నర అయింది. ఒకరొక్కరే ఆఫీసు నుంచి బయట పడటం పై అంతస్థు నుంచి స్పష్టంగా

కనిపిస్తోంది. సరస్వతి బస్ స్టాప్ వైపు నడుస్తోంది. చెవుల దగ్గర తెల్ల జుట్టు మీద సూర్యరశ్మి మెరుస్తోంది. మాధవి... ఈమెకీ, తనకీ సంబంధం అంటకట్టిందని అనుకుంటేనే చిత్రంగా ఉంది.

సరస్వతి రోడ్డు క్రాస్ చేస్తోంది. అతడు చూస్తూ ఉండగానే, మలుపులోంచి ఒక కారు వేగంగా వచ్చింది. అతడి మనసేదో కీడు శంకించింది. కారు డ్రైవరు బ్రేకు వేయలేక పోయాడు. శబ్దానికి సరస్వతి వెను దిరిగి చూసింది కానీ, అప్పటికే ఆలస్యం అవటం, ఆమె కెవ్వున అరవటం, కారు ఆమెని గుద్దు కోవటం ఒకే సారి జరిగి పోయాయి.

కారు ఆగకుండా వెళ్ళిపోయింది. జనం ఆమె చుట్టూ మూగుతున్నారు. అతడు అప్పుడే స్పృహలోకి వచ్చినవాడిలా కోలుకుని క్రిందికి పరుగెత్తాడు.

దాదాపు గంట తరువాత డాక్టర్లు 'ఆమెకేం ప్రమాదం లేదనీ, ప్రాక్చరైన కాలి ఎముక అతుక్కోవటానికి రెండు నెలలు పడుతుందనీ' చెప్పాక అతడు తేలిగ్గా శ్వాస పీల్చుకున్నాడు. ఆ రెండు నెలల ఖర్చు కంపెనీకే వ్రాయమని అకౌంటెంట్‌తో చెప్పాడు. ఈ లోపులో ఆమె భర్త కూడా వచ్చాడు. అతడికి ధైర్యం చెప్పి ఇంటికి బయల్దేరాడు.

మాధవి ఇంట్లో లేదు. ఆ రోజు జరిగిన సంఘటనలతో అతడు చాలా అలసిపోయాడు. ఇంకేమీ ఆలోచించకుండా స్నానం చేసి నిద్రపోయాడు.

సరిగ్గా ఆ సమయానికి ఒక ఎయిర్ కండిషన్డ్ గదిలో–చిన్న రూమ్‌లో ఒక వ్యక్తి తన ముందున్న కాగితం మీద "ఒకటి" అని వ్రాసి ఉన్న దానిని కలంతో కొట్టేశాడు–ఒక పని పూర్తయినట్టు..!

13

నాలుగు రోజులు గడిచాయి. ఇంట్లో శ్మశాన నిశ్శబ్దం పేరుకుంది. ఇద్దర్లో ఎవరూ మాట్లాడటానికి ప్రయత్నించటం లేదు. ఆమె చేసిన ఈ కొత్త ఆరోపణతో అతడి మనసు విరిగి పోయింది.

ఇంకొక వైపు చీరల ధరలు కంపెనీయే ప్రకటించటాన్ని షాపులవాళ్ళు గాఢంగా వ్యతిరేకించారు. చాలా సందర్భాల్లో చాలా చీరలు సంవత్సరాల తరబడీ షాపుల్లో ఉంచాలి. స్టాక్ టేకింగ్ సమయంలో వాటి ధర పెంచాలి. మరో వైపు

రవితేజ మార్కెట్లో విడుదల చేసిన పుస్తకం అనుకున్న ఫలితాన్ని తెచ్చి పెట్ట లేదు. చాలామంది కస్టమర్లు ఆ పుస్తకాన్ని చూసి "ఇందులో మాకు తెలియని పాయింట్లేమున్నాయి? అంతా మాకు తెలిసిందే కదా" అన్నారు. ఈ విషయమై రవితేజ అంచనా తప్పయింది. నిజానికి వారిలో చాలామంది స్త్రీలకి చీరల గురించి అసలేమీ తెలీదు.

ఎప్పుడూ విమల్ చీరలు కట్టే వాళ్ళకి కూడా విమల్ పాలియెస్టర్ చీరల్లో డివైన్, జోవెల్ సిల్కీ, హాట్రిక్, మోనలిసా, శుభలక్ష్మి, లాపర్షియన్–కేవలం టిష్యూల్లోనే ఇన్ని రకాలు ఉన్నాయనీ, ఇక క్రేప్ సంగతి తీసుకుంటే మళ్ళీ అందులో స్వీట్ మెమొరీస్, రాయల్ పాలెస్, క్రిస్టల్ సిల్కులున్నాయనీ, ఇవి గాక మళ్ళీ జార్జెట్, షిఫాన్ ఉన్నాయనీ తెలీదు. షాపుకెళ్ళి 'గార్డెన్ చీరలు చూపించండి' అంటారు. చైనా సిల్కో... గార్డెన్ టిష్యూనో చెప్పరు. అలాగే 'ఖటావ్' లో అంబర్–మోరికా–ఇంటిమేట్–చందేరీ–కంచన్ లలో ఏది కావాలో చెప్పలేరు.

ఈ సున్నితమైన తేడాని సేల్స్–మెన్ కూడా వీళ్ళకి తెలియజెప్పటానికి ప్రయత్నించరు. "గార్డెన్" అనగానే ఒక న్యూ చైనా, పి.జి. చైనా, ఒక సెల్ఫ్ డిజైన్ వరుసగా చూపించటం మొదలు పెడతారు. వాళ్ల పక్క ఇంటివాళ్ళో లేక స్నేహితులో చెప్పిన దానికంటే ఇది కొంచెం ఎక్కువ ధర ఉంటే, షాపువాళ్ళని అనుమానిస్తారు. ఒకే రకంగా కనిపించిన చీర, తన స్నేహితులు కొన్న చీర కంటే ఒక రూపాయి ఎక్కువ ఉన్నా, "వాడెవడో నీకు బాగా టోపీ వేశాడు. ఇదే చీర నేను సన్యాసీ వస్త్రాలయంలో తక్కువకి కొన్నాను" అని పక్కవాళ్లు వెక్కిరిస్తారు. వీళ్ళు దాన్ని అవమానకరంగా భావిస్తారు.

ఇన్ని రకాల చీరల్లో, 'దేని ధర ఏదో గుర్తించటం అసాధ్యమైన పని' అని కస్టమర్లు తెలుసుకోరు. ఈ విషయంలో రవి తప్పటడుగు వేశాడు. ఏదో ఒక కొత్తదనాన్ని ఆశించి, లేదా కొత్త మార్పు ప్రవేశ పెడదా మనుకున్నప్పుడు ఇలాంటి ఎదురు దెబ్బలు తప్పవు. వ్యాపారంలో ఇదంతా మామూలే. అయితే ఇంత కన్నా పెద్ద ప్రమాదం... అనుకోని కోణంలోంచి వచ్చి పడింది.

* * *

ఆ రోజు అతడు ఆఫీసుకు వచ్చి కూర్చున్న రెండు నిమిషాలకి ఇంటర్–కమ్‌లో శర్మ నుంచి పిలుపొచ్చింది. "నీ కోసం అరగంట నుంచీ ప్రయత్నిస్తు న్నాను. ఇంటికి ఫోన్ చేస్తే బయల్దేరావని అన్నారు. అర్జెంటుగా నా గదికి రా".

రవితేజ హడావుడిగా వెళ్లేసరికి శర్మతో పాటు, కంపెనీ డైరెక్టర్లూ, ఒక మధ్య వయస్కుడు కూర్చుని ఉన్నాడు. "ఈయన ఎల్.సి.రావు. సెంట్రల్ ఇంటెలిజెన్సు నుంచి"

రవికి అర్థం కాలేదు. సి.ఐ.డి. వాళ్ళకి తమతో ఏం పనుందా అనుకున్నాడు. ఈ లోపులో రావు, "మిస్టర్ రవితేజా! ఈ చీరలు మీ ఫ్యాక్టరీ నుంచి తయారైనవేనా" అంటూ ఒక ప్యాకెట్ అతడి ముందుకు తోశాడు.

ఆ ప్యాకెట్లో కనబడుతున్న చీరల వైపొకసారి చూసి, "మావే" అన్నాడు రవి.

"ఒకసారి పరిశీలనగా చూడండి".

"అక్కర్లేదు. మా కంపెనీ నుంచి తయారైన చీరల్ని ఎక్కడున్నా గుర్తు పట్టగలను" ప్యాకెట్ విప్పకుండానే అన్నాడు. శర్మ చూపుల్లో అందిస్తున్న సందేశాల్ని గానీ, శర్మ మొహంలో అలజడిని గానీ అతడు గమనించలేదు.

"మీ చీరలు ఏ ఏ దేశాలకు ఎగుమతి చేస్తున్నారు?"

"పాకిస్తాన్, శ్రీలంక, బంగ్లాదేశ్, చైనా..." రవి తేలిగ్గా అన్నాడు. "అన్నిటికీ మాకు లైసెన్సులున్నాయి".

అతడి మాటలు పూర్తికాక ముందే రావు ప్యాకెట్ విప్పి అందులోంచి చీరను నిలువుగా పట్టుకున్నాడు. చీర డిజైన్ ఇప్పుడు స్పష్టంగా కనిపిస్తోంది. గీతలు-వలయాలు-బోర్డరు. రవికి షాక్ తగిలినట్టయింది. ఆ చీర తమ తయారీయే. డిజైన్ మాత్రం తమది కాదు. రవితేజా టెక్స్‌టైల్స్ వారు వాడే సిల్క్-వారు వాడే పాలియెస్టర్-వారు వాడే బోర్డరు-అంతా అదే... కానీ లోపల డిజైన్ మాత్రం వేరే..! అందుకే అతడు బైటనుంచి చూసి గుర్తు పట్టలేకపోయాడు.

"ఏ... ఏమిటవి?" అని అడిగాడు.

"దేశ రహస్యాల్ని చాలా తెలివిగా విదేశాలకు పంపుతున్నారు. చీర మీద డిజైన్ వేస్తే మూడో కంటికి అనుమానం రాదు. మీ తెలివితేటలకు నా జోహార్లు".

"నాన్సెన్స్" అనుకున్నాడు రవి మనసులో. "...ఎక్కడ దొరికాయి మీకీ చీరలు?" కోపాన్నీ, ఉద్వేగాన్నీ అణచుకుంటూ అడిగాడు.

"పాకిస్తాన్ వెళ్తూన్న కన్-సైన్-మెంట్ లో" అన్నాడు.

రవితేజ చీరల వైపు పరీక్షగా చూడటం గమనించి అతడు కొనసాగించాడు- "ఇది ఆవడి వెహికిల్ ఫ్యాక్టరీ డిజైను. ఇది దిండిగల్ ఏరియా. ఇది శ్రీహరికోట వివరాలు చెప్పే డిజైను..."

రవితేజ మనసులోనే శత్రువుని అభినందించాడు. చీరల మీద డిజైన్లు వేసి శత్రుదేశాలకి పంపటం అనే ఈ ప్లాను గొప్పది.

"ఇప్పుడేం చేస్తారు?"

"మిమ్మల్నీ, ఈ సంస్థ ఛైర్మన్నీ, మిగతా డైరెక్టర్లనీ అరెస్టు చేయటానికి వారెంట్లు తెచ్చాను మిస్టర్ రవితేజా!"

డైరెక్టర్లు మొహాలు చూసుకున్నారు. "మేమూ మా లాయర్ని సంప్రదించవచ్చా?"

"దేశరక్షణకి సంబంధించిన విషయాల్లో లాయర్లు ఏమైనా చేస్తారని నేను అనుకోను-"

"బెయిల్?"

"ఆ విషయమైతే మీరు నిరభ్యంతరంగా మీ లాయర్లని సంప్రదించవచ్చు".

"ఈ చీరలు మావే. కానీ డిజైన్లు మావి కావు. సాదాచీరలు కొనుక్కుని వాటి మీద ఈ డిజైన్లు ఎవరయినా వేయించి ఉండవచ్చు. అక్కడ పాకిస్తాన్‌కి ఈ కన్‌సైన్‌మెంట్ చేరుకోగానే వాళ్ళ ఏజెంట్లు వీటిని తీసుకునే ఏర్పాట్లు చేసుకుని ఉండవచ్చు. మీరు ఈ చీరల్ని రసాయనిక పరీక్ష కిచ్చినా, దీని 'డిజైన్ ఇంక్' మేము వాడేది కాదని అర్థమవుతుంది. మరో రకంగా ఆలోచిస్తే అసలీ ప్లాను మమ్మల్ని ఇరికించటానికి అయి ఉండవచ్చు".

"అలాటి ప్రత్యర్థులు మీకెవరైనా ఉన్నారా?"

"చెంచురామయ్య & కో".

"మీరన్నట్టు ఈ డిజైన్లు మీ ఫ్యాక్టరీలో ముద్రించబడి ఉండకపోవచ్చు. ఇంకులు కూడా తేడా ఉండవచ్చు. కానీ అదంతా ఎంక్వయిరీ తరువాత తేలుతుంది".

"ఆ తరువాతే మమ్మల్ని అరెస్టు చెయ్యాలి మీరు" శర్మ అన్నాడు. ఆయనకప్పుడే బి.పి. పెరుగుతూంది.

ఎల్.సి. రావు నవ్వాడు. "ఎంక్వయిరీ అయిపోయాక ఇక అరెస్టు లెందుకు? మీరు మా ఎంక్వయిరీకి అడ్డుపడకుండా ఉండటం కోసమే కదా అరెస్టు చేసేది".

రవితేజ వీళ్ళ మాటలు వినటంలేదు. ఆలోచిస్తున్నాడు. అతడు చెప్పేది నిజమే! ఈ వాదనలన్నీ ఇక అనవసరం. రేప్రొద్దున్నే ఈ వార్త పెద్ద అక్షరాలతో పేపర్లో వస్తుంది. **'దేశంలోని అత్యుత్తమ రవితేజ వస్త్రోత్పత్తి సంస్థ డైరెక్టర్లని దేశద్రోహం క్రింది అరెస్టు'** అని పడుతుంది. ఎల్లుండి బెయిల్ మీద వదిలి పెట్టబడ్డారని వస్తుంది. రెండు సంవత్సరాల తరువాత నిర్దోషులుగా ఋజువు అయినట్టు తెలుస్తుంది.

కానీ ఏం లాభం? మొదటి రోజు వార్త తోనే షేరు ధర టాప్ మని పడిపోతుంది. 'బుల్స్' విజృంభిస్తారు.

చెంచురామయ్యా! సరి అయిన చోట దెబ్బకొట్టావ్.

రవితేజ ఈ విధమైన ఆలోచనలో ఉండగా శర్మ ఇన్‌స్పెక్టర్‌తో బేరం మొదలు పెట్టాడు. 'పాతిక వేలిస్తాం. వదిలెయ్యండి' టైప్ లో. రావు నవ్వాడు. "మీకు మా డిపార్ట్‌మెంట్ మీదా, ప్రభుత్వం మీదా చాలా చిన్నచూపు ఉన్నట్టుంది. అందరూ లంచగొండులే ఉండరు. మామూలుగా అయితే రాగానే మిమ్మల్ని అరెస్ట్ చేసి తీసుకెళ్ళి ఈ వివరాలన్నీ అక్కడ చెప్పాలి. కానీ ఇది మీ మీద కక్షగట్టి ఎవరో చేస్తున్నట్టు నాకే అనిపించింది. అందుకే ఇలా మామూలుగా మాట్లాడుతున్నాను. కానీ అరెస్ట్ మాత్రం తప్పదు. 'దేశరక్షణ' అనేసరికి ఎవరూ స్వంత నిర్ణయాలు తీసుకోవటానికి ముందుకు రారు. బెయిల్ దొరుకుతుందో లేదో కూడా అనుమానమే! నేనిలా మామూలుగా మాట్లాడుతున్నాను కదా అని, దీన్నేదో డబ్బు దాహంలా మీరు భావించటం దురదృష్టకరం".

"సారీ... సారీ" అంటున్నాడు శర్మ. ఈ లోపులో రవితేజ కల్పించుకుని "మేమే గానీ ఈ చీరల్ని విదేశాలకు పంపాలనుకుంటే 'మా' బేళ్ళలో కట్టి ఎందుకు? మామూలుగా విమానంలో ఏ సూట్కేసులోనో పెట్టి పంపవచ్చుగా?" అన్నాడు.

"అవును, అదే నేనూ ఆలోచించాను. పాకిస్తాన్‌కి ఎవరూ ఇలాటివి ఓడలో పంపరు. అందుకే ఇది మీ మీద కక్షగట్టి ఎవరో చేస్తున్న పని అనిపించింది. అందులో వారు గెల్చారు".

"ఒకసారి అరెస్ట్ అవగానే, తరువాత గంటలో విడుదలయినా, ఆ వార్త తాటికాయలంత అక్షరాల్తో పేపర్లో పడుతుంది" నిస్పృహయంగా అన్నాడు శర్మ. ఆయన ఆ మాటలు అంటుంటే రవితేజ మెదడులో ఒక ఆలోచన మెరుపులా మెరిసింది.

"ఈ ఇన్‌స్పెక్టర్ సాయం చేస్తే ఒక రకంగా మనం దీన్ని-ఐ మీన్-ఈ ప్రభావాన్ని తగ్గించవచ్చు".

"ఎలా?" రావు అడిగాడు.

"నిజంగా మీరు మమ్మల్ని నమ్మిన పక్షంలో, మమ్మల్ని అరెస్ట్ చేయటానికి రేపొస్తారు. మమ్మల్ని రేపు అరెస్టు చేస్తారు".

"నాకర్థం కావటంలేదు".

"ఇంకో గంటలో మా డైరెక్టర్లు నలుగురు పదవికి రాజీనామ ఇచ్చేస్తారు. డైరెక్టర్ రవితేజని అరెస్ట్ చేస్తే ఉన్నంత సెన్సేషను మాజీ డైరెక్టర్లని చేస్తే ఉండదు. మిగతాది పేపరు వాళ్ళతో మనం ఏర్పాటు చేసుకోవచ్చు-వార్త యొక్క సాంద్రత తగ్గించటం ద్వారా".

ఇన్‌స్పెక్టర్ అయోమయంగా చూశాడు. ఇదంతా బయటికి పొక్కితే తన ఉద్యోగానికే ప్రమాదం. కానీ చెంచురామయ్య-రవితేజ రెండు మల్టీ-క్రోర్ కంపెనీల మధ్య జరిగే ప్రచ్ఛన్న యుద్ధం అది. ఒక్కరోజు పేపరు వార్త కోసం లక్ష రూపాయలు ఖర్చు పెట్టేది ఒక కంపెనీ అయితే, ఒకరోజు దాన్ని వాయిదా వేయించటం కోసం ఇంకో లక్ష ఖర్చు పెట్టటానికి మరో కంపెనీ సిద్ధపడుతూ ఉంది. రావు గానీ డబ్బు తీసుకోవటానికి సిద్ధపడే మనిషయితే, ఆ క్షణం లక్షా ఇవ్వటానికి శర్మ సిద్ధంగా ఉన్నాడు.

"మూడో కంటికి ఈ విషయం తెలీకూడదు. మన మధ్యే ఉండాలి" ఇన్‌స్పెక్టర్ అన్నాడు. "...రేప్రొద్దున్న వచ్చి అరెస్టు చేస్తాను. ఈ లోపులో మీరు యాంటిసిపేటరీ బెయిల్ ప్రయత్నాలు చేసుకోండి".

"మా ప్రత్యర్థులకి కావల్సింది మేము జైల్లో ఉండటం కాదు. మేము అరెస్టయ్యామన్న వార్త చాలు" అన్నాడు రవితేజ. ఇన్‌స్పెక్టర్ వెళ్ళిపోయాడు.

ఇదంతా చాలా సాధారణంగా, మామూలుగా జరిగిపోయింది.

చాలాసేపు ఎవరూ మాట్లాడలేదు. నిశ్శబ్దాన్ని భంగపరుస్తూ "ఇంత బ్రతుకూ బ్రతికి చివరికి అరెస్టుదాకా వచ్చాం" అన్నాడొక డైరెక్టరు. "ఇప్పుడు ఈ వార్త తెలిసిందంటే నా భార్య గుండె ఆగిపోతుంది".

రవిని సలహా అడుగుతున్నట్టు "ఫైనాన్స్ మినిష్టర్‌తో మాట్లాడితే...?" అన్నాడు శర్మ.

ఒక డైరెక్టర్ కల్పించుకుని. "లాభంలేదు. ఇది మామూలు కేసు కాదు. ఎవ్వరైనా భయపడతారు. అసలీ ఇన్‌స్పెక్టర్ ధైర్యాన్నే మెచ్చుకోవాలి" అన్నాడు.

అప్పటి వరకూ నిశ్శబ్దంగా ఉన్న రవితేజ, "నాకో ఆలోచన వస్తోంది" అన్నాడు. అందరూ అతడి వైపు చూశారు. రవితేజ ఫోన్ దగ్గరకు లాక్కొన్నాడు.

అతడు దాదాపు మూడు గంటల సేపు వరుసగా ఫోన్లు చేస్తూనే ఉన్నాడు. అరగంట సేపు ఢిల్లీ మాట్లాడాడు. తరువాత ముంబాయి షిప్పింగ్ కంపెనీ వాళ్ళతో మాట్లాడాడు. హోం డిపార్టుమెంట్లో ఉన్నత పదవిలో తెలిసిన మిత్రుడు ఉంటే, అతడి ద్వారా ఇంటెలిజెన్స్ డిపార్టుమెంట్‌లో మరో ఉన్నతాధికారిని పట్టుకొని, అసలు ఫైలు ఏ స్థాయిలో ఉందో కనుక్కున్నాడు.

ఈ లోపల శర్మ బి.పి. ఎక్కువైందని వెళ్ళిపోయాడు. రేప్రొద్దున పోలీసులు వచ్చి అరెస్ట్ చేస్తే అందర్నీ ఒకే లాకప్పులో పెట్టే ఏర్పాటు చేయమని మాత్రం కోరాడు.

బెయిల్ కోసం ప్రయత్నించారు. అదీ లాభం లేకపోయింది. రేపు మెజిస్ట్రేట్ ముందు హాజరు పరిస్తే గానీ అసలు విషయం తేలదు. చాలా ఇబ్బందికరమైన పరిస్థితి. రేపెవరో వచ్చి అరెస్టు చేస్తారని ఈ రోజునుంచీ ఎదురు చూడటం..! దానికన్నా 'అయిపోవటం' మంచిది.

రవితేజ ఆఖరి నిముషం వరకూ దీన్ని ఆపుచేయటానికి తన శక్తివంచన లేకుండా ప్రయత్నిస్తున్నాడు. అరెస్టు అవటం ప్రెస్టేజికి సంబంధించినది. ఇన్‌స్పెక్టర్ ముందు ఏదో సాకు చెప్పారు కానీ, రాజీనామాలు ఈ రోజు సమర్పించినా, రేపు పోయే పరువులో దాని ప్రభావం ఏమీ ఉండదు. షేరు ధర పడిపోవటం లోనూ మార్పు మామూలుగానే ఉంటుంది.

అంత టెన్షన్‌లోనూ రవితేజకి నవ్వొస్తోంది. ఎవరో ఎక్కడో మనని ఇరికించటానికి ఏదో చేస్తారు. దాంతో చివరికి ఏమీ అవదు. షేరు ధరలో

మార్పులతో కొంతమంది నష్టపోతారు. లేకపోతే ఎక్కడో ఒక ఓడలో తమ సరుకుతో పాటు ఘ్యాపు డిజైన్లు దొరకటం ఏమిటి? దానికి ఈ అరెస్టులూ, పబ్లిసిటీ ఏమిటి? నాలుగు రోజుల పాటు హడావుడి ఏమిటి? రూల్స్... రూల్స్...

రాత్రి పదకొండున్నర వరకూ మొత్తం డైరెక్టర్లంతా కలిసి, తమకున్న పరిధుల్లో రకరకాల పలుకుబడులు ఉపయోగించి ప్రయత్నించారు. స్వయంగా పరిశీలిస్తే తప్ప ఈ రకమైన పరిస్థితులు అర్థం కావు. అప్పటి వరకూ కోట్ల మీద వ్యాపారం చేసిన వాళ్ళు, రేపు పోలీసు స్టేషన్లో ఒక గంట, ఆ తరువాత కోర్టులో మరో రెండు గంటలు... ఇంతదానికి... రేపు పేపర్లో ఈ చిన్న వార్త రాకుండా ఉండటానికి... లక్షలు ఖర్చు పెట్టటానికి సిద్ధంగా ఉన్నారు. 'ఎవరు దొరికితే వాళ్ళ' సహాయం తీసుకోవటానికి సిద్ధంగా ఉన్నారు.

కృత్రిమమయిన గౌరవానికి సమాజంలో మనిషి ఎంత విలువనిస్తాడో చెప్పటానికి ఇదో ఉదాహరణ. ముఖ్యంగా వ్యాపార రంగాల్లో మనుష్యులు, నలుగురి దృష్టి తమ మీద పడకూడదని భావిస్తారు.

రాత్రి పదకొండింటికి, ఒక స్నేహితుడిని పట్టుకుని, అతడికి తెలిసిన మరో మిత్రుడి ద్వారా, మేజిస్ట్రేటుని కదిలించారు. రేపు కోర్టులో హాజరు పర్చగానే బెయిలు లభించేలా వాగ్దానం తీసుకున్నారు. గుడ్డిలో మెల్ల. అదొక రిలీఫ్.

ఇంక ఆ రాత్రికి చేసేదేమీ లేదని నిర్ణయించుకుని డైరెక్టర్లు ఇళ్ళకి కదిలారు. రవి మాత్రం ఇంకేదైనా మార్గం ఉందా అని ఆలోచిస్తూనే ఉన్నాడు. అతడింటికి వెళ్ళేసరికి రాత్రి పావు తక్కువ పన్నెండయింది. మాధవి మెలకువగానే ఉంది.

"అయ్యాయా అర్ధరాత్రి పార్టీలు, స్నేహితులు?"

రవితేజ నిశ్చేష్టుడయ్యాడు. అతనెంత టెన్షన్‌తో ఉన్నాడంటే, ఈ తాకిడిని అసలు ఊహించలేదు. అతడి మౌనాన్ని మరోలా అర్థం చేసుకుని, "అసలు ఇంట్లో భార్య అనేది ఒకతె ఉన్నదని గుర్తుంటుందా మీకు బయటకు వెళ్తే? లేకపోతే వంటమనిషిగా పడి ఉంటుంది అనుకుంటున్నారా? మీకేం? ప్రొద్దున్న ఎనిమిదింటి వరకూ పడుకుంటారు. ఇలా పదకొండు దాటాక రావటం, 'బయట మాకు ఎన్ని పనులుంటాయో నీకేం తెలుసు' అని దబాయించటం".

"నేను వచ్చేవరకూ నిన్ను మేలుకుని ఉండమని అనలేదు. ప్రొద్దున్నే లేచి ఇల్లు ఊడవమని అనలేదు. ఈ రెంటిలో ఏది చేయకపోయినా నాకు పర్లేదు".

"అంతేగానీ ఇంటికి మాత్రం తొందరగా రానంటారు".

"ఈ రోజు చాలా వర్రీస్‌లో ఉన్నాము మాధవీ"

"లేనిదెప్పుడు? నెలకి కనీసం ఒకరోజు భార్యని తీసుకుని అలా బయటకు వెళ్దామనుకుంటారు ఎవరైనా. ఖర్మ, ఒక అచ్చటా లేదు ముచ్చటా లేదు".

"మొన్నేగా ఏదో పెళ్ళికి వెళ్ళి అట్నుంచి హోటల్‌కి వెళ్ళాము" తన సమస్యని మర్చిపోయి అతడు వాదనలోకి దిగాడు.

"ఆ. వెళ్ళాం... మాట్లాడితే ఎప్పుడో తాతయ్య తద్దినం నాటి సంగతే చెపుతారు".

"నువ్వు ఒక్కరోజు మా స్థానంలో ఉంటే తెలుస్తుంది మా టెన్షన్ ఏమిటో"

"ఎవడు పడమన్నాడండీ టెన్షన్?" వెటకారంగా అంది. "అందరూ సంపాదించటంలే. అందరూ మీలాగే భార్యల్ని నిర్లక్ష్యం చేస్తున్నారా?"

"చేస్తున్నారు"

పైకి అనలేదు. మనసులో అనుకున్నాడు. రోజు రోజుకీ జీవితం ఖరీదైన వస్తువుగా మారిపోతున్న ఈ రోజుల్లో, ఒక మామూలు గృహస్థుకి తన కుటుంబానికి సామాన్య సుఖాలు కల్పించటం కూడా గగన కుసుమమైపోతున్న ఈ కాలంలో– ఏడేళ్ళ క్రితం కన్నా ఇప్పుడు మనిషి పది రెట్లు ఎక్కువ కష్టపడాల్సి వస్తున్న ఈ యుగంలో... జీవితంలో 'టెన్షన్' క్రితం కన్నా ఎక్కువ భాగం ఆక్రమించుకుంటోందనీ, అతడేం చేసినా తన కుటుంబం కోసమేనని ఈ భార్యలు ఎప్పుడు గుర్తిస్తారు? బహుశ వాళ్ళ తప్పుకూడా ఏమీ లేదేమో... తాగుడు, పేకాట, రేసులు ఇవన్నీ మగవాడి మీద ఆడదానికి నమ్మకం పోగొట్టాయేమో.

మొన్న మొన్నటి వరకూ పక్కింటి ప్రభాకర్ అతని పాలిట విలన్. అతడికి ఇరవై ఎనిమిదేళ్లుంటాయి. ఏదో బ్యాంక్‌లో ఉద్యోగి. ముగ్గురు పిల్లలు. అయిదయ్యేసరికి స్కూటర్ మీద ఇంటికొచ్చేస్తాడు. రాత్రి ఏడయ్యేసరికి, ఒక గ్రూపు ఫోటోలో కూర్చున్నట్టు కూర్చుని, అందరూ టీ.వీ. చూస్తారు. పదింటికి ఠంచనుగా లైట్లారి పోతాయి. ప్రొద్దున్న తిరిగి అదే కార్యక్రమం.

మాధవి దృష్టిలో కుటుంబం అంటే అది..! ఎన్ని జన్మల పుణ్యం చేసుకుంటేనో ఆవిడకి అటుబంటి భర్త లభించాడు. తనకా అదృష్టం లేదు.

కానీ ప్రభాకర్ ప్రపంచంలో అతడి కుటుంబం తప్ప మరేమీ లేదు. తన ప్రపంచం రోజు రోజుకీ పెద్దదవుతూ ఉంది. కొన్ని వందలమంది కార్మికులు, కొన్ని వందల కొత్త డిజైన్లు. ఆ ప్రపంచం విస్తీర్ణమయ్యే కొద్దీ భార్య స్థానం తక్కువ అవటం సహజమే.

ఎదుటి వాళ్ళ లోపాల్ని మాటిమాటికీ ఎత్తి చూపకుండా, ఎదుటి వాళ్ళని విమర్శించ కుండా, అవతలి వాళ్ళని తన ఖర్మకొద్దీ కట్టుకున్నానని జీవితంలో ఒక్కసారైనా అనుకోకుండా, ఒక భార్యగానీ, భర్తగానీ ఉండలేరా? 'మా ఆయన మంచి వాడే కానీ అదిగో అక్కడే వస్తుంది నాకు ఒళ్ళు మంట' అని ఎత్తి చూపకుండా కేవలం మంచినే గ్రహించి సుఖంగా గడపలేరా?

అతడి ఆలోచనని "ఇదొకటి ప్రతి దానికి మౌనంగా ఉండిపోవటం నేర్చుకున్నారు. పదండి భోజనానికి" అన్న మాధవి మాటలు భంగం చేశాయి.

"నాకు ఆకలి లేదు".

"ఎందుకు లేదు. బైట తాగి తినొచ్చారా?"

అతడు మొహం చిట్లించి, "మాధవీ నన్ను విసిగించకు" అన్నాడు.

"అర్ధరాత్రి ఇంటికొచ్చి, పైగా నేను విసిగించానంటారా?"

"నా మనసేం బాగోలేదని చెప్పాను".

"ఒకప్పుడు బావుంది గనకా".

అతడి కెన్నడూ లేనంత కోపం వచ్చింది. అతడికున్న టెన్షన్‌కి ఈ గొడవ తోడై పిచ్చివాడిని చేస్తోంది. విసురుగా ఆమె రెక్కపట్టుకుని "మాట్లాడకు" అన్నాడు.

"అవును, మీరేం చేసినా నేను మాట్లాడకపోవడం వల్లనే అవుతోంది ఇదంతా".

"ఏమిటీ, ఏమైంది?" గద్దించి అడిగాడు.

"ఏమవ్వాలి? ఒక్క సుఖం లేదు, అది చాలదూ!"

"రేపట్నుంచీ అన్నీ సుఖాలే. ఒక్కదానివీ హాయిగా ఉందూ గానీ"

"అంటే?"

"రేపు పోలీసులు నన్ను అరెస్టు చేస్తున్నారు". సరిగ్గా రెండు నిముషాల తరువాత "ఎందుకొచ్చిన వ్యాపారాలు-ఎందుకొచ్చిన అరెస్టులు. నేను చెబితే విన్నారా?" అంటూ ఆమె బిగ్గరగా రోదించసాగింది.

"ఎక్కడో ఎవరో ఏదో చేస్తే దానికి నేనేం చెయ్యను?"

"అందరూ వ్యాపారాలు చేసుకోవటం లేదా? అందరూ ఇలాగే అరెస్టులవుతూ ఉన్నారా? ఇవన్నీ వద్దని లక్షసార్లు చెప్పాను..."

ఎదురింటి ప్రభాకర్ స్కూటర్ మీద నుంచి పడి, ఆ చొట్టలు పడ్డ స్కూటర్తో ఇంటికి వస్తే భార్య వెంటనే ఏమంటుంది? నాలుగు సంవత్సరాల్నించీ దాని మీదే ఫాస్ట్‌గా సినిమాలకి వెళ్ళిన విషయం మర్చిపోయి "...ఎందుకంత ఫాస్ట్‌గా నడపటం? లక్షసార్లు చెప్పాను అలా నడపొద్దని" అంటుందా? ప్రభాకర్ బాత్రూంలో జారిపడితే, "ఎన్నిసార్లు చెప్పాను బాత్రూంను బాగా కడగమని" భార్యని వెంటనే తిడతాడా? లేక "సారీనోయ్. సరిగ్గా చూసుకో లేదు... ఈ రోజు టీవీ చూడటం మానేసి బాత్రూమ్ నేనే కడుగుతాన్లే" అంటాడా?

ఏదైనా ఒకటి జరిగితే, దానిపట్ల వెంటనే నిర్ణయాలకి వచ్చేసి ఎవర్నో ఒకర్ని దానికి బాధ్యుల్ని వెంటనే చేసెయ్యటం మనుష్యులు ఎప్పుడు మానతారు?

ఇక ఆలోచించటం అనవసరం అన్నట్టుగా అతడు పైకి వెళ్ళిపోయాడు. మరుసటి రోజు పది గంటలకి జరగబోయే సంఘటన అతడి మనసులో తొలుస్తూనే ఉంది. అన్యమనస్కంగానే ఆ రోజు వచ్చిన పోస్టు చూడటం మొదలుపెట్టాడు. ఒక లావుపాటి కవరు అతడ్ని ఆకర్షించింది. ఎక్కడ్నుంచి వచ్చిందో అడ్రస్సులేదు. విప్పి చూశాడు. లోపల కూడా అడ్రస్సు లేదు. సంతకం చూశాడు. **మిస్ విజయవాడ** అని ఉంది. అతడికి అర్థంకాలేదు. పదిహేనేళ్ళ క్రితం నాటి సంఘటన అతడు మర్చిపోయి చాలా కాలమైంది.

14

రవీ,

ఈ ఉత్తరం చూడటానికి ముందు, ఇంత పెద్ద ఉత్తరం వ్రాసిందెవరా అని క్రింద సంతకం చూసి, అదీ గుర్తు పట్టలేక ఆశ్చర్య పోతావని నాకు తెలుసు.

పదిహేను సంవత్సరాల క్రితం జరిగిన సంఘటన నీకు గుర్తుండవలసిన అవసరం లేదు. ఒకరికి తమ జీవితంలో ఎంతో గొప్పగా గుర్తుంచు

కోవలసిన ఒక సంఘటన, మరొకరికి చాలా మామూలుగా గడిచి పోయినదై ఉండవచ్చు. అలాంటిదే ఇదీ అని నేను భావిస్తున్నాను.

ముందు నిన్ను 'రవితేజా' అని సంబోధిద్దామనుకున్నాను. కానీ నాకు నువ్వు ముందు తెలిసింది 'రవి'గానే. నిరంతర కృషితో 'తేజ'ని బిరుదుగా తెచ్చుకున్నావు. ఇన్ని సంవత్సరాల నీ కృషిని నేను గమనిస్తూనే ఉన్నాను సుమా. నువ్విప్పుడు ఇంత పై అంతస్తు మీద ఉన్నా, నాకు తెలిసింది 'రవి'గానే కాబట్టి ఏకవచనంలోనే ఈ ఉత్తరం వ్రాస్తున్నాను. ఏమనుకోవు కదూ.

ఇంకా నీ సందిగ్ధం ఏమీ వీడలేదని తెలుస్తూనే ఉంది. మరింత వివరించనా? దాదాపు పదిహేను సంవత్సరాల క్రితం ఒకమ్మాయి ఉండేది. జీవితంలో అమాయకమైన అల్లరి తప్ప జీవితపు ఒడిదుడుకులూ, కష్టనష్టాలూ ఏమీ తెలియని ఆ అమ్మాయి... తనకే సంభ్రమం కలిగించేలా, తనలోని కొత్త అందాల్ని వెలికి తెచ్చి తీర్చిదిద్దిన ఒక కుర్రవాడిని, తనకన్నా కాస్త చిన్నవాడిని, హఠాత్తుగా దగ్గరకి తీసుకుని గట్టిగా ముద్దు పెట్టుకుంది. ప్రపంచాన్ని గెలిచిన ఆనందంలో, తనేం చేస్తున్నదీ ఆ అమ్మాయికి ఆ సమయంలో తెలియలేదు. కానీ రోజులు గడిచే కొద్దీ తన జీవితపు మొదటి ముద్దు ఆ అమ్మాయి మనసంతా ఆక్రమించుకుంది. కలవర పెట్టింది. ఒక అలజడి సృష్టించింది. తన గెడ్డం క్రింద కొత్త చోటున ఆ అబ్బాయి అమర్చిన పుట్టుమచ్చ వలన 'అప్పటికన్నా ఇప్పుడు నీలో ఏదో గమ్మత్తైన మార్పు వచ్చిందే. అప్పటి మీద మరీ అందంగా కనపడుతున్నావు' అని ఎవరు ప్రశంసించినా, ఆ ఖ్యాతి అంతా నీకే దక్కాలన్నట్టు అనిపించేది. 'నువ్వు చెక్కుకున్న శిల్పాన్ని నేను' అనే భావం కలిగేది. చాలా అపురూపమైన, సున్నితమైన ఫీలింగ్ కదూ.

ఇదంతా నీకు అయోమయంగానూ, పూలిష్‌గానూ కనపడుతూ ఉండవచ్చు కానీ, చెప్పానుగా. కొన్ని అభిప్రాయాలకి పునాదులే ఉంటాయి. నిర్మాణాలు వాటిష్టం..! నేను గోదావరిని చూడలేదు. వేదాలు చదవలేదు కానీ 'వేదంలా ఘోషించే గోదావరి' అనే పాటంటే నాకెందుకిష్టం అంటే చెప్పలేను.

చూరు మీద నుంచి జారే వానచుక్క మెర్క్యురీలైటు వెలుగులో ఏడు రంగుల్ని సంతరించుకునే సమయాన... రోడ్డు మీద నిలిచిన వాన నీటిలో పట్టు లంగా జాగ్రత్తగా పైకెత్తి పట్టుకుని ఒక చిన్న పాప నడచి వస్తోంటే ఆ అమాయక పాదాలని మరీ మరీ చూడాలని ఎందుకు అనిపిస్తుందంటే దానికి రేషనల్ సమాధానం ఏముంటుంది? నా గుండెల్లో మొదటి ముద్దు ఆ విధంగా హత్తుకు పోయింది.

'అనుభూతి' అనేదాన్ని 'మాటల్లో' వెలువరించటం' అనే అతి పురాతనమైన పద్ధతిలో తప్ప నేను ఏ రకంగా నీకు ఈ వివశత్వాన్ని తెలుపగలను? పెళ్ళికాని అమ్మాయిగా ఈ ఫీలింగ్స్ అన్నీ సహజమే!

రాజకీయాల్లో పూర్తిగా నశించిపోయిన నాన్నగారు ఆఖరి ఎత్తుగా, వయసు ఎక్కువగా ఉన్న శర్మగారితో వివాహం జరిపించకపోయినా, శర్మగారి మగతనమంతా గుర్రాలకీ, తాగుడికీ అంకితం కాకపోయినా, ఇలా మనసు విప్పి పరాయి పురుషుడికి వ్రాసి చులకన అయ్యే స్థితి నాకు వచ్చేది కాదేమో! నా వివాహం మామూలుగా జరిగిపోయినా, నువ్వు మళ్ళీ నాకు కనపడకపోయినా, మనసు పుటల్లో ఆ ముద్దు ఒక తీపి జ్ఞాపకంగా నిలిచి పోయేది. నా మీద నీకు అసహ్యం కలిగితే క్షమించు. దాహంతో ఉన్న మనసు నైతిక విలువల్ని గుర్తించదు.

ఎవరో ఒక కుర్రవాడు షోకేసులో బొమ్మకి అద్భుతంగా చీర కట్టాడని మా ఆయన చెప్తే, 'ఒక టెక్స్‌టైల్స్ యజమానినే అంతగా స్పందింప జేసిన ఆ కుర్రవాడు ఎవరా' అని నేనే స్వయంగా వచ్చి నిన్ను చూసిన క్షణం...

మనిషి తను పొందిన అనుభూతిని, లేక అతను అనుభవించిన ఉద్వేగాన్ని తనకు చేతనైన చానల్స్‌లో వెల్లడించటానికి చేసే ప్రయత్నంలో, 'మాటలు' తప్ప మరే దాన్నీ ఉపయోగించటానికి వీలు కల్పించలేకపోవటం దేవుడిచ్చిన పెద్ద శాపం.

ఈ కొద్ది సంవత్సరాల్లోనూ నువ్వు పెద్దవాడవయ్యావు.

నాకు నవ్వొస్తోంది. నువ్వు ఈ వయసులో మొదటిసారి కనిపించి ఉంటే అప్పుడు చేసినంత సాహసం చెయ్యగలిగేదాన్నికాదేమో. ఇన్నాళ్లూ నా

మనసులో గూడు కట్టుకున్న భావాలకి, నిన్ను చూడటం... సముద్రం మధ్యలో అగ్నిపర్వతం బ్రద్ధలైన ఫీలింగ్. నైతిక విలువలు నీళ్ళలా ఆవిరయిపోకుండా ఉంచటానికి నేను చాలా కష్టపడవలసి వచ్చింది.

అంచెలంచెలుగా నువ్వు పెరిగి పోవటాన్ని తెరచాటు నుంచి ప్రేక్షకురాలిగా గమనిస్తూ వచ్చాను. శిథిలమయిపోతున్న మా కుటుంబ ఆర్థిక వ్యవస్థని నువ్వే నిలబెట్టావని నాకు తెలుస్తూనే ఉంది. అన్నిటికన్నా నాకు విస్మయాన్నీ, ఆనందాన్నీ కలిగించిన విషయం - నువ్వు కూడా భావుకత్వాన్ని ఆస్వాదిస్తావని తెలియటం..! భావుకత్వం ఉన్నవాళ్ళు లోకాన్ని చాలా తప్పుదార్లో అప్రోచ్ అవుతున్నారనీ, వాళ్ళ జీవితం పూలపానుపు కాదనీ నేను అనుకుంటూ ఉండేదాన్ని. నా అభిప్రాయం తప్పు అని తెలియ జెప్పావు. క్రమక్రమంగా నా ఆలోచనల్నీ నీ చుట్టూ తిరగసాగాయి. ఎన్నో సంవత్సరాలు కంట్రోలు చేసుకున్నాను. ఇక చేసుకోలేక ఈ ఉత్తరం!

నేను తప్పు చేస్తున్నానా? లేదనే నా అభిప్రాయం. ఇన్నాళ్ళ మానసిక ఘర్షణ తరువాత నేను చివరికి ఈ నిర్ణయానికి వచ్చాను. ఇక నిన్ను కలుసుకోకుండా ఉండలేను. ముద్దుతో ప్రారంభమైన మొక్క-ఆయన నిరాసక్తతతో మహావృక్షమై-మనసంతా ఆక్రమించుకున్న ఈ క్షణాన-ఇంకా నైతిక విలువల్ని పట్టుకుని వేలాడటం-నా నిస్సారమైన జీవితానికి పరాకాష్టగా నరకం అవుతుంది. నిజం!

నిన్ను రెండోసారి చూసినప్పుడు నా డైరీలో- **'మలయమారుత తూగుటుయ్యాలలో పులకించు పుష్పాలు... అంచెలంచెలుగా సొగసు చిలకరించు మంచు భాష్పాలు'** అని వ్రాసుకున్నాను. ఒక వివాహిత ఇలా వ్రాసుకోవటాన్ని మన సమాజం హర్షించదు. కానీ దీన్ని గౌరవించే ఓపిక నాకు పోయింది.

నీకీ ఉత్తరం వ్రాస్తుంటే, మెత్తని సిల్కుచీర శరీరాన్ని చుట్టేసినట్టు ఓ మధుర భావన. జీవదర్శనంతో పాటు మనిషికి ఒక తాదాత్మ్యత కావాలి. వేణువులో దూరిన ప్రతి వెర్రిగాలీ ఒక పాటగా మారినట్టు-నాలో కదిలే ప్రతీ భావం ఇప్పుడు మృదు మంజుల రాగం అవుతోంది. నవ్వితే

సిరిమల్లి-నడిస్తే పిల్లగాలి-పలికితే పాలవెల్లి-నీ తలపు నా మనసంతా వెదజల్లి... మనసుకు మించిన కళాఖండం లేదు గదూ రవీ!

ఈ ఉత్తరం ఇలా వ్రాయటం, నన్ను నువ్వెలా అర్థం చేసుకుంటావో అని ఒక వైపు భయంగానే ఉంది. మళ్ళీ ఇంకో వైపు ఎవరో కవి అన్నట్టూ **పొగలెక్కిన అగరు తెరలెత్తి-పొగరెక్కిన వగలు మరులొత్తి-పెదవుల నదిమి-ముద్దును చిదిమి-చైత్రం సుగంధ వీచిక... చిత్తం ప్రబంధ మాలిక**-అని అనిపిస్తోంది.

అసలు ఇదంతా నీకు అగమ్యగోచరంగా ఉండవచ్చు. నిశ్చలంగా ఉన్న నీ మనో తటాకంలోకి ఈ ఉత్తరం ఒక అనవసరమైన రాయి అవ్వొచ్చు. కానీ అయిదారు సంవత్సరాలు ఈ అంతర్ సంఘర్షణతో విసిగిపోయాను రవీ. నువ్వు మా ఇంటికి వచ్చినప్పుడు, ఆయన కాఫీ ఇమ్మన్నా నేను బయటకు రాకపోవటానికీ, రవితేజా టెక్స్‌టైల్స్ వారు కుటుంబాలతో సహా ఏర్పాటు చేసిన ఫంక్షన్లని నేను ఉద్దేశపూర్వకంగా అవాయిడ్ చేయటానికీ, వెనుక ఇంత ఘర్షణ ఉందని నువ్వు గ్రహిస్తే చాలు. శరీరానికి కోర్కె ఉండదు అనుకోవటం హిపోక్రసీ. నేనిలా వ్రాయటం నీకేం గమ్మత్తుగా లేదు కదూ. నాకు నువ్వేమీ కొత్త కాదు అన్న భావన నన్ను ఇలా తోచింది తోచినట్టు వ్రాయటానికే పురిగొల్పుతోంది. పదిహేను సంవత్సరాల క్రితం ఆ రోజు ఇంకా నీకు గుర్తుంటే-నన్ను కలుసుకోవటం నైతిక విలువలని అగౌరవపర్చటం కాదని నువ్వు అనుకుంటే-మనం కలుసుకుందాం. ఇక ఈ సంఘర్షణని నేను భరించలేను. ఎల్లుండి ప్రొద్దున్న తాజ్‌లో పదింటికి నీ కోసం ఎదురు చూస్తూ ఉంటాను. నువ్వు చెక్కిన శిల్పం నీకు గుర్తులేకపోతే, నా ఈ భావాలన్నీ నీకు అర్థరహితంగా కనిపిస్తే, కట్టుబాట్ల నుంచి బయటపడటానికి నేను పడిన బాధ నీకు బరితెగింపుగా కనిపిస్తే-ఈ ఉత్తరం చింపెయ్యి. ఇంకేం వ్రాయను?

గుండె గోదారై, హృదయం కావేరై, సముద్రాన్ని కంటి చివర చుక్కగా మిగుల్చుకుని ఈ ఉత్తరాన్ని వ్రాస్తున్నాననీ, ఇది క్షణికావేశం కాదనీ నువ్వు గ్రహిస్తే నాకు చాలు. కలుసుకోక పోయినా ఫర్వాలేదు కానీ తేలిక భావాల్ని మాత్రం ఏర్పర్చుకోకు. ఒకప్పటి

- మిస్ విజయవాడ.

ఉత్తరం చదవటం పూర్తిచేసి అతడు చాలాసేపు శిలాప్రతిమలా అలాగే కూర్చుండి పోయాడు. మంచు ముద్ద మధ్య పెట్టినట్టు మనసంతా ఘనీభవించింది. అతడు ఏం ఆలోచిస్తున్నాడో అతడికే తెలియదు. అర్ధరాత్రి కావస్తోంది.

ఆ చీకటి అతడి ఆలోచనా తరంగాల్ని పరిశీలిస్తున్నట్టు స్థబ్దంగా ఉంది. సోఫా వెనక్కివాలి, నుదుటి మీద చెయ్యి ఆన్చి కళ్ళు మూసుకుని ఉన్నాడు అతడు.

అతడా అమ్మాయిని మర్చిపోలేదు. పదిహేనేళ్ళ క్రితపు ఆ స్త్రీమూర్తి ఒక సజీవాకృతిలా అతడి మనోఫలకం మీద చిత్రించబడే ఉంది. అయితే ఒక అనూహ్యమైన మలుపుతో ఇలా ఆకస్మికంగా బయట పడుతుందని మాత్రం అనుకోలేదు. అతడికి సంబంధించినంత వరకూ అదొక జ్ఞాపకం. అంతే. అంతకు మించేమీ లేదు. కానీ ఈ ఉత్తరం వచ్చిన తరువాత...

అప్పటి వరకూ ప్రశాంతంగా ఉన్న తటాకంలో ఒక హంస ఇట్నుంచి అటు కదలగా ఏర్పడిన వయ్యారపు తరంగాలు...

అతడికి బాధ ఉంది. కానీ ఐదేళ్ళుగా ఆ బాధని అలవాటుగా మార్చుకుని సహజీవనం చేస్తున్నాడు. ఇంటిలో సుఖంలేని మగవాళ్ళు బయట వ్యసనాలకు దాసులవ్వొచ్చు. అతడు అలా 'పని'కి దాసుడయ్యాడు. అతడికి సుఖాలు కొనుక్కోవటం గానీ, జీవితాన్ని అనుభవించటం గానీ తెలీదు. ఇంటిలో లేని ప్రశాంతత అతడికి పనిలో దొరికేది.

అతడు ఆ ఉత్తరాన్ని అప్పటికే పదిసార్లు చదివాడు. ఆమె అక్షర శిల్పం, తన మనో సంచలనాన్ని బహిర్గత పరిచిన విధానం, అతడిని కదిలించి వేసింది. శూన్యత ఎలా ఉంటుందో దాన్ని అనుభవించిన వాళ్ళకే తెలుస్తుంది. ఆమె ఎంత మథనపడి, ఎంతకాలం కొట్టుమిట్టులాడి ఆ నిర్ణయానికి వచ్చిందో ఆ ఉత్తరం చెపుతోంది..!

షోకేస్ లో తన చీరెకట్టు చూడటానికి పనికట్టుకొచ్చిన అమ్మాయి ఈమే! గోపీమాధుర్ చెంప బ్రద్దలు కొట్టింది ఈమే! గోపి మాధుర్‌కి బట్టల కొట్టులో ఉద్యోగం ఎందుకు పోయిందో ఇప్పుడు అర్థమైంది. శర్మగారితో మాట్లాడుతూ ఉంటే తెర వెనుక కదలికలకర్థం ఇప్పుడు తెలుస్తోంది.

ఎడారిలో ఎంత ఎండ కాసినా ఫర్వాలేదు. కానీ కాస్త వర్షం వచ్చి నాలుగు చినుకులు పడ్డాక తిరిగి ఎండ భరించటం కష్టం. అప్పటివరకూ ఎండకు సిద్ధపడి

ఎడారిలో ప్రయాణం చేస్తున్న వాడికి అనుకోని విధంగా మబ్బుతునక కనపడ్డట్టు అయింది. అది వర్షమే కురిపిస్తుందో-తుఫానే రేపుతుందో, లేక గాలికి తేలిపోతుందో-కాలమే నిర్ణయించాలి.

'ఎల్లుండి పది గంటలకి' అని ఆమె వ్రాసింది. ఆ ఉత్తరం వ్రాసిన తారీఖు అతడికి పిడుగుపాటులా తోచింది...రేపే!

రేపు సరిగ్గా ఆ సమయానికి తను అరెస్ట్ చేయబడతానని అతడికి తెలుసు. ఎంత లేదన్నా సాయంత్రం వరకూ పోలీస్ స్టేషన్‌లో, కోర్టులో గడపాలి.

అతడికేం చేయాలో తోచలేదు. తనకోసం ఆమె అక్కడ ఎదురు చూస్తున్న సమయానికి ఇక్కడ తనని అరెస్ట్ చేయటానికి ఇన్‌స్పెక్టర్ వస్తాడు. ఇది ఇలా జరక్కుండా, ఆమెకి తన అరెస్టు సంగతి ముందే తెలియాలంటే... శర్మ చెప్పాలి.

కానీ ఆయన చెప్పుతాడని తను అనుకోవటం లేదు. ఆమె పేపర్లో చదివి ఇదంతా తెల్సుకోవాల్సిందే. ఏది ఏమైనా రేపామె తనకోసం ఎదురుచూస్తుంది. తను కలుసుకోవాలి. లేదా ఫోన్ చేసి ప్రోగ్రాం ఎల్లుండికి మార్చుకొమ్మని చెప్పాలి. అతడి చెయ్యి ఫోన్ వరకు వెళ్ళి ఆగిపోయింది. శర్మగారు తీస్తే...?

ఏదో తప్పు చేస్తున్న భావన.

ఒకవేళ ఆమె ఎత్తినా కూడా-ఏం మాట్లాడతాడు? 'రేపు కాదు. రేపు అరెస్ట్ అవబోతున్నాం. ఎల్లుండి కలుసుకుందాం' అని చెపుతాడా? అసలు కలుసుకున్న కొద్దిసేపటి వరకూ, లేక మాట్లాడవలసిన సందర్భం వచ్చిన కొద్ది సేపటి వరకూ-తను మాట్లాడగలడా?

శర్మగారి భార్య చాలా అందంగా ఉంటుంది అని అందరూ అనుకోవటం అతడు చాలాసార్లు విన్నాడు. మాధవే రకరకాలుగా అసూయపడింది. కానీ ఇప్పుడు అతడు ఈ అలౌకికమైన స్థితిలో ఉన్నది అమె అందాన్ని తల్చుకుని కాదు.

జీవితపు మెటాఫిజికల్ ఎమ్టీనెస్‌ని భాషలోకి ఆమె అనువదించిన వైనాన్ని తలుచుకుని! తన శూన్యతను గురించి ఎవరికైనా ఉత్తరం వ్రాయవలసి వస్తే తనుఅచ్చు ఇలాగే వ్రాసేవాడు!

ఒక గుడ్డివాడికి మరో మూగవాడు తోడైన భావం..! అయినా తోడున్నాడనే అభయం..! ఇలా రకరకాల ఆలోచన్లలో అతడు చాలాసేపు నిద్ర లేకుండా

గడిపాడు. రేపేం చేయాలన్నదే ప్రశ్న. ఎటుఒంటి పరిస్థితుల్లోనైనా "తాజ్"కి వెళ్ళాలి. ఆమెని చూడాలి. కలుసుకోవాలి. పొట్లాడాలి.

అప్పుడొచ్చింది అతడికి ఆలోచన... మొత్తం డైరెక్టర్లందర్నీ బయట పడెయ్యగల ఆలోచన. అతడు మరి ఆలస్యం చేయలేదు. రాత్రి రెండవుతూంది. ఫోన్ దగ్గరకి లాక్కొని వరుసగా ఫోన్లు చేయడం ప్రారంభించాడు.

డిప్రెషన్ అనేది ఒక మేఘం లాంటిది. చుట్టూ కమ్ముకుని ఉంటుంది. అది మానసికమైనది... డిప్రెషన్‌లో ఉన్నప్పుడు ఏమీ తోచదు. ఆలోచన సాగదు. డిప్రెషన్ రావటానికి ప్రాణాలు పోయేటంత సమస్య కూడా అవసరం లేదు. చిన్న చిన్న కారణాలు చాలు. అయితే చిన్న సూర్యకిరణం మబ్బుల్ని చెదరకొట్టినట్టు, కనీసం తాత్కాలికంగానైనా డిప్రెషన్‌ని పోగొట్టటానికి చిన్న సంఘటన చాలు. అతడి విషయంలో అదే జరిగింది.

తనను ఒక స్త్రీ గమనిస్తూ ఉంది..! తన విజయాన్ని ఇంతకాలం తన వెనుక ఉండి గమనిస్తూ ఉంది..! వానగుంటలో నీరైనా చాలనుకునేటంత దాహంతో కొట్టుకుంటున్న మనిషికి అకస్మాత్తుగా నారికేళ జలం దొరికిన ఉద్వేగం. ఉహూ, ఇది సరియైన ఉపమానం కాదు... అతడెప్పుడూ పరాయి స్త్రీని కోరలేదు. తన దురదృష్టం స్వభావికమైనది.

మనసు విహంగమై ఎగిరిపోతున్న భావన. ఆ నాలుగు పేజీల ఉత్తరం, అతడిని నిలువునా ఊపేస్తోంది. రవ్వంత ఆప్యాయతకు నోచుకోని వాళ్లకూ, జీవితంలో ప్రేమ కోసం తహతహలాడే వాళ్ళకూ, తాము చేసిన పనికి గుర్తింపు దొరకని వాళ్ళకూ-వాళ్ళకే తెలుస్తుంది దాని విలువ. ఎక్కడో సుదీర తీరాల నుంచి వేణునాదం అస్పష్టంగా వినిపించి మనసుని పరవశం చేస్తున్నట్టు ఉంది.

ఈ పదిహేను సంవత్సరాల్లో ఆమె మొహం మశూచి వల్ల అంద విహీనమైపోయి ఉండవచ్చు. లేదా ముప్పై అయిదేళ్ళకే ఆమెని వృద్ధాప్యం మింగేసి ఉండవచ్చు. అతడి ఆలోచన ఆమె అందం వైపు సాగలేదు. పరిచయానికి వాంఛ క్లైమాక్స్ కావచ్చు. కానీ వాంఛ పరిచయానికి నాంది కాదు. ముఖ్యంగా అతడిది చిన్న పిల్లవాడి మనస్తత్వం.

'నిన్ను నేను గమనిస్తున్నాను సుమా' అన్న ఒక చిన్న అభినందన... ఒక పొగడ్త... ఒక వెన్ను నిమిరిన ఫీలింగ్, ప్రేక్షకుల్లోంచి చప్పట్ల ధ్వని... అవి ఇచ్చే

ఆనందం ఏమిటో-గోలు కొట్టగానే హాకీ స్టిక్ గాలిలోకి ఎగరేసి పిచ్చెక్కినట్టు ఊగిపోయే క్రీడాకారుడికి తెలుస్తుంది.

ఆ ఆనందం ఇచ్చిన కొత్త శక్తితో, రాత్రి రెండింటి వరకూ ఫోన్లు చేస్తూనే ఉన్నాడు. దాదాపు యాభైవేల రూపాయలకి, ఒక చిన్న సైజు మాఫియా లీడరుతో అగ్రిమెంటు కుదిరింది. మిగతాదంతా తాము చూసుకుంటామని వాళ్ళు హామీ ఇచ్చారు.

వాళ్ళు సరిగ్గా ఆ పని నిర్వర్తిస్తారా లేదా అన్న ఆలోచన కన్నా, రేపు పదింటికి జరగబోయే సంఘటన తాలూకు ఆలోచనలతో మరి నిద్రపట్ట లేదు. ఏడింటికే లేచి తయారయ్యాడు.

ఎనిమిది... ఎనిమిదిన్నర. ఒక్కొక్క డైరెక్టర్ నుంచీ 'ఇంకా ఇన్‌స్పెక్టర్ రాలేదేమిటి' అని ఫోన్లు రాసాగాయి. తన పథకం ఫలిస్తున్నట్లు తోచింది. "నేనిప్పుడే ఆఫీసుకి వస్తున్నాను. మీరూ అక్కడికే వచ్చేయండి. అక్కడ చెపుతాను వివరాలు" అన్నాడు.

తొమ్మిదింటికల్లా డైరెక్టర్లందరూ ఆఫీసులో సమావేశమయ్యారు. అందరి మొహాలూ ప్రశ్నార్థకంగా ఉన్నాయి. అతడు పోలీసు స్టేషన్‌కి ఫోన్ చేశాడు. అట్నుంచి ఇన్‌స్పెక్టర్ "మీరా? ఇప్పుడే మీకు ఫోన్ చేద్దామని అనుకుంటున్నాను. నిన్న మిమ్మల్ని ఇబ్బంది పెట్టినందుకు ఐ యామ్ సారీ".

"ఏమిటి? ఏమయింది?"

"ఈ చీరల మీద డిజైన్లు ప్రింటుచేసే పరికరాలున్న ఇల్లు ఊరికి ఇరవై మైళ్ళు అవతల ఉన్నదని ఎవరో ఇన్ఫార్మెంట్ ద్వారా తెలిసింది ఈ విషయం. తెల్లవారు జామున నాలుగింటికి దాడి చేశాం".

"ఎవరైనా దొరికారా?"

"ఒకడు దొరికాడు. కానీ వాడికేమీ తెలీదు. కేవలం అచ్చులొత్తేవాడు మాత్రమే. మిగతా వాళ్ళ కోసం వెతుకుతున్నాం. ఈ రాకెట్ త్వరలోనే బయటపడుతుందని మాకు విశ్వాసం ఉంది. ఆ ఇంట్లోనే ముంబాయి రైల్వే టిక్కెట్లు కూడా దొరికాయి. ఈ చీరలు పట్టుకుని వాళ్ళ యజమాని తరచు ముంబాయి వెళ్ళేవాడని ఆ దొరికినవాడు చెప్పాడు. వాడికింతకన్న ఎక్కువ తెలీదు."

"మొత్తానికి మమ్మల్ని అరెస్టు చేయటం లేదు. అంతేనా!"

"ఇన్ని వివరాలు తెలిశాక కూడా మిమ్మల్ని అరెస్టు చేస్తే ఐదు లక్షలకి తక్కువ కాకుండా పరువునష్టం దావా వెయ్యరూ?"

"ఛాఛా, అలాంటిదేమీ లేదు కానీ వాళ్ళని తొందరగా పట్టుకోండి ఇన్‌స్పెక్టర్!"

"తప్పకుండా!"

ఫోన్ పెట్టేసి, రవితేజ తనవైపే ఆతృతతో చూస్తున్న డైరెక్టర్లకి జరిగిన సంగతంతా చెప్పాడు. తను చేసిన ఏర్పాట్ల విషయం కూడా.

రెండు నిముషాలపాటు ఆ గదిలో తుఫానులాటి అలజడితో ఒక్కసారిగా ఆనందం వెల్లివిరిసింది. పరస్పరాభినందనల్తో మార్మోగింది. అందరి మొహాల్లోనూ అప్పటివరకూ ఉన్న టెన్షన్ ఎవరో చేత్తో తీసేసినట్టు పోయింది. ముంచేస్తుందను కున్న కెరటం వెనక్కి వెళ్ళిపోయినట్టు హాయిగా ఊపిరి పీల్చుకున్నారు.

రవితేజకి వచ్చిన ఆలోచనకి అందరూ అతడిని అభినందించారు. చట్టం పరిధి ఎంత చిన్నదో తల్చుకుంటుంటే అతడిక్కూడా ఆశ్చర్యంగానే ఉంది. అయినా సాధించాడు. అదీ సంతోషం. ఈరోజు సాధించిన విషయం తక్కువేమీ కాదు.

సమయం 9.30 కావస్తోంది. ఆ సాయంత్రం జరగబోయే ప్రెస్ మీటింగ్‌కి ఏర్పాటు చేస్తున్నాడు ఒక డైరెక్టరు. దేశద్రోహుల కార్యకలాపాలకు రవితేజ టెక్స్‌టైల్స్‌ని వాడుకోవటం తమకు చాలా మనస్తాపం కలిగిందని పేపర్ స్టేట్ మెంట్ ఇస్తాడు. అరగంట క్రితం వరకూ తామెలా దీన్నించి తప్పించుకోవాలా అన్న ఆలోచనలో ఉన్నవారు, ఇప్పుడు దీన్ని ఖండిస్తూ మాట్లాడతారు. అదీ సొసైటీ.

ఒక చిన్న వార్త పేపర్లో రాకుండా ఉండటానికయ్యే ఖర్చు యాభైవేలు. అది సామాజిక గౌరవం విలువ!

టైమ్ 9.45 అయింది.

ఈ విజయాన్ని పంచుకోవటం కోసం సాయంత్రం మరో డైరెక్టర్ పార్టీ ఏర్పాటు చేస్తున్నాడు. అంతా హడావుడిగా ఉంది.

పది అవుతున్నకొద్దీ రవితేజకి టెన్షన్ ఎక్కువ అవుతూంది. సాధించినది ఒక వైపు, జరగబోయేది మరొక వైపు.

పదికి ఇంకో పది నిమిషాలుందనగా అతడు హోటల్‌కి బయలుదేరాడు. కారు పార్కింగ్ లో ఆపి, రిసెప్షన్ దగ్గరికి వెళ్ళి, లాంజ్‌లో కూర్చున్నాడు. అయిదు నిమిషాలు గడిచాయి. అతడు అసహనంగా వాచీ చూసుకున్నాడు.

సరిగ్గా పది అయింది.

15

ఆమె ఎక్కడకు వస్తానని వ్రాసింది? రిసెప్షన్ దగ్గరకా? కాఫీ బార్ కా? లంచ్ రూమ్ కా? అతడు వడివడిగా అన్నీ వెతికాడు. 10-10 అయింది. ఆమె ఈ లోపులో రిసెప్షన్ దగ్గరికి వచ్చి ఎదురు చూస్తుందేమో అన్న అనుమానం కలిగింది. మళ్ళీ హడావిడిగా అక్కడికొచ్చాడు. అక్కడ నలుగురైదుగురు మగ వాళ్ళు తప్ప ఎవరూ లేరు. క్షణాలు గడుస్తున్నకొద్దీ అతడికి ఆతృత ఎక్కువవుతూంది. పదింపావు... పదిన్నర...

అతడు ఉత్తరం మరోసారి చదువుకున్నాడు. మరోసారి అన్నిచోట్లకీ వెళ్ళి చూశాడు. ఆమె జాడలేదు. సమయం నెమ్మదిగా కదులుతూంది. అతడికి ముళ్ల మీద కూర్చున్నట్లు ఉంది. వాళ్ళ కార్ల నెంబర్లు అతడికి తెలీదు. పార్కింగ్ ప్లేస్‌కి వెళ్ళి చూశాడు. కారేదీ లేదు. తిరిగి రిసెప్షన్‌కి వచ్చాడు. ఆమె జాడలేదు. అతడికి పిచ్చెక్కుతున్నట్టు అనిపించింది.

పదకొండున్నర... పన్నెండు. అతడు ఫోన్ చేద్దామనుకున్నాడు. ఆమె వచ్చి తను కనపడక తిరిగి వెళ్ళిపోయిందేమో అన్న అనుమానం. అమె మీద కాస్త కోపం కూడా వచ్చింది. ఉట్టి 'తాజ్' అని వ్రాయక-హోటల్లో ఏ చోటో కూడా వ్రాయొచ్చుగా' అనుకున్నాడు.

చేతి వరకూ వచ్చి ఏదో ఆగిపోయిన ఫీలింగు! ఊరించింది ఊహించుకున్న తరువాత నిజం కాకపోతే కలిగే ఉక్రోషం! ఎవరిమీదో తెలియని కోపం. అసహనంగా చాలాసేపు అటూ ఇటూ కదిలాడు.

పన్నెండున్నరకి... ఇక లాభం లేదనుకుని ఇంటికి బయల్దేరాడు. కొద్దిసేపు తటపటాయించి, రిసీవర్ తీసి నెంబర్ డయల్ చేశాడు. అవతలి వైపు నుంచి ఫోన్ రింగవుతున్న ధ్వని, దాన్ని మించి అతడి గుండెలు కొట్టుకుంటున్న ధ్వని. అర నిముషం తరువాత అట్నుంచి ఎవరో రిసీవర్ ఎత్తారు. అతడు ఊపిరి బిగపట్టాడు.

"హల్లో" అట్నుంచి తీయటి కంఠం వినపడింది. "మిసెస్ శర్మ హియర్. ఎవరు కావాలండీ?"

"నేనూ..." అతడింకా ఏదో చెప్పబోతూ ఉంటే ఫోన్ కట్ అయింది. అతడు రిసీవర్ వేపు చూసుకున్నాడు. ఆమె ఫోన్ కట్ చేసిందన్న వాస్తవం అతడిని మరింత ఉక్రోషంతో నింపింది. మళ్ళీ డయల్ చేసాడు. ఈసారి మగ కంఠం "శర్మని మాట్లాడుతున్నాను" అని వినిపించింది.

ఫోన్ పెట్టేశాడు. మరో గంట వరకూ అతడికి ఏం చెయ్యాలో తోచలేదు. బహుశా ఆయన పక్కన ఉండబట్టి ఫోన్లో మాట్లాడటం ఇష్టంలేక పోయి ఉండవచ్చు.

మాధవి ఇంట్లో లేదు. ఎక్కడో 'ఫ్లవర్ షో' ఉందంటే వెళ్ళింది. ఇల్లంతా నిర్మానుష్యంగా ఉంది. అతడు బెడ్రూమ్ వరకూ కూడా వెళ్ళే ఓపిక లేనట్టు ముందు హాల్లోనే సోఫాలో పడుకున్నాడు. అది నిద్రకూడా కాదు. ఊరికే కళ్ళు మూసుకున్నాడు.

రెండున్నర అవుతూ ఉండగా ఫోన్ మ్రోగింది. చటుక్కున ఎత్తాడు. శర్మగారు. "ఏమయ్యావ్ ప్రొద్దున్నించీ?"

అతడు మాట్లాడలేదు.

"నీకెలా థాంక్స్ చెప్పాలో అర్థం కావటం లేదోయ్. రాత్రంతా నిద్ర లేదు. తొమ్మిదిన్నరకి మన డైరెక్టర్లు చెప్పేదాకా నాకు తెలీదు. నీ కోసం అడిగితే ఇప్పుడే వెళ్ళిపోయావన్నారు. నువ్వే స్వయంగా చెప్పి ఉంటే బావుండేది. చాలా గొప్పగా ప్లాన్ వేసావ్..."

అతడు వినటం లేదు. ఆమె తప్ప మిగతా ఏ ఆలోచనయినా నిరాసక్తంగానే ఉంది.

"ఏమిటి ఫోన్ సరీగ్గా పని చేయటంలేదా?

"ఏ...ఏ...మి...టీ?

"నేను చెప్పేది వినపడుతుందా?"

"ఆ"

"పదింటికి హడావుడిగా వెళ్ళిపోయావు అన్నారు. ఇంకేమైనా ప్రాబ్లెమ్మా."

"లేదు. మీరు?"

"ఆఫీసు నుంచి, వస్తావా?"

"ఇంకో గంటలో వస్తాను."

ఆయన ఫోన్ పెట్టేశాడు. రవితేజ వెంటనే ఆమెకి డయల్ చేశాడు.

"హలో..." అట్నుంచి ఆమె.

"నేనూ రవితేజని."

వెంటనే ఫోన్ కట్ అయింది. పెద్ద చప్పుడుతో పెట్టేశాడు. అతడికి కసిగా ఉంది. ఆమె ఎందుకిలా చేస్తుందో అతడికి అర్థం కాలేదు. ఆ క్షణాన డ్రైవ్ చేసుకుంటూ ఆమె ఇంటికి స్వయంగా వెళ్ళి, 'నాతో ఇలా ఎందుకు ఆడుకుంటున్నావు?' అని అడగాలనిపించింది.

అసలా ఉత్తరం ఆమె వ్రాయలేదేమో అన్న అనుమానం వచ్చింది. కానీ, ఆనాటి సంగతులు ఇంత వివరంగా తెలిసినవారు ఎవరూ లేరు. మరెందుకామె తనతో మాట్లాడటానికి నిరాకరిస్తోంది?

రెండ్రోజులపాటూ ఈ మథనతోనే గడిపాడు. ఇలా ఉండగా ఆ మరుసటిరోజు పోస్టులో ఉత్తరం వచ్చింది. అదే చేతి వ్రాత. వణికే చేతుల్తో గబగబా దాన్ని విప్పాడు. అతడు తన జీవితంలో ఎప్పుడూ అంత అలజడీ, ఆతృత ఫీలవలేదు. ఉత్తరంతో పాటూ గులాబీ పూరేకులు పడినయ్. రవి ఆత్రంగా ఆ ఉత్తరాన్ని విప్పి చదవటం ప్రారంభించాడు.

రవీ,

ఈ ఉత్తరం చదివి నువ్వు నన్ను అసహ్యించుకుంటావనీ, నా మీద అమితమైన కోపం వస్తుందనీ నాకు తెలుసు. "ఏమిటి ఈమె? మాట మీద అసలు నిలబడ లేదు" అని తిట్టుకుంటావని కూడా తెలుసు. కాని అశక్తురాలిని, క్షమించు. ప్రతి స్త్రీ చుట్టూ ఒక నైతిక విలువల లక్ష్మణ రేఖ ఉంటుందనుకుంటున్నాను. దీన్ని పురుషుడు గానీ, సమాజం గానీ నిర్మించలేదు. తన చుట్టూ తనే ఏర్పరచుకుంటుంది. దీన్నించి బయటపడటం అంత సులభం కాదు.

ఎన్నో సంవత్సరాలుగా మనసుతో సత్సంబంధాలు లేక, ఇంట్లో సుఖంలేక–ఈ గీత దాటదామనుకున్నాను. ఊహు కాదు. కేవలం అదొక్కటే కారణం కాదు. నువ్వు కూడా నా అలజడికి కారణమే.

కానీ తీరా ఆ సమయం వచ్చేసరికి ఇంటి నుంచి బయట పడలేక పోయాను. భయం కాదు రవీ, నన్ను నమ్ము. నేనేదో ఎవరికో భయపడి ఉండి పోలేదు. సందిగ్ధంతో ఆగిపోయాను. ఇన్నాళ్ళు ఆగగలిగాను. ఇంకో పది ఇరవై సంవత్సరాలు ఆగితే ఈ కట్టె వెళ్ళిపోతుంది. వెళ్ళకపోయినా కోర్కె నశిస్తుంది. నువ్వు అడగవచ్చు-మరి ఈ ఆలోచనంతా నాకు ఉత్తరం వ్రాసే ముందే ఉండొచ్చు కదా-అని. కొన్ని చర్యలకి తర్కం ఉండదు రవీ! నువ్వు అర్థం చేసుకోగలవు, చేసుకుంటావనే ఈ ఉత్తరం. క్షమాపణలతో!

నువ్వు ఫోన్ చేసినప్పుడు వెంటనే పెట్టేసినందుకు కూడా నన్ను క్షమించాలి. నీతో మాట్లాడితే, ఇప్పుడిప్పుడే పునర్నిర్మించుకుంటున్న ఈ స్థయిర్యం తిరిగి కుప్ప కూలిపోతుందనే భయం. దయచేసి నన్ను పరీక్షించడానికి ప్రయత్నించకు. నన్ను నేను కూడగట్టుకోనివ్వు, ఇదొక్కటే నేను కోరేది. వాస్తవం కన్నా ఊహ బావుంటుంది. ఊహని వాస్తవం చేసుకోవాలి అనుకుని, కానీ మళ్ళీ భవిష్యత్తు ఊహించుకొని, అడుగు వెనక్కి తీసుకున్న నీ స్నేహితురాలు...

క్రింద సంతకం లేదు. అతడు ఉత్తరాన్ని నలిపి విసిరి కొట్టాడు. మొహాన్ని చేతుల్లో పెట్టుకుని అలాగే చాలాసేపు ఉండిపోయాడు. దాదాపు పది నిముషాల తరువాత తేరుకున్నాడు. పడివున్న ఉత్తరాన్ని తీసి కాగితాన్ని తిరిగి సాపు చేశాడు. మళ్ళీ చదివాడు. మళ్ళీ..

అతడి మనసంతా ఆమె మీద ఒక విధమైన కోపంతో నిండిపోయింది. మామూలుగా వెళుతున్న పడవని సుడిగుండంలోకి తోసినట్టు చేసింది. కష్టమో నష్టమో తన బ్రతుకు తను బ్రతుకుతున్నాడు. అటువంటి వాడిని తట్టి లేపింది. ఒక రోజంతా ఆతృతతో, తరువాత జీవితమంతా నిరాశతో గడిపేలా చేసింది. ఆమెకేం? ఒక చిన్న ఉత్తరం వ్రాసి 'నేను మనసు మార్చుకున్నాను'-అని అనేస్తే సరిపోతుందా? ఈ ఆడవాళ్ళంతా ఇంతే. వెనుక నుంచి భుజం తట్టి, వెనుదిరిగే సరికి మాయమవుతారు. దానికి అందంగా 'భయం' అని పేరు పెట్టుకుంటారు. మరికొంచెం తెలివైన వాళ్ళయితే 'నైతికం' అని నాజూగ్గా అంటారు.

అయిదు సంవత్సరాలు తన గురించి ఆలోచిస్తే లేని తప్పు అయిదు నిమిషాలు తనని కలిస్తేనే వస్తుందా? దేనికింత అనాలిసిస్? దేనికి ఇంత మధనం?

అసలేమనుకుంటుంది ఆవిడ తన గురించి? ఎందుకు ఈ విలువలకి ఇంత ప్రాముఖ్యత ఇవ్వటం? తన భార్య గుర్తించని విలువలు... ఆవిడ భర్త పట్టించుకోని విలువలు? అసలు మనిషి ఎందుకు కట్టుబాట్ల మధ్య పెరగాలి? సమాజం కోసమా? సమాజం అంటే ఏమిటి? భార్యా, స్నేహితులూ వీళ్ళేగా! సెక్రటరీతో మాట్లాడితేనే సంబంధం అంటగట్టిన భార్య... ఆమె దృష్టిలో తనెప్పుడూ గొప్పవాడు కాలేదు. మరిక దేనికి వీటికి విలువ ఇవ్వటం.

అతడు పిడికిలితో అరచెయ్యి కొట్టుకున్నాడు. కొంచెంసేపు పచార్లు చేశాడు. ఆ తరువాత... తన జ్ఞాపకాలనుంచి ఆ విషయం చెరిపేస్తున్నట్లుగా అగ్గిపుల్లతో ఆ ఉత్తరాన్ని అంటించి, పూర్తిగా కాలే వరకూ చూశాడు.

కాగితాన్నైతే కాల్చేశాడు. జ్ఞాపకాల్ని తుడిచెయ్యాలనుకున్నాడు. కానీ రోజులు గడుస్తున్నకొద్దీ అంత సులభం కాదనిపించింది.

ఎప్పుడు ఫోన్ మ్రోగినా ఆమె దగ్గర్నుంచే అన్న ఆత్రంతో చప్పున ఫోన్ అందుకునేవాడు. ఎన్నోసార్లు ఫోన్ చేద్దామని చెయ్యి అక్కడివరకూ వెళ్ళి కష్టం మీద నిభాయించుకునేవాడు. అతడి హృదయంలో ఒక భాగం నిరంతరం దీన్ని గురించే ఆలోచిస్తూ ఉండిపోయింది. క్రమక్రమంగా అది పూర్తిగా ఆక్రమించు కుంది. ఆమె మీద కోపంతో తనేదో చేసి ఆమెకు అన్యాపదేశంగా అది తెలియజేయాలన్న తపన ఎక్కువయింది. కొన్ని ఆలోచనలకి అర్థం ఉండదు. నువ్వొక్కదానివేనా ఈ ప్రపంచంలో... 'కో' అంటే కోటిమంది అన్న ఫీలింగ్. నీ ఒక్కదానికేనా ఈ విలువలన్నీ? అందరికీ ఉంటాయి. కానీ ఏదో బాధ ఉండబట్టేగదా, దాన్నించి బయటపడటానికి అందరూ ఇలా చేసేది. దీన్ని ఎత్తి చూపించే హక్కు నీకేముంది.?

ఆ తరువాత అతడి ఆలోచన్లు మరో విధంగా సాగేవి. ఆ రోజు తను హోటల్లో ఎదురుచూస్తూ ఉండగా ఆవిడ ఇంట్లో ఏమని ఆలోచిస్తూ ఉండి వుంటుంది? తన పట్ల జాలితో అయ్యో పాపం వీడు లక్ష్మణరేఖదాటి వచ్చేశాడే అనుకుని ఉంటుందా? నాకున్నపాటి నిబ్బరంకూడా లేకపోయిందే అని నవ్వుకుని ఉంటుందా? ఆడది అనగానే ముక్కు మొహం తెలియకపోయినా పరుగెత్తాడు అని తేలిక అభిప్రాయం ఏర్పర్చుకుని ఉంటుందా?

రవితేజకి ఇటువంటి మధనతో పని మీద ఆసక్తి తగ్గింది. వారంరోజులు గడిచాయి.

కాలమే గాయాల్ని మాన్పుతుందంటారు. అదీ అతడి విషయంలో నిజం కావచ్చు. నెమ్మదిగా అతడు తేరుకుంటున్నాడు. ఇలా ఉండగా ఆ రోజు అతడికి ఇంటర్ కమ్‌లో పెర్సనల్ ఆఫీసరు ఫోన్ చేశాడు. "సార్! మన పాత సెక్రటరీ కోలుకోవటానికి మూడునెలలు పడుతుందట. టెంపరరీగా మరో సెక్రటరీని తీసుకొమ్మని చెప్పారు."

"అవును"

"మీరు ఇంటర్వ్యూ చేస్తారా?"

"అక్కర్లేదు, మీరు చేయండి. తొందరగా జాయిన్ అవ్వాలని మాత్రం చెప్పండి."

"అలాగే సార్..." ఆ తరువాత రెండ్రోజులకి ఆమె జాయిన్ అయింది. ఆమె పేరు ప్రియంవద!

16

"**మే ఐ** కమిన్ సర్"

టేబిల్ డ్రాయర్ లోంచి కాగితాలు తీసుకుంటున్న రవితేజ తలెత్తి చూశాడు. గుమ్మం దగ్గర నిలబడి ఉంది ఆమె. అప్పుడే కాలేజీనుంచి వచ్చిన అమ్మాయిలా చిన్నపిల్లలా ఉంది. "పిల్చారుట"

ఆ అమ్మాయి చేతిలో ఉన్న షార్ట్ హ్యాండ్ పుస్తకం బట్టి కొత్తగా చేరిన స్టెనో అని తెలుసుకున్నాడు. "రండి. కూర్చోండి."

ఆమె కళ్ళలో భయం కన్నా, అదో రకమైన ఎగ్జయిట్‌మెంటు కనపడుతూంది.

"ఇదే మొదటి ఉద్యోగమా?"

"అవును సర్. మొన్న మార్చిలోనే బి.యస్సీ పాసయ్యాను. అప్పుడే స్టెనో గ్రఫీ కూడా... ఇదే మొదటి ఉద్యోగం. టెంపరరీ అన్నారు. మూడు నెలలే అట..." ఆమె గడగడా చెప్పుకుపోతోంది.

"డిక్టేషన్ తీసుకుంటారా?"

వాక్ ప్రవాహం ఆపి ఆమె పెన్సిల్ తీసుకుంది. అతడు అడ్రసు చెప్పి "డియర్ సర్స్" అని ఉత్తరం ప్రారంభించాడు. "మీరు కోరినట్టు అనంతపురం

రిటైల్ ఏజెన్సీ విషయం పరిశీలించాం. హేమమాలిని చీరెల మీద పదిశాతం, శ్రీదేవి చీరల మీద ఐదు శాతం రిబేటు ఇవ్వటానికి మాకు అభ్యంతరం లేదు. పోతే..." అని చెపుతూ ఉండగా "సార్" అంది. అతడు చెప్పటం ఆపి ఏమిటన్నట్టు చూశాడు.

"హేమమాలిని చీరలకు ఇప్పుడు డిమాండ్ లేదు సార్. శ్రీదేవి చీరలకే డిమాండ్. వాటికి కన్సెషన్ అనవసరం."

"నేను చెప్పింది వ్రాస్తారా? మీరు చెప్పిన సలహా నేను వినాలా?"

"సారీ సర్" అని ఆమె తిరిగి వ్రాయటం ప్రారంభించింది. అతడు చెప్పటం పూర్తిచేశాడు. పూర్తి చేసి తలెత్తేసరికి ఆమె పెన్సిల్ చెక్కుతూ కనిపించింది.

వినుగ్గా "లోపలి కొచ్చేముందు ముల్లు సరీగ్గా ఉందో లేదో చూసుకోనక్కర్లేదా".

"వచ్చేవరకూ బాగానే ఉంది సార్. వ్రాస్తూంటే విరిగిపోయింది."

"అలాటప్పుడు-ఆగమని నాతో చెప్పాలి?"

"అక్కర్లేద్సార్. ఉత్తరం నాకు కంఠతా వచ్చేసింది" అంటూ అతడు చెప్పిన దాన్ని తిరిగి పొల్లుపోకుండా చెప్పింది. అతడు ఆశ్చర్యపోయాడు. అయితే దాన్ని బయట పెట్టకుండా, "గుడ్. వెళ్ళి టైపు చేసి పంపించండి" అన్నాడు.

ఆమె కుర్చీలోంచి లేవకుండా, "మిమ్మల్ని ఒకటి అడగొచ్చా" అంది.

విస్మయంతో "ఏమిటి" అన్నాడు.

"మేం కాలేజీలో చదువుకునే రోజుల్లో ఆర్.టి. చీరలంటే అందరికీ క్రేజ్ సార్. రవితేజా టెక్స్టైల్స్‌లో ఉద్యోగం అనగానే గమ్మత్తుగా అనిపించింది. కానీ ఇక్కడికొచ్చాక సాక్షాత్తు రవితేజకే స్టెనో అంటే భలే థ్రిల్లింగ్‌గా అనిపించింది... సార్."

ఆమె 'సాక్షాత్తు' అనే పదం ఉపయోగించటం చూసి అతడికి నవ్వొచ్చింది.

"సార్... ఏ బాడీ స్ట్రక్చర్‌కి ఏ చీర బావుంటుందో మీకు బాగా తెలుసు. ప్లీజ్-నేనెలాంటి చీర కట్టుకుంటే బావుంటుందో చెప్పరా?"

ఈ తరం కాలేజి అమ్మాయిలు ఫాస్టని తెలుసు గానీ, మరీ ఇంత అని తెలీదు. అదిరిపోయి చూశాడు. కానీ వెంటనే సర్దుకుని, "చీరకన్నా ముఖ్య విషయం చెప్పనా?" అన్నాడు.

"ఏమిటి సార్-"

"ఇది కాలేజీ కాదు, ఆఫీసు. కాలేజ్‌లో లెక్చరర్లని ఏడిపించినట్టూ, స్నేహితుల్తో మాట్లాడినట్టూ ఇక్కడ మాట్లాడితే ఉద్యోగం పోతుంది. ఇక మీరు వెళ్ళవచ్చు"

ఆ అమ్మాయి మొహం వాడిపోయింది, తలదించుకుని "సారీ సర్" అంటూ పుస్తకం పట్టుకుని లేచి, తలుపు వైపు మౌనంగా నడిచింది. అతడికి జాలేసింది. అప్పటివరకూ ఫస్ట్ మార్క్ వచ్చి, ఒక పరీక్షలో అది రాకపోతే పిల్లలు తల్లిదండ్రుల దగ్గర మొహం ఎలా చాటేస్తారో, అలా వెళ్తోంది ఆమె.

"మాట" అన్నాడు. ఆమె ఆగి వెనుదిరిగింది. "...కనకాంబరం రంగు జార్జెట్ మీద తెలుపు జాకెట్, ఎడమ వైపు భుజం దగ్గర గులాబీ పువ్వు అదే రంగులో. రెండు జెళ్ళు మానేస్తే మంచిది" అన్నాడు.

ఆమె మొహం విప్పారింది. చిన్నపిల్లలు మిస్చువస్‌గా నవ్వినట్టు నవ్వేసి "థాంక్స్ సార్" అంది.

అతడు తిరిగి తన పనిలో మునిగిపోయాడు. మరో వారం రోజులు గడిచాయి. మామూలుగా అయితే ఆమె జ్ఞాపకం స్మృతుల పుటల్లో ఎక్కడో మారుమూలలకు క్రమక్రమంగా వెళ్ళిపోవలసిందే. కానీ ఇంట్లో తాండవించే శ్మశాన నిశ్శబ్దం అతడికి మాటి మాటికీ ఆమెనే గుర్తుకు తెస్తోంది. ఈ మధ్య కొత్తగా వచ్చి చేరిన... 'జీవితంలో ఏదో కోల్పోయిన భావం' రోజురోజుకీ ఎక్కువ అవుతూంది.

ఇంతకు ముందయితే రోజంతా ఆఫీసులో పని చేసి అలిసి-ఏ పదింటికో ఇంటికి వచ్చి కాసింత తిని నిద్రపోయేవాడు. ఇప్పుడు నిద్ర పట్టటం లేదు. నిద్రాణమైన కోర్కె ఏదో తొలిచేస్తోంది. దానికి స్పష్టమైన రూపురేఖ లేదు.

ఆ రోజు మరో ఉపద్రవం వచ్చిపడింది. ఆ ఇంట్లో చేసే పనిమనిషికి నాలుగో నెల. దానికీ మాధవి తమ్ముడు (బావమరిది)కీ ఎన్నాళ్ళ నుంచి సంబంధం ఉందో తెలియదు. ఆ రోజే బయట పడింది. అలగాజనాన్ని ఇంటి మీదకు తీసుకొచ్చింది. అదృష్టవశాత్తు ఈ విషయం ప్రెస్‌కి పొక్కలేదు. పదివేలు ఇస్తేగానీ వదల్లేదు.

డబ్బు పోయినందుకు కాదు బాధ. మాధవి తమ్ముణ్ణి వెనకేసుకు రావటం! అక్కా తమ్ముళ్ళిద్దరూ కలిసి చివరికి తప్పు తన మీదకు తోసేశారు. "మీకు తెలియదండి. బాగా డబ్బున్న వాడు కదా అని తమ్ముణ్ణి పట్టింది. మీరేమో బెదిరిపోయి పదివేలు వదుల్చుకున్నారు" అంది.

అతడు తెల్లబోయి, "లేకపోతే ఏం చెయ్యాలి?" అన్నాడు.

"ఈ విషయం నాకు వదిలేసి ఉంటే నేను చూసుకుని ఉండేవాణ్ణి బావా."

"అవునండీ! మీరు మరీ భయపడేసరికి వాళ్ళు రేటు పెంచేశారు?"

అతడికి అసహ్యమేసింది. ఇక్కడ తప్పెవరిది అని కాదు ప్రశ్న. తప్పు చేసినవారు తన వాడయ్యేసరికి మారిపోయిన వాదనా విధానం. తను ఒకరోజు ఒక్క పెగ్గు డ్రింకు తీసుకొస్తే నానా హడావుడి చేసే తన భార్య, తన తమ్ముడు ఒక పని మనిషితో కులికినా, దానికి 'అమాయకత్వం' అని పేరు పెట్టేసి సర్ది చెపుతోంది. ఇంకేముంది విలువలకి విలువ?

అంతర్ సంఘర్షణ అనేది మొదలవనే కూడదు. ఒకసారి ప్రారంభం అయితే ఇక శాంతి ఉండదు.

ఆ మరుసటిరోజు అతడు ఆఫీసుకి వెళ్ళేసరికి ఒక మంచి వార్త తెలిసింది. కోటి రూపాయల గవర్నమెంట్ టెండరు తమకి వచ్చిందని...

చాలా ప్రిస్టేజికి సంబంధించిన టెండరు అది. ముఖ్య పోటీదారు చెంచు రామయ్యకి రాకుండా తమకి రావడం సంతోషదాయకం. ఆ టెండరు తయారు చేసింది అతడి సెక్రటరీ.

ఆమె గుర్తుకు రావటంతో అతడు ఆమె ఆరోగ్య విషయం వాకబు చేశాడు. ఇంకో నెలరోజులు బెడ్ మీదే ఉండాలన్నారని తెలిసింది. (ఆమెపై కారు ఆక్సిడెంటు చేసిన వారి కోరిక కూడా అదే.) అతడి కొత్త సెక్రటరీ కూడా సంతృప్తికరంగానే పనిచేస్తూంది. కానీ కాలేజీనుంచి కొత్తగా వచ్చిన అమ్మాయి అవటం వల్ల, ఇంకా ఒద్దిక, నమ్రత వంట బట్టలేదు. క్లాసులో వేసినట్టే జోకులు వేసి నాలుక్కర్చుకుంటూ ఉంటుంది. కానీ తెలివైనదే. చేరిన మూడోరోజు ఓ పది ఆటోగ్రాఫ్ పుస్తకాలు పట్టుకొచ్చి, "మా స్నేహితురాళ్ళది సార్. సంతకం చేయండి" అంది.

అతడు ఆశ్చర్యపోయి, "ఆటగాళ్ళవీ, సినిమా యాక్టర్లవీ ఆటోగ్రాఫులు పెట్టించుకుంటారు గానీ బట్టల కంపెనీ వాడివి ఏమిటి?" అన్నాడు.

"మీ పాపులారిటీ మీకు తెలీదు సర్. ఆర్.టి. టెక్స్‌టైల్స్‌లో పని చేస్తున్నానని తెలియగానే 'రవితేజ నీకు తెలుసా' అని మా ఫ్రెండ్స్ అందరూ ఒకటే అడగటం. 'ఆయన దగ్గిరే' అనగానే ఈ పుస్తకాలన్నీ ఇచ్చారు."

అతడు నవ్వుతూ సంతకాలు పెట్టాడు. ఎంత కాదనుకున్నా చిన్న గుర్తింపు ఫీలింగు..! కొత్తరకమైన అనుభవం..!

'నేనే చీర కట్టుకుంటే బావుంటాను' అని అడిగి తెలుసుకుని వెళ్ళిన మూడు రోజులకి ఆమె ఆ రకం చీర కొనుక్కుంది. రావటం రావటమే గాలిలా వస్తూ, "థాంక్స్ సార్! మా వాళ్ళందరూ పిచ్చెక్కిపోయారు. నాలో ఇంత అందం ఇంతకు ముందెప్పుడూ కనిపించనేలేదట! ఇడియెట్స్! అయినా మొత్తం బ్యూటీ అంతా ఇదిగో ఈ పువ్వు దగ్గర వచ్చింది సార్" అంటూ మొదలు పెట్టబోయింది.

అతడు విసుగ్గా "చూడు ప్రియంవదా! ఇలా ఎప్పుడు పడితే అప్పుడు క్యాబిన్ లోకి వచ్చెయ్య కూడదు. నేను పిల్చినప్పుడే రావాలి" అన్నాడు.

ఆమె బిక్కమొహం పెట్టి, "సారీ సర్" అంది. అంత చిన్నపిల్లని హర్ట్ చేశానే అని అతడు నొచ్చుకుని "సర్లే. ఎలాగూ వచ్చావు కాబట్టి డిక్టేషన్ తీసుకో" అని తన దగ్గర ఉన్న పాడ్ ఆమె ముందుకు తోస్తూ ఆమెని తిరిగి తన మూడ్ లోకి తీసుకురావటానికి, "నిజంగా ఈ చీర నీకు బాగా నప్పింది" అన్నాడు.

ఆ చిన్న కాంప్లిమెంట్‌కే ఆ అమ్మాయి మొహం విప్పారింది. పాతదంతా మర్చిపోయి, "నిజమా సార్. నేను చెప్పాను కదా. ఈ పువ్వు".

"డిక్టేషన్ తీసుకుంటావా?"

ఆమె సర్దుకుని "చెప్పండి సర్" అంది.

"డియర్ సర్! దీపావళి సీజన్ వస్తుంది కాబట్టి మీరు వీలైనంత ఎక్కువ స్టాకు పెట్టుకోవాలి. కానీ మీ ఆర్డర్లు సంతృప్తికరంగా లేవు. మన పోటీదార్లు కార్లని బహుమతిగా ఇస్తున్నమాట నిజమే! కానీ ప్రజలు త్వరలోనే, ఈ కార్ల ఖరీదు కూడా తమ చీరల ధరలోనే కలిపి ఉందని గ్రహిస్తారని నా వుద్దేశ్యం. త్వరలోనే సంక్రాంతి కూడా వస్తోంది. ఉయ్ అప్రోచ్..."

"కాక్రోచ్" అందామె.

"కాక్రోచ్ కాదు, అప్రోచ్" అన్నాడు. ఆమె కళ్ళు భయంతో పెద్దవయ్యాయి. లేచి నిలబడింది, "కాక్రోచ్" అంది మళ్ళీ.

ఆమె నిలబడటం అతడు చూడలేదు. తన ధోరణిలో తనున్నాడు. "కాదని చెప్పటంలే..." అన్నాడు. ఆ మాటలు ఇంకా పూర్తికాలేదు. ఆమె చిన్నగా అరిచి అతడి మీదపడి, అతడి వెనగ్గా వెళ్ళి, బల్ల క్రిందికి భయంగా చూడసాగింది. అంతా క్షణాల్లో జరిగిపోయింది. ఈ హఠాత్ చర్యకి నిశ్చేష్టుడై "ఏమిటి" అన్నాడు.

ఆమె దాదాపు కళ్ళనీళ్ళ పర్యంతమై "బొ... బొద్దింక" అంది. "బొద్దింకంటే నాకు చచ్చేటంత భయం సార్."

అతడు తేరుకుని "సర్లే, కూర్చో" అన్నాడు. ఆమె చేతులు ఇంకా వణుకుతూనే ఉన్నాయి. ఆ పరిస్థితిలో ఆమె డిక్టేషన్ తీసుకోవటం అసాధ్యమని గ్రహించి "కొంచెం సేపయ్యాక మళ్ళీ పిలుస్తాన్లే" అన్నాడు. బ్రతుకుజీవుడా అన్నట్టు ఆమె ఆ గదిలోంచి వెళ్ళిపోయింది. అప్పుడే అతడికి స్ఫురణకు వచ్చింది-తను ఆమెని ఏకవచనంలో సంబోధిస్తున్నానని. ఎప్పట్నుంచి ఇలా జరిగిందో మాత్రం గుర్తుకు రాలేదు.

ప్రియంవద అక్కణ్ణుంచి వెళ్ళిపోతూ వెనక్కి తిరిగి, "సార్, నాకో ఆలోచన వచ్చింది రాత్రి" అంది.

"ఏమిటి?"

"నిన్నటి మీ ఉత్తరం టైప్ చేస్తూ ఉంటే..."

"విషయం తొందరగా చెప్పు."

"మన ప్రత్యర్థులు కార్లూ, స్కూటర్లూ ఇస్తున్నారు కదా"

"అవును-"

"మనం మన షాపుల్లోనే ఫారిన్ చీరల విభాగం పెడదాం. ఆడవాళ్ళకి ఈ ఫారిన్ చీరల మీద చాలా మోజు సార్. కస్టమ్స్ వారితో మనం ఒప్పందం చేసుకుని కొన్ని చీరలు అలా పెడదాం. ఆ విభాగంలో కొన్ని మాత్రమే అలాంటి చీరలు ఉంటాయి. మిగతావి మనవే ఉంటాయి. చాలామందికి రెండింటికీ తేడా తెలీదు. అమ్మకాలు పెరుగుతాయి."

"కాని అది మోసం.".

"అప్పటికి మనమేమీ మోసం చెయ్యనట్టు... నిజానికి వాటి కన్నా మన చీరలే మంచివి. ఈ విషయం వాళ్ళకి తెలీదు కాబట్టి ఆ పేరు మీద మనవే అమ్ముతాం".

రవితేజకి ఈ ఆలోచన బావున్నట్టు అనిపించింది. ఎవరికైనా బంధువులు గానీ, దగ్గర స్నేహితులు గానీ విదేశాల్లో ఉంటే అక్కడినుంచి చీరలు తెప్పించుకోవటం అందరూ సాధారణంగా చేసేపని. 'అలాటి వాళ్ళెవరూ లేరే' అని కొందరు నిరాశ చెందుతూ ఉంటారు. బ్రోకర్ల ద్వారా, ముఖ్యంగా ముస్లిం దేశాల నుంచి, అన్ని వస్తువులతో పాటు వీటిని మన దేశానికీ స్మగ్లింగ్ జరుగుతుంది. స్మగుల్డ్ అనగానే మోజు ఎక్కువ. ఎంత ఖరీదైనా ఇచ్చి కొంటూ ఉంటారు. ఖరీదు కేవలం 'క్రేజ్' మీద ఆధార పడి ఉంటుంది. ఫారిన్ చీరల రంగు ఆకర్షణీయంగా ఉంటుంది. బట్ట మన్నిక నాజూగ్గా ఉంటుంది. అది కాదనలేని విషయం. అయితే ఇక్కడ ఒక విషయం గమనించాలి. 'కొత్త' తప్ప ఇందులో ఏ ప్రత్యేకతా లేదు. వాళ్ళ రంగులు మనకి ఎలా ఆకర్షణీయంగా ఉంటాయో, మన పట్టుచీరల రంగులు కూడా విదేశీయులకి ఆ విధంగానే ఆకర్షణీయంగా ఉంటాయి. చలిదేశాల్లో వాళ్ళ శరీరతత్వాలకి సరిపోయేటట్టు తయారుచేసిన ఈ బట్టలు ఒకసారి మనకి సూట్ కావు కూడా. మనదేశపు ఉష్ణోగ్రతకి ఈ మెటీరియల్ అప్పుడప్పుడు సరిపోదు. అక్కడ 'చీరలు' అందరూ కట్టుకునేవి కావు కాబట్టి. అక్కడి బట్టని మనవాళ్ళు గజాల లెక్కన కొనుక్కుని వచ్చి ఇక్కడ చీరలుగా చింపి అమ్ముతారు. అందుకే బోర్డర్లూ అవీ ఉండవు. వాటికి సరిపోయే బ్లౌజు పీసులు దొరకటం కూడా కష్టమే. కస్టమ్స్ అధికారులు రెయిడ్ చేసి పట్టుకున్న వస్తువులతో పాటు ఈ చీరల్ని కూడా కొన్ని ప్రత్యేకమైన షాపుల్లో ఉంచి అమ్ముతారు. కొన్నిటికి మాత్రమే 'డ్యూటీ' కట్టి చాలా వాటిని వాటితో కలిపి అమ్మేస్తూ ఉంటారు.

రవితేజ టెక్స్టైల్స్ కూడా ఆ పంథాలోనే చెయ్యాలా? ఈమె చెప్పినట్టు వ్యాపారంలో రోజురోజుకీ విలువలు తగ్గిపోతున్నాయా?

"నువ్వు చెప్పినదాన్ని గురించి ఆలోచిస్తాను" అన్నాడు రవి. ఆమె మొహం విప్పారింది.

"థాంక్స్ సర్" అంది లేస్తూ.

"ఇంట్లో కూడా నువ్వు కంపెనీ వ్యవహారాల గురించే ఆలోచిస్తున్నావంటే నీకీ కంపెనీలో పర్మెనెంటు అయ్యే అవకాశాలూ, ఆలోచన్లూ ఉన్నాయన్నమాట."

"పర్మెనెంటు చేస్తే సంతోషమే సార్! కానీ నిజం చెప్పమంటారా? నేను ఇంటికి వెళ్ళి కంపెనీ గురించి ఆలోచించను."

"మరి?"

"మీ గురించి ఆలోచిస్తాను."

ఎవరో కొట్టినట్లు అతడు తలెత్తాడు. ఆమె మాత్రం తన ధోరణిలో చెప్పుకుపోతోంది. "నిజం సార్! ఈ కంపెనీలో చేరకముందు ఇలాంటి కంపెనీల గురించీ, పెద్ద పెద్ద డైరెక్టర్ల గురించీ ఏమేమో ఊహించుకునేదాన్ని. ఎప్పుడూ డిన్నర్లు, ఎయిర్ - కండిషన్లు, కార్లు-ఇవే అనుకునేదాన్ని. సినిమాలు చూడటంవల్ల, నవలలు చదవటంవల్ల వచ్చిన తప్పు అభిప్రాయం సార్ అది. కానీ ఇక్కడ చేరాక మీ ప్రోబ్లెమ్స్, రోజువారి టెన్షన్లూ చూస్తూంటే... మీ మీద ఇంకా గౌరవం పెరిగింది. అందులో హీరోల సమస్యలు అన్నీ కేవలం ప్రేమల వల్లే వస్తాయి సార్. కానీ ఇప్పుడు తెలుస్తోంది నిజ జీవితంలో హీరో అవటం ఎంత కష్టమో. ప్రతిరోజూ సాయంత్రం మా ఫ్రెండ్స్ అందరం కలుసుకున్నాక మేము ఏం మాట్లాడతామో తెలుసా సార్... 'ఉహు వద్దు. ఆఫీసు సీక్రెట్స్ అన్నీ బయట చెపుతున్నావా' అని మీరు తిడతారు. అభిమానం అనేది ఎప్పుడు ఎందుకు ప్రారంభం అవుతుందో చెప్పటం కష్టం సార్. ఇది ఆటోగ్రాఫ్ల అభిమానం కాదు. దీన్ని మాత్రం మీరు నమ్మాలి. అంతవరకూ ఎందుకు? మొన్న మీరు "నీ చీర బావుంది" అనగానే ఇక ఆ రాత్రంతా దాని గురించే ఆలోచించాను" ఆమె ఆగింది.

మతిపోవటానికి కాస్త అటు ఇటూగా ఉన్న స్థితిలో అతడు అవాక్కయి ఆమె వైపే చూస్తూ ఉండి పోయాడు. ఆమె చిన్నపిల్లో పెద్దదో కూడా అర్థం కావటం లేదు. ఒక మానేజింగ్ డైరెక్టర్ దగ్గర సెక్రటరీ అలా మాట్లాడ కూడదని ఆమెకు చెప్పాలో లేదో కూడా తెలియని స్థితి. చెప్పినా వినిపించుకోదు. అది వేరే సంగతి.

"ఏమి ఆలోచించావు?" అని అడిగాడు.

అప్పటివరకూ లొడలొడా వాగుతున్నదల్లా అతడి ప్రశ్నకి సిగ్గుపడి. "మీరు నవ్వుతారు, నన్ను తిడతారు" అంది గోళ్ళరంగు కేసి చూసుకుంటూ.

"నవ్వితే నవ్వుతానేమో గానీ, తిట్టన్లే చెప్పు."

ఆమె చెప్పబోయి ఆగి, తటపటాయించి, "ఆ రాత్రి వరుసగా పాయింట్లు వ్రాశాను" అంది.

తలా తోకాలేని ఆ సమాధానం అర్థంకాక "పాయింట్లేమిటి?" అన్నాడు అతడు.

ఆమె హాండ్ బ్యాగ్ లోంచి కాగితం తీసి అతడి ముందుకు తోస్తూ "తిట్టద్దేం" అంది.

అతడు కాగితం అందుకుని చూశాడు. అందులో ఇలా ఉంది. "మగవాళ్ళు ఆడవాళ్ళని ఇంప్రెస్ చేసే ప్రయత్నంలో చీరె పునాదిగా ఉపయోగపడే పలు రకాల డైలాగులు:

- మీరు కట్టుకున్న చీర చాలా బావుంది.
- మీరీ చీరలో చాలా బావున్నారు.
- ఈ చీర రంగు మీకు సరీగ్గా సరిపోయింది.
- ఈ పాల రంగు చీర మీ చర్మం రంగులో కలిసిపోయింది.
- చీరలు కొంతమందికి అందాన్ని తెస్తాయి. మీ వల్ల చీరకి అందం వచ్చింది.
- మీరే చీర కట్టుకున్నా బావుంటారు.
- మీలా పాల తెలుపులో ఉన్నవాళ్ళకి ముదురు రంగుచీరలు బాగుంటాయి.
- ఈ రంగు చాలామందికి సూట్ కాదు. కానీ మీకు సరీగ్గా సరిపోయింది.
- మీది మంచి సెలెక్షన్. మీ సెలెక్షన్ మీ మనస్తత్వాన్ని తెలియజేస్తోంది.

పి.యస్ : "నల్లరంగు చీర కట్టుకున్నప్పుడు పైనుంచి మూడో డైలాగు వాడరాదు."

అతడికి ఒక వైపు నవ్వు, ఒక వైపు కోపం వచ్చాయి. నవ్వు కనపడకుండా "రాత్రిళ్ళు నువ్వు చేస్తున్నది ఇలా చీరల మీద రీసెర్చా?" అని అడిగాడు.

"చీరల మీద కాదు సార్! మీ మాటల మీద. మీ గురించే ఆలోచిస్తున్నాను. ప్రక్కనే కాగితం కలం ఉన్నాయి. వ్రాశాను... ఏం తప్పా?" దబాయిస్తున్నట్టూ అంది. 'ఇది కాలేజీ కాదు. ఆఫీసు. అందామనుకున్నాడు. కానీ ఆ మాట ఇప్పటికే యాభైసార్లు చెప్పాడు. అందువల్ల ఇక అది లాభం లేదనుకుని "సర్లే, వెళ్ళిరా" అన్నాడు.

ఆమె వెళ్ళబోయి ఆగి "సార్. రేపు మా క్లాస్ మేట్స్ నలుగురు వస్తామన్నారు. తీసుకు రానా?" అని అడిగింది.

"దేనికి?"

"మీతో సరదాగా మాట్లాడటానికి. అలాగే, వాళ్ళకే చీరలు మ్యాచ్ అవుతాయో చెప్పి... "

"వాడ్డాయూ మీన్... నేను..." ఆ పై మాటలు రాక ఆగిపోయాడు. కోపంతో ఎర్రబడ్డ అతడి మొహం చూసి బెదిరిపోయి, "..సారీ సర్" అని బయటకు వచ్చేసింది. అయితే, బయటకు రాగానే లోపలున్నంత సేపూ ఉన్న భయమూ బెదురూ పోయి, ఆ స్థానే నవ్వు చోటు చేసుకుంది. తన సీట్లోకి వెళ్ళబోతూ, సూపర్నెంటు దగ్గర ఆగి, "మన పాత సెక్రటరీ ఎప్పుడు చేరుతున్నారు సార్" అని అడిగింది.

"ఇంకో నెలలో ఆస్పత్రి నుంచి డిశ్చార్జ్ అవుతుందట."

ఆమె మనసులో 'మైగాడ్. టైమ్ చాలా తక్కువుందే' అనుకుంది.

17

మరో రోజు గడిచింది. ఈ మధ్య రవితేజ మూడీగా ఉండటం ఎక్కువైంది. అతడికి పోటీదార్లు ఎక్కువ మనస్తాపం కలిగిస్తున్నారు. పోటీ ఎప్పుడూ మంచిదే. అవతలివారి కన్నా తాను 'మంచి సరుకు ఎలా ఇవ్వాలా' అన్నది పోటీ అయితే, అది ప్రగతికి సూచన. అలా కాకుండా 'సరుకు' గురించి ఆలోచించటం మానేసి, 'పోటీదార్ల' గురించి ఆలోచించటం మొదలుపెడితే, ఇక పతనమే.

ఇదంతా అతనికి తెలుసు. అందుకే అతడు ఇప్పుడు చెంచురామయ్య & కో గురించి ఆలోచించటం లేదు. తన కంపెనీ గురించి ఆలోచిస్తున్నాడు. ఇప్పటి వరకూ రవితేజ చీరలు మకుటం లేని మహారాజులు..! ఆ స్థానానికి ఇప్పుడు కొద్దిగా కదలిక వచ్చే సూచన్లు కనపడుతున్నాయి. ఏదైనా చేయాలి. అవతలివాళ్ళ లాగా బహుమతులు ఇవ్వటం కాదు. మరేదో చెయ్యాలి. నిరంతరం ఈ ఆలోచనలోనే మునిగి తేలుతున్నాడు. ఇప్పుడు అతడి వయసు కూడా ముప్ఫై దాటింది. ఆ వయసు వరకూ మనిషి యంత్రంలా పనిచేస్తాడు. ఈ తరువాత పని చేయటానికి ప్రేరణ కావాలి. మనిషికి ఈ ప్రేరణ అనేది చాలా రకాలుగా

లభిస్తూ ఉంటుంది. ఇంట్లో ఆహ్లాద వాతావరణం, తమ విజయం పట్ల కుటుంబ సభ్యుల మొహాల్లో అభినందన, తోటి వ్యాపారస్తుల మధ్య గౌరవం, ఇవన్నీ ఆ ప్రేరణకి మూలాధారాలు. దురదృష్టవశాత్తు మొదటి రెండు అతడికి లభ్యం కావు. అందుకే చిన్న వయసులోనే అతడు చాలా అలసిపోయినట్టు కనిపిస్తున్నాడు.

ప్రియంవద ఇచ్చిన ఫారెన్ చీరల అమ్మకం సలహా బాగానే ఉంటుంది కానీ, ఒక్కసారిగా అమ్మకాలు పెరగవు. చెంచురామయ్య లాగా ప్రజల బలహీనత మీద క్యాష్ చేసుకోలేడు. ఏదైనా మరింత బలమైనది ఆలోచించాలి.

పాత సెక్రటరీ లాగానే ప్రియంవద కూడా ఈ వ్యవహారాల పట్ల ఆసక్తి చూపించటం అతడికి రిలీఫ్‌గా ఉంది. పాత సెక్రటరీ వయసులో మరీ పెద్దది. ప్రియంవద ఫ్రెష్ ఫ్రమ్ కాలేజీ. ఆ అమ్మాయికి రకరకాల ఫాషన్లు తెలుసు. ఎక్కడెక్కడి సమాచారమూ తీసుకొచ్చి చెప్పేది. కొన్ని విషయాలు అతడికి చాలా చిత్రంగా ఉండేవి. ఏది ఏమైతేనేం, ఆమె డిక్టేషన్ తీసుకోగానే వెళ్ళిపోయే స్టేజి నుంచి, కొంచెంసేపు కూర్చుని మామూలు విషయాలు కూడా మాట్లాడే స్టేజికి వచ్చింది.

"ఒక్క ప్రశ్న అడుగుతాను జవాబు చెప్పగలరా?" అని అడిగింది ఒకరోజు.

"ఏమిటి?"

"ఆడవాళ్ళు ఎందుకు చీరల పట్ల ఎక్కువ మోజు కలిగి ఉంటారు?"

అతడు తెల్లబోయి చూశాడు. వెంటనే ఏదో సమాధానం చెప్పటానికి ప్రయత్నించాడు గానీ తనకే సంతృప్తికరంగా అనిపించలేదు. ఎంతో చిన్న ప్రశ్నగా కనిపించినా సమాధానం దొరకలేదు. అవును. రేడియో, టీ.వీ., బ్యాంకు బ్యాలెన్స్, విహారయాత్ర, స్థిరాస్థులూ-వీటి మీద లేని ఉత్సాహం స్త్రీ చీరల మీద ఎందుకు చూపిస్తుంది? బంగారం, చీరెలు... ఇవే ఎందుకు స్త్రీని ఉత్తేజపరుస్తాయి?

ఇంటికి వెళ్ళిన తరువాత కూడా ఇదే ప్రశ్న అతడిని వెంటాడింది. ప్రియంవద ఊరికనే అడిగిందో, లేక తనూ ఆలోచించి సమాధానం తేలిక అడిగిందో కానీ అతడిని మాత్రం ఆలోచనలో పడేసింది. మరుసటిరోజు ఆఫీసులో ఆమెతో "నిన్న నువ్వడిగిన ప్రశ్నకి కొంతవరకూ సమాధానం దొరికింది" అన్నాడు.

నవ్వుతూ "ఏమిటి?" అంది.

"మొదటి కారణం-ఆడవాళ్ళు అలంకార ప్రియులు. అలంకరణలో మొదటిది చీరకట్టు. మగవాడు సౌఖ్యాలకీ, స్నేహితులకీ, వ్యసనాలకీ ప్రాముఖ్యత ఇస్తాడు. స్త్రీ అలా కాదు. ఆమె ప్రపంచం చాలా చిన్నది. కొత్త చీర వల్ల ఆనందం ఇనుమడిస్తుందని చాలామంది అనుకుంటారు. కాదు. కొత్త చీర కట్టుకోవడం వల్ల స్త్రీ కొత్తగా కనపడుతుంది. అది చూసి మగవాడి కళ్ళల్లో మెచ్చుకోలు కనబడుతుంది. ఇది మొదటి కారణం. మగవాడి సెన్స్ ఆఫ్ అఛీవ్-మెంట్స్ చాలా ఉంటాయి. చివరికి ఒకరోజు పేకాటలో డబ్బు గెలవటం కూడా అతడు అఛీవ్ మెంట్ గానే భావిస్తాడు. తోటి స్త్రీల దగ్గర తన గెలుపుని బంగారం, చీరల ద్వారా చూపించి స్త్రీ సంతృప్తి పడుతుంది. చీరల గురించి ఆలోచించటం, చీరల గురించి మాట్లాడటం, చీరల విషయంలో పోట్లాడటం, చీర కోసం డబ్బు దాచుకోవటం, సినిమాకి వెళ్ళినా, పుస్తకాలు చదువుతున్నా అందులో వచ్చే 'చీర ప్రసక్తి' వచ్చేసరికి ఆసక్తితో గమనించటం, చీరల కోసం భర్తని వేధించటం, తోటి ఆడవాళ్ళు ఏం చీర కట్టుకున్నారా అని గమనించటం' ఇదంతా మామూలు ఆడవాళ్ళ దినచర్యలో ఒక భాగం. పైకి విసుక్కున్నట్టు కనిపిస్తారు కానీ, ఆడవాళ్ళ తాలూకు ఈ మనస్తత్వాన్ని మగవాళ్ళు బాగా ఆనందిస్తారనిపిస్తుంది. ఎంతో మంది మగవాళ్ళు ఆడవాళ్ళకి చీరలు నగలు కొనిపెట్టటంలో గర్వాన్ని పొందుతూ ఉంటారంటే అబద్ధం కాదు. భర్త పైకి వెక్కిరించినా భార్యకి చీరలు, నగలు కొనిపెట్టటం తన మగతనానికి చిహ్నంగా భావిస్తాడు. ఈ రకంగా చీర మనుష్యుల జీవితంలో ఒక భాగం అయిపోయింది కాబట్టి చీరల పట్ల ఆడవాళ్ళు అంత మోజు చూపిస్తారు కానీ ఇది ఏంతో కాలం వుండదు. వేసుకోవటం సులభం కాబట్టి తొందరలో కుర్తాలు, మాక్సీలు, పైజామాలు వచ్చేస్తాయి. మరో పది ఇరవై సంవత్సరాల్లో చీరెలు కేవలం గుళ్ళలోనూ, పెళ్లిలోనూ కనపడతాయి."

ఆమె అతడి వైపు విప్పారిన కళ్ళతో చూసింది. ఆ చూపు నిండా అభినందన ఉంది. అప్పుడేమీ మాట్లాడలేదు గానీ ఐదు నిముషాల తరువాత వచ్చినప్పుడు ఒక కార్డు తీసుకొచ్చి ఇచ్చింది.

ఒక పురుషుడికి అందమైన అమ్మాయి గులాబి అందిస్తున్నట్టు చేత్తో వేసిన బొమ్మ అది.

"ఏమిటిది ప్రియంవదా?"

"అభినందన కార్డు సర్!"

"ఈ బొమ్మ-"

"నేనే వేశాను."

"నువ్వింత బాగా వేస్తావని నాకు తెలీదే. థాంక్స్"

ఆమె నవ్వేసి, అక్కణ్ణుంచి వెళ్ళిపోయింది. అతడు కార్డు మధ్యకి విప్పాడు. లోపల నాలుగు వాక్యాలున్నాయి.

"పదహారేళ్ళ అమ్మాయి-మాటకారి అబ్బాయంటే ముచ్చట పడుతుంది.
ఇరవై రెండేళ్ళ అమ్మాయి-ఆస్థి అంతస్తు వైపు కూడా ఓరగా చూస్తుంది.
ఇరవై ఎనిమిదొచ్చిన అమ్మాయి-కాస్త స్నేహంగా మాట్లాడితే చాలనుకుంటుంది.
నిజమైన అమ్మాయెప్పుడూ తెలివితేటలకే పడిపోతుంది-"

అతడికి మతిపోయింది. ముందర్థం కాలేదు. రెండోసారి చదివితే నిజమే అనిపించింది. మూడోసారి నవ్వొచ్చింది. నాలుగోసారి మళ్ళీ నిజమేననిపించింది. ఇరవై అయిదోసారి ఎందుకో కాస్త గర్వంగా అనిపించింది. దేశం మొత్తాన్ని తన చీరల డిజైనుతో పిచ్చెక్కిస్తూన్న ఆ ఎగ్జిక్యూటివ్, ఆ క్షణం ఆ నాలుగులైన్లూ అన్నిసార్లు చిన్న పిల్లవాడిలా చదువుకున్నాడంటే ఒకటే కారణం -'అవధిలేని ఆత్మానుభూతికి మూలాధారాలు ఎంతో గొప్పవీ, పెద్దవీ అయి ఉండనవసరం లేదు'.

సరీగ్గా ఆ సమయంలోనే అతడికి ఫ్లాష్ లాటి ఆలోచన వచ్చింది. అయిదు నిముషాల్లో అది ఒక రూపుదిద్దుకుంది. అదిగానీ సరీగ్గా అమలు జరిగి విజయవంతమైతే, భారతదేశంలో వస్త్ర వ్యాపారం ఒక సరికొత్త మలుపు తిరుగుతుంది..! రవితేజ టెక్స్టైల్స్ ఒక తిరుగు లేని విజయం సాధిస్తుంది..!

అరగంట తరువాత అతడి క్యాబిన్‌లో ఆ కంపెనీ తాలూకు అన్ని డిపార్టుమెంట్ల ముఖ్యాధికారులూ సమావేశమయ్యారు. ఒకరిద్దరు డైరెక్టర్లు కూడా కూర్చొని ఉన్నారు. రవితేజ తన ఆలోచనని వారికి వివరించ సాగాడు. ఆ గదిలో సూదిపడితే వినపడేంత నిశ్శబ్దం ఆవరించుకుని ఉంది. అతడు చెప్పేదాన్ని అందరూ విస్మయంగా వింటున్నారు.

సరిగ్గా అదే సమయానికి ప్రియంవద బయట ఎవరికో ఫోన్ చేస్తోంది.

18

తొందర తొందరగా డిజైన్లు మార్చే ఆడవారి ప్రసక్తి ప్రియంవద తీసుకొచ్చినప్పుడు 'షోరూమ్ ల ద్వారా కాకుండా పోస్ట్ ద్వారా అమ్మకం సాగిస్తే ఎలా ఉంటుంది' అన్న ఆలోచన అతడికి వచ్చింది.! ఈ స్కీం గాని సఫలం అవుతే, ఈ చౌక రకం చీరలు దేశాన్ని కనీసం నాల్గయిదు సంవత్సరాల పాటు ఊపేస్తాయనటంలో అనుమానం లేదు. మిల్లు ధరకీ అమ్మకం ధరకీ కనీసం నూటికి నలభై రూపాయలు తేడా ఉంటుంది. అతడి స్కీము ప్రకారం, రకరకాల చీరలు కట్టుకున్న ఆడవాళ్ళ బొమ్మలు ప్రకటనలో ఇవ్వాలి. టీ.వీ. ని బాగా ఉపయోగించుకోవాలి. ప్రతీ చీరకీ ఒక నెంబరు, ప్రతీ రంగుకీ ఒక అక్షరం (A, B, C, D, ల్లాగా) ప్రతీ డిజైనుకి ఒక కోడ్ ఉంటుంది. కావల్సిన కస్టమరు, పత్రికలోగానీ, టీ.వీ.లో గానీ తనకి నచ్చిన చీరె చూడగానే, ఆ కోడ్ నెంబర్ వ్రాస్తూ వంద రూపాయలు పంపాలి. చీర పోస్టులో వస్తుంది. వారం వారం కస్టమర్లని ఉక్కిరిబిక్కిరి చేసే డిజైన్లు ఒకదాని తరువాత ఒకటి వచ్చి పడుతుంటాయి. చౌక ధర–మారే ఫాషన్లు–కొత్తదనం–అన్నిటికన్నా ముఖ్యంగా షాపు ఖర్చులు లేకపోవటం–క్విక్ టర్నోవరు–ఇవన్నీ ఈ స్కీమ్ యొక్క ప్రత్యేకతలు●.

రవి ఈ ఆలోచన చెప్పగానే అధికారుల్లో అన్ని స్థాయిల్లోనూ ఆమోదం లభించింది. ఇక ఈ ప్రతిపాదన డైరెక్టర్లకి వెళ్ళాలి. అక్కడ కొంత వ్యతిరేకత వస్తుందని అతడికి తెలుసు. ఈ స్కీమ్ అనుకున్నట్టు విజయవంతం అయితే, రవితేజ టెక్స్‌టైల్స్, వస్త్ర ప్రపంచంలో శిఖరాగ్రం మీద నిలబడవచ్చు. ఈ అమ్మకాలు ఒక తుఫానులాగా జనాల్ని ఊపేయటం నిజమైతే అవ్వొచ్చేమోకాని, సోల్ డిస్ట్రిబ్యూటర్స్, షాప్స్ చాలా వరకూ దెబ్బతినవచ్చు. దీనివల్ల రవితేజ కంపెనీ ఉనికికే మోసం రావొచ్చు. అదీగాక దూరదర్శన్, పత్రికల్లో చీరల్ని జనాలకి పరిచయం చేసి, వాటి మీద మోజు కలిగించటానికి లక్షల మీద ఖర్చు కావచ్చు, స్కీమ్ దెబ్బతింటే ఇంత ఖర్చు పెట్టినదీ వృధా కావచ్చు.

కానీ ఏదో ఒకటి చెయ్యకపోతే ఎలా? చీరల ధరలు ఆకాశానికి అంటుతున్నాయి. చాలామంది వీటి మీద బ్రతుకుతున్నమాట నిజమేగానీ, ప్రతీ ఇంట్లోనూ కనీసం ఒక రవితేజ చీర ఉండాలని అనుకుంటే ధరలు తగ్గించాలి.

● *ఈ నవల వ్రాసే సమయానికి గూగుల్, అమెజాన్, ఫ్లిప్–కార్ట్ లేవు.*

బాగా 'పరిచయం' చెయ్యాలి. సమావేశం ముగిసింది. ఆ తరువాత ప్రియంవదతో మాట్లాడుతూ "థాంక్స్ ప్రియంవదా! నీతో మాట్లాడుతూ ఉండగా వచ్చిన ఆలోచన మన కంపెనీ భవిష్యత్తును నిర్ణయించబోతోంది" అన్నాడు.

"ఇంత ఆలోచన వచ్చినందుకు మరి నా ఉద్యోగం పర్మినెంట్ అవుతుందా?"

"చూద్దాం" నవ్వాడు రవి. "స్కీమ్ సక్సెస్ అయితే మాత్రం తప్పక చేయిస్తాను".

"తప్పకుండా అవుతుంది సార్. ఒకటి మాత్రం నిజం. మీకు చెప్పగలిగేటంత దాన్ని కాదు కానీ, ఎప్పుడూ లాభాలు కాదు. మనిషికి సంతృప్తి కూడా ముఖ్యం. దేశంలో ఎంతోమంది తక్కువ ఆదాయం గల వాళ్ళున్నారు. వాళ్ల భార్యలకి నాలుగయిదు చీరలకన్నా ఎక్కువ ఉండవు. అలాటి వారికి కూడా రవితేజ చీరలు చేరుతున్నాయి-అంటే అంతకన్నా కావలసింది ఏముంది? మన్నిక లేని వాటితో మోసపోయే వాళ్ళకి ఈ స్కీమ్ సాయం చేస్తుంది. దానికన్నా ముఖ్యంగా, లోవర్-ఇన్‌కం గ్రూప్ వారికి తమ భార్య ఓ పది కొత్త చీరలు కట్టుకుంటే చూడగలిగే అవకాశం కలిగిస్తుంది. అది చాలదా?"

"థాంక్స్ ప్రియంవదా! నేనా కోణంలోంచి ఆలోచించలేదు. నువ్వు చెప్పింది నిజమే" మనస్ఫూర్తిగా అన్నాడు.

"అదేమిటి సార్" అతడి చేతిలో కార్డు చూస్తూ ప్రశ్నించింది.

"రేపు రావల్సింది ఈ రోజు వచ్చింది. నా బర్తడే కార్డు" పక్కన పడేస్తూ అన్నాడు.

"రేపు డైరెక్టర్స్ మీటింగ్‌కి నేను ఉండాలా? ఆదివారం కదా."

"అవసరంలేదు. వస్తేరా. ఎల్లుండి మాత్రం సాయంత్రం ఎక్కువసేపు ఉండాల్సి ఉంటుంది."

ఆమె తలూపి, వెళ్ళిపోయింది. ఆ సాయంత్రం వరకూ అతడు తన స్కీమ్ గురించి ఆలోచిస్తూనే ఉన్నాడు. సాయంత్రం ఇంటికొచ్చేసరికి మాధవి కొత్త చీర నొకదాన్ని పట్టుకుని ఎదురొచ్చింది. "ఎలా ఉంది? రేపు కట్టుకోవటానికి కొన్నాను" అంది నవ్వుతూ.

రవితేజకి ఎందుకో తెలియని సంతోషమేసింది."మా కంపెనీ చీరలు ఏవైనా బాగానే ఉంటాయి మాధవీ" అన్నాడు తను కూడా నవ్వుతూ.

"నేను కట్టుకుంటే"

"బ్రహ్మాండంగా వుంటుంది."

"రేపు చాలామంది వస్తారు. అందుకని ప్రత్యేకంగా కొన్నాను."

"చాలామందిని పిలిచావా?"

"ఆ... మీరు కూడా రాకూడదూ?"

ఏదో అనుమానం అతడిలో చిన్నగా ప్రవేశించి "ఎక్కడికి?" అని అడిగాడు.

"కార్తీకమాసం కదా, రాత్రికే వెళ్తున్నాం అందరం. ఆఫ్ కోర్స్ ఆడవాళ్ళే ఎక్కువ అనుకోండి. కానీ మిమ్మల్ని అడిగినా మీరెలాగూ రారని అడగలేదు. మీకు భార్యకన్నా మీ కంపెనీయే ముఖ్యం కదా" ఆమె మామూలుగా చెప్పుకుపోయింది.

అతడు మ్లానమైన వదనంతో అక్కణ్ణుంచి తొలగిపోయాడు. రాత్రి పదకొండున్నర దాటింది. తన బెడ్ రూమ్‌లో అతడు పడుకుని ఉన్నాడు. ఇంట్లో ఎవరూ లేరు. అంతా నిశ్శబ్దంగా ఉంది. అతడి మనసు కూడా ఆ గదిలాగే స్థబ్దంగా ఉంది. ఏమీ ఆలోచన్లు లేవు. నిద్ర కూడా పట్టటంలేదు.

సరిగ్గా 12–01 గంటలకి ఫోన్ మ్రోగింది. అతడు రిసీవర్ ఎత్తి–'హల్లో' అన్నాడు. "సారీ సర్. నేను ప్రియంవదని. మెనీ హ్యాపీ రిటర్న్స్ ఆఫ్ ది డే..."

అంత అర్ధరాత్రి అలా ఊహించని రీతిలో వచ్చిన ఫోను అతడిని కొంచెంసేపు పాటు ఆలోచనా రహితుణ్ని చేసింది.

"... ఈ రోజు మీ బర్త్ డే అని చెప్పారుగా. అందరికన్నా ముందు నేనే విష్ చెయ్యాలని సరీగ్గా పన్నెండు దాటగానే ఫోన్ చేశాను! మీ నిద్ర డిస్టర్బ్ చేస్తే సారీ సర్". అతడు కదిలిపోయాడు. అతడి అన్నేళ్ళ జీవితంలో ఆ విధమైన అనుభూతి అదే మొదటిసారి.

"ఎక్కడనుంచి చేస్తున్నావు ప్రియంవదా?"

"మా ఇంటికి ఎదురుగా ఇరానీ హోటల్ ఉంది సార్. ఇక్కణ్ణుంచి కాల్‌కి రూపాయన్నమాట, అందరూ నావైపే చిత్రంగా చూస్తున్నారు సార్. అర్ధరాత్రి ఇలా వచ్చి చేస్తున్నందుకు... ఉంటాను సార్" ఫోన్ పెట్టేసింది.

అతడూ రిసీవర్ పెట్టేసి మంచం మీద పై కప్పు కేసి చూస్తూ వెల్లకిలా పడుకున్నాడు.

గుండెల్లో కవ్వం చిలికినట్టు ఉంది. ఆ రాత్రంతా అతడు నిద్రపోలేదు. ఏవేవో ఆలోచనల్తో గడిపాడు. అతడి ఆలోచనల్లో మిస్ విజయవాడ కూడా చోటు చేసుకుంది. ఆమె మీద ఒక రకమైన విజయం సాధించినట్టుగా ఉంది. తనని రెచ్చగొట్టి, అవమానం చేసినామెకి, తనంటే అభిమానం పెంచుకుంటూన్న మరోకామె ద్వారా తను సమాధానం చెపుతున్నట్టు ఉంది.

మామూలు బలహీనతలకి అతడు అతీతుడేమీ కాదు. ఆప్యాయత పట్ల నిద్రాణమై ఉన్న దాహం మొదట ఒక స్త్రీ చేత మేల్కొలప బడింది. అది మరొక స్త్రీ చేత ఉరకలు వేయిస్తోంది. అది పూర్తిగా సెక్స్ కూడా కాదు. స్త్రీ పురుషులకి అవతలివారి దగ్గర దొరికే ఓదార్పు, అంతే.

ఆ మరుసటిరోజు అతడు తన డైరెక్టర్స్‌తో ఈ పథకం వివరాలు చెప్పాడు. ఒకరిద్దరు డైరెక్టర్సు తప్ప మిగతా అందరూ వెంటనే హర్షామోదాలు తెలియజేసారు. వారి నుంచి అంత సపోర్టు లభిస్తుందని అతడు అనుకోలేదు. వారు కూడా అతడిలాగే "ఏదో ఒకటి చెయ్యకపోతే లాభం లేదు" అన్న ఆలోచనలో ఉన్నారు.

ఈ పథకాన్ని మనస్ఫూర్తిగా మెచ్చుకోని ఇద్దరు డైరెక్టర్లలో శర్మ కూడా ఒకరు. "ఇప్పుడు బాగానే ఉంది మన కంపెనీ..! లాభాలు కూడా బాగానే వస్తున్నాయి..! ఎందుకింత రిస్కు తీసుకోవటం? ఇప్పుడీ కొత్త పద్ధతిలో కోటి రూపాయల దాకా ఖర్చుపెట్టాలి. రెండు మూడు సంవత్సరాల దాకా డివిడెండ్స్ ఉండవు. ఇంత చేశాక మన ప్రయత్నం విఫలమవుతే అంతా వృధా. నాకెందుకో ఆడవాళ్ళు చీరల్ని షాపుల్లో కొంటానికే ఇష్టపడతారు తప్ప ప్రకటనలు చూసి కొనరు" అని వాదించాడా పెద్దాయన.

"నిజమే. కానీ, తక్కువ ధరల చీరల ద్వారా మనం జనంలో విపరీతంగా పాపులర్ అవుతాం. మనకేమీ నష్టం లేకుండా కొందరికి సేవ చేసిన వాళ్ళమవుతాం. ఇది ఏమాత్రం విజయవంతమయినా ఇక మనల్ని ఎవరూ ఆపలేరు."

"అప్పుడు చెంచు రామయ్య కంపెనీ కూడా పోస్టు ద్వారా చీరెలు అమ్మటం మొదలు పెడుతుంది. సరే, నీ ఇష్టం" అన్నాడాయన క్లుప్తంగా. "నాక్కావల్సిందల్లా నా ఖర్చులకి సరిపోయేవన్ని డివిడెండ్లు రావటమే" నవ్వాడు.

రవితేజ కూడా నవ్వి "తప్పకుండా" అన్నాడు. శర్మ వెళ్ళిపోయాడు. వీళ్ళిలా మాట్లాడుకుంటున్న సమయానికి అదే గది బయట ప్రియంవద తన గదిలో ఫోన్ ప్రయత్నిస్తోంది. అవతలి వ్యక్తి ఫోన్లోకి రాగానే "అయిదు నిముషాల నుంచి ప్రయత్నిస్తున్నాను" అంది.

"ఏమిటి సంగతి!"

"ఈ రోజు ఆఫీసులో ఆలస్యం అయ్యేట్టు ఉంది. రవి ఏదో పని ఉందన్నారు, ఇంటికి ఆలస్యంగా వస్తాను."

"ఎంతసేపవ్వొచ్చు రావటానికి?"

"ఎనిమిదవొచ్చేమో–"

"వీలయితే ఇంకో గంట ఆలస్యంగా రా. పర్వాలేదు" ఫోన్ కట్ అయింది.

దాదాపు రెండు గంటల సేపు రవి ఊపిరి సలపనంత పనిలో మునిగి పోయాడు. ఒక్కసారి డైరెక్టర్లు పథకాన్ని ఒప్పుకున్నాక అతడు మరి ఆలస్యం చేయదల్చుకోలేదు. ఏదైనా పథకం పెట్టినప్పుడు, పోటీదార్లు కూడా దాని గురించి ఆలోచించే లోపులో మార్కెట్లోకి వెళ్ళిపోవటం ఉత్తమ వ్యాపారస్థుల లక్షణం. మొత్తం అన్ని డిపార్ట్‌మెంట్‌ల వాళ్ళనీ చక్రాల మీద పరుగెత్తించాడు. ఒంటిగంట అయ్యేసరికి అనుకున్న పనులన్నీ పూర్తి చేశాడు. ఇక లంచ్ తీసుకుందా మనుకుంటూ ఉండగా ఫోన్ మోగింది.

"హలో, ఎవరూ?"

"నేను మీ శ్రేయోభిలాషిని."

అతడు మొహం చిట్లించి "ఏం కావాలి?" అని అడిగాడు.

"నాకేమీ అవసరంలేదు. మీకే అవసరమైన విషయాన్ని ఒకదాన్ని చెపుదామని ఫోన్ చేశాను"

"ఏమిటది?"

"నిన్న రాత్రి మీ శ్రీమతిగారు కార్తీకమాసం పిక్నిక్ అని బయల్దేరారు."

"అవును, అయితే.."

"ఇరవైమంది ఆడవాళ్ళూ, పదిమంది మగవాళ్ళు చాలా హుషారుగా వెళ్ళారు. అఫ్‌కోర్స్ , అందరూ పెళ్ళయిన వాళ్ళూ, దంపతులే అనుకోండి.

పాపం, మీ భార్య ఒక్కతే భర్త లేకుండా వచ్చింది. అయినా ఆమెకి అదంత సమస్య కాలేదు. సుధాకర్ అని ఆ బ్యాచ్‌లోనే ఒక కుర్రవాడు కూడా ఉన్నాడు. రాత్రంతా పేకాట, తుళ్ళింతలూ, జోకులూ... నిజంగా మీరు రాకపోవటం..."

"వాట్ నాన్సెన్స్ యువార్ టాకింగ్".

"అందరూ ఉన్నారు కాబట్టి పెద్దగా శృతిమించ లేదు...! బహుశ సాయంత్రం తిరిగొస్తారు! ఈ పరిచయం పెద్దది కాకుండా చూసుకోవటం... భర్తగా మీ బాధ్యత. శ్రేయోభిలాషిగా హెచ్చరించటం నా బాధ్యత." ఫోన్ కట్ అయింది.

ఫోన్ పెట్టేసి, కుర్చీలో చాలాసేపు అలాగే కూర్చుండి పోయాడు రవితేజ. అవతలివ్యక్తి మాటలే అతని చెవుల్లో మార్మోగుతున్నాయి. ఇంతలో తలుపు తెరుచుకుని ప్రియంవద వచ్చింది. "ప్రొద్దున్నించి మీరు చాలా బిజీగా ఉన్నారు. అందుకే రాలేదు మీ కోసం" అంటూ బల్ల మీద కేక్ పెట్టి "..మెనీ హాపీ రిటర్న్స్" అంది.

"నా మూడ్ ఏమీ బాగోలేదు ప్రియంవదా! డిస్టర్బ్ చేయకు"

ఆమె మొఖం వాడిపోయింది. "సారీ సర్" అంటూ అక్కడనుంచి వెళ్ళి పోయింది. ఆమె వెళ్ళాక ఎందుకలా అన్నానా అని అతడు బాధపడ్డాడు. కానీ దాని గురించి ఎక్కువ ఆలోచించలేదు. అతడికి ఎందుకో ఇంటికి వెళ్ళాలని ఉంది. ఇంటర్ కమ్‌లో ప్రియంవదతో ఒక గంటలో వస్తానని చెప్పి బయలు దేరాడు. కార్లో వస్తూ అతడు ఆలోచించాడు.

ఎవరీ సుధాకర్? తనకి తెలిసిన వాళ్ళలో ఎవరూ లేరు. బహుశా వచ్చిన ఆడవాళ్ళలో ఎవరికో తమ్ముడై ఉండాలి. సాధారణంగా ఇలాటి వాళ్ళే ఇంత సమయాన్ని వృధా పర్చటానికి రెడీగా ఉంటారు.

తన భార్య తప్పు చేస్తుందా అని అతడు ఆలోచించటం లేదు. ఆవిడ ఆ యువకుడితో కాస్త చనువుగా మాట్లాడి ఉండవచ్చు. దాన్ని చూసి ఎవరో తనకి ఫోన్ చేసి ఉండవచ్చు. లేదా, తన దగ్గర దొరకని 'దగ్గరతనం' అతడి దగ్గర దొరికి ఉండవచ్చు. అది కొంతకాలానికి శారీరకమయినదిగా మారవచ్చు. లేదా స్నేహంతో ఆగిపోవచ్చు. ఇవేమీ ఆలోచించటం లేదు అతడు. తన దగ్గర లేనిది ఆ సుధాకర్‌లో ఏం చూసిందా? అని ఆలోచిస్తున్నాడు.

డబ్బు సంపాదించటంలో ఇల్లు పట్టకుండా తిరిగే భర్త నిర్లక్ష్యం చేస్తూ ఉంటే, తినటం తప్ప మరే పనీ లేక ఇంట్లో ఏమీ తోచని కొందరు ఆడవాళ్ళు... సరీగ్గా ఆ సమయంలో మరొక యువకుడు కాస్త చనువుగా మాట్లాడితే అదే ప్రేమ అనుకుని, భర్త దగ్గర దొరకని ఆప్యాయత అతడి దగ్గర ఆ చీకట్లో పొందాలని అనుకోవటం-కొన్ని కుటుంబాల్లో జరుగుతూ ఉంటుందని అతడు విన్నాడు. ఇప్పుడు తను కూడా ఆ కుటుంబాల్లో ఒకడుగా అయిపోతున్నాడా?

"...పదహారేళ్ళ అమ్మాయి మాటకారి అబ్బాయంటే ముచ్చట పడుతుంది" అని ప్రియంవద వ్రాసిన వాక్యాలు అతడికి గుర్తొచ్చాయి.. ముచ్చట పడటానికి వయసుతో సంబంధం లేదని తన భార్య నిరూపించింది. ఇక మధ్యాహ్నం పూట వాళ్ళు ఒకరికొకరు ఫోన్‌లు చేసుకుని గంటల తరబడి మాట్లాడుకోవటం ప్రారంభం కావొచ్చు.

అతడి మనసు వాసిలేటింగ్‌గా ఉంది. అది మేల్ ఈగో క్లాష్. కావాలనుకుంటే తను సుధాకర్ కంటే వంద రెట్లు ముచ్చటగా మాట్లాడగలడు. కానీ జీవితాంతం మాట్లాడటం వేరు. ఒక కార్తీక పౌర్ణమి రోజు రెండు గంటలు మాట్లాడటం వేరు. ఆకర్షణ ద్వారా సెక్స్‌కి వెళ్ళటం దగ్గర దారి. ప్రేమ ద్వారా వెళ్ళటం అత్యంత కష్టం.

తను మాత్రం చేసిందేమిటి? ఈ ఆలోచన రాగానే అతడికి మబ్బులు అకస్మాత్తుగా విడిపోతున్నట్టు అనిపించింది..! ఒకామె తనకు ఉత్తరం వ్రాసిన విషయం తన భార్యకు చెప్పలేదు. పైగా పిచ్చివాడిలా ఒక మధ్యాహ్నమంతా ఆ తాజ్ రిసెప్షన్ దగ్గర తిరిగాడు. మరొక అమ్మాయి అర్ధరాత్రి ఫోన్ చేస్తే అదొక మధురానుభూతిగా రాత్రంతా నిద్రపోలేదు.

అలాటి తనకి, తన భార్యని నిలదీసే హక్కు ఏముంది? ఒకే పని ఇద్దరు చేసినప్పుడు ఒకరిది తప్పు, మరొకరిది ఒప్పు ఎలా అవుతుంది? తమ జీవితాల్లో ఎలాగూ పరస్పర ఆకర్షణ లేనప్పుడు, ఆమె తనకున్న చిన్న పరిధిలో ఆనందించటానికి ప్రయత్నిస్తే అందులో తప్పేముంది?

ఈ రకమైన ఆలోచన వచ్చేసరికి అతడు మామూలుగా అయిపోయాడు. ఇది వేదాంతమూ, చేతకానితనమూ కాదు. అవతలి వైపునుంచి ఆలోచించటం వేదాంతంకన్నా గొప్పది..! అతడు దైవాంశ సంభూతుడేమీ కాదు. కానీ నిజాయితీగా ఆలోచించగలగటం దైవాంశ కన్నా గొప్ప విషయం.

అతడు కారు వెనక్కి తిప్పి ఆఫీసుకి వెళ్ళిపోదామా అనుకున్నాడు కానీ, అప్పటికే ఇల్లు రావటంవల్ల కాస్త రిఫ్రెష్ అయి వెళ్ళవచ్చు కదా అని కారు ఇంటిలోకే పోనిచ్చాడు.

బయట తోటమాలి చెట్లకి నీళ్ళు పోస్తున్నాడు. వంటమనిషి వరండాలోనే కనిపిస్తే, ఒక కప్పు టీ తన గదిలోకి తీసుకురమ్మని చెప్పి, ముందు హాలులోకి ప్రవేశించాడు.

పక్క పక్క సోఫాలో కూర్చొని ఉన్నారు తన భార్య, అతడు. మాధవి ముందుకు చేయిసాచి ఆసక్తిగా అతడు చెప్పేది వింటూంది. అతడు ఆమె చెయ్యి చూసి భవిష్యత్తు చెపుతున్నట్టున్నాడు! ఒక చేత్తో ఆమె చేతిని పట్టుకుని, మరొక చూపుడు వేలుతో గీతలు వివరిస్తున్నాడు. రవి మనసు ఆ దృశ్యాన్ని చూడగానే ఎందుకో చివుక్కుమంది. మళ్లీ అంతలోనే 'ఇదేమిటి-ఇప్పుడేగా ఇంత ఆలోచించాను దీని గురించి' అనుకున్నాడు .

అంతలో రవిని చూసి మాధవి లేచి నిలబడి, "రండి, రండి" అంది. "...ఈయన సుధాకర్ అని మన వనజ తమ్ముడు."

"హలో" అన్నాడు రవి. వనజ భర్తకి పొగాకు వ్యాపారం ఉంది. బాగా డబ్బున్నవాళ్ళు. సుధాకర్ మొహంలో అదోరకమైన తత్తరపాటుని గమనించాడు. వేళకాని వేళలో తన రాకని అతడు ఊహించి ఉండడు.

"హలో".

"ఏం చేస్తూ ఉంటారు మీరు-"

"చదువు పూర్తిచేసి ప్రస్తుతం ఖాళీగా ఉన్నాను."

ఒక యువకుడి నుంచి వచ్చే జవాబుల్లో అన్నిటికన్నా హీనమైన జవాబు అది. ప్రస్తుతం ఖాళీగా ఉన్నానన్నది.

"ఆయన జ్యోతిష్యం బాగా చెపుతారు" అంది మాధవి. " ఉండండి ఇద్దరికీ 'టీ' తీసుకొస్తాను" అని లోపలికి వెళ్ళింది. భార్య లోపలికి వెళ్ళాక "జ్యోతిషం అంటే పామిస్ట్రీనా? ఆస్ట్రాలజీయా?" అడిగాడు-సోఫాలోకి వెనక్కి జారబడుతూ.

"పా... పామిస్ట్రీ".

"ఏదీ, నాకు చెప్పండి. మేము ఒక కొత్త స్కీమ్ పెట్టబోతున్నాం. మా భవిష్యత్తంతా దాని మీదే ఆధారపడి ఉంటుంది. దాంట్లో మేము సక్సెస్ అవుతామా?"

సుధాకర్ అతడి చెయ్యి తీసుకుని చాలా సేపు గీతల్ని పరీక్షించి, కొంచెంసేపు కళ్ళు మూసుకుని తెరిచి, "అదృష్టరేఖ చాలా బ్రైట్‌గా ఉంది. తప్పక విజయం సాధిస్తారు" అన్నాడు.

"కానీ గర్డిల్ ఆఫ్ వీనస్ మీద కొత్తగా స్టార్ తయారవుతోంది. అది అశుభ సూచకం కదా." సుధాకర్ విస్తుబోయి మొహంలో ఆ భావం కనిపించకుండా జాగ్రత్తపడటం గమనిస్తూ "అది నిజమే అనుకోండి, కాని ఫర్వాలేదు. హైడ్ లైన్ బావుంది కదా. మౌంట్ ఆఫ్ మూన్ మీద స్పాట్ చూడండి. అక్కడ కాదు, మౌంట్ ఆఫ్ మూన్ ఎక్కడో మీకు తెలీయదల్లే ఉంది. పోన్లెండి. ఇక ఆ సంగతి వదిలెయ్యండి" అతడి మొహంలోకి చూస్తూ అన్నాడు రవితేజ.

వాడిపోయిన మొహంతో సుధాకర్ పేలవంగా నవ్వి, "ఇపుడిప్పుడే నేర్చుకుంటున్నాను" అన్నాడు.

అంతలో మాధవి రెండు కప్పులతో వచ్చింది. రవి టీ తాగి లోపలికి వెళ్ళాడు. "నేను వెళ్ళొస్తాను" అని సుధాకర్ అనటం వినిపించింది. "ఫర్వాలేదు. కూర్చోండి" అంటోంది మాధవి. ఐదు నిమిషాల తర్వాత రవి వచ్చేసరికి వాళ్ళిద్దరూ నిశ్శబ్దంగా కూర్చుని ఉన్నారు. సుధాకర్ ఏదో ఇబ్బందిగా ఫీలవుతున్నాడు.

"అదేమిటి అలా మౌనంగా కూర్చున్నారు?" అన్నాడు రవితేజ వస్తూ. అంతలో అతడి దృష్టి టేబుల్ మీద ఉన్న చిన్న ప్యాకెట్ మీద పడింది. "అదేమిటి?" అడిగాడు.

"చిన్న గిఫ్ట్ మాధవిగారి కోసం"అన్నాడు.

"నిన్న మీరు కూడా పిక్నిక్ వెళ్ళారా?" వాచీ పెట్టుకుంటూ అడిగాడు.

"అక్కడే మాధవిగారు పరిచయం అయ్యారు" అన్నాడు సుధాకర్. నిన్న పరిచయమైతే, ఈ రోజే గిఫ్ట్ పట్టుకురావటం చీప్ ట్రిక్..! కేవలం హెడ్ లైన్, లైఫ్ లైన్ లాటి రెండు మూడు పదాలు నేర్చుకుని ఆడవాళ్ళకి జ్యోతిష్యం చెప్పటం అంతకన్నా చౌకబారు ట్రిక్...! ఆడవాళ్ళకి ఈ సంగతి తెలీదో, లేక తెలిసీ తెలియనట్టు నటిస్తారో అర్థం కాదు.

"నేను వెళ్తాను ఆఫీసులో పనుంది" అంటూ బయల్దేరాడు రవితేజ.

మాధవి పోర్టికో వరకూ వచ్చి, "సాయంత్రం తొందరగా వస్తారా?" అంది.

"నాకు చాలా ఆశ్చర్యంగా ఉంది సుమా. పెళ్ళయిన ఇన్నాళ్ళకి మొట్టమొదటి సారి నువ్వీ ప్రశ్న అడగటం".

ఆమె మొహం చిట్లించి, "ఏమిటి మీ ఉద్దేశ్యం?" అంది.

అతడు సమాధానం చెప్పకుండా కారు స్టార్ట్ చేస్తూ "గిల్టీ ఫీలింగ్ మనిషిని కొద్దిగా మారుస్తుందేమో" అని తనలో తాను అనుకున్నాడు.

* * *

"ఈ రోజు చాలా పని ఉంది. ఆలస్యమవుతుంది. ఉండమన్నారు" అంది.

"అవును. ఇంట్లో చెప్పొచ్చావా?"

"చెప్పానండీ!"

అతడు వరుసగా ఉత్తరాలు డిక్టేషన్ ఇవ్వటం ప్రారంభించాడు. ఆ తరువాత ఎనిమిదింటి వరకూ ఆమె టైప్ చేసిన ఉత్తరాల మీద సంతకం పెట్టాడు. ఆఫీసంతా నిర్మానుష్యంగా ఉంది. ప్రియంవద ఎదురుగా కూర్చుని ఉంది. ఆఖరి ఉత్తరం సంతకం చేస్తూ ఉండగా ఫోన్ మ్రోగింది.

"నేను మాధవిని. కారు కావాలి."

"అదేమిటి, ఫియట్ ఉందిగా?"

"అది స్టార్ట్ అయి చావటం లేదు. దాన్ని అమ్మెయ్యమని లక్ష సార్లు చెప్పాను. మీరసలు నా మాట..."

"సర్లే సర్లే. మళ్ళీ పంపిస్తావా? నేను మరో గంట ఉంటానిక్కడ. ఇంతకీ ఎక్కడికి వెళ్తున్నావు?"

"సెకెండ్ షోకి".

"సరే. పంపుతున్నాను. నువ్వు హాలు దగ్గర దిగి, నాకు తిరిగి పంపించు."

"మీ కసలే మతిమరుపు. సినిమా పూర్తయ్యే సమయానికి మీరు మళ్ళీ హాలుకి పంపక పోతే, వాళ్ళ ముందు నవ్వులపాలు కావాల్సి వస్తుంది."

"ఎవరితో వెళ్తున్నావు? వాళ్ళకి కారు లేదా?"

"మిసెస్ పాండేతో. వాళ్ళ ముందు దేభ్యం మొహం వేసుకుని 'మీ కారులో వస్తా'నని చెప్పమంటారా?"

"అక్కర్లేదులే. పంపుతున్నాను?" అతడు ఫోన్ పెట్టేసి, బెల్ కొట్టి డ్రైవర్‌ని ఇంటికి వెళ్ళమని చెప్పాడు. అంతసేపూ ప్రియంవద పుస్తకం మీద పిచ్చిగీతలు గీస్తోంది.

అతడు తిరిగి డిక్టేషన్ మొదలు పెట్టాడు. మరో పది నిమిషాలు డిక్టేషన్ ఇచ్చాడు. ఆ ఉత్తరాలు ఆమె టైప్ చేసి తీసుకొచ్చేసరికి అరగంట పట్టింది. టైమ్ తొమ్మిదిన్నర కావస్తోంది.

కారు రాలేదు. అతడు విసుగ్గా టైమ్ చూసుకున్నాడు. ఈపాటికి సినిమా కూడా ప్రారంభించి ఉంటారు. ఇంకా వీళ్ళ మేకప్‌లు పూర్తి అయ్యాయో లేదో.

"నేను వెళ్ళొచ్చా సార్" అని అడిగింది. "బాగా రాత్రయింది. నేను డ్రాప్ చేస్తానుండు" అని కారు కోసం అతడు ఇంటికి ఫోన్ చేశాడు. 'అమ్మగారు సినిమాకి వెళ్ళారు సార్' అన్నాడు వంటమనిషి.

"కారు పంపించాను. వచ్చిందా?"

"వచ్చింది సార్. అందులోనే వెళ్ళారు. అరగంట అయింది".

అతడు విసుగ్గా ఫోన్ పెట్టేశాడు. మరో పదినిముషాలు గడిచాయి. అద్దాల అవతల నుంచి ప్రియంవద టైప్ మిషన్ ముందు కూర్చొని గోళ్ళ మీద చిన్న గుడ్డతో పాలిష్ చేస్తోంది. బయట తలుపు అవతల ఆఫీస్ బోయ్ ఇంకా ఎంత సేపు అన్నట్టు ఆవలిస్తున్నాడు.

అతడు ఇంటర్ కమ్‌లో ఆమెని పిలిచి, "నువ్వు వెళ్ళిపో, నాకు కారు రావటం ఆలస్యం అయ్యేట్టూ ఉంది" అన్నాడు. 'ఫర్వాలేదు. ఉంటా'నంది ఆమె.

సమయం పావుతక్కువ పది కావస్తోంది. అతడు రిసీవర్ ఎత్తి మిసెస్ పాండే ఇంటికి ఫోన్ చేశాడు. ఆమె లేదు. పాండే ఎత్తాడు ఫోన్. "ఏమిటి విశేషం? ఇంత రాత్రి ఫోన్ చేశారు" అని అడిగాడు.

"మాధవి కారు పంపుతానంది. ఇంకా రాలేదు. అసలు తయారై బయల్దేరారో లేదో అని."

పాండే బిగ్గరగా నవ్వాడు. "ఇంకా మేకప్‌లోనే ఉంటారేమో అన్న అనుమానం వచ్చిందా? అదీ నిజమేలే. అరగంట ఆలస్యంగా బయల్దేరారు. వనజా వాళ్ళు రావటమే ఆలస్యం అయింది" రవితేజ చేతిలో రిసీవర్ అప్రయత్నంగా బిగుసుకుంది. వ...న...జ...వాళ్ళు...

"నా కారు పంపనా?"

అనవసరంగా ఆయనకి శ్రమ ఇవ్వటం దేనికన్న ఉద్దేశ్యం ధ్వనించేటట్లూ, "వద్దు వద్దు. బహుశ హాల్‌కి వెళ్ళి పంపుతుందేమో" అన్నాడు రవితేజ. అతడి ఆలోచన్లు మాత్రం ఎక్కడో ఉన్నాయి. వనజా - వా...ళ్ళు.

"ఇంట్లో ఎవరూ లేరుగా, ఇక్కడికే రాకూడదూ. ఓ గంట కూర్చుని వెళ్ళవచ్చు..." అట్నుంచి పాండే అన్నాడు.

"లేదు. మళ్ళీ ఇంకెప్పుడైనా వస్తాను."

"సరే మీ ఇష్టం. అన్నట్టు మీ కంపెనీ ఈ సంవత్సరం బోనస్ షేర్లు ఇస్తుందటగా. కంగ్రాట్స్, మీ బ్యాలెన్స్ షీట్లు చూస్తున్నాను. మీ ప్రోగ్రెస్ చూస్తుంటే మతిపోతోంది."

"థ్యాంక్యూ ఉంటాను" ఫోన్ పెట్టేశాడు. వనజా వా...ళ్లు. అతడు తల విదిలించాడు. ప్రియవద అతడి వైపే చూస్తోంది. అతడు బోయ్‌ని పిలిచి, "టాక్సీ పంపమని క్రింద టైమ్ ఆఫీసులో చెప్పి నువ్వు వెళ్ళిపో" అన్నాడు.

"అలాగే సర్" అని బోయ్ సెల్యూట్ చేసి వెళ్ళిపోయాడు. ఇద్దరే మిగిలారు. ఫోన్‌లో అతడి సంభాషణ విన్న ప్రియంవద, విషయం అర్థమైనట్టు మౌనంగా ఉండిపోయింది. నిశ్శబ్దాన్ని చీలుస్తూ రవి, "నువ్వు ఒక కార్డు ఇచ్చావు గుర్తుందా ప్రియంవదా. ఏ వయసులో అమ్మాయిలు ఎవర్ని ఇష్టపడతారు అన్నది వ్రాసి! అందులో నువ్వు కేవలం పెళ్ళికాని ఆడవాళ్ళ గురించి మాత్రమే వ్రాశావు. పెళ్ళయిన వాళ్ళ గురించి నీకు బహుశ తెలిసి ఉండదు" పూర్తి చెయ్యబోయి ఆగాడు. అతడు చెప్పదల్చుకున్నది-భర్త కష్టపడి సర్వసౌఖ్యాలు అమరుస్తూ ఉంటే, ఇంట్లో ఏమీ తోచని స్త్రీలు, ముఖ్యంగా హై సొసైటీలో రకరకాల వ్యాపకాలకి ఆకర్షితులవుతారనీ-ఇంట్లో భర్త దగ్గర దొరకని 'గుర్తింపు' బయటవారి దగ్గర దొరికితే అది నిజమైన ఆప్యాయత అనుకుంటారనీ! కానీ అతడు పూర్తి చెయ్యలేదు. తన స్థానం గుర్తుకు వచ్చి ఆగిపోయాడు. వ్యాపార సంబంధమైన విషయాల్లో ఎంతో తూచి తూచి మాట్లాడే ఎగ్జిక్యూటివ్, ఒక సెక్రటరీ దగ్గర ఆ మాత్రమైనా తొణికాడంటే-అతడు ఆ క్షణం ఎంత మానసిక సంచలనాన్ని అనుభవిస్తున్నాడో అర్థం అవుతుంది.

అతడు పూర్తిగా చెప్పకపోయినా ఆమె అర్థం చేసుకున్నట్టు, "మీరు ఆడవాళ్ళ గురించే ఎందుకు చెపుతారు సార్? నిజానికి తొంభైశాతం మగవాళ్ళే అంత. మా కుటుంబ విషయమే తీసుకుంటే..." ఆగింది. అతడు అభావంగా చూశాడు. ఆమె చెప్పటం కొనసాగించింది. "...అమ్మ ఎంతో మంచిది. నాన్న తననెప్పుడూ అర్థం చేసుకోలేదు. మేమందరం గాలికి పెరిగినట్టు పెరిగాం. పాతిక

సంవత్సరాలు మా అమ్మ తన ఇష్టాలన్నీ పక్కకు పెట్టి ఒక చెట్టులా కాలం గడిపింది. కేవలం స్త్రీగా పుట్టినందుకు!! నాన్నకి తన ప్రపంచమే తనది. అమ్మ నెప్పుడూ ఒక మనిషిగానే గుర్తించేవాడు కాదు..." ఆమె మరి చెప్పలేదు. ఆ జ్ఞాపకాల వల్ల ఆమె మొహం మ్లానమైంది.

ఆ పరిస్థితి ఇంకా కొనసాగించడం ఇష్టం లేదన్నట్టుగా అతడు లేచి, "వెళ్లామా, క్రింద టాక్సీ వచ్చి ఉంటుంది" అన్నాడు. అర్థం చేసుకున్నట్టు ఆమె కూడా లేచి బ్యాగ్ చేతిలోకి తీసుకుంది.

ఇద్దరూ హాల్లోకి వస్తూవుండగా, "శర్మగారు తన క్యాబిన్లో ఉన్నారేమో" అంటూ ఆమె తన దగ్గర ఇంటర్ కమ్ బటన్ నొక్కింది. అతడు నిలబడి చూశాడు. నిముషమైనా అట్నుంచి సమాధానం లేకపోవటంతో, "ఇంత రాత్రి వరకూ ఆయనెందుకుంటారు? పద వెళ్దాం" అంటూ లిఫ్ట్ వైపు నడిచాడు.

ఇద్దరూ క్రిందికి లిఫ్ట్‌లో దిగుతూ ఉండగా అతనన్నాడు. "నువ్వు చెప్పింది నిజమే. భార్యాభర్తల్లో తప్పు ఎవరిది అనేది నిర్ణయించలేం. ఎవరి వాదనలు వారికి ఉంటాయి. తప్పంతా మన పటిష్టమైన వైవాహిక వ్యవస్థది!" లిఫ్ట్ మూడో అంతస్తు దాటి, రెండో అంతస్తుకి దిగుతూ ఉంది.

"ఈ వ్యవస్థలో భార్యాభర్తలు ఎన్ని మనస్పర్థలున్నా కలిసే ఉండాలి. పోనీ అది తప్పు అనుకుంటే-ఎప్పుడు కావాలంటే అప్పుడు విడిపోయే అవకాశం ఉన్న అమెరికాలో కూడా దంపతులు సుఖంగా ఉన్నారనుకోను. మరి తప్పు ఎక్కడుందో-ఆ దేవుడే నిర్ణయించాలి."

అతడి మాటలకి ప్రియంవద నవ్వుతూ ఉండగా, మొదటి అంతస్థుకీ రెండో అంతస్థుకీ మధ్య లిఫ్ట్ ఆగిపోయింది. అందరూ వెళ్ళిపోయారనుకుని సెక్యూరిటీ మెయిన్ స్విచ్ ఆఫ్ చేసి ఉంటారు.

ప్రియవద అయోమయంగా అతడి వైపు చూసింది. మొదటి అంతస్తు వరండాలోంచి వచ్చే గాలి, లిఫ్ట్ ఇనుప వూచలగుండా రివ్వున లోపలికి వస్తూంది. వరండా వెలుతురు కాళ్ళ మీద పడుతోంది. "ప్రొద్దున్నవరకూ ఇది కదలదు" అన్నాడు రవితేజ బలంగా బెల్ నొక్కుతూ. లిఫ్ట్ కదల్లేదు!

"ఇప్పుడేమి చెయ్యటం?" అంది ప్రియంవద ఆందోళనగా.

"చెయ్యటానికేమీ లేదు. ఎవరికైనా పైకి వచ్చే అవసరం ఉండి, మళ్ళీ లిఫ్ట్ ఉపయోగిస్తే తప్ప లేకపోతే ప్రొద్దున్న వరకూ ఇంతే... మీ ఇంట్లో ఎవరైనా కంగారుపడతారా?"

ఆమె జవాబు చెప్పలేదు.

"సినిమాహాలు నుంచి వచ్చిన మా డ్రైవరుకేదైనా అనుమానం వస్తే బహుశ పైకి రావచ్చు. అసలీ ఆఫీస్ బోయ్ ఏం చెప్పాడో ఏమో" విసుగ్గా వాచీ చూసుకుంటూ అన్నాడు. టైమ్ పదకొండున్నర కావస్తోంది.

"ఎంతసేపలా నిల్చుంటావు కూర్చో" అన్నాడు. ఆమె మొహమాటంగా నవ్వింది. కళ్ళల్లో అలసట కనిపిస్తోంది. అతడికి జాలేసింది. పాపం ప్రొద్దున్ననగా వచ్చింది. తన మూలాన ఇలా ఇరుక్కుపోయింది అనుకున్నాడు. అతడికి మాధవి మీద చెప్పలేనంత కోపం వచ్చింది. ఏం చేస్తూ ఉంటుందీ పాటికి? సుధాకర్ పక్కన కూర్చుని ఉంటుందా? మిసెస్ పాండే పక్కన?

"కూర్చో" అన్నాడు. "ఫర్వాలేదు సర్!"

తను కూర్చోక పోతే ఆమె కూడా ఆ పని చేయదని గ్రహించి అతడు ఒక వైపు ఆనుకుని కూర్చుంటూ, ఆమె వైపు సైగ చేశాడు. ఆమె బిడియ పడుతూ ఒద్దికగా ఒక మూలకి కూర్చుంది. ఆమెలో ముందున్న భయం, ఆందోళన తగ్గటం గమనించాడు.

"ఒకందుకు మనం అదృష్టవంతులం. మొదటి అంతస్తు సగంలో నిలబడిపోవటం వల్ల ఈ గాలి అయినా వస్తోంది. రెండు అంతస్తుల మధ్య ఆగిపోయి ఉంటే ఊపిరాడక చచ్చిపోయి ఉండే వాళ్ళం" అన్నాడు.

అంతలో అతడి దృష్టి, తనలో తనే నవ్వుకుంటున్న ప్రియంవద మీద పడింది. "ఎందుకు నవ్వుతున్నావు?" అని అడిగాడు. ఆమె ముందు చెప్పలేదు. రెట్టిస్తే "...టెక్స్‌టైల్స్ ఫ్యాక్టరీలో ఉద్యోగం అంటే నా ఫ్రెండ్ 'చీరల' మీద ఒక కథ చెప్పింది."

"ఏమిటి?"

"నలుగురు నిరుద్యోగ పట్టభద్రులు ఉద్యోగం ఎంతకీ దొరక్క చివరికి ఒక బ్యాంకు దొంగతనం చేద్దామనుకున్నారట. అందులో ఒక తెలివైన వాడు "బ్యాంకు దొంగతనం అంటే మనకంత అనుభవం లేదు. నేనింకో ప్లాన్ చెపుతాను.

ఫలితంగా నా షేరుకి నేను అడిగిందివ్వాలి. పైగా మీకు బ్యాంకు కన్నా ఎక్కువ దొరుకుతుంది. రిస్క్ కూడా తక్కువ” అన్నాడు. అదేమిటో చూద్దామని మిగతా వాళ్ళు సరేనని ఒప్పుకున్నారు. కొన్ని రోజులకి ఆ ఊర్లో పెద సుబ్బయ్య చౌదరి గారి అమ్మాయి పెళ్ళి జరిగింది. నగరంలో ప్రముఖులూ, పట్టుచీరెలు రెపరెప లాడించుకుంటూ వారి భార్యలూ, కార్లూ, స్కూటర్లు... అక్కడ అంతా హడావుడిగా, ఆర్భాటంగా ఉంది. అందరూ ధగధగా మెరిసి పోతున్నారు. పెళ్ళికి రెండు గంటల ముందు హాల్లో 'గాత్ర సంగీతం' ఏర్పాటు చేశారు. మనవాళ్ళు నలుగురూ అన్ని తలుపులూ వేసేసి స్టేజి మీద మైకు దగ్గరకొచ్చేసి బొమ్మ పిస్టల్‌తో బెదిరించే సరికి అందరికీ ఏం చెయ్యాలో తోచలేదు. పెళ్ళి కదా. పోలీసులెవరుంటారు? ఆ రోజుల్లో సెల్ ఫోన్లు లేవాయే.

ఆడవాళ్ళందర్నీ స్టేజి పక్కనున్న గ్రీన్ రూములోకి పంపారట. అక్కడ రెండొందలు నూలు చీరలున్నాయట. సీతమ్మవారు అడవికి వెళ్ళేముందు తయారైనట్టు వాటిని అక్కడ కట్టుకుని, ఐదు నిముషాల్లో తయారై రావాలని బెదిరించారట! మొత్తం అంతా పావుగంటలో అయిపోయింది. ఆ నగలూ, చీరలూ తీసుకొని ఆ నలుగురూ అక్కణ్ణుంచి జారుకున్నారు. ఊరి చివరకు వెళ్ళాక 'ఇదే బ్యాంకయితే నాల్గయిదు లక్షల కన్నా ఎక్కువ దొరక్కపోవును. పెళ్ళిలో ఇంత పోగవుతుందని మాకు ఆలోచన రాలేదు సుమా. ఇంత మంచి సలహా ఇచ్చినందుకు నీకేం కావాలో తీసుకో...' అని తెలివైనవాడిని మిగతా ముగ్గురూ ప్రశంసించారట. 'బంగారం మీరు పంచుకోండి. చీరలు నాకిచ్చెయ్యండి' అన్నాడట అతడు...” అంటూ ఆపింది ప్రియంవద.

“అదేమిటి” అన్నాడు రవితేజ. “... బంగారం వదిలేసి చీరలు తీసుకోవటం ఏమిటి?”

ప్రియంవద, “వాళ్ళకూ్కడా అదే అనుమానం వచ్చింది. కానీ అతడు పట్టుపట్టడంతో 'సరే నీ ఖర్మ' అని చీరల్ని అతడికి వదిలేసి తాము బంగారం పంచుకుని విడిపోయార్ట. ఒక్కొక్క చీర వెయ్యికి తక్కువ కాదు కాబట్టి అతడి వాటా రెండు లక్షలు వచ్చింది. బంగారం అమ్మబోయిన వాళ్ళకి మాత్రం అందులో సగం కూడా రాలేదట” అంది.

“అదేం?”

"అందులో సగం పైగా రోల్డుగోల్డు కాబట్టి-"

రవితేజ ఒక్కసారిగా బిగ్గరగా నవ్వేశాడు. అతడు అంత బిగ్గరగా నవ్వటం అదే ప్రథమం. ప్రియంవద కూడా చిరునవ్వుతో "మీ దగ్గర ఉద్యోగం అనగానే మా ఫ్రెండు అదే చెప్పింది. బంగారంతో మోసం చెయ్యవచ్చేమో గానీ చీరల్లో చెయ్యలేమట. అంతేకాదు బంగారం కన్నా ఖరీదైన చీరలు వచ్చేరోజు తొందర్లోనే ఉందట"

"తొందర్లో ఏమిటి... వచ్చేస్తేనూ" అన్నాడు అతడు.

* * *

రాత్రి ఒంటిగంట దాటింది. మాగన్నుగా పట్టిన నిద్రలోంచి హఠాత్తుగా అతనికి మెలకువ వచ్చింది. తను కూర్చున్న భంగిమ చూసుకుంటే నవ్వొచ్చింది. ఆమె ఆవులిస్తూ నెమ్మదిగా తల వెనక్కి వాల్చటం అతడికి తెలుసు. తను కూడా నిద్రలోకి జారుకుంటానని మాత్రం అనుకోలేదు. బయట వరండాలో ఎక్కడా అలికిడి లేదు. పగలంతా హడావుడిగా ఉండే ఆఫీసు కూడా రాత్రి విశ్రాంతి తీసుకుంటున్నట్టు ఉంది.

బయట నుంచి వెలుతురు డైరెక్టుగా ఆమె మీద పడుతూంది. ముందు మోకాళ్ళ మీద పడుకుని, నిద్రలోనే పక్కకి జారిపోయినట్టుంది ఆమె. తల క్రింద ఉన్న చేతి మీద ముంగురులు జీరాడుతున్నాయి. తెల్లటి చర్మం మీద నల్లటి కాంట్రాస్టు.

ఆమె చిన్నపిల్లలా ముణగ దీసుకుని పడుకుని ఉంది. పెద్ద లిఫ్టే అయినా పొడుగు సరిపోవడం లేదు. ఒక చెయ్యి తల క్రింద ఉంచుకుని, మరో చెయ్యి చెంపక్రింద పెట్టుకుని నిద్రపోతూ, నిద్రలోనే అట్నుంచి ఇటు వత్తిగిల్లింది.

అతడు ఆమెవైపే చూస్తున్నాడు. చిత్రమేమిటంటే, తన భార్యను కూడా అతడు ఇంతకుముందు ఎప్పుడూ అలా పరీక్షగా చూడలేదు.

తెల్లటి తెలుపు ఆమె. అలసిపోయిన మొహం నిద్రలో మరింత అందంగా కనపడుతోంది.. చూడటానికేమీ లేదు. కోర్కెకన్నా ఎత్తయిన భావం మనసు నిండినపుడు చూపు ఇంద్రధనుస్సు అవుతుంది. దాదాపు ఇరవై సంవత్సరాల క్రితం అతడు చిన్న చిన్న కాగితాల మీద గేయాలు వ్రాసుకునేవాడు. ఎక్కువ పాండిత్యం లేదు. కానీ ఆలోచించే భావుకత్వం ఉంది. గత కొన్ని సంవత్సరాలుగా

అది కామర్సు వెనుక మరుగు పడింది. ఈ రోజు రాత్రి అది పురి విప్పటానికి సమాయత్తమవుతూంది.

ఆటోగ్రాఫ్ పుస్తకాలు తీసుకొచ్చి సంతకాలు పెట్టమనటం నుంచి అర్ధరాత్రి పన్నెండింటికి ఫోన్ చేసి గ్రీటింగ్స్ చెప్పటం వరకూ వరుసగా అన్నీ గుర్తొచ్చాయి.

కనురెప్ప విల్లు-చూపు బాణం.
ధనువాకృతి అధరం-పలుకు తేనె శరం.
ఇంటిముందు జూకా మల్లె తీగె నీ చిరునవ్వు.
నిన్న రాత్రి వర్షంలో తడిసిన నా గేయం బోగన్ విల్లా పందిరి పై ప్రేమై పూసింది.
సామాజిక కొమ్మల మధ్య నుంచి నక్షత్రం చివరి వెలుగు బెరుగ్గా చూస్తోంది.
నా పిరికితనాన్ని చూసి నవ్వే నీ మెడ క్రింది లాకెట్టు.
రెండు రాత్రుళ్ళ మధ్య నలుగుతూన్న పగలులా ఉంది.

ఆమె అట్నుంచి ఇటు తిరగడంతో మెడ మీద నుంచి క్రిందికి జారిన పైట, నేల మీద జీరాడుతుంది. తలక్రింద మోచెయ్యి ఉండటం వల్ల, మెడ క్రిందుగా వెళ్ళే గీత మరింత లోతై కారు మబ్బుల మధ్య కదిలే మెరుపు తీగలా జాకెట్టు లోపలకి వంపు తిరిగి అదృశ్యమైంది. ఒక వక్షోజం సగం వరకూ చేతి మలుపులో కప్పబడి పోవటం వలన, గోచరమైన అర్ధభాగం పరమార్థం పొందింది. రెండోది పూర్ణ కుంభమవటంతో రెండొందల పేజీల కుమారసంభవం పుస్తకం మీద ఆరొందల పేజీల మనుచరిత్ర పుస్తకాన్ని ఆన్చినట్టుంది. ఆ కుచ కుంభపు విశృంఖలత్వం కూడా మనుచరిత్రకు సరిపోయేట్టే ఉంది. కుమార సంభవంలో పార్వతి తండ్రి చాటు బిడ్డ కదా. పైట వెనుకే బుద్ధిగా ఉంటుంది. వరూధిని అలా కాదు. అనుకున్నది సాధించగలదు.

అతడు బలవంతంగా కళ్ళు తిప్పుకుని గాలికి ఎగురుతున్న పైటను నిండుగా కప్పాడు. అలా కప్పుతూ ఉండగా ఆమెకి సగం మెలుకువ వచ్చి ఆ సగం నిద్రలోనే అతడి చెయ్యి గట్టిగా పట్టుకుని అలాగే మళ్ళీ నిద్రలోకి జారుకుంది. ఆమె స్పర్శ అతడి గుండె లోపలి కవాటాల్లో గంధం రాసినట్టు అయింది. చెయ్యి ఆమె మెడ దగ్గరగా ఉండటం వల్ల ఉచ్ఛ్వసించేటపుడు ఆమె చేతి మీదుగా వెళ్ళే హేమంత పవనం-నిశ్వసించేటప్పుడు గ్రీష్మమౌతూంది.

అతడికి తన భార్య గుర్తొచ్చింది. స్త్రీలో బేలతనాన్నీ, ఆధారపడే గుణాన్ని ప్రేమించినంతగా మరి దేన్నీ ప్రేమించడు పురుషుడు. ఆమె పడుకున్న భంగిమలోనే ఆ తత్వం కనపడుతూంది. మాధవి ఏనాడైనా అలా పడుకుందా?

ఒకే దిండు మీద మన రెండు తలలు. దగ్గరవలేని రెండు ఉత్తర-దక్షిణ ధృవాలు...

అతడు కళ్ళు మూసుకున్నాడు. ఈపాటికి సినిమా వదిలి ఉంటారు. ఇంటివరకూ వచ్చి దిగబెట్టటాలూ, చిరునవ్వు చెయ్యి ఊపులూ, నవ్వుకుంటూ మెట్లెక్కటాలూ... ఆలోచిస్తూ అతడు మగత నిద్రలోకి జారుకున్నాడు.

నిద్రలో కల వచ్చింది. ఆమెవరో అతడికి తెలీదు. పదిహేను సంవత్సరాల క్రితం జ్ఞాపకమో, నిద్రలోకి వెళ్ళబోయే పదిహేను సెకన్ల ముందు అనుభవమో ఒక ఆకృతి దాల్చి అతడి వైపు పరుగెత్తుకు వస్తూంది. అతడు చేతులు సాచగానే అందులో ఒదిగిపోయింది. ముద్దు చప్పుడికి పెదవిమీది నిశ్శబ్దం పతేలున పగిలింది. చేతి ఒత్తిడికి శరీరం సర్పమై మెలికలు తిరిగింది. శిరోపరితర చర్మం క్రింద తడి ఎప్పుడు చెమటై నుదుటి మీద నిలుద్దామా అని తొందర పడుతుంది. ద్వంద్వ యుద్ధానికి రణరంగం అక్కర్లేదు. స్వంత మగ్గానికి ముహూర్తమవసరం లేదు.

అతడు కలలో మునిగి ఉండగానే ఎప్పుడు తెల్లవారిందో తెలీదు. లిఫ్ట్ నెమ్మదిగా క్రిందికి జారటం ప్రారంభించింది. కలకీ నిజానికీ తేడా తెలియని పరిస్థితిలో ఉన్నారు వారిద్దరూ. క్రింద వాచ్ మెన్, మరో ముగ్గురు పనివారూ పైకి వెళ్ళటం, లిఫ్ట్ కోసం నిల్చుని ఉన్నారు.

లిఫ్ట్ అకస్మాత్తుగా ఆగేసరికి ఒక స్వాప్నికావస్థ నుంచి బయటకొచ్చినట్టు రవితేజకి మెలకువ వచ్చింది. ముందొక క్షణం ఏమీ అర్థంకాలేదు. అకస్మాత్తుగా మబ్బులు విడినట్టు అనిపించి చూచుకుంటే, ఛాతీ మీదనుంచి లేస్తున్న ప్రియంవద కనిపించింది.

ఆ తరువాత కనిపించారు-లిఫ్ట్ బయట శిలా ప్రతిమల్లా నిలబడి చూస్తున్న ముగ్గురూ. వాచ్ మెన్, గదులు వూడ్చేవారు, ఇంకొకరు..! ఒక నిముషం పాటూ అయిదుగురూ అలాగే ఉండి పోయారు. ఊహించని రీతిలో మేనేజింగ్ డైరెక్టర్‌ని అంత తెల్లవారుజామునే లిఫ్టులో చూసినందుకు భయపడాలో, వేరే ఒక

అమ్మాయితో కనిపించినందుకు (ఆ భంగిమలో) మొహం తిప్పుకోవాలో ఆ ముగ్గురికీ తెలియ లేదు.

రవితేజకయితే, నిద్రలోకి ఎప్పుడు జారుకున్నాడో, ఆమె వక్షాన్ని ఎప్పుడు తన తలదిండుగా చేసుకున్నాడో అర్థం కాలేదు.

అందరికన్నా ప్రియంవద స్థితి మరీ అన్యాయంగా ఉంది. సిగ్గుతోనూ, లజ్జా భావంతోనూ ఆమె చప్పున లేచి నిలుచుంది. అందరిలోకీ ముందుగా తేరుకున్నది రవితేజ!

తెరిచి ఉన్న తలుపులోంచి బయటికి అడుగుపెట్టాడు. క్షణాల్లో అతడు ఆ సంస్థ అధికారిగా మారాడు.

"టైమ్ ఆఫీసులో ఎవరున్నారో పిలువు" అని వాచ్ మెన్ ఆజ్ఞాపించాడు. మరు నిముషం సెక్యూరిటీ మొత్తం అతడి ముందు గజగజా వణుకుతూ నిలబడ్డారు.

"లిఫ్ట్ ఆఫ్ చేసే ముందు పైన ఇంకా ఎవరయినా ఉన్నారో లేదో- చూసుకోనవసరం లేదా?"

ఎవరూ మాట్లాడలేదు. "బోయ్ ఏం చెప్పాడు మీకు?"

"టాక్సీ పంపమని చెప్పాడు సార్".

"మరి పంపారా?"

"పంపాము సార్."

"ఎక్కడికి?"

"ఇంటికి". రవితేజకి నవ్వాలో ఏడవాలో తెలియలేదు. ఇక వాళ్ళని తిట్టి కూడా లాభం లేదనుకుని, "బయట ఏమైనా వెహికల్స్ ఉన్నాయా?" అని అడిగాడు.

"క్లాత్ వాన్ ఉంది సార్."

"పంపించు"

అంతా హడావుడిగా ఉంది. వ్యాన్‌లో ప్రియంవదని దింపి, అతడు ఇంటికి బయలుదేరాడు. సగం కూర్చునీ, సగం పడుకునీ నిద్ర పోవటం వల్ల వళ్లంతా నొప్పులు, తలదిమ్ముగా ఉంది. వెనక్కి వాల్చి అలసటగా కళ్ళు మూసుకున్నాడు.

ఒక్కసారి ఎమ్.డి. వెళ్ళిపోగానే, అప్పటి వరకూ క్రింది జనంలో ఉన్న టెన్షన్ పోయింది. టెన్షన్ పోగానే, ఈ వార్త అందమైన రెక్కలు తొడుక్కుని విహరించటానికి బయలుదేరింది.

రవితేజ టెక్స్‌టైల్స్ ఎమ్.డి. తన సెక్రటరీతో రాత్రంతా లిఫ్ట్‌లో గడిపాడంటే..... ఏదో పొరపాటున మధ్యలో లిఫ్ట్ ఆగిపోయిందంటే-అందులో 'మసాలా' పూర్తిగా లేదు. మొదటి వ్యక్తి నుంచి రెండో మనిషి-రెండో వ్యక్తి నుంచి మూడో మనిషి వరకూ అది సవ్యంగానే వెళ్ళింది. అవతలి వాడికి ఈ కథ 'ఇలాగే' చెప్తే అందులో "వినే ఆసక్తి" ఉండటం లేదని గ్రహించినవాడు ఉప్పు కారం జల్లి, "తెల్లవార్లూ గదిలో గడిపి, మూడో కంటికి తెలియకుండా బయటపడే ప్రయత్నంలో సెక్యూరిటీకి దొరికిపోయారు" అనే వినేవాడి మొహంలో సంభ్రమాశ్చర్యాన్ని కలిగించాడు.

ఇలా పాకిన ఈ వార్త వాన్ కన్నా వేగంగా ప్రయాణంచేసి, రవికన్నా ముందే మిసెస్ పండే ద్వారా మాధవిని చేరుకుంది. అతడు వెళ్ళేసరికి ఆమె రణరంగానికి సిద్ధమై ఉంది. "వచ్చారా? తెల్లవారిందా? అక్కడే ఉండ లేకపోయారా?" అని ప్రారంభించింది. అతడికి ముందు అర్థం కాలేదు.

"ఎందుకలా ఏమీ ఎరగనట్టు మొహం పెడతారు? మనం చూడక పోయినా మనని లక్ష కళ్ళు గమనిస్తూ ఉంటాయని గ్రహిస్తే మంచిది. ఇంతకు ఎవత్తె అది?"

"నువ్వేం మాట్లాడుతున్నావో నీకు అర్థం అవుతుందా?"

"ఎందుక్కాదూ? మరీ ఇంత బరి తెగిస్తారనుకోలేదు. మధ్యాహ్నపూట ముసలి సెక్రటరీతో చూసి గడ్డి పెట్టినా మీకు బుద్ధి రాలేదన్నమాట. "

"... మాధవీ!"

"ఇప్పుడు దాన్ని తీసేసి ఎవరో వగలాడికి ఉద్యోగమిచ్చి ఇక రాత్రిళ్ళు అక్కడే మకాం పెట్టారన్నమాట. అయ్యో భగవంతుడా నేనేం చేతున్రా దేవుడో" అంటూ గొంతెత్తి రాగం తీయటం ప్రారంభించింది.

"నీకేమన్నా మతిపోయిందా? ఆఫీసులో పని ఎక్కువుండి వస్తుంటే లిఫ్ట ఆగిపోయింది."

"చెప్పండి. చెప్పండి. రంకు నేర్చినమ్మ బొంకు నేర్వదా అని వినే వాళ్ళుంటే ఎన్ని కథలైనా చెప్పుతారు. మా అమ్మా నాన్నలకి చెపుతూనే ఉన్నాను. నేను చేసుకోను మొర్రో అంటున్నా నిలువునా నా గొంతు కోశారు. ఇప్పుడిక ఏ నుయ్యో గొయ్యో చూసుకోవాల్సిందే-"

ఆమేనా మాట్లాడుతూంది. ! తన భార్యేనా మాట్లాడుతూంది? అన్నంతగా నిర్విణ్ణుడై చూశాడామెని. ఈ లోపులో బయట అలికిడి వినిపించింది. అతడు స్వరం తగ్గించి, "మాధవీ. బైట పనివాళ్ళు అందరూ వింటున్నారు. కాస్త నెమ్మదిగా మాట్లాడు" అన్నాడు.

"ఏం? ఎందుకు మాట్లాడాలి? ఎవరికి తెలీని భాగోతం? రాత్రంతా ఆఫీసు రూములో ఆడితే లేదు గానీ, ఇంట్లోవాళ్ళకి తెలిస్తే వచ్చిందా ప్రమాదం. ఈ రోజు అటో ఇటో తేలిపోవాల్సిందే."

అతడి సహనం నశించింది. "ఏమిటి తేలిపోవల్సింది? ఏమిటి తేలుస్తావు చెప్పు" అని అరిచాడు. అతడు అలా ఎదురు తిరిగేసరికి ఆమె కొద్దిగా బెదిరినా, తను కూడా కంఠం హెచ్చిస్తూ, "అయ్యో అయ్యో-అంతవరకూ వచ్చిందా? అదెవత్తో మీకు మందు పెట్టింది. ఇంక ఈ కాపురాన్ని ఆ దేవుడే రక్షించాలి" అంటూ బిగ్గరగా రోదించింది.

"ఎవరూ నాకు మందు పెట్టలేదు. ఈ కాపురంలో విషం పోస్తూంది నువ్వే. ఏనాడైనా ఒక్కరోజైనా సుఖంగా కాపురం చేశావా?"

అతడు వినిపించుకోకుండా కొనసాగించాడు. ఇద్దరూ కొద్దిసేపు ఏమి మాట్లాడుతున్నారో ఎవరికీ వినిపించలేదు. అతడు ఉన్నట్టుండి స్వరం హెచ్చించి, "నువ్వు అనుకున్నట్టు నాకు ఏ సంబంధమూ లేదు. నేనెవరితోనూ డ్రాయింగ్ రూమ్‌లో కూర్చొని చేతులు చూపించుకో లేదు. నేనెవరితోనూ సెకెండ్ షోలకి వెళ్ళలేదు" అని అరిచాడు.

మాధవి పిడికిళ్ళు బిగుసుకున్నాయి. "ఏమిటి? ఏమిటన్నారూ?" అంటూ ముందుకొచ్చింది.

"మానసిక వ్యభిచారం కన్నా వ్యభిచారం మంచిదంటున్నాను. ఏం తప్పా?" అతడూ రెట్టించాడు.

"పచ్చకామెర్ల రోగికి లోకమంంతా పచ్చగా కనబడిందని, మీరు తిరుగుబోతులు కాబట్టి-తాగుబోతులు కాబట్టి, నన్నూ-..."

ఆమె మాట పూర్తి కాలేదు. అతడు లాగి పెట్టి ఆమె చెంప మీద బలంగా కొట్టాడు. అంతే, ఆ గదిలో ఒక్కసారిగా నిశ్శబ్దం అలుముకుంది. ఆమె కనుగుడ్డు మెలిదిరిగినట్టు అయింది. ఎక్-ఎక్-మన్న శబ్దం ఆమె నోటివెంట వచ్చింది. వెనక్కి విరుచుకు పడిపోయింది.

అతడు నిరుత్తరుడయ్యాడు. ఆమె మొహం అటూ ఇటూ కదులుతూంది. నాలుక పళ్ళ మధ్య నలుగుతూంది. ఏదో స్ఫురించిన వాడిలా అతడు తాళం చేతులు తీసుకొచ్చి గబగబా ఆమె చేతుల మధ్య బలవంతంగా పెట్టాడు. అప్పుడే వచ్చినట్లు ఇద్దరు నౌఖర్లు లోపలికి వచ్చారు. ఆమెను పక్క మీదకు చేర్చి డాక్టరుకు ఫోన్ చేశాడు.

అయిదు నిముషాల్లో డాక్టరు వచ్చాడు. ఇంజెక్షన్ ఇచ్చి హిస్టీరియా లక్షణాలు కనపడుతున్నాయని చెప్పి వెళ్ళిపోయాడు.

ఇల్లంతా శ్మశాన నిశ్శబ్దం అలుముకుంది. నౌఖర్లందరూ అక్కడక్కడ చేరి గుసగుసలాడు కుంటున్నారు. జరిగిన అసహ్యకరమైన సంఘటనతో అతడికి తల కొట్టేసినట్టయింది. చాలాసేపు తన గదిలోనే కూర్చున్నాడు కానీ, ఈరోజు కాకపోయినా రేపయినా బయటి ప్రపంచంలోకి రావల్సిందే కదా అనుకొని మానసికంగా సన్నద్ధుడై బయటకొచ్చాడు.

అతడు కృంగిపోతే చూద్దాం అనుకున్న నౌఖర్లకీ, పనివాళ్ళకీ, అయిదు నిముషాల్లో అతడు మాములు మనిషిగా మారి ఆజ్ఞలివ్వడం చూసి మతి పోయింది. అసలేమీ జరగనట్లు... ఆ మాటకొస్తే మరింత కఠినంగా అతడు వ్యవహరించాడు.

ఆఫీసుకి కూడా ఆ రోజు మామూలుగానే వచ్చేశాడు. తన వెనకాల ఎవరేమనుకున్నారో గానీ, ముందైతే బయట పడలేదు. ఒక్క శర్మకి మాత్రం జరిగింది చెప్పాడు. ఆయన ఎగిరిపడి, మొత్తం టైమ్-ఆఫీసు స్టాపునంతా మార్చేస్తానన్నాడు. ఆయనకి సర్ది చెప్పేసరికి ఎంతో కష్టమయింది.

ఆ తరువాత అరగంటకి పాండే నుంచి ఫోన్ వచ్చింది. ఆయన ఒక్కడే దీన్నంతా పెద్ద జోక్‌గా తీసుకున్నాడు. "అందుకే నేను కారు పంపుతానన్నాను. నువ్వు వినలేదు. మంచి డ్రింకు మిస్సయ్యావు. మంచి నిద్ర మిస్సయ్యావు" అన్నాడు. రవి నవ్వి థ్యాంక్స్ చెప్పి ఫోన్ పెట్టేశాడు.

అతడికొక్క విషయం స్ఫుటంగా అర్థమయింది. ఈ ప్రపంచం కుక్కలాటిది. పరుగెత్తితే వెంట పడుతుంది. వేటాడితే పరుగెడుతుంది.

ఈ వార్త అందరికీ తెలిసిందనేసరికి కృంగిపోయాడు. ఏమవుతుందో ఏమో అనుకున్నాడు. కానీ తాను లేచి నిలబడి రొమ్ము విరుచుకునేసరికి... ఏమీ అవలేదు. ఇంత చిన్న విషయం కోసం సమాజం–సంఘం–లోకులు ప్రపంచం అనే పదాలు పెట్టుకుని మనుష్యులు నానా బాధలూ పడిపోతూ ఉంటారు.

ఈ రకమైన ఆలోచన వచ్చేసరికి అతడికి కొత్త ఉత్సాహం కలిగినట్టయింది. ఇంతకాలం తనెందుకు ఇన్ని సుఖాల్ని వదిలేసుకున్నాడో అర్థం కాలేదు.

అంతలో మానేజర్ వచ్చి కొత్త ప్రపోజల్ తాలూకు ఫైళ్ళు చూపెట్టాడు. తన ఆలోచనల్ని పక్కకు నెట్టి ఫైళ్ళు చూడటం ప్రారంభించాడు. పోస్టు ద్వారా చౌకధరలకి చీరలు అందించే ప్రపోజల్ అది. కార్యరూపం ధరిస్తే–దాదాపు నూరు రూపాయలకే మంచి చీరలు ఇవ్వొచ్చు.

"మళ్ళా ఈ ఫైలు నా దగ్గరకి ఎందుకు వచ్చింది?" అని అడిగాడు.

"ఒక డైరెక్టరు 'దీన్ని గురించి మళ్ళీ ఆలోచిద్దాం' అని వ్రాశారు".

"ఒకసారి మీటింగులో మెజారిటీ ఒప్పుకున్నాక మళ్ళీ చర్చించవలసిన పనిలేదని చెప్పండి" అన్నాడు. అదే క్రితం రోజయితే అంత దృఢంగా అనగలిగి ఉండేవాడు కాడు. అతడికే ఆశ్చర్యం వేసింది. మానేజర్ వెళ్ళిపోయాక శర్మతో ఫోన్లో మాట్లాడాడు.

"రకరకాల వేస్టు ఖర్చులు తగ్గించుకుంటే రెండొందల చీరని వందకే అమ్మొచ్చు. ఇంతకాలం అనవసరంగా జనం మీద ఈ ఖర్చులన్నీ రుద్దాం".

"ఎవరో డైరెక్టరు దీన్ని వ్యతిరేకిస్తున్నారట. ఎందుకు?" అని అడిగాడు.

"ఎక్కువ వెలకి చూపిస్తేనే కొంటారనీ చౌకగా ఇస్తామంటే నాసి రకమేమో అని అనుమానపడతారనీ మన డైరెక్టర్ల భయం" అన్నాడు శర్మ.

"చూద్దాం ఏమవుతుందో. ఈ స్కీము ఫెయిలైతే అదే చీరని మూడు వందలకి అమ్ముదాం. అప్పుడు కనీసం ఈ జనాల మూర్ఖత్వాన్ని మార్చలేమన్న సంతృప్తి అయినా మిగులుతుంది."

శర్మ నవ్వాడు. "ఇంతకూ అడ్వర్టైయిజ్ మెంట్ బడ్జెట్ ఎంత వేశావు."

"డెబ్భై అయిదు లక్షలు".

"మైగాడ్. అంతా."

"అవును. అంత లేకపోతే ఈ స్కీము జనంలోకి వెళ్ళదు."

"సరే, బెస్టాఫ్ లక్-"

రవితేజ ఫోన్ పెట్టేసి, ట్రేలో కాగితం తీసుకున్నాడు. యథాలాపంగా చూసినవాడల్లా, మిగతాది చదువుతూ ఉలిక్కిపడ్డాడు. అది ప్రియంవద రాజీనామా లేఖ. చాలాసేపు దాన్నే చూస్తూ ఉండిపోయాడు. ఆమె ఆ రోజు ఆఫీసుకు రాలేదు.

ఆ సాయంత్రం ఆఫీసు వదలి వెళ్ళబోతున్నప్పుడు మామూలుగా అడిగినట్లు అడిగి పెర్సనల్ ఫైలు తెప్పించుకున్నాడు. అందులో ఆమె అడ్రస్సు చూశాడు.

కార్లో అక్కడికి బయల్దేరాడు. ఎవరన్నా చూస్తారని ఈసారి అతడు భయపడలేదు. క్రితం రోజు జరిగిన సంఘటన అతడికి కొత్త ధైర్యాన్నిచ్చింది.

ప్రియంవద ఇల్లు మేడ మీద. మెట్లెక్కి బెల్ కొట్టాడు. ఆమె వచ్చి తలుపు తీసింది. ప్రొద్దున్నించి, ఏడుస్తున్నట్టు కళ్ళు వాచి ఉన్నాయి. అతడిని ఆ సమయంలో ఊహించనట్టు ఆమె అడుగు వెనక్కి వేసింది.

అతడు లోపలికి ప్రవేశించాడు. ఇద్దరూ ఒకర్నొకరు చూసుకొన్నారు. ఆమెనే దగ్గరికి వచ్చిందో, అతడే తీసుకున్నాడో తెలీదు గానీ-క్షణం గడిచేసరికి అతడి ఛాతీ మీద తల ఉంచి ఆమె రోదిస్తూంది. అతడు నెమ్మదిగా ఆమె తల పైకెత్తి నీళ్లు తుడిచాడు.

భార్య తరువాత తనకు తానుగా స్పృశించిన మొదటి స్త్రీ శరీరం అది. అలా మొహాలు దగ్గరైన వెంటనే అతడికీ ఆ స్పర్శలో తేడా తెలిసింది. చాలా తీవ్రమైన తేడా అది. పదిసార్లు ఉతికిన చొక్కాకీ, అప్పుడే షాపు నుంచి కొన్న చొక్కా వేసుకోవటానికీ ఉన్న తేడా!

ఫ్రెష్ నెస్... ఉహూ అదొక్కటే కాదు. ఇంకా ఏదో ఉంది. ఆమె దగ్గరకి రావటంలోనూ, మెడ చుట్టూ చేతులు వేయటంలోనూ. మాధవి సామీప్యంలో లేని పరిమళం ఏదో కనపడింది అతడికి. 'కళ్ళ' కి తెలిసే పరిమళం అది.

ఈ విషయం ఎవరికైనా చెప్తే 'అవున్లే. భార్య తప్ప అందరూ బానే ఉంటారు' అంటారు. కానీ ఏం జరిగిందో తన మనసుకు తెలుసు.

జీవితంలో పోలిక తెలియనంత వరకు ఫర్వాలేదు. ఒకసారి పోలిక తెలిసిన తరువాత లభ్యమైనదాని కన్నా అలభ్యమైనదే బావుంటుంది. అందీ అందకపోవటంలో ఉన్న అందమే ఆకర్షణ అయి, బలమైన తపనగా మారుతుంది.

అతడు భుజం మీద చెయ్యివేసి ముందు ఆమెని ఓదార్చాడు. అతడి ఛాతీ మీద ఆమె తల ఆన్చి వెక్కి వెక్కి ఏడ్చింది. అతడి చెయ్యి అప్రయత్నంగా మొదట క్రిందికి దిగిందో, లేక ఆమె తలే ముందు పైకి లేచిందో తెలీదు. క్రిందికి దిగిన చెయ్యి నడుము మెలికలో చిక్కుపడి అక్కడే ఆగిపోయింది. క్రిందికి దిగిన తలకి పెదవి చెలమల్లో అమృతం దొరికింది. అయితే అదంతా క్షణంసేపే.

ప్రపంచం అంతా వేలెత్తి చూపుతున్నప్పుడు... చివరికి భార్య కూడా అతడిని వెళ్ళగొట్టినప్పుడు... అతడొక్కసారిగా ఈ శృంఖలాలు తెగ్గొట్టుకున్నప్పుడు... ఆ ట్రాన్స్‌లో ఈ కొత్త అనుభవం ప్రాప్తమైంది. రోజూ చూసే మాధవి – పుట్టినప్పటి నుంచీ ఎత్తుకు తిరిగిన మాధవి – తన ముందే గౌనుతో ముక్కు తుడుచుకున్న మాధవి–చివరికి భార్య అయి, అయిన రోజు నుంచీ దూరమయి, తనకు ఇవ్వని సుఖాన్ని ఆమె ఒక్క ముద్దుతో యిచ్చింది. అంత పెద్ద టెక్స్‌టైల్స్ ఎగ్జిక్యూటివ్‌కీ, ముద్దులో అంత అందముందని అప్పుడే మొట్ట మొదటిసారి తెలిసింది. దుఃఖం ఆవేశంగా మారి క్షణాల్లో అతడిని నిలువునా ముంచెత్తింది.

ఆమె చప్పున అడుగు వెనక్కి వేసి, "వద్దండీ, ప్లీజ్. వెళ్ళిపోండి" అంది కంగారుగా. "...ఇప్పటికి జరిగింది చాలు."

అతడామెని వదలకుండా, "లేదు ప్రియంవదా! ఇన్నాళ్ళూ అనవసరమైన వాటికి విలువనిస్తూ నేను చాలా పోగొట్టుకున్నాను. ఇక దేన్నీ వదులుకోదల్చుకో లేదు" అన్నాడు.

ఆమె సందిగ్ధంగా తల దించుకుంది. అతడు తిరిగి ఆమెని దగ్గరకు తీసుకున్నాడు. ఈసారి ఆమే అతడిని ముద్దు పెట్టుకుంది.

టెక్నిక్!

అదీ ఆమెలో ప్రత్యేకత. అది అనుభవం వల్ల రాదు. పుట్టుకతోనే స్వభావ సిద్ధంగా వచ్చినదై ఉండాలి. మనిషికి తినటానికి నోరు, పనిచేయటానికి చేతులు, నడవటానికి కాళ్ళు, వాటిని కలపటానికి నడుము ఇచ్చాడు దేవుడు. కేవలం

ఒక్క సమయంలో మాత్రమే వాటిని వేరే ఇంకొక పనికి వినియోగించుకునే అవకాశం మనిషికి ఇచ్చాడు. దురదృష్టవశాత్తు కొంతమంది మాత్రమే వాటిని సద్వినియోగ పరుచుకునే కళ కలిగి ఉన్నారు. అలాంటి కొద్దిమందిలో ఆమె ఒకత్తె! వైవాహిక జీవితంలో అంత అనుభవం ఉన్న అతడికే ఆమె క్షణకాలపు సామీప్యత మతి పోగొట్టింది. ఇరవై రెండేళ్ళ వయసులో పురుషుడి స్పర్శ తగల గానే స్త్రీ అలా మైనంలా వేడెక్కిపోతుందనీ, కరిగి పోతుందనీ అతడికి తెలీదు. అతడేనాడూ మాధవిలో అటువంటి తీవ్రత చూడలేదు. అసలామెను ఇటువంటి సామీప్యానికి తీసుకురావటానికే అతడికి ఆర్నెల్లు పట్టింది. మాధవి దృష్టిలో 'అది' అంటే, పురుషుడి ఆనందం కోసం స్త్రీ ప్రతిరోజు ఇష్టం లేకపోయినా చేసే త్యాగం! ఆమె అతడిని ఎంత ప్రభావితం చేసిందంటే-అతడు కూడా అది నిజమేనేమో, స్త్రీకి అది చాలా బాధాకరమైన చర్య ఏమో, కేవలం భర్తని సంతృప్తి పరచటానికే ఒప్పుకుంటుందేమో అని నమ్మే స్థితికి వచ్చాడు.

ఒక రంగంలో ఎంతో నిష్ణాతుడైన వ్యక్తి కూడా, మరొక విషయంలో ఎంత అంధకారంలో ఉంటాడో చెప్పటానికి ఇదొక ఉదాహరణ మాత్రమే. పొరలు పొరలుగా అతడి అనుమానాల్ని విడగొట్టింది ఆ ముద్దు.

అంతలో అలికిడై అతడు ఆమెను చప్పున వదిలేసి వెనుదిరిగాడు ఆమె కూడా వెనక్కి అడుగు వేసి సర్దుకుంది.

"ఏమ్మో. ఎవరు వస్తిరి? ఏదో అలికిడి అయినట్టులా ఉంది" అంటూ ప్రవేశించాడు ఒక అరవాయన. ప్రియంవద ముందుకు రేగిన జుట్టును వెనక్కి తోసుకుంటూ, "రండి రండి" అంటూ పరిచయం చేసింది. ఇబ్బందికరమైన స్థితి లోంచి వెంటనే సర్దుకోవటం స్త్రీకి వచ్చినంత గొప్పగా పురుషుడికి రాదు. అతడింకా క్షణం క్రితపు మైకంలోనే ఉన్నాడు. ఎవరో తెలుసుకోవాలన్న కుతూహలాన్ని కళ్ళల్లో నింపుకుని "ఈయన?" అన్నాడు సౌందర రాజన్.

"నేను పనిచేసే బట్టల ఫ్యాక్టరీలో నాతోపాటు పనిచేస్తారు. పేరు సుబ్బారావు" అంది ప్రియంవద. అంతే. దాదాపు అరగంట సేపు బట్టల గురించీ, పంపు నీళ్ల గురించి బోరు కొట్టాడు. మధ్య మధ్యలో ప్రియంవద మంచితనం గురించీ, ఈ కాలం అమ్మాయిలు ఎలా చెడిపోతున్నారో-కానీ వాళ్లకి ప్రియంవద ఏ విధంగా భిన్నమో చెప్పాడు. అరగంట తరువాత ప్రియంవద ఇచ్చిన కాఫీ తాగి వెళ్ళిపోయాడు.

"ఐ యామ్ సారీ" అతడు వెళ్ళిపోయాక అందామె.

"ఫర్వాలేదు. ఒక రకంగా మనల్ని ఆ మూడ్ లోంచి బయటకు తీసుకు వచ్చాడు" అన్నాడు రవి లేస్తూ. "ముఖ్యంగా నేను వచ్చింది దేని కంటే-నిన్ను రాజీనామా ఉపసంహరించుకొమ్మని చెప్పటానికి. ఎవరో ఏదో అనుకుంటారని మనం 'భయపడటం' అనవసరం ప్రియంవదా! రేపు నువ్వు ఆఫీసుకు వస్తున్నావు. అంతే."

ఆమె ఏదో చెప్పబోయింది. "నీ తరఫు నుంచీ, నా తరఫు నుంచీ నేనే ఆలోచించాను. నా మాట మీద ఏమాత్రం గౌరవం వున్నా, నా మీద ఏ కొద్దిగా ప్రేమ ఉన్నా, నువ్వు తిరిగి జాయిన్ అవుతున్నావు" అన్నాడు.

ఆమె ఆగి, నెమ్మదిగా, 'సరే' అన్నట్టు తలూపింది.

19

రవితేజ టెక్స్‌టైల్స్ వారి సరికొత్త 'జనతా' చీరల తాలూకు మొట్టమొదటి దూరదర్శన్ ప్రకటన వచ్చి ఆ రోజుకి మూడు రోజులయింది. అంతకు పది రోజుల ముందు నుంచీ కేవలం పత్రికల్లో మాత్రమే ప్రకటన ఇచ్చుకుంటూ వస్తున్నారు. ఈ అమ్మకాల్ని ప్రయోగ పథకంగా ముందు ఒక్క రాష్ట్రానికే కుదించారు. దానికి ఆంధ్రప్రదేశ్‌ని ఎన్నుకున్నారు.

రకరకాల అందమైన మోడల్స్ ఈ జనతా చీరల్ని కట్టుకుని కెమేరా ముందు నడుస్తూ ఉండగా ఆ చీరె కోడ్ నెంబరు చెప్పటంబీ రంగుల్ని విశ్లేషించటం-కామెంటరీలా నడిచినయ్. అదే చీర షాపులో కొంటే ఎంతవుతుంది? దానికి కారణాలేమిటి? సరాసరి ఫ్యాక్టరీ నుంచి తెప్పించుకుంటే ఎంత చౌకగా లభిస్తుంది? అలా తెప్పించుకోవాలంటే పోస్టు ద్వారా ఏం చెయ్యాలి?... వగైరా వివరాలన్నీ పత్రికల్లోనే ప్రకటనల ద్వారా ఇచ్చారు, ఆ ప్రకటనల్లోనే 'ఫలానా ఫలానా రోజులలో దూరదర్శన్ చూడండి' అని కూడా ప్రకటించారు.

ఆ రోజు రాత్రి దూరదర్శన్‌లో వచ్చిన ఆ ప్రోగ్రాంని రవితేజ దగ్గరుండి నిర్వహించాడు. అతడు చాలా జాగ్రత్తలు తీసుకున్నాడు. పొట్టి-సన్నం-నలుపు, పొడుగు-సన్నం-నలుపు, పొడుగు-లావు-తెలుపు, మధ్యరకం-సన్నం-చామనఛాయ, పొడుగు-సన్నం-తెలుపు, ఇలా రకరకాల కాంబినేషన్లలో మోడల్స్‌ని

ఎన్నుకుని తనకి చీరల మీద ఉన్న పరిజ్ఞానం అంతా ఉపయోగించి ఆయా రకాల చీరలు కట్టించి కెమేరాలో బంధించి చేశాడు. కదిలే బొమ్మల్లాటి అమ్మాయిలు చీరలకి అందాన్ని తెచ్చారు. కాదు కాదు. కదిలే మనుష్యులకి చీరలు అంత అందాన్ని తెచ్చాయనే ఫీల్ కలిగించాడు. దూరదర్శన్‌లో అడ్వర్టెయిజ్‌మెంట్ మీడియాని ఇంతకు ముందెవరూ వాడుకోనంతగా ఉపయోగించుకున్నాడు. అతడు ఎక్కడ జాగ్రత్త తీసుకున్నాడంటే-చూసేవాళ్ళకి **'ఈ చీర బావుంటుంది'** అని అనిపించనివ్వకుండా, **'ఈ చీర తను కట్టుకుంటే బావుంటుంది'** అనిపించేలా అన్ని రకాల ఫ్రేక్చర్స్‌నీ ప్రజెంట్ చేసాడు. వాళ్ల సబ్-కాన్సస్ మైండ్‌లో "ఓహో! నేనిలా ఉంటాను కాబట్టి ఈ చీర నాకింత బావుంటుందన్నమాట" అనిపించేలా చేశాడు. ఇంతవరకూ ఈ ప్రయోగాన్ని ఎవరూ చేయలేదు.

రెండో రోజు గడిచేసరికి ఉత్తరాలు రావటం ప్రారంభమైనాయి. మూడోరోజు గడిచేసరికి రెండు గదులు నిండిపోయాయి. సామాన్యమైన రాబడి ఉన్నవారు, అంతకన్నా క్రింది తరగతి వారు కూడా వందరూపాయలకి ఆర్.టి. చీర అనేసరికి వందకి పట్టుచీర దొరికినంత సంబరపడ్డారు.

సేల్స్ డైరెక్టర్ ఆ గదిలోకి వచ్చేసరికి రవితేజతో పాటు మరొక డైరెక్టర్ కూర్చుని కాఫీ తాగుతున్నాడు.

"ఈ రెండు రోజుల్లో మన చీరలకి ఎన్నొచ్చినయ్ ఆర్డర్లు?" అని అడిగాడు రవితేజ.

"లక్షా యాభై వేలు సర్" అన్నాడు సేల్స్ డైరెక్టర్.

కాఫీ తాగుతున్న డైరెక్టర్‌కి పొలమారింది. దగ్గుతూ "ల...క్షా... యాభై వేలా?" అన్నాడు.

రవితేజ దీని గురించి ఆలోచించటం లేదు. ఆంధ్రప్రదేశ్ లోని ఆరుకోట్ల మందిలో టీ.వీ. చూసే వాళ్ళు, ప్రకటనలు చదివేవాళ్ళు, దీన్ని గురించి విన్న వాళ్ళు, కోటి మంది ఉన్నారనుకుంటే, అందులో చీరలు కట్టేవాళ్ళు నలభై లక్షలు అనుకుంటే, కనీసం మూడు శాతం మంది దీనికి స్పందించారు. ఇంత చిన్న పరిధిలో ఇంత పెద్ద రెస్పాన్సు అనూహ్యం. ఈ లెక్కన పూర్తి అడ్వర్టయిజ్‌మెంట్‌తో దాదాపు ప్రత్యర్థులందర్నీ పడగొట్టెయ్యొచ్చు.

కంగ్రాట్స్ రవితేజా! ఇన్నాళ్ళకి మళ్ళీ నీకు ఆయుధం దొరికింది!! తక్కువ ఆదాయం కలవాళ్ళకే కాక, రోజుకో చీర మార్చే వారికి కూడా ఈ ఫ్యాషన్స్ నచ్చటం అదృష్టం.

అతడు ఇలా మొదటి విజయపు రుచి చూస్తూ ఉండగా, అదే సమయానికి అక్కడ చెంచురామయ్య కంపెనీలో డైరెక్టర్లు బారుగా కూర్చుని ఉన్నారు.

రవితేజ ప్రవేశ పెట్టిన స్కీము తాలూకు ప్రచారాన్ని చర్చించటానికి వారు సమావేశమయ్యారు. సాధారణంగా ప్రతీ కంపెనీ తాలూకు కొందరు "ఇన్ఫార్మెంట్స్" అవతల కంపెనీలో ప్లాంట్ చేయబడతారు. అక్కడ విషయాలు ఇక్కడ చేరవేయటం వారి పని. అయితే ఇక్కడ మరొక విషయం కూడా గుర్తించాలి. అవతలివాళ్ళ విజయాన్ని ఇవతలి గ్రూపు అంత తొందరగా ఒప్పుకోరు. ఒక సినిమా విడుదల అవుతే మిగతా సినిమా కంపెనీలన్నీ ఎలా దాన్ని "ఫ్లాప్" అనేస్తాయో, అదే మనస్తత్వం మిగతా అన్ని రంగాలకీ వర్తిస్తుంది. అటుఒంటి పరిస్థితుల్లోనే, రవితేజ సాధించిన ఈ విజయాన్ని చెంచురామయ్య వెంటనే ఒప్పుకోలేక పోయాడు. రెండు రోజుల్లో లక్షా యాభైవేలకి ఆర్డర్లేమిటి, మరొకసారి సరిగ్గా కనుక్కొని రమ్మని పంపాడు. రవితేజ పూర్తిగా పడిపోవటానికి ఇంకెంతో సమయం లేదని అతడి నమ్మకం.

రవితేజ ఎవరికీ ఆలోచించటానికి టైమ్ ఇవ్వలేదు. ఈ కెరటపు తాకిడి నుంచి ఇంకా తేరుకోక ముందే ప్రత్యర్థుల్ని వెల్లువలో ముంచెయ్యాలన్నది అతడి ఆలోచన.

ఆంధ్రదేశంలో సఫలమయిన ఈ ప్రయోగాన్ని దేశమంతా విస్తరించాలని అతడి కోర్కె. అయితే ఎప్పుడో కాకుండా, అవతలివారికి ఊపిరి తిరిగే లోపులో అది జరగాలని అతడి వాంఛ. ముందు అనుకున్నట్టు దీనికోసం డెబ్బై అయిదు లక్షలు కేటాయించటం జరిగింది. కేటాయించటమైతే జరిగింది కానీ, క్యాష్ ఇన్ ఫ్లో కావాలి. ఇంతకన్నా పెద్ద సమస్య మరొకటి ఉంది. దేశం అన్ని వైపుల్నించీ ఒక్కసారిగా ఈ చీరల కోసం తాకిడి ఏర్పడితే ఒకటి రెండు నెలల లోగా దాదాపు కోటి చీరలను సప్లై చేయవలసి ఉంటుంది. అన్ని వనరులు సమకూర్చుకోవాలంటే, యుద్ధ ప్రాతిపదిక మీద పనులు చేయవలసి ఉంటుంది. దీని కోసం ఎంత లేదన్నా మరొక కోటి రూపాయలు కేటాయించాలి.

రవితేజ వెనక్కి తగ్గదల్చుకోలేదు. పాలియెస్టర్ విభాగాన్ని సంవత్సరం పాటు లీజుకి ఇవ్వాలనుకున్నాడు. దానికి 'రాయల్టీ'గా రెండు కోట్ల రూపాయల్ని ఇవ్వటానికి ఒక చిన్న కంపెనీ సిద్ధంగా ఉంది. అది వీరికి ఏ విధంగానూ పోటీ కాదు.

రవితేజ అంచనా ప్రకారం ఈ జనతా చీరల తాకిడి ఇంత ఉధృతంగా మరో సంవత్సరం పాటు ఉంటుంది. ఆ తరువాత ఈ వ్యాపారం కూడా మళ్లీ మామూలు గాడిలో పడిపోతుంది. కాబట్టి పాలియెస్టర్ విభాగాన్ని సంవత్సరం పాటు ఇంకొకరికి లీజుకి ఇవ్వటంలో నష్టమేమీ లేదు.

ఈ జనతా చీరల వల్ల కొన్ని లక్షల మందికి పని దొరుకుతుంది. పైగా ప్రియంవద మాటలు అతడి మనసులో లోతుగా నాటుకుపోయాయి. ఎన్నో క్రింది తరగతి కుటుంబాలకి సహాయం చేసినట్టు అవుతుంది!

ఎప్పుడూ లాభాలు... వ్యాపారమూ ఇదేనా? కొన్ని లక్షల మందికి ఉపాధి కల్పన-కొన్ని కోట్ల మందికి ఆనందం-మనిషిగా పుట్టినందుకు ఆ మాత్రం బాధ్యత లేదా? దీనవల్ల కంపెనీకి కూడా నష్టం ఏమిలేదు. కేవలం ఒక లైనులో వ్యాపారం తగ్గించి, మరొక లైనులోకి వెళ్ళటమే!

అయితే రవితేజ టెక్స్‌టైల్స్ డైరెక్టర్లు కొంతమంది అలా ఆలోచించలేదు. అన్ని విభాగాల్లోకి పాలియెస్టర్లోనే ఎక్కువ లాభాలున్నాయి. ప్రజలు ఎంత ధరకైనా ఈ చీరలని కొంటారు. జనతా చీరల్లో, చీరకి అయిదు రూపాయలన్నా లాభం ఉండదు. కోట్ల కొద్దీ చీరలు ఇంత శ్రమపడి తయారు చేసి, ఇంత పెట్టుబడి పెట్టి, జనతా చీరలు అమ్మటం దేనికి? కేవలం చీరకి అయిదు రూపాయలు లాభం కోసమా? కొద్ది చీరలైనా ఖరీదైన చీరలు తయారు చేసుకుంటే చీరకి అయిదొందలు చొప్పున లాభం ఉంటుంది. వంద జనతా చీరలు అమ్మటం కన్నా ఒక ఖరీదైన చీర అమ్మటం లాభదాయకం.

సాయంత్రానికి, ఒక డైరెక్టరు ఎక్స్-ట్రార్డనరీ మీటింగుకి నోటీసు ఇచ్చాడు. యాభై సంవత్సరాల కంపెనీ చరిత్రలో అదే ఆ రకం మొట్టమొదటి మీటింగు.

రవితేజ మానసికంగా బాగా కృంగిపోయాడు. ఒక మంచి పనికి కూడా ఇన్ని అడ్డంకులు. అదీ తన వారి నుంచి! డబ్బు సంపాదిస్తున్నంత కాలం ఎంతో ఆత్మీయంగా ఉన్నవారు-పరిస్థితి కాస్త ఎదురు తిరిగేసరికి ఎలా మారి పోతారో అతడికి స్పష్టమైంది.

పదిన్నరకి మీటింగు. రాజీనామా ఉత్తరాన్ని జేబులో పెట్టుకుని అతడు ఇంటి నుంచి బయల్దేరాడు.

అరగంట తరువాత మీటింగు ప్రారంభమయ్యింది.

నోటీసు ఇచ్చిన డైరెక్టరు తన అభ్యంతరాన్ని బోర్డు ముందు ఉంచాడు. రవితేజకి ఇంత డబ్బుని ఒక ప్రయోగం మీద ఖర్చుపెట్టే అధికారాలు లేవనీ, అతడు వాటిని దుర్వినియోగ పరుస్తున్నాడనీ అతడి అభియోగం. '...ఇప్పుడు కంపెనీ చాలా లాభాల్లో నడుస్తోంది. అనవసరమైన రిస్కులు తీసుకోవటం అనవసరం. ముఖ్యంగా పోలియెస్టర్ విభాగం బంగారు బాతులాంటిది. దాన్ని బయటికి ఇవ్వటం శుద్ధ అవివేకం. ఒకసారి ఆ మార్కెట్టు కోల్పోతే తిరిగి సంపాదించటం చాలా కష్టం.'

అతడు మాట్లాడుతున్నంత సేపూ బోర్డు సభ్యులందరూ శ్రద్ధగా విన్నారు. అతడు చెపుతున్నదంతా చాలా కరెక్టుగా ఉంది. ముఖ్యంగా, లాభాల విషయంలోనూ, అనవసరమైన జనతా చీరల తయారీ విషయంలోనూ అతడు తన మాటల ద్వారా డైరెక్టర్స్‌ని బాగా కన్విన్స్ చేశాడని అర్థమవుతూంది. ఒకవేళ తన సూచనని వినకుండా, కంపెనీ గానీ యథావిధిగా ఈ జనతా చీరల తయారీని కొనసాగించే పక్షంలో తనతో సహా మరికొంతమంది డైరెక్టర్లు కంపెనీ నుంచి తప్పుకోవటానికి సిద్ధంగా ఉన్నారని అన్యాపదేశంగా హెచ్చరించాడు.

కంపెనీ నుంచి తను వెళ్ళి పోతానని అనటం కూడా కేవలం బెదిరింపే! వెళ్ళిపోవటం వల్ల అతడికే నష్టంగానీ, కంపెనీకేమీ లేదు. కేవలం అవతలివారి సైకాలజీ మీద ఆడుకుంటున్నాడంతే.

రవితేజ అతడి వైపు సూటిగా చూశాడు.

ఇలాటివాళ్ళు ప్రతీ గ్రూపులోనూ ఒకరో ఇద్దరో ఉంటారు. సాధారణంగా ట్రేడ్ యూనియన్స్‌లో రెండు వర్గాలుంటే అందులో మైనారిటీ గ్రూప్‌లో ఎక్కువ కనపడుతూ ఉంటారు. ప్రతిపక్షంలోనూ, అసెంబ్లీలోనూ కూడా ఉంటారు. వీరేమీ ప్రొడక్టివ్ పని చెయ్యరు. కేవలం తమ వాదనల ద్వారా అవతలివారిని ఆకర్షిస్తారు. సాధారణంగా వీరివి వితండవాదాల్లాగా ఉంటాయి. అయినా చాలా బలంగా అవతలివారిని తమ వైపు తిప్పుకుంటారు. ప్రస్తుతం బోర్డు 'డైరెక్టర్లందరూ' ఆ ప్రభావంలో ఉన్నారు. కంపెనీ సజావుగా నడిచిపోతున్నప్పుడు నిజంగా ఎందుకు రిస్కు తీసుకోవటం అన్న ఆలోచన వారిలోనూ అంకురించింది.

లంచ్ కోసం మీటింగ్ వాయిదా వేయబడింది.

లంచ్‌లో శర్మ, రవి దూరంగా నిలబడి మాట్లాడుకుంటున్నారు.

"నేను ఎటుబంటి పరిస్థితుల్లోనూ నా నిర్ణయాన్నుంచి దిగిరాను. ఈ పథకాన్ని మిగతా డైరెక్టర్లు ఒప్పుకోకపోతే నేను ఈ పదవిలో ఉండనంతే" రవితేజ అనధికారంగా శర్మకు తన మనసులో మాట చెప్పాడు. తను రాజీనామా ఉత్తరం జేబులో పెట్టుకునే వచ్చాడన్న విషయం కూడా చెప్పాడు.

"నా భార్యకి, నాకు ప్రొద్దున్నంతా ఇదే చర్చ ఇంట్లో జరిగింది" అన్నాడు శర్మ. అకస్మాత్తుగా వచ్చిన ఆమె ప్రసక్తితో రవితేజ అప్రతిభుడయ్యాడు. శర్మ చెప్పుకుపోతున్నాడు. "... ఆవిడ నిన్నే సపోర్ట్ చేసింది. ఇక నా విషయమంటావా- అందరు డైరెక్టర్లూ ఏం చెపితే నా ఓటూ అటే".

రవితేజ అతడి మాటలు వినటంలేదు. 'ఆమె' గుర్తుకు రాగానే స్థబ్దమై ఉన్న నీటి నుంచి తరంగాల్లా జ్ఞాపకాలు లేచినయ్.

"ఏమిటి నేను చెప్పేది వింటున్నావా?"

అతడు తేరుకుని "చెప్పండి" అన్నాడు.

"ఏమీ లేదు. నేనెటూ నిర్ణయించలేకపోతున్నాను. అందరూ ఏం చేస్తే నేనూ అదే-"

అంతలో ప్యూన్ వచ్చి రవికి ఫోన్ వచ్చిందని చెప్పాడు. అతడు వెళ్ళి ఫోన్ అందుకున్నాడు. మిగతా డైరెక్టర్లందరూ, తిరిగి సమావేశం అవడం కోసం బోర్డు రూమ్‌లోకి వెళ్తున్నారు. మాధవి దగ్గర్నుంచి ఫోను. "ఏమిటి ఏవో చౌకరకం చీరలతో కంపెనీని ముంచేస్తున్నారట" అంది.

"అప్పుడే నీకెవరు చెప్పారు?"

"పూర్ణచంద్రరావు గారి భార్య." పూర్ణచంద్రరావంటే, ప్రొద్దున్న మీటింగ్‌లో ఈ కొత్త స్కీమ్‌కి వ్యతిరేకంగా మాట్లాడినాయన. అప్పుడే ఇది ఇంటి వరకూ పాకిందన్న మాట.

"ఏం మాట్లాడరేం?"

"ఏం మాట్లాడను?"

"ఎవరికీ లేనిది మీకెందుకు? మామూలుగా ఉండరాదూ."

అందరూ మామూలుగా ఉంటే ప్రపంచం ఇలా ఉండదు-మనసులో అనుకున్నాడు.

"ఇప్పుడే చెపుతున్నాను. వాళ్ళతో గొడవలు పెట్టుకోకండి. ఉన్నదాంతో సరిపెట్టుకోవచ్చు. కానీ కొత్త కొత్త ఐడియాలు, పథకాలు మనకొద్దు."

రవితేజ కూడా అదే స్వరంతో, "నేను కూడా ఇప్పుడే చెపుతున్నాడు. ఇంకెప్పుడూ ఇలా ఆఫీసుకి ఫోన్ చెయ్యొద్దు. అంతేకాదు–ఆ పూర్ణచంద్రరావు భార్యకి కూడా చెప్పు–భర్తల వ్యవహారాల్లో భార్యలు జోక్యం చేసుకొని ఉచిత సలహాలివ్వడం అంత మంచిది కాదని" అంటూ మాధవి ఇంకా ఏదో అట్నుంచి అనబోతూ ఉండగా ఫోన్ పెట్టేశాడు.

ఫోన్ పెట్టేస్తూ ఉండగా కనిపించింది ఆఫీసు ఫైళ్ళ నడుమ–తన కుర్చీ ఎదురుగా బల్ల మీద గులాబీరంగు కవరు. అతడికి అది గుర్తే. ఆ చేతివ్రాత కూడా తెలుసు. ఇప్పటికీ తనని వెంటాడి తనని దాదాపు పిచ్చివాడిని చేసిన చేతివ్రాత...!.

గుండె వేగంగా కొట్టుకుంటూంటే చప్పున ఆ కవరు అందుకున్నాడు. అది అక్కడికి ఎవరు తెచ్చి పెట్టారు అని కూడా అడిగే ప్రయత్నం చేయలేదు. కవరు చింపుతూ ఉంటే శర్మ మాటలు గుర్తొచ్చాయి. 'నా భార్యకీ నాకూ ప్రొద్దున్న ఇంట్లో ఇదే చర్చ జరిగింది' అన్న వాక్యాలు. ఈ లోపులో అతడు కవరులో కాగితం బయటికి తీశాడు. అయిదారు వాక్యాలున్నాయి అందులో..! గుండ్రటి అక్షరాలు.

ఆమె మళ్ళీ ఎక్కడికైనా రమ్మంటుందేమో–మొదట కొద్దిగా బింకం చూపించాలి... వగైరా ఆలోచనలతో చదవటం మొదలు పెట్టిన అతడు అందులో ఉన్నది చూసి ఆశ్చర్యపోయాడు. "రిస్క్" అని హెడ్డింగ్ ఉంది.

నవ్వటంలో మూర్ఖత్వాన్ని బయటపెట్టే రిస్కు ఉంది. ఏడవటంలో బలహీనత బయటపడే రిస్కు ఉంది. మరొకర్ని కలుసుకోవటంలో ఇన్వాల్‌మెంట్ 'రిస్క్'. సరదాగా కబుర్లు చెప్పటంలో మన మనసు బయటపెట్టే రిస్కు. ప్రేమించటంలో, తిరిగి ప్రేమింపబడకుండా ఉండే రిస్కుంది. బ్రతకటంలో చావు రిస్కు, ఆశలో నిరాశ రిస్కు, ప్రయత్నంలోనే ఓటమి రిస్కు..! అలా అని ఏమాత్రం రిస్కు చేయని, తీసుకోని, తీసుకోలేని మగవాడు ఏమీ చేయడు, చేయలేడు. అతడికి బాధలు ఉండకపోవచ్చు. కానీ గెలుపు ద్వారా లభించే ఆనందం కూడా ఉండదు.

దాదాపు మూడు నాలుగుసార్లు ఆ వాక్యాన్ని చదువుకున్నాడు రవి. అతడి పెదాల మీద చిరునవ్వు వెలిసింది. దాన్ని మడిచి జేబులో పెట్టురుని, అలాగే బోర్డు రూమ్‌లోకి నడిచాడు. లంచ్ తరవాయి భాగం కార్యక్రమంలో పాల్గొనటానికి. జేబులో ఆ కాగితం పెట్టుకుంటూ ఉండగా, అంతకు ముందున్న రాజీనామా ఉత్తరం చేతికి తగిలింది. దాన్ని బయటికి తీసి, చివర్లో మరో వాక్యం వ్రాశాడు. "... నేను మరో కంపెనీలో చేరటానికి దయచేసి అనుమతి ఇవ్వగలరు! రూల్స్ దృష్ట్యా నాకు ఈ అనుమతి అవసరం లేకపోయినా, ఇంతకాలం మీతో కలిసి పనిచేసినందుకు, నా భవిష్యత్ కార్యక్రమాన్ని మీకు తెలియపర్చటం నా విధిగా భావిస్తున్నాను."

అతడు బోర్డు రూమ్‌లోకి ప్రవేశించబోతూ గుమ్మం దగ్గర ఆగాడు. అప్పుడే వరండా లోంచి వస్తూ మరో డైరెక్టర్ కనపడ్డాడు. సేల్స్ మానేజర్ తన గదిలోకి వచ్చి లక్షా యాభై వేలకి చీరల ఆర్డర్లు వచ్చాయని చెప్పినప్పుడు మీద కాఫీ ఒలకబోసుకున్న డైరెక్టర్ ఆయన.

"ఏమిటి ఇక్కడ నిలబడ్డారు?" అని రవితేజని అడిగాడు.

ఆయన్ని దూరం నుంచి చూసిన రవితేజ, జేబులోంచి కాగితం తీసి చదువుతున్నట్టు నిలబడ్డాడు. ఆయన ప్రశ్నకి అప్పుడే ఆయన్ని చూసినట్టు తలెత్తి "ఏమీ లేదు. టైపిస్టుకిచ్చే ముందు ఈ ఉత్తరంలో ఏమైనా తప్పులున్నాయేమో అని చూస్తున్నాను" అన్నాడు.

"ఉత్తరం ఏమిటి"?

"చదవండి...." అంటూ రాజీనామా పత్రాన్ని ఆయనకిచ్చాడు. చదువుతూ ఆయన మొహంలో మారుతూన్న భావాల్ని గమనించాడు. చదవటం పూర్తిచేసి ఆయన తలెత్తగానే "ఇలా వ్రాయటంలో తప్పులేదుగా" అన్నాడు ఆయనకి పెద్దరికాన్ని ఆపాదిస్తూ.

"ఇదేమిటి?" అన్నాడు ఆయన అయోమయంగా, "... దీనికి మేము ససేమిరా ఒప్పుకోము."

"నా మాట కంపెనీ ఒప్పుకోని పక్షంలో నేనిక డైరెక్టరుగా ఈ కంపెనీ వ్యవహారాలు నడపటం అనవసరం. ఈ రోజు అవసరమొస్తే ఇచ్చేద్దామని దీన్ని తయారుచేసి ఉంచాను. అఫ్‌కోర్స్–దీన్ని అందజేసే అవసరం వస్తుందనుకోను.

కానీ ఏమో-ఎవరు చెప్పగలరు? నేను చెప్పిన పథకం డైరెక్టర్లకి నచ్చకపోతే, తొలగిపోవటమే మంచిది కదా! మీరు వెళ్ళండి. దీన్ని టైప్ కిచ్చి వస్తాను" అని మరి ఆయన ఆలోచించుకోవటానికి సమయం ఇవ్వకుండా దాన్ని తీసుకుని, టైపింగ్ సెక్షన్ వరకూ వెళ్ళాడు.

అయితే దాన్ని అతడు అక్కడ ఎవరికీ ఇవ్వలేదు. కొంచెం సేపు అక్కడే నిలబడ్డాడు.

బోర్డ్ రూమ్‌లోకి వెళ్ళిన డైరెక్టరు ఈ విషయాన్ని లోపల అందరికీ చెపుతాడని అతడికి తెలుసు. దాని మీద చర్చ జరుగుతుందని కూడా తెలుసు. అతడికి కావలసింది అదే!

అందరూ తెలుసుకొనేలా చేశాడు, చాలు. బెదిరించటం వల్ల మొత్తం బెడిసి కొట్టవచ్చు.

తన ఉపన్యాసానికి రాజీనామా క్లైమాక్స్ కాదు. కేవలం పునాది మాత్రమే! ఆ విధంగా డైరెక్టర్స్‌ని ముందు మానసికంగా ప్రిపేర్ చేసి, ఆ తరువాత తను చెప్పదల్చుకున్నది చెపుదామనుకున్నాడు అతడు. దానికోసమే అతడు ఈ 'ట్రిక్' ప్లే చేశాడు.

అది కరెక్టుగా జరిగింది!

అతడు ఆ గదిలో ప్రవేశించేసరికి అందరూ దాని గురించే మాట్లాడు కుంటున్నారన్న విషయం, అతడు లోపలికి వెళ్ళగానే ఒక్కసారిగా ఆగిపోయిన సంభాషణ వల్ల తెలిసింది. అతడు ఏమీ ఎరగనట్టు వెళ్ళగానే కుర్చీలో కూర్చున్నాడు.

మీటింగ్ తిరిగి ప్రారంభమయింది. అతడు తన వాదనని చెప్పటం మొదలుపెట్టాడు. ముందు చెప్పిందే కానీ ఈసారి అందరి ముందు మంద్రస్వరంతో, నాటకీయంగా, ఒక ఉత్తేజకరమైన ఫీలింగ్‌తో దాదాపు పావుగంట మాట్లాడాడు. "....మన కంపెనీ ఇప్పుడు బాగానే నడుస్తోంది. కానీ అద్భుతంగా నడవటం లేదు. బాగా నడవడమే కాదు కావల్సింది, మన ప్రత్యర్థుల్ని దెబ్బతీయటం కూడా కావాలి...! ఈ కొత్త స్కీమ్ జనంలోకి చొచ్చుకుపోతుందని భావిస్తున్నాను. దానికి తార్కాణం అప్పుడే మనకి కనపడింది కూడా. ఒక వేళ మనం ఈ స్కీమ్ ప్రారంభించకపోతే మన ప్రత్యర్థులు దీన్ని వెంటనే చేపడతారని

నేను భావిస్తున్నాను. నా మిత్రుడు అన్నట్టు దీనివల్ల వచ్చే సంవత్సరం మన లాభాలు తగ్గవచ్చు. కానీ కంపెనీ అంటే కేవలం లాభాలు ఆర్జించటమే కాదు. ఈ స్కీమ్ 'క్లిక్' అయిన పక్షంలో మన పెట్టుబడి నాలుగు రెట్లు విస్తరిస్తుందని నా ఉద్దేశ్యం. రెండేళ్ళల్లో ఎవరూ దరిదాపుల్లోకి రాలేనంతగా మన కంపెనీ ఎదిగిపోతుంది. దీనికోసం మనం రిస్క్ తీసుకోవడం చాలా అవసరం. 'రిస్క్ తీసుకొని నువ్వు ఇంటి నుంచి బయటకు వెళ్లకపోతే నీకు ఉద్యోగం రాదు. జీతం పెరగదు" అని ఆగి "...ప్రేమలో కూడా పడవు' అని నెమ్మదిగా పూర్తి చేశాడు".

రూమ్‌లో సన్నగా నవ్వులు. తరువాత ఈ అంశం ఓటింగ్‌కి పెట్టబడింది. రవితేజ టెన్షన్‌తో చూస్తున్నాడు. ఛైర్మన్ శర్మ కాగితం కలం తీసుకున్నాడు.

ఇక్కడ ఈ సమావేశం ఇలా జరుగుతూ ఉంటే అక్కడ చెంచు రామయ్య అండ్ కో తాలూకు నలుగురు సభ్యులూ తమ బోర్డ్ రూమ్‌లో కూర్చుని ఉన్నారు. చాలాసేపట్నుంచీ వారి మధ్య సంభాషణ లేదు. మాట్లాడుకోవటానికి కూడా ఏమీలేదు. ప్రస్తుతం తమ ప్రత్యర్థి తాలూకు కంపెనీ మీటింగు నాలుగు ఫర్లాంగుల దూరంలో జరుగుతూ ఉందని వారికి తెలుసు. ఆ కంపెనీ ఏ నిర్ణయం తీసుకుంటుందా అని ఎదురు చూస్తున్నారు. టెక్స్‌టైల్స్ మార్కెట్లో ఒక ఉప్పెనలా వచ్చి పడబోయే ఆ నిర్ణయం తాలూకు ప్రభావాన్ని ఎలా ఎదుర్కోవాలా అని ఆలోచిస్తున్నారు.

ఈ దెబ్బతో రవితేజ అండ్ కో అటో ఇటో అని వారికి తెలుసు. 'అటు' అయితే ఫర్వాలేదు. ఇటు అయితేనే కష్టం. మిగతా కంపెనీలన్నీ తుఫానులో తెప్పలాగా ఊగి పోవల్సిందే. ఇదే పద్ధతిని మిగతా కంపెనీలన్నీ తరువాత ప్రవేశపెట్టినా, మొదటిసారి సిస్టమ్‌ని పరిచయం చేసినవారికి ఉండే లాభం, రెండోసారి చేసిన వారికి ఉండదు. మారుతీకారు ఆలోచన తమ కొచ్చింది. తరువాత చాలామంది చాలా బహుమతులు పెట్టారు. కానీ తమ స్కీమ్ ఫలించినంతగా మిగతా వాటిని ప్రజలు గుర్తించలేదు.

తమ తాలూకు మనిషిని ఒకడిని రవితేజ కంపెనీలో ముసలం సృష్టించటానికి డైరెక్టరు రూపంలో ప్రతిష్టాపించాడు చెంచురామయ్య.

పైకి అమాయకుడిగా, ఏమీ తెలియని వాడిగా కనపడతాడు కానీ, చెంచురామయ్య గొప్ప స్కీమింగ్ ఉన్నవాడు. పంచె, ఖద్దరు చొక్కా, పైకి దువ్విన

జుట్టు, రిమ్ లెస్ కళ్ళజోడు, ఆకు జోళ్ళు... అతడిని మామూలుగా చూసిన వాళ్ళెవరూ కోట్లతో వ్యాపారం చేస్తున్నవాడని అనుకోరు. చందూలాల్ పట్వారీ, బాబూలాల్ మిశ్రా లాటి వాళ్ళకి అతడు ఏ విధంగానూ తక్కువ కాడు. ఆ కళ్ళ వెనుక ఏముందో ఎవరికీ తెలీదు. పాతికేళ్ళు అతడు ఆ ప్రపంచాన్ని ఏలాడు.

రవితేజ కాంపిటీషన్ రాకపోతే మరో పాతికేళ్ళు ఏలేవాడు. ముందు చెప్పినట్టుగా ఇతడు గొప్ప స్కీమింగ్ ఉన్నవాడు. ఎత్తులు, పైఎత్తులు, కాపిటల్ మార్కెట్టు, పంపిణీ వ్యవస్థ మొదలైనవన్నీ అతడికి వెన్నతో పెట్టిన విద్యలు. కేవలం డిజైనింగ్ ఫ్యాషన్‌లలో మాత్రం అతడు కాస్త వెనుక బడ్డాడు. రవితేజ సరీగ్గా అక్కడే అతడిని దెబ్బకొట్టాడు. అతడికి పుట్టుకతోనే వచ్చిన కళ అది. అతడు ఎమ్.డి. అవగానే నాల్గయిదు సంవత్సరాల్లో మిగతా అన్ని విభాగాల్లో ప్రావీణ్యం సంపాదించాడు. చెంచురామయ్య మాత్రం ఆడవారి మారే ఫాషన్ల గురించీ, ఇష్టాల గురించీ, డిజైన్ల గురించీ ఎంత కష్టపడినా తెలుసుకోలేక పోయాడు. "రవితేజకున్న ఆర్ట్‌లో సగం ఉన్న వాడెవరైనా నా కంపెనీ డిజైన్ల విభాగంలో ఉండి ఉంటే, నా కంపెనీని ఎవరికీ అందనంత ఎత్తులో నిలబెట్టి ఉండేవాడిని" అని అతడు చాలాసార్లు అన్నాడు.

ఇప్పుడు రవితేజ ఈ కొత్త స్కీమ్‌తో వచ్చేసరికి చెంచురామయ్య పునాదులు కదులుతున్నట్టు అనిపించింది. పైకి మామూలుగా కనిపించినా, ఈ స్కీము గానీ విజయవంతం అయితే అది ఎలా వేళ్ళతో సహా విస్తరిస్తుందో దేశమంతా ఎలా పాకుతుందో కేవలం చెంచురామయ్య మాత్రమే ఊహించగలడు. రవితేజ ఇక పులిలా విజృంభిస్తాడు. రోజుకొక కొత్త డిజైను ఊహిస్తాడు. కొత్త కొత్త కలర్ కాంబినేషన్‌లు ఆలోచిస్తాడు.

స్నానం చేస్తున్నప్పుడో-సీతాకోకచిలుకని చూస్తున్నపుడో-నీలం కారులోంచి పచ్చచీర కట్టుకున్న అమ్మాయి దిగుతున్నప్పుడో అతడికి ఒక ఫ్లాష్ లాంటి ఆలోచన వస్తుంది. మూడు రోజులకల్లా కోట్ల రూపాయల విలువచేసే మిషన్ల మీద లక్షల చీరలు తయారవుతూ ఉంటాయి. మరోవేపు టీ.వీ.ల్లో రకరకాల అమ్మాయిలు ఆ చీరలు కట్టుకుని ఆడవాళ్ళ హృదయ కవాటాలు తెరుచుకుని నేరుగా లోపలికి ప్రవేశిస్తూ ఉంటారు. అయిదు రోజులకల్లా వంద రూపాయల నోటు వారినుంచి రవితేజ వైపు ప్రయాణం చేస్తూ ఉంటుంది. నెలరోజులు

తిరిగే సరికల్లా మళ్ళీ ఇంకో డిజైను–మళ్ళీ టీ.వీ.ల్లో అమ్మాయిలు–ఈసారి మరింత అందంగా–

"అరెరె, ఇంత మంచి చీర ఉందని తెలియక–అది కొనేశామే" అనుకుంటూ ఆడవాళ్ళు. "ఏమండీ ప్లీజ్. ఇది కొనుక్కుంటానండీ" అని భర్తల్ని అడుగుతారు. "అదేమిటి–నెల రోజుల క్రితమేగా రెండు చీరలు కొన్నావ్!"

"పోండి–పెద్ద వేలకు వేలు పెట్టి కొన్నట్టు మాట్లాడుతారు. రెండొందలేగా–ప్లీజ్ ప్లీజ్. ఈ రాత్రికి మీ కిష్టమైన వంకాయకూర వండి పెడతాగా–ఒక్క వంద శాంక్షన్ చేయరూ?"

"సర్లే," మరో వంద వారి నుంచి రవితేజ కంపెనీ వేపు ప్రయాణం!

రవితేజా! నువ్వు సినిమా డైరెక్టర్‌వై ఉంటే నెంబర్ వన్ అయి ఉండేవాడివి. రచయితవై ఉంటే జ్ఞానపీఠం ఎక్కి ఉండేవాడివి. ఈ బట్టల వ్యాపారంలోకి వచ్చి మమ్మల్ని చంపుతున్నావు కదయ్యా!

చెంచురామయ్య ఇరిటేటింగ్‌గా గెడ్డం గోక్కున్నాడు. అవతలి కంపెనీ మీటింగ్ తాలూకు నిర్ణయాలు ఇంకా బైటకు రాలేదు. లంచ్ అయిన తరువాత తిరిగి సమావేశం అయ్యారన్న విషయం మాత్రం తెలిసింది. లంచ్‌కి ముందు తమ మనిషి (గూఢచారి) ప్రవేశపెట్టిన తీర్మానంతో మిగతా డైరెక్టర్లందరూ దాదాపు ఏకీభవించారన్న సంగతి కూడా తెలిసింది. చాలా సంతోషకరమైన వార్త అది. చెంచురామయ్య కంపెనీ డైరెక్టర్లందరూ చిరునవ్వుని అదిమిపెట్టి–చివరి వార్త కోసం ఎదురు చూస్తున్నారు. వాళ్ళకి వాళ్ళే ధైర్యం చెప్పుకుంటున్నారు. "వస్తున్న లాభాలు వదులుకుని కొత్త స్కీములు ఎవరు ఒప్పుకుంటారండీ? నేనేగాని ఆ కంపెనీ డైరెక్టర్ని అయి ఉంటే అసలింత చర్చ లేకుండా అయిదు నిముషాల్లో తేల్చేసి ఉండేవాడిని" అంటున్నాడు ఒక డైరెక్టర్.

ఇలాటివాళ్ళు సాధారణంగా సినిమా కంపెనీల్లో తగుల్తారు. రెండు సినిమాలు ఒకేసారి రిలీజు అవుతాయి. ఒక ప్రొడ్యూసర్ చుట్టూ చేరి వీళ్ళు అంటూ ఉంటారు. "ఇప్పుడే రాష్ట్రం మొత్తం సెంటర్స్ అన్నిటి నుంచి ఫోన్లు వచ్చినయ్! మనది హౌస్ ఫుల్స్ అట."

"అదెలా ఉందో?"

"నాలుగు వారాల పిక్చర్ అంటున్నారు."

ఇలా సాగుతుంది ఆ సంభాషణ. నిజమైన వ్యాపారవేత్త ఎవడూ ఈ సంభాషణకి విలువ ఇవ్వడు. దీనివల్ల కాస్త తాత్కాలికంగా మనశ్శాంతి లభిస్తే లభించవచ్చు గానీ-అంతకన్నా పెద్ద లాభం ఉండదు. అందువల్లే చుట్టూ ఉన్న డైరెక్టర్ల మాటలు పట్టించుకోకుండా కళ్ళు మూసుకుని ఆలోచిస్తున్నాడు చెంచురామయ్య. సరిగ్గా అయిదు నిముషాల తరువాత చివరి వార్త వచ్చింది.

జనతా చీరల పథకానికి రవితేజ టెక్స్‌టైల్స్ కంపెనీ బోర్డు ఆఫ్ డైరెక్టర్స్ ఆమోదముద్ర తెలిపారు. తొమ్మిది మంది డైరెక్టర్లు దీన్ని ఒప్పుకుంటూ ఓటువేస్తే-కేవలం ఒక్కరు మాత్రం వ్యతిరేకంగా ఓటు వేశారు. అదీ న్యూస్.

అప్పటి వరకూ ఊహాగానాలు చేస్తూ తమలో తామే సంతృప్తి పడుతున్న డైరెక్టర్లు ఒక్కసారిగా దెబ్బతిన్నట్లు మౌనం వహించారు.

చెంచురామయ్య లేచి తన గదిలోకి వెళ్ళాడు. అప్పటికే మేనేజర్‌ని పిలిచాడు.

"మన చేతిక్రింద ఎన్ని పేపర్లున్నాయి. ఎంతమంది రిపోర్టర్లు మన మాట వింటారు?" అని అడిగాడు.

"రెండు ఇంగ్లీషు దినపత్రికలు ఉన్నాయి. మిగతా రిపోర్టర్లు కూడా బాగానే తెలుసు. తెలుగులో అయితే ఒకరిద్దరు చీఫ్ ఏజంట్స్ కూడా తెలుసు."

"రేపు సాయంత్రం అందర్నీ తాజ్‌కి కాక్ టెయిల్స్ డిన్నర్‌కి పిలువు. కారణం అడిగితే-ఏదో ఒకటి చెప్పు. రజతోత్సవం-వగైరా ఏదైనా-"

కారణం అది కాదని మానేజర్‌కీ తెలుసు. కానీ ప్రశ్నించే ధైర్యం లేదు. 'అలాగే సార్' అని అక్కణ్ణుంచి వెళ్ళిపోయాడు.

చెంచురామయ్య అక్కణ్ణుంచి కార్లో బయల్దేరాడు. ఈ రెండో వ్యవహారాన్ని మాత్రం తానే స్వయంగా నిర్వహించాలి. చాలా రహస్యంగా చేయాలి. అతడికి బాగా కావల్సిన వ్యక్తి ఆ ఆఫీసులో ఉన్నాడు. అతడిని పట్టుకుని దేశం నలుమూలలా ఈ పని చేయించాలి. లక్ష ఖర్చయినా ఫర్వాలేదు. కానీ దీని వెనకాల చెంచురామయ్య కంపెనీ ఉందని మాత్రం తెలియకూడదు. ఈ ప్లాను ఫలించిందంటే, కోట్ల ఖర్చుతో రవితేజ పరిచయం చేయబోతున్న స్కీము ఆదిలోనే కుప్పకూలిపోతుంది.

చెంచురామయ్య వెళుతూంది-పోస్ట్ మాస్టర్ జనరల్ ఆఫీసుకి!

చెంచురామయ్య కలుసుకున్నది ఆ ఆఫీసులో పెద్ద అధికారిని కాదు. ఇలాటి పనులకు పెద్ద అధికారులు లాభం లేదు. చిన్నవాళ్ళే అమోఘంగా పని చేస్తారు. ఇద్దరి మధ్యా రహస్య చర్చలు అరగంట సేపు జరిగాయి. పాతికవేల రూపాయలు చేతులు మారాయి. ఒకే పోస్టాఫీసు నుంచి పెద్ద ఎత్తులో, ఎక్కువ సంఖ్యలో ఏమైనా వస్తువులు పంపవలసి వచ్చినప్పుడు, ఆ ఆఫీసు తాలూకు పోస్టుమాస్టర్ ఆ కస్టమర్ కోసం విడిగా ఒక క్లర్క్‌ని కేటాయిస్తాడు. ఇప్పుడు రవితేజ కంపెనీకి ఆ విధంగా దాదాపు వందమంది క్లర్కులని ఆ పని మీద నియమించ వలసి వస్తుంది. అయితే ఇది ప్రభుత్వానికి కూడా లాభదాయకం కాబట్టి ఇందులో ఇబ్బందేమీ లేదు. రవితేజ మొదటి విడతగా దాదాపు పదివేల చీరలని పంపదల్చుకున్నాడు-అయితే ఇది శాంపిల్ మాత్రమే. అతడి ఆలోచనలు అతడికున్నాయి. లక్షల మీద పంపకం జరిగేటప్పుడు పోస్టు మీద ఇంత ఖర్చు పెట్టటం అనవసరం.

ఉపాధి పథకం క్రింద వేలమంది నిరుద్యోగుల్ని స్వంత బాధ్యతల మీద నియమించవచ్చు. దేశాన్ని విభాగాల క్రింద విడగొట్టి ఇలా ఒక్కొక్క విభాగానికి కొంతమంది యువకుల్ని నియమిస్తే మరింత వేగంగా పంపకం జరుగుతుంది. ఈ రిప్రజెంటేటివ్స్‌కి కోడ్ నెంబరు, కస్టమర్ అడ్రస్ పంపిస్తే చాలు. వాళ్లే స్వయంగా చీరెని ఇంటికి అందజేస్తారు. వారి ఖర్చు చీర ఒక్కటికీ పది పైసలకన్నా ఎక్కువ పడదు.

ఇంతమందికి ఉద్యోగాలు ఇస్తున్నందుకు ఇది తప్పకుండా ప్రభుత్వాన్ని ఆకర్షిస్తుంది. దీని ప్రారంభోత్సవం ఏ ప్రధానమంత్రితోనో చేయిస్తే అన్ని పేపర్లూ, రేడియో, టీ.వీ. కవర్ చేస్తాయి. పదిలక్షల రూపాయల వ్యాపార ప్రకటనల ఖర్చులేకుండా రవితేజ టెక్స్‌టైల్స్‌కి ప్రచారం లభిస్తుంది. (పెద్ద పెద్ద కంపెనీలు ప్రముఖుల ఆసరా ఎందుకు తీసుకుంటాయో రవితేజకి బాగా తెలుసు.) అయితే అతడు తన మనసులో మాట ఎవరికీ చెప్పలేదు. సమయం వచ్చినప్పుడు చెపుదామనుకున్నాడు. బోర్డుకి మాత్రం అన్యాపదేశంగా మాత్రమే అర్థమయ్యేటట్టు ఒక పారాగ్రాపు ఎజెండాలో చేర్చి ఉంచాడు.

అర్థం చేసుకోగలిగేవాళ్ళకి ఇందులో కూడా వ్యాపార లక్షణం కనపడు తుంది. 'మిగతావారి అంగీకారం కోసం నువ్వొక ప్రపోజల్ పెట్టదల్చుకుంటే అందులో చిన్న లొసుగు ఉందని నీ మనసులో ఏ మూలో కొద్దిగా అనుమానం

ఉంటే, అదే ప్రపోజల్‌లో మరి రెండు మూడు పెద్ద లొసుగుల్ని చేర్చు. అందరి దృష్టీ వాటి మీదకి వెళ్ళి, సమయమంతా వాటిని చర్చించటానికే సరిపోతుంది. ఉదారంగా ఆ లొసుగుల్ని తొలగించటం ద్వారా, మిగతావారికి నువ్వు దిగి వచ్చినట్టు కనపడుతుంది. నువ్వు చెయ్యదల్చుకున్న పనీ నెరవేరుతుంది' అన్న సూత్రాన్ని అక్కడ అన్వయించాడు. అతడి ఆలోచన ఫలించింది. డైరెక్టర్లందరూ ఈ స్కీమ్ గురించే ఆలోచించారు తప్ప ఇన్ని లక్షల చీరలు పోస్ట్ ద్వారా ఎలా పంపటం అన్న విషయాన్ని చర్చించలేదు. డీలర్ల వ్యాపారం తగ్గించి కొత్తగా కమీషన్ ఏజంట్స్‌ని నియమించడం అన్న విషయం గానీ చర్చకి వచ్చి ఉంటే అందరూ ముక్తకంఠంతో దాన్ని తిరస్కరించి ఉండేవారే! దాదాపు పది లక్షల చీరెలు తయారయ్యాక తన ఆలోచనని అప్పుడు బోర్డులో ప్రవేశపెడదామను కున్నాడు. కానీ తనకన్నా ముందే చెంచురామయ్య తమ ప్రణాళికలని దెబ్బకొడతాడని అతడు ఊహించలేదు. అదృష్టవశాత్తు అది ముందే బయట పడింది.

20

ఆ మరుసటి రోజు రవితేజ ఆఫీసులో ఉండగా ఒక వ్యక్తి కల్సుకోవటానికి వచ్చాడు.

"ఎవరితను?" అడిగాడు.

"చెప్పటంలేదు. మీతోనే మాట్లాడతాడట... "

"సరే రమ్మను."

నిముషం తరువాత అతడు లోపలికి వచ్చాడు. కాలర్ దగ్గర చొక్కా కాస్త చిరిగింది. గెడ్డం మాసి ఉంది.

"ఏం కావాలి?"

అతడు తటపటాయించి, "ఒక అయిదు నిముషాలు మీతో మాట్లాడాలి" అన్నాడు.

రవితేజ మొహం చిట్లించి, "ఏ విషయం?" అన్నాడు.

"చాలా ముఖ్య విషయం. నేను కూర్చోవచ్చా!" రవితేజ తలూపాడు. ఆ వ్యక్తి కూర్చుంటూ "నిన్న చెంచురామయ్య మా దగ్గరకి వచ్చాడు" అన్నాడు.

'చెంచురామయ్య' పేరు వినపడగానే రవి నిటారుగా అయ్యాడు. "మీ దగ్గరకి అంటే ఎవరి దగ్గరకీ?" అడిగాడు.

"చెప్పను."

రవి ఆశ్చర్యంగా "చెప్పవా? మరెందుకు వచ్చినట్టు మా దగ్గరకి?" అన్నాడు.

"మా ఆఫీసులో ఒకరికి పాతికవేలు లంచం ఇచ్చాడు. మేమందరం కలిసి ఒక పని చేయటానికి."

"ఏం పని?"

"చెప్పను."

రవితేజకి కోపం వచ్చింది. కానీ విషయం ఆసక్తికరంగా ఉండటం, అందులో తన ప్రత్యర్థి పేరు ఉండటంతో తమాయించుకుని, "సరే-నీకేం కావాలి అది చెప్పు" అన్నాడు.

"ఇంతకు ముందు మేము ఇలాంటి పనులు చిన్న ఎత్తులో చేసేవాళ్ళం. కానీ పాతికవేలు చూసేసరికి మా వాడికి కళ్ళు బైర్లు కమ్మాయి. ఇంతకు ముందు మా అందరికీ సమానంగా పంచేవాడు-ఇప్పుడు ఇరవైవేలు తను ఉంచుకుని మిగతాది మాత్రమే మాకు ఇచ్చాడు."

"అసలు విషయమేమిటి? చెంచురామయ్య మీకు డబ్బు ఎందుకిచ్చాడు? మీరు పంచుకోవటం దేనికి? దీనికీ నాకూ సంబంధం ఏమిటి?"

"అతని పథకం అనుకున్నట్టు జరిగితే మీకు లక్షల మీద నష్టం వస్తుంది."

రవితేజ ఎదుటి వ్యక్తి వైపు సూటిగా చూశాడు. అతడి మొహంలో దైన్యంతో పాటూ అదో రకమైన తెగింపుతనం కూడా కనిపిస్తోంది. కానీ తెలివితేటలు అంతగా కనిపించటం లేదు.

"నాకర్థమైంది. సరే చెప్పు, నీకేం కావాలి?"

"పాతిక వేలు".

"మైగాడ్. అంత డబ్బా?"

"నేనా విషయం చెప్పకపోతే మీరు అమితంగా నష్ట పోతారు."

"కంపెనీ తరఫున అంత డబ్బు ఇవ్వటానికి నాకు అధికారాలు లేవు".

"చివరిమాట. ఇరవై వేలు ఇవ్వండి."

రవితేజ తల ఊపుతూ, "అంత కూడా ఇవ్వలేను. విషయం ఏమిటో చెపితే మా వాళ్ళకి దాని విలువ నచ్చజెప్పి ఇప్పించగలను. అసలు విషయం తెలియకుండా అంత డబ్బు ఇస్తే-తీరా నువ్వు చెప్పింది మాకు ఏ విధంగానూ లాభసాటి కాకపోతే నేను మాట పడవలసి వస్తుంది" అన్నాడు.

"నేను అది చెప్పేసిన తరువాత మీరు డబ్బు ఇవ్వకపోతే?"

"ఇటువంటి విషయాలు నమ్మకం మీద జరుగుతాయని నీకు బాగా తెలిసి ఉండాలే" రవితేజ నవ్వాడు. "ఇప్పుడు నువ్వు చెప్పకపోతే పోలీసుల్ని పిలిపించాననుకో, అప్పుడైనా అసలు విషయం తెలుస్తుంది కదా!"

"మీరు పోలీసుల్ని పిలుస్తే బయట వాళ్ళందరికీ ఈ విషయం తెలుస్తుంది. మీ ఆఫీసులోనే చెంచురామయ్య మనుషులున్నారు. నన్ను పోలీసులు పట్టుకెళ్ళిన విషయం అతనికి తెలిస్తే, అతడు దీన్ని మానుకుని మరొకటి ఆలోచిస్తాడు. కొత్తదాన్ని కనుక్కోవటం కన్నా ఉన్న విషయం తెలుసుకోవటం మీకే మంచిది కదా."

"నువ్వు డిటెక్టివ్ నవలలు బాగా చదువుతావనుకుంటానే-"

"నాకు డబ్బు కావాలి. చాలా అవసరం."

"నాకు రేపటి వరకూ టైమివ్వు. అంత డబ్బు కంపెనీకి చెప్పకుండా ఇవ్వాలంటే కష్టం. ఆలోచించుకోనీ" అన్నాడు రవితేజ.

అతను లేచాడు. "సరే రేపొస్తాను. ఊహు. నేను రాను. రేపటికి మీరేదైనా ఆలోచన చేసి నన్ను బంధించే ఏర్పాట్లు చేస్తారు. రేపు ఫోన్ చేస్తాను. డబ్బు ఎలా అందజెయ్యాలో కూడా చెపుతాను" అని గుమ్మం వరకు వెళ్ళి ఆగి, "ఇదంతా అవటానికి వారం పడుతుందేమో. ఇప్పుడే డబ్బు ఇచ్చెయ్యకూడదూ. విషయం చెప్పేస్తాను" అన్నాడు ఆశగా.

"రేపు ఫోన్ చెయ్యి" అన్నాడు రవితేజ.

అతడు వెళ్ళిపోయిన రెండు నిముషాలకి తనూ బయల్దేరాడు. పదిహేను నిముషాల్లో వస్తానని సెక్రటరీకి చెప్పి, క్రిందికి దిగాడు. అప్పుడే ఆ వ్యక్తి రోడ్డు క్రాస్ చేసి సిటీబస్ ఎక్కుతున్నాడు. రవితేజ తన కార్లో అతడిని అనుసరించాడు.

అతడికీ వ్యవహారాల్లో బొత్తిగా అనుభవం లేదని అతడి ప్రవర్తన చూస్తుంటేనే తెలుస్తుంది. ఒక్కసారి కూడా వెనుదిరిగి చూడలేదు. పెద్ద మార్కెట్ దగ్గర దిగి, కొంతదూరం నడిచి ఒక సందులో ప్రవేశించాడు. రవితేజ తన కారుని ఒక

పక్కగా ఆపి, తను కూడా అటు నడిచాడు. చాలా చిన్న సందు అది. ముందుకు వంగిపోయినట్లున్న ఆ ఇంట్లోకి అతడు వెళ్ళటాన్ని రవితేజ గమనించాడు. అది అతడి ఇల్లే అని నిర్ణయించుకుని వెనుదిరగబోతూ ఉంటే, ఆ వ్యక్తి తిరిగి బయటకు రావటం గమనించి, పక్కకి తప్పుకున్నాడు. టైమ్ పదిన్నర అయింది. అతడి చేతిలో టిఫిన్ బాక్స్ బట్టి అతడు ఆఫీసుకి వెళుతున్నాడని తెలుస్తోంది.

రవితేజ అతడిని అనుసరించే ప్రయత్నమేమీ చెయ్యక, అతడు సందు మలుపు తిరిగేవరకూ వేచి ఉండి, అతడు ఆఫీసుకి వెళ్ళి పోయాడని నిశ్చయించు కున్నాక ఆ ఇంట్లో ప్రవేశించాడు.

లోపల ఒకే గది. ఆ గదిలో ఒకమ్మాయి చీరకి ఫాల్ కుట్టుకుంటూ కూర్చుని ఉంది. అతడిని చూసి తల పైకెత్తి "ఎవరు కావాలండీ" అంది. "నాన్నగారున్నారా?" అడిగాడు రవితేజ.

"లేరండీ" అందా అమ్మాయి. "... ఇప్పుడే ఆఫీసుకి వెళ్ళారు. బహుశ మీకు ఎదురుపడే ఉంటారే."

ఆ అమ్మాయిని చూసిన వారెవరూ ఒక బ్లాక్ మెయిలర్ కూతురు అనుకోరు. చదువుకున్నదాన్లా ఉంది. ఒక తెలియని నమ్రత ఆ అమ్మాయిలో కనపడుతూంది. రవితేజ ఫుల్‌సూట్‌లో ఉన్నాడు. డబ్బు తెచ్చే అందంకన్నా అందమైన ఠీవి అతనిలో ఉంది. అలాటివాడు తండ్రిని వెతుక్కుంటూ తమ ఇంటికి ఎందుకు వచ్చాడో తెలియక ఆ అమ్మాయి కంగారుపడుతూంది. కూర్చోమనటానికి కూడా సరయిన కుర్చీ ఇంట్లో లేదు. అందుకని ఇబ్బందిగా చూస్తూంది. తండ్రి లేడని ఆమె చెప్పగానే అతడు బయటకు వెళ్ళడానికి సిద్ధపడుతూ "ఎక్కడ దొరుకుతాడు ఆయనిప్పుడు? ఆఫీసెక్కడ?" అని అడిగాడు-ఏమీ ఎరగనట్టు.

"జనరల్ పోస్టాఫీస్-"

రవితేజ ఉలిక్కిపడ్డాడు. జ.న.ర.ల్-పోస్టాఫీసు..! అక్కడ పనిచేసే మనిషి తనకేదో రహస్యం చెప్పడానికి ప్రయత్నిస్తున్నాడూ అంటే చెంచురామయ్య అక్కడ ఏదో మతలబు చేసి ఉండాలి. రవితేజ మనసు కీడు శంకించింది. ఇది తను అనుకున్నంత చిన్న విషయం కాదని తోచింది.

అతను ఆలోచనలో పడటం చూసి ఆ అమ్మాయి "నాన్నగారికి ఏమైనా చెప్పాలా అండీ?" అని అడిగింది.

"వద్దు. నే వెళ్ళి కలుసుకుంటాను. కాస్త పేరూ, సెక్షన్ అదీ రాసిస్తారా" అన్నాడు. ఆ అమ్మాయి ఏదో అనబోయి, మనసు మార్చుకుని లోపలికి వెళ్ళి తండ్రి పేరూ, ఆఫీసు అడ్రసూ వ్రాసి తీసుకొచ్చి ఇచ్చింది. ఆ అమ్మాయి అక్షరాలు ముత్యాల్లా ఉన్నాయి, పేరు చూశాడు 'రాఘవరావు' అని ఉంది. అతను వెళ్ళబోతూ ఉంటే "కొంచెం కాఫీ త్రాగి వెళ్ళండి" అందామె కాస్త సంకోచంగా. అతడు కాగితం మడిచి జేబులో పెట్టుకుంటూ "థాంక్స్, వద్దు వెళ్ళొస్తానండీ" అంటూ గుమ్మం వైపు నడిచి, వెనుదిరిగి "మీరు ఫాల్ తిరగేసి కుడుతున్నారు. చూసుకోండి" అని అక్కణ్ణుంచి కదిలాడు. ఆ అమ్మాయి స్తబ్దురాలైంది. పరుగెత్తుకెళ్ళి చీరని చూసుకుంది. అతడు చెప్పింది నిజమే. అంత దూరం నుంచే ఆయనకీ విషయం ఎలా తెల్సిందబ్బా అనుకుంది. ఆమె గుమ్మం దగ్గర కొచ్చేసరికి అతడు వెళ్ళిపోయాడు.

రవితేజ ఆఫీసు కొచ్చేసరికి పదకొండు దాటింది. ఏం చెయ్యాలా అని ఆలోచనలో పడ్డాడు.

అతడు దీర్ఘంగా ఆలోచిస్తూ ఉండటం చూసి, ప్రియంవద "ఏమిటి అలా ఉన్నారు?" అని అడిగింది. అతడు జరిగినదంతా చెప్పాడు. "పోలీస్ రిపోర్టిస్తే వాళ్ళే అంతా చూసుకుంటారు కదా" అన్నది.

"ముందలాగే అనుకున్నాను. కావాలనుకుంటే అతడు మన ఆఫీసుకు వచ్చినప్పుడే అరెస్టు చేయించవచ్చు. కానీ ఆ విషయం చెంచురామయ్యకు తెలిస్తే జాగ్రత్తపడి పోతాడు. అందుకని అతడి ఆచూకీ తెలుసుకోవడానికి స్వయంగా ప్రయత్నించాను. ఇప్పుడిక అతడి అడ్రస్ తెలిసింది. మూడోకంటికి తెలియకుండా అతడిని పోలీసులకు పట్టివ్వొచ్చు. వాళ్లే నిజం కక్కిస్తారు. కానీ..." అతడు ఆగాడు."... ఆ ఇంటిని చూడనంత వరకు నాకు అదే ఆలోచన ఉండేది. కానీ ఇప్పుడెందుకో అలా చేయ బుద్ధి కావడం లేదు. ప్రియంవదా, అతడు స్వభావ సిద్ధంగా రౌడీ కానీ, బ్లాక్ మెయిలర్ గానీ కాదు. ఒక ముసలి గుమస్తా. రేపో ఎల్లుండో రిటైరవడానికి సిద్ధంగా ఉన్నాడు. పిచ్చుక మీద బ్రహ్మాస్త్రంలా ఒకసారి మనం రిపోర్ట్ ఇస్తే అతడి అరెస్టు, సస్పెన్షన్–ఇక జీవితం నరకమైపోతుంది. అదే ఆలోచిస్తున్నాను" అంటూ అతడి ఇంటి గురించి చెప్పాడు.

"మనం అతడిని బెదిరించి రహస్యం రాబట్టాలి. అంతే కదా?"

"అంతే!"

"నాకు చిన్న ఆలోచన వస్తోంది."

"ఏమిటి?"

"మా కజిన్ ఒక్కడున్నాడు. పోలీస్ ఇన్‌స్పెక్టర్. వరుసకి అన్న అవుతాడు. వాడి ద్వారా ఆయన్ని బెదిరించి, రహస్యం కక్కించవచ్చు."

రవితేజ ఒక్కక్షణం ఆలోచించి, "ఈ ఆలోచన బాగానే ఉంది. కానీ ఇది ఎంత తొందరగా జరిగితే అంత మంచిది" అన్నాడు.

"ఇప్పుడే ఒక గంటలో రమ్మని చెబుతాను" అని ఆమె లేచింది. అరగంట తర్వాత ఇంటర్ కమ్ మ్రోగింది. ఇన్‌స్పెక్టర్ వచ్చాడని, క్రింద ఎదురు చూస్తున్నాడని ఆమె చెప్పగానే అతడు క్రిందికి వెళ్ళాడు.

"ఈయన భాస్కర్. యస్సై..." అంటూ రవితేజకి పరిచయం చేసింది.

"నేను పైకి వస్తే అనవసరంగా అందరి కళ్ళు పడతాయని రాలేదు. ప్రియంవద ఫోన్ చేసి అర్జెంట్‌గా రావాలని చెప్పింది. ఏమిటి విషయం" అన్నాడు భాస్కర్.

రవితేజకి అతడు చెప్పిన దానిలో నిజం ఉందనిపించింది ఇన్‌స్పెక్టర్ తన దగ్గరికి వస్తే అందరిలోనూ ఆసక్తి రేకెత్తవచ్చు. చెంచు రామయ్య మనుషులు తన ఆఫీసులోనే ఉన్నారు.

"రండి. వెళ్తూ మాట్లాడుకుందాం" అన్నాడు. ముగ్గురూ కార్లో వెళుతూ ఉంటే రవితేజ జరిగిన విషయం అంతా చెప్పాడు. చెప్పి "పోలీసు రికార్డులోకి ఎక్కకుండా అసలు విషయం రాబట్టాలి" అన్నాడు.

"దానిదేముంది. వాడు ప్రొఫెషనల్ కాకపోతే రెండు నిమిషాల్లో భయపడి అంతా చెప్పేస్తాడు. ఆ విషయం నాకు వదిలిపెట్టండి".

కారు పోస్టాఫీస్ ముందు ఆగింది. భాస్కర్, "ఏం చేద్దాం" అన్నట్టు రవి వైపు చూసి, "మీరు ముందే చెప్పి ఉంటే మామూలు డ్రెస్‌లో వచ్చి ఉండేవాడిని" అన్నాడు.

"అలాగైతే అసలు చెప్పడు"

"ఇప్పుడు ఈ డ్రెస్‌లో నేను లోపలికి వెళ్తే మళ్ళీ అదే సమస్య. అక్కడ నుంచి ఈ వార్త అంచెలంచెలుగా పాకి పోతుంది" అన్నాడు భాస్కర్.

"నేను వెళ్లి అతడిని బయటకు తీసుకురానా?" అంది ప్రియం వద.

"నువ్వా-"

"అవును. ఏదో ఒక పని మీద తీసుకొస్తాను. బయట మిమ్మల్ని చూసినా పెద్ద ప్రమాదం ఏమీ ఉండదు. భాస్కర్ ఎలాగూ డ్రెస్‌లో ఉన్నాడు. కాబట్టి జనం కూడా ఏమీ అనుకోరు. అతడిని కారు ఎక్కించి మనం తీసుకుపోవచ్చు."

మిగతా ఇద్దరికీ ఈ ఆలోచన బాగానే ఉందనిపించింది. ప్రియంవద లోపలికి వెళ్లి రాఘవరావును వెతికి పట్టుకుని దగ్గరకు నడిచి "నమస్తే!" అంది.

పని చేసుకుంటున్న తను తలెత్తి "ఎవరు కావాలి?" అని అడిగాడు,

"మీ అమ్మాయి, నేను స్నేహితులమండి" అంది ప్రియంవద వినయంగా. "తను ఫోన్ చేసి వీలైతే ఈరోజు ఓ రెండు వందలు సర్దమంది. 'ఇంటి వరకు వెళ్లడం అంటే దూరం కదా. మీ నాన్నగారికి అంద చేస్తాను' అన్నాను. సరేనంది. మరి మీకు ఇమ్మంటారా?" అంటూ పర్స్ కోసం వెతికింది.

"మా అమ్మాయి అడిగిందా?" అంటున్నాడు అతడు.

అతడి మాటలు వినిపించుకోకుండా ప్రియంవద గాబరాగా "అరే-పర్స్ బయటే కారులో మర్చిపోయినట్లు ఉన్నాను. మీరు ఏమీ అనుకోకపోతే వస్తారా-ఇచ్చేసి వెళ్ళి పోతాను. నాకు చాలా అర్జెంట్ పనులు ఉన్నాయి" అంటూ బయటికి నడిచింది.

అతడు ఆమెను అనుసరించి, కారు దగ్గరకు వచ్చాడు.

అతడు కారు దగ్గరకు రాగానే చెరో వైపు నుండి రవితేజ, ఇన్‌స్పెక్టర్ డోర్లు తెరుచుకొని చటుక్కున దిగారు. రాఘవరావు వాళ్లని చూసి బిత్తరపోయి వెనక్కు తిరగబోయాడు. భాస్కర్ చెయ్యి అతడి మెడ మీద పడింది. బలంగా కారులోకి తోశాడు. వెనక సీట్లో ముగ్గురు కూర్చోగానే రవితేజ కారు స్టార్ట్ చేశాడు. అంతా క్షణాల్లో జరిగిపోయింది.

"ఏమిటిది? నాకేం తెలీదు. నన్ను వదలండి" అంటూ గింజుకుంటున్నాడు అతడు. రవితేజ తాపీగా కారు నడుపుతూ, "ఎక్కడికి పోనిమ్మంటారు ఇన్‌స్పెక్టర్?" అని అడిగాడు.

"మా పోలీస్ స్టేషన్‌కి."

"వద్దొద్దు. నన్ను లాకప్‌లో మాత్రం పెట్టకండి. నా ఉద్యోగం పోతుంది. పిల్లలు కలవాడిని".

"బ్లాక్ మెయిల్ చేస్తున్నప్పుడు అది గుర్తుకు రాలేదా?" ఇన్‌స్పెక్టర్ గద్దించాడు. అతడు మాట్లాడలేదు.

"నేను కావాలంటే ఒక ఛాన్స్ ఇస్తాను" అన్నాడు రవితేజ. "అసలు విషయం ఏమిటో వివరంగా చెప్పు. ఇందులో ఎవరెవరు వ్యక్తులు ఇన్వాల్వ్ అయి ఉన్నారో ఒకటి కూడా వదలకుండా చెప్పు. నువ్వు చెప్పిందంతా నిజమని తోస్తే కేసు ఉపసంహరించుకుంటాను."

"వాళ్లు నన్ను చంపేస్తారు."

"చెప్పకపోతే మేమే చంపుతాము" ఇన్‌స్పెక్టర్ గద్దించాడు. రవితేజ ఇన్‌స్పెక్టర్‌ని వారిస్తూ అతడి వైపు తిరిగి "నువ్వు ఈ విషయాలన్నీ నాకు చెప్పావని మూడవ వ్యక్తికి తెలిసే అవకాశం లేదు" అన్నాడు. "కావాలంటే ఈయన్ని కూడా దింపేస్తాను. నా ఒక్కడికే చెపుదూ గాని సరేనా" అన్నాడు.

ఆ వ్యక్తి మౌనంగా ఉండిపోయాడు.

"మిమ్మల్ని పోలీస్ స్టేషన్ దగ్గర దింపనా?"

"వద్దు, ఇక్కడ దిగి పోతాను" అన్నాడు ఇన్స్ స్పెక్టర్.

ప్రియంవద "నేను కూడా దిగి పోతాను. ఇక్కడి నుంచి ఆఫీస్ దగ్గరే కదా" అంది అతడు తెలుసుకోబోయే విషయం వినటం తనకీ ఇష్టం లేనట్టుగా. రవితేజ కారు ఆపగానే వాళ్ళిద్దరూ దిగిపోయారు.

రవితేజ అతనిని తన ఇంటికి తీసుకువెళ్లాడు. పై గదిలోకి తీసుకువెళ్లి తలుపులు వేసి, "ఇక చెప్పు" అన్నాడు. అతడు వెంటనే జవాబు చెప్పలేదు. "నేను కావాలంటే ఇన్‌స్పెక్టర్‌కి ఫోన్ చేసి క్షణాల్లో రప్పించగలను. కేవలం నిన్ను, నీ కుటుంబాన్ని నాశనం చేయడం ఇష్టం లేక ఇలా తీసుకొచ్చాను. ఇక్కడికి తీసుకొచ్చాక కూడా నువ్వు బెట్టు చేస్తే నిన్నెవరూ రక్షించలేరిక–"

అతడు నెమ్మదిగా అన్నాడు– "మీరు పోస్ట్ ద్వారా పంపే చీరల్ని ప్యాకెట్ లోంచి తీసేసి దాని బదులు పాత గుడ్డలు పెట్టాలి."

రవితేజ షాక్ తిన్నాడు. "ఎలా సాధ్యం ఇది? ఎన్ని చీరలు అలా తీయగలరు? మీ మీద పై అధికారుల నిఘా ఉంటుంది కదా."

అతడు తలవంచుకునే సమాధానాలు చెపుతున్నాడు. "ఇన్స్యూర్ చేసిన ప్యాకెట్లలోంచి కూడా వస్తువులు కొట్టేసి, చెత్తా చెదారం పెట్టి తిరిగి మామూలుగా వాటిని పంపటం పోస్టాఫీసుల్లో కొత్తకాదు. రిజిష్టర్ పోస్ట్‌లో అయితే మరీ సులభం"

"కానీ ఎన్ని చీరలని అలా కొట్టేస్తారు? ఎప్పటికయినా ఇది బైటపడుతుంది కదా."

"ఎన్నో కాదు. మేము కొట్టెయ్యవలసింది పది-పదిహేను చీరలే. వాటి అడ్రసులు కూడా మాకిచ్చారు. ఆ అడ్రస్సులకి మీరు పంపే చీరలు మాత్రం తొలగించి, వేరేవి పెట్టి పంపాలి. దాని కోసం మాకు లంచం ఇచ్చారు."

రవితేజ వినటంలేదు. మనసులో అంతకు కొన్ని రోజుల ముందు చెంచురామయ్య పాత్రికేయులకు ఇచ్చిన ఖరీదైన విందు ఫ్లాష్ లాగా గుర్తుకొచ్చింది. ఈ పథకం వెనుక ఉన్న రహస్యం మంచులా విడిపోసాగింది.

-రవితేజ టెక్స్ టైల్స్ పోస్ట్ ద్వారా పంపే స్కీమ్‌లో చెంచురామయ్య తాలూకు కస్టమర్లే పదిమంది దాకా "మాకు చీరలు కావాల"ని ఉత్తరాలు వ్రాస్తారు. వారికి పంపే పార్సిల్లో పోస్టాఫీసులోనే చీరల మార్పిడి జరుగుతుంది.

పదిమందీ కోర్టుకి వెళతారు. "మా దగ్గర వందా తీసుకొని చీరల బదులు పాత పేపర్లు పెట్టి పంపార"ని రవితేజ కంపెనీ మీద దావా వేస్తారు. రిజిష్టర్ పోస్టు కాబట్టి రవితేజ కంపెనీ పోస్టాఫీసుని నిలదీస్తుంది. కానీ ఇదంతా ఒక వైపు. పత్రికల్లో ఈ విషయాన్ని తాటికాయంత అక్షరాలతో ప్రచురిస్తారు.

పోస్టు ద్వారా చీరలు అమ్మే పథకం వైఫల్యం.

రవితేజ కంపెనీ వారు కొత్తగా ప్రవేశపెట్టిన పథకం ద్వారా పంపే పార్శిల్స్‌లో చీరలు మాయమైపోతున్నాయని కష్టమర్లు నిరాశ ప్రకటిస్తున్నారు. తమకు అందిన పార్శిల్స్‌లో చీరలు లేని కారణంగా రవితేజ కంపెనీ మీద పదిమంది వేర్వేరు కోర్టుల్లో దావా వేశారు. కేసులు నడుస్తున్నాయి.

చాలు. ఈ వార్త దావానలంలా పాకిపోతుంది. దాదాపు లక్ష చీరలు పంపిస్తే అందులో కేవలం పది చీరలే ఈ విధంగా మిస్సయ్యాయని ఎవరూ అనుకోరు. తమ చీరకే ప్రమాదం వాటిల్లబోతుందని భావిస్తారు. జనం ఆలోచన్లు గుంపులో ఇలాగే ఉంటాయి. "ఎందుకొచ్చిన బాధ ఇదంతా, షాపుకి వెళ్ళి కొనుక్కుంటే సరిపోదా" అనుకుంటారు.

ఈ విధంగా దెబ్బ కొట్టటమే చెంచురామయ్యకి కావల్సింది.

తను ఇంత కష్టపడి ఆలోచించిన పథకమూ మట్టి కరవబోతూంది. చాలా గొప్ప తెలివితేటల్తో చెంచురామయ్య తమ పునాదులు కదల్చబోతున్నాడు.

తిరిగి దీన్ని తిప్పి కొట్టాలంటే-పైఎత్తు వేయాలి. ఇంత కింతా దెబ్బ తీయాలి.

రవితేజ ఆలోచనల్లో పడ్డాడు. కొంచెంసేపటికి తలెత్తి "నాకా పదిమంది అడ్రసులూ కావాలి" అన్నాడు. అతడు అర్థం కానట్టు "ఎవరివి" అని అడిగాడు. "చెంచురామయ్య మనుష్యులవి. కస్టమర్లుగా నాటకం ఆడుతున్న వాళ్ళవి."

"కష్టం. అసాధ్యం."

"నా ఆఫీసు కొచ్చి పాతిక వేలిమ్మని నన్ను బెదిరించేటంత ధైర్యం ఉన్నవాడివి నీకు అసాధ్యం ఏమిటి? ఏం చేస్తావో నాకు తెలీదు నాకు ఆ అడ్రసులు మాత్రం కావాలి".

"లేకపోతే".

రవితేజ నవ్వాడు. "ఇప్పటి మన సంభాషణంతా రికార్డయింది. వింటావా?" అంటూ అల్మైరా వేపు చూశాడు.

ఆ వ్యక్తి మొహం వాడిపోయింది. "ఇది అన్యాయం" అని అరిచాడు.

"బ్లాక్-మెయిల్ నేరానికి నీకు ఆరు సంవత్సరాలు శిక్ష పడకుండా ఉండాలంటే ఈ పని చేసి పెట్టక తప్పదు."

"ఆ లిస్టు నా దగ్గర లేదు. మా పై ఆఫీసర్ దగ్గర ఉంటుంది" అన్నాడు రాఘవరావు.

"దాన్ని తీసుకురమ్మనే చెపుతున్నాను."

"నాకంత ధైర్యం లేదు."

"పాతిక వేలు అడగటానికి ధైర్యం వచ్చిందా?" మళ్ళీ అన్నాడు. దాంతో రాఘవరావు మొహం కందగడ్డలా ఎర్రగా మారింది. అదొక రకమైన ప్రేత కళ అతడి మొహం మీద కదలాడింది. "అవును వచ్చింది" అని అరిచాడు హిస్టీరిక్‌గా. "... మా అమ్మాయి పెళ్ళి చెయ్యాలి. పదివేలు కట్నం అడిగారు. ముహూర్తం నాల్గురోజులు కూడా లేదు. ఏం చేసైనా సరే డబ్బు సంపాదించాలి..."

అతడు అరవటం ఆపుచేయగానే ఆ గదిలో గాఢమైన నిశ్శబ్దం పేరుకుంది. రవితేజలో మాత్రం పెద్ద మార్పులేదు. అతడి వేపు సూటిగా చూస్తూ "బీదరికం నీతో సాహసం చేయించింది. నా ఆఫీసులోనే నాతో మాట్లాడి బేరమాడించింది!.. ఇప్పుడు నీ ఉద్యోగం పోతుంది. నీ కూతురికిక నాల్రోజుల్లో కాదు కదా, జన్మలో పెళ్ళి కాదు. ఆలోచించుకో. నాకు ఆ పేర్లు కావాలి. అతడిచ్చే డబ్బు కోసం అతడు చెయ్యమన్న పనికి ఒప్పుకున్నావు. ఆ రహస్యం నాకు బేరంపెట్టి మరింత డబ్బు సంపాదించాలనుకున్నావు. ఇప్పుడు ఆ బాణం నీ మీదకే తిరిగింది. నిన్ను సర్వనాశనం చేయబోతోంది. మా ఇద్దరి మధ్యా నువ్వు నలిగిపోక తప్పదు" అన్నాడు.

"మీరు మనుష్యులు కాదు, రాక్షసులు" నిస్సహాయంగా అరిచాడు రాఘవరావు.

"కాదు, వ్యాపారస్తులం."

21

రెండు రోజులు గడిచాయి. రవితేజ ఇంకా స్టాకు బట్వాడా చేయలేదు. గోడౌన్సులో పేరుస్తున్నాడు. అతడికెందుకో రాఘవరావు ఆ పేర్లు పట్టుకు వస్తాడని బలంగా అనిపిస్తోంది. సరీగ్గా అదే సమయానికి అతడు ఒక సైన్సు మాగ్జయిన్‌లో ఒక వార్త చదివాడు.

ఒక ముఖ్యమైన నిర్ణయం తీసుకోవటానికి, తద్వారా జీవితంలో ఒక పెద్ద మార్పు సంభవించటానికి చిన్న చిన్న సంఘటనలే చాలు. పత్రికలో చిన్న వార్త అది.

మ్యాజిక్ మిర్రర్

అన్న హెడ్డింగ్ క్రింద పడింది. పేటెంట్ నెం.0296139. ఫాషన్స్ సిస్టమ్స్ కార్పోరేషన్, న్యూయార్క్ వారు పరిచయం చేస్తున్నారు దీన్ని.

అతడు ఆ వివరాలు చదివి నిటారుగా అయ్యాడు. పది నిముషాలపాటు ఏకాగ్రతతో దాని గురించే ఆలోచించాడు. భారతదేశంలో అదంటూ పరిచయం అయితే, తమ ద్వారానే అవ్వాలి. ఈ విషయం మూడో కంటికి తెలియటానికి వీల్లేదు.

ఆ మరుసటిరోజు శర్మ కొొక్కడికే చెప్పాడు ఈ విషయాన్ని. ఆయన కూడా వస్త్ర ప్రపంచంలోకి ఇటుఒంటి సిస్టమ్ వస్తూందని తెలిసి ఆశ్చర్యపోయాడు.

"దీని తాలూకు మరిన్ని వివరాలు కనుక్కోలేక పోయావా?"

"నిన్న రాత్రే న్యూయార్క్ ఫోన్‌లో మాట్లాడాను. సంవత్సరం పాటు భారతదేశంలో కేవలం మనం ఒక్కరిమే ఉపయోగించుకునేటట్టు కాంట్రాక్టు ఇస్తామన్నారు. రేటు కూడా తక్కువగానే ఉంది. మిగతా వివరాలు మాట్లాడటం కోసం స్వయంగా రమ్మన్నారు."

"ఎప్పుడు వెళుతున్నావు?"

"ఇదిగో ఈ చెంచురామయ్య గొడవ అయ్యాక."

"మన డైరెక్టర్లకి చెప్పాలేమో. మళ్ళీ ఇంకో యాభై-అరవై లక్షల పెట్టుబడి కదా."

"నేను వెళ్ళి వచ్చాక చెపుదాం. ఇప్పుడే చెప్పేస్తే 'లీక్' అయిపోతుంది".

"సరే"

రవితేజ వీసా, పాస్ పోర్ట్ సిద్ధం చేయించుకున్నాడు. ప్రియంవదకు కూడా ఈ విషయం చెప్పలేదు. అతడికి ఒక విషయం ఆశ్చర్యంగా ఉంది. ఆ రోజు ప్రియంవద ఇంట్లో ఆమెను ముద్దు పెట్టుకున్నాక-తిరిగి మళ్ళీ ఆ కోర్కె కలగకపోవటం!

ఎన్నో నిశ్శబ్ధపు అర్ధరాత్రులు, నిద్ర దూరమైనప్పుడు ఈ విషయాన్ని ఎనలైజ్ చేసి చూసుకున్నాడు. అతడికి ఒక విషయం అర్థమైంది!

తను ప్రియంవదని ప్రేమించటం లేదు. తను ప్రేమింప బడటాన్ని ప్రేమిస్తున్నాడు!!! ఇంట్లో శ్మశాన నిశ్శబ్దం తాండవిస్తూంది. తనకీ మాధవికీ ఇక సంబంధం పూర్తిగా తెగిపోయినట్లే. జీవితాంతం ఒకే ఇంట్లో ఉన్నా తామిద్దరూ భార్యాభర్తల్లా మెలుగుతారన్నది సందేహమే! కేవలం సమాజం కోసం కలిసి ఉంటారు. ఇటుఒంటి పరిస్థితుల్లో ఆప్యాయత కోసం తనలో ఉన్న దాహాన్ని మిస్ విజయవాడ మేల్కొలిపింది. ప్రియంవద పానీయపు పాత్రతో దగ్గరకొచ్చింది. 'ప్రేమ' అన్న పేరు అనవసరం. 'తోడు' అన్నది సరైన పదం. ఈ లోపులో ఈ చెంచురామయ్య గొడవ రావటంతో తాత్కాలికంగా ఆ 'తోడు' అవసరం తొలిగి పోయింది. ప్రేమ-పని రెండూ వేర్వేరు ధృవాలు. ఒక పని చేసేవాడు రెండోది చేయలేడు. అలా చేసుకోగలిగేవాడిది నిజమైన ప్రేమ కాదు.

అతడికి తన ఆలోచనక్లకి తనకే నవ్వొచ్చింది. ఎంత కాదనుకున్నా ఆమె తన పుట్టినరోజు రాత్రి ఫోను చేయటం, లిఫ్ట్‌లో రాత్రి గడపటం మధురమైన అనుభవాలులా మిగుల్తాయి.

అతడిలో వ్యాపారస్తుడు ప్రస్తుత సమస్య గురించి కూడా మర్చిపోలేదు. ఒకవేళ రాఘవరావు ఆ లిస్ట్ తీసుకొచ్చి ఇవ్వకపోతే ఈ సమస్యనెలా ఎదుర్కోవటమా అన్నది అతడు ఆలోచిస్తూనే ఉన్నాడు. తను చీరల డిస్పాచ్ మొదలు పెట్టగానే పేపర్లలో చీరల అదృశ్యం సంగతి, కోర్టుకేసులు సిద్ధంగా ఉంటాయని అతడి తెలుసు.

అతడు ఏం చేద్దామా అని ఆలోచిస్తూన్న సమయానికి రాఘవరావు అతడి దగ్గరికి వచ్చాడు. అతడి ఆకారం పూర్తిగా మారిపోయి ఉంది. గెడ్డం పెరిగింది. బుగ్గలు పీక్కుపోయాయి.

"ఇదిగోండి మీరడిగిన లిస్టు" అందించాడు. "రెండు రోజులు కష్టపడితే గాని దొరకలేదు."

ఆ కష్టం అతడి మొహంలో తెలుస్తూంది. రవితేజ ఆ కాగితాన్ని అందుకుంటూ 'థ్యాంక్స్' అన్నాడు.

"దయచేసి నా మాటలు రికార్డు చేసిన క్యాసెట్టు ఇచ్చేస్తారా?"

"ఇంకా విషయం మర్చిపోండి. మీ ఉద్యోగానికి ఏ ప్రమాదమూ లేదు. పోతే నాదొక సలహా! దొంగతనం, బ్లాక్ మెయిలింగ్ కూడా ఒక కళ! అది అందరికీ చేతకాదు. బై ది బై మీ కూతురి పెళ్ళి ఏమైంది?"

అతడు తల వంచుకుని "ఆగిపోయింది" అన్నాడు. "... రేపే ముహూర్తం. నిన్న సాయంత్రం వరకూ వాళ్ళడిగిన డబ్బు ఇవ్వకపోవటంతో సంబంధం వదిలేసుకున్నాను."

"ఇప్పుడా డబ్బు ఇస్తే వాళ్ళు ఒప్పుకుంటారా?" యథాలాపంగా ఆ ప్రశ్న విన్న రాఘవరావు అది అర్థమవగానే చప్పున తలెత్తాడు. "ఏ...ఏమిటీ?" అన్నాడు తడబడుతూ.

రవితేజ బీరువాలోంచి పదిహేనువేలు తీసి అతడి ముందుంచాడు. "తీసుకోండి. మీరు మా కంపెనీకి చేసిన సహాయానికి ఇది బహుమతి."

రాఘవరావుకి కళ్ళ నీళ్ళు తిరిగాయి. ఇదంతా వాస్తవమని అతడింకా నమ్మలేక పోతున్నాడు. వణికే చేతుల్తో ఆ డబ్బు తీసుకున్నాడు.

రవితేజ అన్నాడు– "మొన్న మీరొక మాట అన్నారు గుర్తుందా, మేము రాక్షసులమని! అవును రాక్షసులమే. వ్యాపారంలో నైతిక విలువలకు చోటు లేదు. మీ బలహీనతని ఎక్స్ ప్లాయిట్ చేయటానికి మా ప్రత్యర్థి ప్రయత్నించాడు. మీరున్న పరిస్థితిని వాడుకోవటానికి నేను ప్రయత్నించాను. ఈ చదరంగంలో మీరొక పావు. ఆఫీసర్లు, గుమాస్తాలు, ఓటర్లు అందరూ పావులే. మా అంత తెలివితేటలు మీకు లేవు. అందుకని దొరికిపోయారు. ఆ లెవెల్లో ఆలోచిస్తే మీ తప్పు ఏదీ నాకు కనబడలేదు. బీదవాళ్ళకి చౌక ధరలకు చీరలు ఇవ్వాలనే నా ఆశయాన్ని దారుణంగా పడగొట్టాలని ప్రయత్నం చేసిన చెంచురామయ్యని ఏమీ చేయలేని ప్రభుత్వానికి మీ మీద లంచగొండితనం నేరాన్ని మోపే అధికారం కూడా ఏమీ లేదు. మీ స్థాయిలో మీరు డబ్బు సంపాదించడానికి ప్రయత్నించారు అంతే. మాకన్నా మీకే డబ్బు అవసరం ఎక్కువ ఉంది. అది తీసుకెళ్లి మీ కూతురు పెళ్లి నిర్విఘ్నంగా జరిపించండి".

రాఘవరావు రెండు చేతులతో నోట్ల కట్టలు పట్టుకొని, ఆ చేతులతోనే నమస్కారం చేశాడు. ప్రభుత్వ యంత్రంలోంచి వూడిపోయిన బోల్టులా ఉన్నాడు అతడిప్పుడు.

"నా కూతురు జీవితాన్ని నిలబెట్టావు బాబు. ఇదంతా మా అమ్మాయికి చెప్తే..."

"ఇదేమీ చెప్పనవసరం లేదు గానీ" రవితేజ నవ్వాడు. "చీరకి ఎటు వైపు ఫాల్ కుట్టాలో పెళ్లయ్యాకైనా సరిగ్గా తెలుసుకోమన్నానని చెప్పండి. అర్థమవుతుంది."

* * *

ఆ తరువాత జరగవలసిన కార్యక్రమాలన్నీ ఒక పద్ధతిలో జరిగిపోయాయి. పోస్ట్ పార్సెల్స్ వెళ్లడం మొదలైంది.

బ్యాచీల ప్రకారం చీరలు వెళ్తున్నాయి.

చెంచురామయ్య ఈ విషయాలన్నీ ఎప్పటికప్పుడు కనుక్కుంటూనే ఉన్నాడు. చేయవలసిన ఏర్పాట్లు చేసి రవితేజ అమెరికా వెళ్ళిపోయాడు. కేవలం విహారయాత్ర

కోసం అతడు పర్యటనకు వెళ్ళినట్లుగా కలర్ ఇవ్వబడింది. చెంచురామయ్య కూడా దానికి అంత ప్రాముఖ్యత ఇవ్వలేదు. అతడి దృష్టి అంతా-తమ వాళ్లకి రవితేజ చీరలు ఎప్పుడొస్తాయా-ఎప్పుడు ఈ వార్త పేపర్లకిద్దామా అని ఉంది. ఇంకో పదిహేను రోజులకు గానీ ఆ పేర్లున్న బ్యాచ్‌కి రవాణా సాగదని తేలింది.

ఈలోపులో అతడికి ఒక వార్త తెలిసింది. దాదాపు పది-పదిహేను ప్రదేశాల్లో కస్టమర్లకి (తన వాళ్లు కాదు, మామూలుగానే) కేవలం ఖాళీ ప్యాకెట్లు మాత్రమే అందాయని, వారు పోస్టల్ డిపార్ట్‌మెంటుకి ఈ విషయమై ఫిర్యాదు చేశారని!

చెంచు రామయ్య మనసులోనే సంతోషించాడు. తను ఏదైతే చెయ్యాదల్చు కున్నాడో, తన ప్రమేయం లేకుండానే అది జరుగుతుంది. వెంటనే తనకి పరిచయమున్న పత్రికల వారినిద్దరినీ ఆ కస్టమర్ల దగ్గరకి పంపాడు. వారు వాళ్ళని ఇంటర్వ్యూ చేశారు. ఆ కస్టమర్లు రవితేజ కంపెనీవి తమకు పోస్టులో చీరలు అందలేదని సంజాయిషీ కోరుతూ ఇచ్చిన లీగల్ నోటీసుల కాపీలు చూపించారు. చెంచురామయ్య-రొట్టె విరిగి నేతిలో పడ్డట్లు ఆనందించాడు. మరుసటి రోజు పేపర్లలో ఈ వార్త వచ్చేసింది, "రవితేజ టెక్స్‌టైల్స్ పోస్టల్ స్కీమ్ వైఫల్యం" అన్న హెడ్డింగ్‌తో.

పోస్టల్ చీరలు మిస్సయిన దృష్ట్యా కస్టమర్లు కోర్టుకు వెళ్తున్నారని అసలీ స్కీమ్ లోనే లోపం ఉందని ఆ రెండు పత్రికలు ప్రముఖంగా ప్రచురించాయి. ఇద్దరు ముగ్గురు కస్టమర్ల ఫోటోలు కూడా ప్రచురించారు ఆ రిపోర్టర్లు.

మరుసటి రోజు ఆ రెండు పత్రికలకి లాయర్ నోటీసు వచ్చింది. దీన్ని పంపించింది రవితేజ కంపెనీ!

చీరలు అందలేదంటూ ఫిర్యాదు చేసిన కస్టమర్లను తమ కంపెనీ రిప్రజెంటేటివ్స్ కలుసుకున్నారని, ఆ కస్టమర్లు తాము ఆ విధంగా ఫిర్యాదు ఏమి చెయ్యలేదన్నారని... పత్రికలో పడిన వార్త తమకు కూడా ఆశ్చర్యం కలిగించినట్లు ఆ కస్టమర్లు చెప్పారని, తమ ఫోటోలు ఆ పత్రికల వాళ్ళకి ఎలా దొరికాయో తమకే అర్థం కావటం లేదని వాళ్ళు అన్నారని తమ వ్యాపారానికి ఈ విధంగా అబద్ధపు వార్తలతో నష్టం కలిగించినందుకు ఎందుకు సివిల్ మరియు క్రిమినల్ చర్యలు తీసుకోకూడదో తెలుపవలసిందిగా రవితేజ కంపెనీ ఆ పత్రికాధిపతులకు పంపిన నోటీసు అది!

పత్రికల యాజమాన్యం కదిలిపోయింది.

అసలీ అబద్ధపు వార్త తమ పత్రికల్లో ఎలా ప్రచురితమైందో వాళ్ళకి అర్థం కాలేదు. ఈ కస్టమర్ల అడ్రసులు తమ రిపోర్టర్లకు ఎలా అందేయన్న ప్రశ్న ముందు కలిగింది. తీగ లాగితే డొంక కదిలినట్లు దీని వెనక చెంచురామయ్య ఉన్నట్లు బైటపడింది. ఒక అబద్ధపు వార్తని సృష్టించి, ఒక ప్రముఖ కంపెనీకి పరువు నష్టం కలిగించినందుకు ఆ రిపోర్టర్లని సస్పెండ్ చేశారు.

(ఆ కస్టమర్లు తమ మనుషులే అన్న విషయాన్ని అతడు మూడో కంటికి కూడా తెలియనివ్వలేదు.)

పత్రికల వాళ్లతో బేరం పెట్టాడు. తాము కేసు ఉపసంహరించుకునేట్లు, దానికి ప్రతిగా వాళ్లు తమ కంపెనీకి 'కొంత' సహాయం చేసేటట్లు! అతడు అడిగింది చాలా చిన్న విషయం కాబట్టి వాళ్ళు వెంటనే ఒప్పుకున్నారు. **పోస్టులో చీరెలు మిస్ అవుతున్నాయన్న వార్త అబద్ధం** అని మరుసటి రోజు తాటికాయ అంత అక్షరాల్లో వ్రాశారు. ఆ తర్వాత ఈ చౌక చీరల స్కీమ్ గురించి, రవితేజ టెక్స్‌టైల్స్ ప్రాశస్త్యం గురించి, వగైరా వగైరా వరుసగా ఆర్టికల్స్ వచ్చాయి. చీరల మీద వ్యాసాలు ప్రచురింప బడ్డాయి. పత్రికల వాళ్ళకి, రవితేజకి సంబంధాలు మెరుగుపడ్డాయి. ఒకసారి స్నేహం కలిసాక అల్లుకుపోవటం పెద్ద సమస్య కాదు. అదంతా వేరే సంగతి. మొత్తం మీద పడబోయిన అణ్వస్త్రాన్ని అణుశక్తిగా మార్చుకొని, రవితేజ చెంచురామయ్యని సరియైన చోట ఆ విధంగా దెబ్బకొట్టాడు. వ్యాపారంలో అటుఒంటి విజయాలు ఇచ్చే ఆనందాలు మరేవీ ఇవ్వవు.

సహజంగానే రవితేజ చాలా జూబిలియంట్ మూడ్‌లో ఉన్నాడు. ప్రియం వదకి థ్యాంక్స్ చెప్పాడు. "ఆరోజు నువ్వు ఇన్‌స్పెక్టర్‌ని తీసుకొచ్చి ఆ విధంగా సహాయ పడటంతో మనం ఇది సాధించగలిగాం. నా తరఫున మీ అన్నయ్యకి కృతజ్ఞతలు చెప్పు" అన్నాడు.

ప్రియంవద నవ్వి "మీరు నన్ను క్షమించాలి" అంది.

అతడు ఆశ్చర్యంగా, "దేనికి?" అన్నాడు.

"మీరు తిట్టనంటే చెబుతాను."

"ఏమిటి విషయం?"

"భాస్కర్ మా అన్నయ్య కాదు."

అతడు విస్మయంతో "మరి?" అన్నాడు.

"మాతో కలిసి చదువుకున్నాడు. అంతే. అంతకన్నా పెద్ద పరిచయం కూడా లేదు. మొన్న రెండు నెలల క్రితం కలిశాడు. ఉద్యోగం ఏమీ చేయటం లేదని, నాటకం ట్రూపు ఒకటి నిర్వహిస్తున్నాననీ చెప్పాడు. కాలేజీలో చదివే రోజుల్లో కూడా నాటకాలు వేసేవాడు లెండి... మీరు 'ఇన్‌స్పెక్టర్' అనగానే నాకు అతడు గుర్తొచ్చాడు. ఈ విషయం అతనికి చెప్తే 'తప్పకుండా' అన్నాడు. బట్టలు ఎరువిచ్చే నాటకాల కంపెనీ నుంచి డ్రెస్ తీసుకొచ్చాడు. మీకు ముందే చెప్తే తిడతారని..." నసుగుతూ ఆపింది.

రవితేజ క్షణం పాటు బిత్తరపోయి, ఆ తరువాత బిగ్గరగా నవ్వేశాడు. "అంతా సవ్యంగా జరగబట్టి సరిపోయింది కానీ, ఆ రాఘవరావు గాని పోలీస్ స్టేషన్‌కి తీసుకెళ్లమని ఉంటే ఏమై వుండేది" అన్నాడు.

ఆమె జవాబు ఇవ్వలేదు.

"పోన్లే మొత్తం మీద అనుకున్నది సాధించాం."

సరిగా ఈ సంభాషణ జరుగుతున్న సమయానికి ఆ భాస్కర్ అనబడే వ్యక్తి ఫోన్లో మాట్లాడుతున్నాడు. "అవును. ప్రియంవదని కలుసుకున్నాను. మీరు చెప్పమన్నట్లే నాటకాల కంపెనీ ఉందని చెప్పాను. అదే సమయానికి రవితేజకి ఏదో సాయం కావాల్సి వచ్చింది. నన్ను ఇన్‌స్పెక్టరుగా రవితేజకి పరిచయం చేసింది. అతడికి కావలసిన పని చేసి పెట్టాను. 'నేను ఇన్‌స్పెక్టర్‌ని కాను. కేవలం తనకి సహాయం చేశాను' అన్న విషయం రవితేజకి ఆమె చెప్పిందో లేదో నాకు తెలియదు. చాలా-ఇంకేమైనా చెప్పాలా?"

"ప్రస్తుతానికి చాలు". ఫోన్ కట్ అయింది.

ఆ సాయంత్రం బోర్డ్ ఆఫ్ డైరెక్టర్ల అత్యవసర సమావేశం జరిగింది. డైరెక్టర్లు వర్రీడ్‌గా ఉన్నారు.

జరిగిన సంఘటనతో రవితేజ టెక్స్‌టైల్స్‌కి, పత్రికల వారికి మధ్య సంబంధాలు గట్టిపడిన మాట వాస్తవమే. పరువు నష్టం దావా విషయంలో చాలా ఉదారంగా ప్రవర్తించి, రవితేజ కంపెనీ ఈ విధంగా లాభం పొందింది. చెంచు రామయ్య తేలు కుట్టిన దొంగ లాగా ఊరుకుండి పోవాల్సి వచ్చింది.

అయినా డైరెక్టర్లు అంత సంతోషంగా లేకపోవటానికి కారణం జరగవలసిన నష్టం జరిగిపోయిందని!

–పోస్టులో పార్సెల్సు మిస్ అవుతున్నాయి అన్న వార్త ఒకసారి జనంలోకి వెళ్ళిపోయాక, అది తప్పుడు వార్త అని ప్రచురించినా మొదట దానంత ప్రభావం ఉండదు. రూమరు పాకినంత వేగంగా వాస్తవం పాకదు. దాదాపు కోటి రూపాయల ఖర్చుతో మొదలుపెట్టిన ఈ పథకం, మొదట్లోనే ఈ విధంగా వెనకడుగు వేస్తే–తిరిగి వేగం పుంజుకునేది ఎప్పుడు? అసలే సగం వ్యతిరేకతతో ప్రారంభమైన ఈ స్కీము, వాళ్ళకి ఈ విధంగా తలనొప్పి వ్యవహారంగా తయారయింది.

రవితేజ మాత్రం ఉత్సాహంగా ఉన్నాడు. మీటింగ్ ప్రారంభం అవగానే తను స్టేట్స్‌కి ఎందుకు వెళ్ళవలసి వచ్చిందీ చెప్తూ, తనతో పాటు తీసుకువచ్చిన పాంప్లెట్లు వారి ముందు పరిచాడు.

"ఏమిటవి?" డైరెక్టర్లలో ఎవరో అడిగారు.

"కంప్యూటరైజ్డ్ మిర్రర్స్. మరొకలా చెప్పాలంటే, మ్యాజిక్ మిర్రర్. వీటి తాలూకు వివరాలు తెలిపే పత్రాలు ఇవి. సమీప భవిష్యత్తులో వస్త్రాల షాపుల్లోనూ, ముఖ్యంగా రెడీమేడ్ దుస్తులు, చీరల దుకాణాల్లోనూ నెలకొల్పే ఈ అద్దాల్ని మన కంపెనీ సంవత్సరం పాటు భారతదేశంలో గుత్తకు తీసుకుంది. అంటే మొదటి సంవత్సరమంతా కేవలం మన షాపుల్లోనే ఇవి ఉంటాయన్నమాట."

"ఇంతకీ ఏమిటవి? మనం చేస్తున్నది అద్దాల వ్యాపారమా? బట్టల వ్యాపారమా?"

అతడు చెప్పడం ప్రారంభించాడు. "మనం బట్టల షాపుల్లో నిత్యం గమనించేది ఏమిటి? నలుగురైదుగురు ఆడవాళ్లు గంటల తరబడి షాపుల్లో కుర్రవాళ్ళ చేత వందల కొద్దీ చీరల్ని బయటకు తీయించి, చివరికి ఎటూ సంతృప్తి చెందక వెళ్ళిపోవటం చాలా సర్వసాధారణమైన విషయం. అవునా? ఒక్క చీర కొనడం కోసం ప్రొద్దున్నుంచి సాయంత్రం వరకు బజారంతా తిరిగే ఆడవాళ్లు కూడా ఉన్నారు" అతడు ఆగి అన్నాడు. "మన చీర అమ్మకాల్లో పదో వంతు ఈ షాపు అద్దెలకి, కరెంట్ ఖర్చుకీ, ముఖ్యంగా అమ్మకాల కుర్రవాళ్ళ జీతాలకి ఖర్చు పెడుతున్నాం. ఈ అమ్మే కుర్రవాళ్ళ పరిస్థితి మరీ దారుణం.

చీరల అంచులన్నీ విప్పి చూపించాలి. చివరకు మళ్లీ ఈ వంద చీరలు యథాతథంగా మడత పెట్టి తిరిగి పెట్టేయాలి. పొద్దున్నుంచి సాయంత్రం వరకు యంత్రాల్లా పని చేస్తూనే ఉంటారు. ఒక్క చీర అమ్మటం కోసం వంద చీరెలు తీసి మళ్లీ సర్దుతారు. అలాంటి పనిని తొలగించే ఈ యంత్రమే-మ్యాజిక్ మిర్రర్! ఈ పద్ధతి ద్వారా కస్టమర్లకి చీరలు, రెడీమేడ్ వస్త్రాలు... టేబుల్ మీద కాకుండా, తమ శరీరాల మీద ఎలా ఉంటుందో అద్దంలో కనబడుతుంది."

యథాలాపంగా వింటున్న డైరెక్టర్లు ఆసక్తిగా ముందుకు వంగారు.

"షో కేసుల్లోంచి చీరలు మాటిమాటికి తీసి మడత విప్పడం, నచ్చకపోతే తిరిగి పెట్టేయటం ద్వారా మన్నిక కూడా తగ్గుతుంది. ఈ చిన్న అద్దం వల్ల ఆ పని తప్పుతుంది. ఇక ఈ అద్దం ఎలా పని చేస్తుందో వివరిస్తాను" అతను ఆగి అన్నాడు. "...బట్టలు కావలసిన కస్టమర్ షాపుకి రాగానే ఆమె ఎత్తు-లావుకి తగినట్టుగా అద్దాన్ని ఎడ్జెస్టు చేస్తాం. దాని ముందు ఆ కస్టమరు నిలబడగానే, కంప్యూటర్‌కి ఈ వివరాలు ఫీడ్ చేస్తాం. మొహము, చేతులు మామూలు అద్దంలో లాగే కనబడతాయి. కంప్యూటర్ స్టార్ట్ అవ్వగానే ఐదు సెకన్లకొక చీర చొప్పున ఫోటో మారిపోతూ ఉంటుంది. అంటే... మరోలా చెప్పాలంటే, ఆ చీర కట్టుకుంటే తను ఎలా ఉంటుందో చక చకా ఫోటోలు కనిపిస్తాయి. మన షాపులో ఉన్న అన్ని రకాల చీరల్నీ దాదాపు అరగంటలో ఆమె ఆ విధంగా చూసేయగలదు."

"అసంభవం...ఇంపాజిబుల్" అన్న మాటలు వినబడినయ్. రవితేజ నవ్వాడు.

"ఇంతకన్నా సైన్సులో మనం చాలా సాధించాం. ఇంత చిన్న విషయం ఇన్ని రోజుల వరకూ మనకి ఇలా చేయవచ్చని తట్టలేదంటేనే ఆశ్చర్యంగా వుంది. ఇందులో నిజానికి కష్టం ఏముంది? మన దగ్గర ఉన్న చీరలన్నింటినీ కోడ్స్ రూపంలో కంప్యూటర్‌కి ఫీడ్ చేయటమే" అన్నాడు.

"ఫ్యాషన్స్ సిస్టమ్స్, న్యూయార్క్ వారు ఆర్నెల్ల క్రితం ఈ కంప్యూటర్ మిర్రర్‌ని రెండు షాపుల్లో పరిచయం చేశారు. ఆ షాపులో ఉన్న రెడీమేడ్ దుస్తులు తాము ధరిస్తే ఎలా కనబడతారో అద్దం ముందు నిలబడి చూసుకోవచ్చునన్న మాట. ఎనభై రకాల ప్యాంట్లని, షర్ట్‌లని ఈ విధంగా పది నిమిషాల్లో చూసుకోవచ్చు. 2-డైమెన్షన్‌లో ఇది కనపడుతుంది, ఆక్యురసీ తొంభైతొమ్మిది

శాతం..! ఒక డిపార్ట్ మెంట్‌లో ఈ అద్దం ప్రవేశపెట్టిన మొదటి నెలలో అమ్మకాలు 86.7 శాతం పెరిగాయని తేలింది. ఇండియాలో దాన్ని ముందుగా రవితేజ టెక్స్‌టైల్స్ ప్రవేశపెడుతుంది." ఆ రూమ్ చప్పట్లతో మార్మోగింది*.

"పోస్ట్ ద్వారా చౌక ధరకి చీరలమ్మే మన పథకాన్ని చెంచు రామయ్య దెబ్బ కొట్టాడు. అతడిని ఎదురు దెబ్బతీశాము. అది వేరే సంగతి. ఇప్పుడు ఈ పోస్టల్ సిస్టమ్ ద్వారా పెట్టిన పెట్టుబడిని తిరిగి వెనక్కి తీసుకోవాలి అంటే మ్యాజిక్ మిర్రర్‌ని ఈ పథకానికి కలపాలి. ఇప్పటికే మనం యాభై లక్షలు వ్యాపార ప్రకటనలకి ఖర్చుపెట్టి ప్రజల మనసుల్లో ఈ చౌక చీరలు గాఢంగా ముద్రించాం. ఇప్పుడు ప్రజల భయమల్లా ఈ చీరల కోసం తీరా ఎమ్.ఓ. చేశాక అవి పోస్ట్‌లో మిస్సయితే ఎలా అని."

అందరూ రవితేజ మాటలు వింటున్నారు.

"... బొంబాయి, హైద్రాబాద్, మద్రాస్ లాంటి పెద్ద నగరాల్లో ఈ కౌంటర్లు ప్రారంభిస్తాం. పెద్ద పెద్ద బట్టల షాపుల్లా ఉండవవి. చిన్న చిన్న ఫోటో స్టూడియోల్లా, డార్క్ రూమ్, కంప్యూటరైజ్డ్ అద్దమూ ఉంటాయంతే. ప్రవేశ రుసుముగా 5 రూపాయలు పెట్టి చీర ధరలోంచి దాన్ని తగ్గిస్తాం. నా ఊహ నిజమైతే, రకరకాల చీరల్లో తామెలా ఉంటామో చూసుకోవటానికే ఆడవాళ్ళు వేలం వెర్రిగా ఎగబడతారు. మనం అద్దం మీద పెట్టిన పెట్టుబడి నెలరోజుల్లో వచ్చేస్తుంది." నవ్వులు. "... మనకి ఇప్పటికే లక్షాయాభై వేల చీరలకి ఆర్డర్లు వచ్చినయ్. ఈ నగరాల్లో కస్టమర్లకి పోస్టులో కూపన్లు పంపిస్తాం. 'మీరు అడిగిన చీరలే కాదు మా దగ్గర ఇంకా వెరైటీలున్నాయి. మా కంప్యూటరైజ్డ్ విభాగాన్ని దర్శించండి' అని ఆహ్వానం పంపుతాం. ఈ విధంగా వారం రోజుల్లో నగరమంతా ఈ వార్త పాకిపోతుంది. మనం చేయవలసిందల్లా ఆయా నగరాల్లో మన గోడౌన్లు విశాలం చేసుకోవటమే! తన లావుకీ, పొడుక్కీ, శరీరఛాయకీ ఆ చీర కట్టుకుంటే ఎలా కనపడతానన్నది చూసుకుని 'అది బావుంది' అని కస్టమరు అనుకోగానే, ఆ కోడ్ నెంబరు ప్రెస్ చేస్తే అందమైన పాకెట్ వచ్చేస్తుంది. మనకి పదిమంది

ఈ నవలలో పరిచయం చేయబడిన–పోస్టు ద్వారా అమ్మటం, మ్యాజిక్ మిర్రర్ అన్నవి అభూత కల్పనలు కావు. ఒక ప్రముఖ సంస్థ పోస్టు ద్వారా చీరల్ని అమ్మటాన్ని 1982 లో ప్రారంభించింది. అయితే కొన్ని కారణాల వల్ల ఈ పథకం సక్సెస్ అవలేదు.

మనుష్యులు, అద్దాల బీరువాలు, హడావుడి అక్కర్లేదు. వచ్చిన కస్టమరు లావు, పొడవుల్ని మిషనుకి ఫీడ్ చేసే మనిషి, డబ్బు తీసుకునే క్యాషియరు ఉంటే చాలు. కస్టమరు ముట్టుకుని చూసి 'వాటిని' పరిశీలించటానికి మాత్రం, వెరైటీకొక్క చీర పెడతాం. రకరకాల ధరలు కాకుండా మొత్తం అన్ని రకాల చీరల ధరల్నీ అయిదారు లెవల్స్‌లో ఫిక్స్ చేస్తాం. ఇప్పటికే ఈ అద్దాల్ని ప్రవేశపెట్టిన షాపుల్లో అమ్మకాలు పదిరెట్లు పెరిగిన విషయం మనం మర్చిపోకూడదు".

"ఇంతకీ ఈ అద్దానికి ఎంతవుతుందో చెప్పలేదు!"

"విదేశాల్లో ఇప్పటి వరకూ రెడీమేడ్ దుస్తులు వేసుకుంటే ఎలా కనపడతారో చూపించే అద్దాలే ఉన్నాయి తప్ప చీరలకు లేవు. ఇవి మనం స్పెషల్‌గా తయారు చేయించుకోవాలి. అదీగాక మన దగ్గరున్న చీరలన్నీ ఎప్పటికప్పుడు కొత్త కొత్త డిజైన్లతో సహా వేర్వేరు ఎత్తు, లావు ఉన్న బొమ్మలకి కట్టి ఫోటోలు తీసి కంప్యూటర్‌కి ఫీడ్ చేస్తూ ఉండాలి. దీనికి వేరేగా మరొక డిపార్ట్‌మెంట్ ఉండాలి. ఈ మిషన్లకీ, ఎస్టాబ్లిష్ మెంట్‌కీ కలిపి 50 లక్షల దాకా అవుతుంది."

ఒక్కసారిగా అందరూ 'హా' అన్నారు. రవితేజ అందరి వైపు పరికించి చూశాడు. ఇక అసలు విషయం చెప్పవలసిన సమయం వచ్చేసింది.

"నేను ఈ కాంట్రాక్టు కుదుర్చుకు వచ్చేశాను" అన్నాడు నెమ్మదిగా. ఆ గది ఒక్కసారిగా నిశ్శబ్దమైంది. "..... మీకు తెలియకుండా ఇంత పెద్ద నిర్ణయుం నేను, శర్మగారూ తీసుకోవటం పట్ల మీరు అసంతృప్తి చెందుతారని నాకు తెలుసు. కానీ దేశంలో మనమే ప్రధానంగా దీన్ని ప్రవేశ పెట్టాలనుకున్నప్పుడు ఈ వార్త చివరి వరకూ బైటకు పొక్కకుండా ఉండటం మంచిది. ఇది మీ పట్ల అపనమ్మకం కాదు. మనం ఏమనుకున్నా ఆ చెంచురామయ్యకి తెలుస్తున్నాయి. అందువల్ల ఈ నిర్ణయం తీసుకోవలసివచ్చింది. "

"బోర్డు దీనికి ఒప్పుకోకపోతే...?" ఎవరో అడిగారు.

"ఆ విషయం కూడా మేము ఆలోచించాము. సంవత్సరం వరకు భారతదేశంలో ఇంకెవరికీ ఈ అవకాశం ఇవ్వకూడదు అని మనం కండిషన్ పెట్టినప్పుడు, వాళ్ళు మన దగ్గర్నుంచి పెద్ద మొత్తం అడ్వాన్సుగా అడుగుతారు. అది వారం రోజుల్లో నేను అందజేయ బోతున్నాను. మన కంపెనీ ఇన్ని లక్షలు తిరిగి ఇన్వెస్టు చేయడానికి ఒప్పుకోని పక్షంలో మరో కంపెనీ ప్రైవేట్‌గా పెట్టి

కేవలం అమ్మకాల వరకే పరిమితం చేయడానికి నిశ్చయించుకున్నాను. నన్ను నమ్మినవాళ్ళు నాతో కలిసి దానికి పెట్టుబడి పెడతారు."

"లేదు లేదు. ఇది మనకే వుండాలి" ఎవరో ఒక మూల నుంచి అన్నారు.

"అవును ఉండాలి. ఉండాలి." దాదాపు ఏకగ్రీవంగా ఈ తీర్మానం ఆమోదించబడింది. సభ్యులందరూ చాలా ఆశాభావం వెలిబుచ్చారు. కంప్యూటరైజ్డ్ మిర్రర్ సిస్టమ్‌ని ఒక గొప్ప విప్లవాత్మకమైన మార్పుగా అభివర్ణించారు. తన డైరెక్టర్లు తన తీసుకున్న నిర్ణయం పట్ల, ఇలా స్టేట్స్ వెళ్ళటం పట్లా అలుగుతారేమో అనుకున్న రవితేజ, వారంతా వెంటనే దీనికి ఒప్పుకోవటంతో ఆనంద భరితు డయ్యాడు. అతనికెందుకో ఇది బంపర్-సక్సెస్ అవుతుందని అనిపిస్తోంది.

హుషారుగా ఇంటి కొచ్చాడు. ఇటీవలి కాలంలో అతడు అంత ఆనందంగా ఉన్నది చాలా తక్కువసార్లు. మాధవి బాత్ రూమ్‌లో స్నానం చేస్తూంది. అతడు సన్నగా తనలో తనే పాట పాడుకుంటూ బెడ్ రూమ్‌లోకి వచ్చాడు. అతడి దృష్టి అప్రయత్నంగా మంచం పక్కనున్న టేబుల్ మీద పడింది.

అతడు ఆ సమయంలో వస్తాడని ఊహించని మాధవి, విప్పిన చీర మంచం మీదే పడేసి లోపల స్నానం చేస్తూంది. పక్క నలిగి ఉంది. మధ్యాహ్నం పూట రోజూ రెండు గంటలు నిద్రపోవటం ఆమె అలవాటు. ఆమెకీ అప్పుడప్పుడు సన్నబడాలన్న ఆలోచన హఠాత్తుగా వస్తూ ఉంటుంది. ఓ నాల్గు రోజుల పాటు రాత్రుళ్ళు డైటింగ్ చేస్తుంది. మధ్యాహ్నం పూట నిద్ర మానుకోదు. పెళ్ళయిన కొత్తలో అతడు చెప్పాడు. "నువ్వు లావు తగ్గాలంటే మధ్యాహ్నం నిద్ర మానెయ్యాలి. మాధవీ" అని. "మీకేం అలాగే చెపుతారు. ఇంటెడు చాకిరీ ఒక్కదాన్ని చేసుకోవాలి. ఆ మాత్రం కునుకు తియ్యకపోతే ప్రాణం మిగలదు. ఇంటి పనంటే ఆఫీసుల్లో బల్ల ముందు కూర్చొని కబుర్లు చెప్పటం కాదు."

"అలాంటప్పుడు డైటింగ్ మానెయ్యి, దాని వల్ల మరింత నీరసం వస్తుంది."

"నా ఇష్టం. నేను డైటింగ్ చేసుకునే హక్కు కూడా లేదా ఈ కొంపలో."

అలా జరిగేది ఆ సంభాషణ. అప్పుడంటే ఇంటి పనితో అలసట. ఇప్పుడు నిద్ర మరొక గంట ఎందుకు ఎక్కువయింది?

అతడు టేబిల్ దగ్గరకు నడిచాడు. దాని మీద కవరు ఉంది. మధ్యాహ్నం పోస్టులో వచ్చినట్టుంది. మీద మాధవి పేరుంది. నాలుగైదు కాగితాలున్నాయి. అంత పెద్ద ఉత్తరం మాధవికి ఎవరు వ్రాస్తారబ్బా అనుకుంటూ తీసి చదివాడు.

మాధవి గారూ నమస్తే.

ఈ ఉత్తరం చూసి మీరు బహుశ ఆశ్చర్యపోతూ ఉండి ఉండవచ్చు. ఇంత ఉత్తరం వ్రాసిందెవరా అని. నేనే సుధాకర్‌ని. అవును మాధవిగారు. ఎంతసేపు కలిసి ఉన్నా చెప్పుకోలేని కొన్ని విషయాలు ఉత్తరాల ద్వారానే మాట్లాడుకోవచ్చేమో. ముఖ్యంగా మనలాగా ఈ సామాన్య ప్రపంచంలో ఇమడలేని మనుష్యులు. ఈ ప్రకృతీ అదీ చూస్తుంటే మీతో చెప్పాలనిపిస్తుంది.

ఇక్కడ కిటికీలోంచి చల్లటిగాలి. ఇటుఒంటి సమయంలో ఇష్టపడి పెట్టుకునే సంగీతం, హెడ్ ఫోన్స్‌లో నుంచి చెవుల ద్వారా మెదడులోకి. ఒక నిముషం ఉత్తరం ఆపి కిటికీ లోంచి బయటకు చూస్తే సుకుమారంగా (మీలాగ) ఊగుతున్న మల్లెతీగ, క్రింద క్రోటన్ మొక్కలు-మాధవిగారూ, ఈ వాతావరణం ఎంత బావుందో తెలుసా? చెప్తే చాలదు. అనుభవించాలి. స్పందించే హృదయం ఉన్నవాళ్ళెవరైనా ఈ టైములో చేసే పని ఒకటే. కవులైతే కవిత్వం, ప్రియుడైతే ప్రియురాలికి మూగబాసలు, నాలాగ స్నేహితురాలికి ఉత్తరం వ్రాయటం..! ఆకాశంలో ఎగిరే మేఘాలు ఉత్తరం కంటే ముందు నా భావాల్ని తెలియ పర్చటానికి తొందరపడుతున్నాయి.

నిజం మాధవి గారూ. స్నేహంలో ఆడ-మగ అన్న తేడా తీసుకు రావడం నాకసలు ఇష్టముండదు. ఆడ-మగ అన్న భేదాలు శరీరానికే కానీ అంతరంగానికి లేవన్న సత్యాన్ని గ్రహించగలిగి, మానసికంగా పరిపక్వం చెంది, ఆచరించగలిగే మనో ధైర్యం ఉన్న వారి విషయంలోనే ఆ స్నేహానికి 'పరిపూర్ణత' లభిస్తుంది. మన స్నేహం పవిత్రమైనప్పుడు లోకం గురించి పట్టించుకోనక్కర్లేదు. మొన్న మనం సెకండ్-షోకి వెళ్ళినప్పుడు ఆ విషయమే చెపుదామనుకున్నాను. మీలాగే నేనూ మానసికంగా ఒంటరిని. ఎంతమందిలో ఉన్నా ఒంటరిగానే ఉంటాను. మీ చెయ్యి నా చేతిలోకి తీసుకున్నప్పుడు నా వేళ్ళు ఎందుకో వణికాయి. ఎంతోమంది చేతులు పరిశీలించాను. కానీ ఎప్పుడూ నాకిలా అనుభవము కాలేదు. ఎంతో మృదువుగా ఉన్నాయి మీ చేతులు. మాధవిగారూ 'స్నేహంలో' స్వార్థానికి స్థానముండదట. నేను నమ్మిన పవిత్రమైన స్నేహం కోసం ప్రాణాలివ్వటానికి కూడా సిద్ధమే. మరి నా ప్రయత్నం విజయవంతం కావాలంటే-మీ సహకారంతో కూడిన చిరునవ్వే నాకు ఇన్‌స్పిరేషన్ కావాలి. మీరు నవ్వుతుంటే ఎంతో బావుంటుంది. ఈ చెట్లన్నీ ఏమంటున్నాయో తెలుసా? మాలాగే నువ్వు కూడా నీ స్నేహితురాలితో మౌనంగా భాషించు-అని.

నాకు ఇష్టమైన విషయాలు ఏమిటో తెలుసా మాధవిగారూ-వదులుగా ఉన్న పైజమా, లాల్చీ వేసుకుని గులాబీ చెట్ల మధ్య కూర్చోవడం. వెన్నెల వెలుగులో, నీలగిరి తోటల్లో నడుస్తూ మాట్లాడటం. పున్నమి రాత్రి సముద్రపు ఒడ్డున స్నేహితురాలితో మాట్లాడుతూ కూర్చోవటం. వెల్లకిలా పడుకుని నాకిష్టమైన డాన్సింగ్ డాల్‌ని గుండెల మీద పెట్టుకుని దాన్ని కదిలిస్తూ చూస్తూ ఉండటం. (అన్నట్టు మీరు డాన్స్ నేర్చుకుని ఉంటే బావుండేది మాడమ్. మీ ఫిజిక్ దానికి చాలా బావుంటుంది. మీ భర్తగారికి ఇలాంటి అభిరుచులు ఏమీ ఉన్నట్టు లేవు. ఆయన్ని చూస్తే ఎప్పుడూ బిజినెస్ అన్నట్టు ఉంటారు). గుండెలవరకూ దుప్పటి కప్పుకుని సీలింగ్ వైపు చూస్తూ (ఈ మధ్య మీ గురించి) ఆలోచిస్తూ ఉండటం.

ఇలాటి కోర్కెలు, అలవాట్లు ఎన్నో ఉన్నాయి. వీటిని పక్కకి నెట్టేస్తూ కమర్షియల్‌గా బ్రతకాలి. తప్పదు. బావ తిడుతూ ఉంటాడు. చదువు ఆపు చేసి మూడేళ్ళయింది. ఏదైనా పని చేయకూడదా అని. రవ్వంత ఆప్యాయత కూడా నేను ఇంట్లో నోచుకోలేదు మాధవిగారూ.

ఎందుకో మిమ్మల్ని చూస్తే మీరూ నా స్థితిలో ఉన్నారనిపిస్తోంది. ఎడారిలో ఒయాసిస్సులా మనిద్దరం ఒకరికొకరం ఈ పవిత్ర స్నేహ బంధంలో, పవిత్రమైన ఆలోచన్లని పంచుకుంటూ, ప్రాణ స్నేహితుల్లా మిగిలిపోదామా? మంచి స్నేహాన్ని మించే రిలీఫ్ లేదండీ మాధవిగారూ.

మొన్న మీ చెయ్యి చూసినప్పుడు, మీరెందుకో మానసికంగా బాధ పడుతున్నారనీ, ఈ ప్రపంచంలో ఎవరూ మీ మంచితనాన్ని అర్థం చేసుకోలేరని అనిపించింది. ఆ చేతిని అలాగే చాలాసేపు పట్టుకుని ఉండిపోవాలన్న కోర్కె కలిగింది గానీ, అంతలో మీ భర్త వచ్చారు. పవిత్రమైన స్నేహాన్ని ప్రపంచం అర్థం చేసుకోదు.

మీకు నాతో శాశ్వత స్నేహం ప్రమాదకరం అనిపిస్తే, పోనీ కొంతకాలం చేయండి. ప్రేమ యొక్క రుచి చూపిస్తాను. లేవటం-పని, భర్త, విసుగు, ఒంటరి జీవితం-వీటితో అలిసిపోయిన మీకు ఈ రొటీన్ జీవితం నుంచి బోర్ కొట్టకుండా ఉండాలి అంటే నాలాంటి నిజమైన స్నేహితుడు ఉండాలి. అలాటి స్నేహితుడు మీకు ఈ నెలలో దొరుకుతాడని మీ చేతి రేఖలు చెపుతున్నాయి. మన పరిచయం యాదృచ్ఛికం కాదని తోస్తోంది.

...జీవితంలో నేను అధిక ప్రాధాన్యత ఇచ్చేది స్నేహానికి. స్నేహాన్ని అత్యుత్తమ పీఠంపై ఉంచినందుకు ప్రతిఫలం మీరు నాకు స్నేహితురాలిగా లభ్యమవటం. నా రొటీన్ జీవితంలో మీ పరిచయం గొప్ప రిలీఫ్! నన్నొక మంచి స్నేహితుడిగా గుర్తుంచుకోండి. అంతకన్నా మీ నుంచి ఏమీ ఆశించను. నాకు కావాల్సింది కాస్త ఓదార్పు, బాధలో ఉన్నప్పుడు గుండెల్లోకి తీసుకుని 'నేనున్నాను సుమా' అనే స్నేహం కావాలి నాకు. ఈ ప్రపంచంతో విసిగిపోయాను మాధవిగారూ నేను.

'గుండెల్లోకి తీసుకుని' అని వ్రాసినందుకు మీకు కోపం వచ్చిందా? లేక నవ్వొచ్చిందా? మీ గుం..... బాబోయ్ వద్దులెండి. మీకు కోపం వస్తుంది.

నిర్మలమైన మనసుతో చేసే నా ఈ స్నేహాన్ని మీరొప్పుకుంటారా మాధవి గారు? I Likes you always and always likings from you. మీ కళ్ళలో ఏదో తెలియని బాధ గూడు కట్టుకుని ఉందని నాకు అనిపిస్తూంది మాధవీ! ఈ ఉత్తరం అంతా చదివి, అందంగా 'ప్లక్' చేసిన మీ కనుబొమ్మలు తీవ్రంగా ముడివేస్తే నేనేం చేయలేను. నా స్వచ్ఛమైన స్నేహహస్తాన్ని మీరు అందుకోలేక పోయారని అనుకుంటాను. మీకు ఇష్టం లేకపోతే, ఈ ఉత్తరాన్ని చించివేయండి. ఎందుకంటే ఈ ఉత్తరంలో ఏమీ తప్పు లేకపోయినా, ఒక వ్యక్తి ఇంకొకరికి ఉత్తరం వ్రాసినప్పుడు ఒక మాడ్యులేషన్, ఒక వేవ్ లెంగ్త్‌లో తన అభిప్రాయాన్ని వ్యక్తపరుస్తాడు. అది మరొకరికి మరొకలా అర్థమౌతుంది. మొన్న నేను వచ్చినప్పుడు మీ ఆయన చెయ్యి కూడా చూద్దామనుకున్నాను. కానీ నేను కేవలం నాకు అత్యంత ఆప్తులైన వారి చేతులు మాత్రమే చూస్తాను. అర్థమైందనుకుంటాను. ఈ ప్రపంచంలో ఒక అబ్బాయి, ఒక అమ్మాయి కేవలం స్నేహితులుగా ఎందుకు ఉండకూడదని నా ప్రశ్న. చూస్తాను. దీనికి మీ సమాధానం ఎలా ఉంటుందో! నా నిర్మలమైన, స్వచ్ఛమైన స్నేహాన్ని మీరు అందుకోవాలని అనుకున్న పక్షంలో, మీ నిస్సార జీవితంలో నేనొక అందమైన-పవిత్రమైన మలుపు అనుకుంటే, మిమ్మల్ని ఆరాధిస్తున్న వ్యక్తిగా నేనంటే మీకు ఇష్టముంటే ఈ ఉత్తరం మీకు 14 వ తేదీ అందుతుంది. ఆ రోజు సాయంత్రం మీ ఇంటికి వస్తాను. తెల్లచీర కట్టుకోండి. (తెలుపు స్వచ్ఛదనానికి నిదర్శనం). గులాబీల్లాంటి మీ పెదవుల మీద మల్లెలాటి చిరునవ్వుతో ఈ స్నేహితుడికి స్వాగతం చెప్పాలి.

ఇట్లు – మీ జి. ఎస్. సుధాకర్.

రవితేజ చేతిలోంచి కాగితాలు క్రిందికి జారిపోయాయి. కొంచెం సేపు శిలా ప్రతిమలా అలాగే నిలబడిపోయాడు. తరువాత వంగి, ఆ కాగితాలు తీసి మళ్ళీ కవర్లో పెట్టేసి, యథాస్థానంలో పెట్టేశాడు. ముందు గదిలోకి వచ్చి కూర్చున్నాడు. ఆఫీసులో పనితోనూ, ఇంటికి రాగానే ఈ ఉత్తరం ఇచ్చిన షాక్ తోనూ మనసంతా స్థబ్దమై-నిస్రాణంగా నిద్ర పట్టినట్టయింది.

"ఏమిటి ఎంత సేపయింది మీరొచ్చి" అంటూ మాధవి బెడ్ రూమ్ లోంచి బయటకొచ్చింది.

"ఇప్పుడే, ఏం?"

"మీరు తొందరగా రావటం మంచిదైంది. మీకో విషయం చెప్పాలి"

"ఏమిటి?"

"ఇదిగో ఈ ఉత్తరం చదవండి".

"సారీ మాధవీ, ఇంకొకరి ఉత్తరాలు చదవటం తప్పని తెలిసినా చదివాను... ఇప్పుడే".

"మొత్తం అంతా పూర్తిగా చదివారా?"

"ఆఁ"

"మీకేమైనా అర్థమైందా? కొంచెంసేపు పవిత్రమైన స్నేహం అంటాడు. ఇంకొంచెంసేపు గులాబిరేకుల్లాటి పెదాలు అంటాడు. ఒక వైపు తెల్లచీరంటాడు. మరొక వైపు స్వచ్ఛమైన మనసు అంటాడు".

"అర్థం చేసుకున్నావుగా, అదే చాలు మాధవీ".

"అర్థం చేసుకోక పోవటమేమిటండీ-వీడేమైనా శంకరాభరణం శంకర శాస్త్రీ, నేను మంజుభార్గవి అనుకున్నాడా? కేవలం మంచి స్నేహితులుగా ఉండటానికి! భరతనాట్యం నేర్చుకునే పెర్సనాలిటీనా నాది, మీరే చెప్పండి. డైటింగ్ చేయలేక చస్తుంటే-"

"స్నేహంలో మొదటిమెట్టు ఆకర్షణ మాధవీ!! ఆకర్షణలో దగ్గరవటానికి మొదటి మెట్టు అవతలివారిని పొగడటం! రెండోది తాను మానసికంగా ఒంటరివాడిని అని ప్రకటించుకోవటం".

"అంత ఒంటరివాడైతే పెళ్ళి చేసుకొమ్మనండి. అయినా ఇంగ్లీషు కూడా సరిగ్గా రాదు. I Likes You అంటాడు- I expects అంటాడు. పైగా వదులుగా

ఉన్న లాల్చీ పైజమా వేసుకోవటం ఇష్టమట. ఇంకో రెండు ఉత్తరాలు పోయాక, అవి కూడా వేసుకోకుండా స్నేహితురాల్తో మాట్లాడటం ఇష్టమని వ్రాస్తాడేమో... పవిత్రమైన స్నేహంలో".

"నువ్వు కాబట్టి అర్థం చేసుకున్నావు మాధవీ! అతగాడి ఉత్తరం చదివితే, అందులో భావుకత్వం, సిన్సియారిటీ కన్నా "ట్రీకిష్‌నెస్సే" ఎక్కువ కనపడింది. అలాటిదానికి పడిపోకుండా ఉండగలిగేవాళ్ళు ఆడాళ్ళలో అయిదు శాతం కన్నా ఎక్కువ ఉండరు".

"అవును పాపం కష్టాల్లో ఉన్నాడే అని తల్లిలాగా దగ్గరికి తీసుకుంటే మీ గుండెలు చాలా ఎత్తుగా ఉన్నాయి అనటానికి కూడా వెనుదీయడు. వెనుదీయటం ఏమిటి-వాడే అన్నాడుగా. సాయంత్రం వస్తానన్నాడుగా చెప్తాను..."

"ఎంతసేపైంది మీరొచ్చి.."

సడెన్‌గా ఆ మాటలకి కళ్ళు విప్పాడు రవితేజ. మాధవి బెడ్ రూమ్ లోంచి బైటకొస్తూ అడుగుతూంది. క్షణంపాటు రవితేజకి ఏం జరిగిందీ అర్థం కాలేదు. ఇప్పటి వరకూ జరిగింది కల అని అర్థమైంది. అయితే భార్యాభర్తల మధ్య సంభాషణ మాత్రమే కలా? లేక ఆ ఉత్తరం తను చదవటం కూడా కలేనా అన్నది అర్థం కాలేదు. కొంచెం తల పక్కకి వంచి చూస్తే-బెడ్ రూమ్‌లో కవరు లేదు. కానీ 'ఎంతసేపైంది మీరొచ్చి' అని అడిగే మాధవి ప్రశ్నలో తడబాటు చూస్తే ఆమె ఆ కవర్ని తీసి లోపల పెట్టిందేమో అన్న అనుమానం నిశ్చయంగా కలుగుతుంది. మొత్తం మీద తను ఉత్తరం చదవటం వరకూ యదార్థమే. తరువాత సంభాషణంతా కల. కనీసం తన మనసు ఊహించిన పరిణామం అది!

...ఉత్తరంలో ప్రతీ అక్షరం అతడికి గుర్తుంది. మనసు కుతకుతా ఉడుకుతూంది. అందులో ఆఖరి పేరా గుర్తొచ్చి, చప్పున తలెత్తి భార్య వంక చూశాడు. ఇంకా ఆమెలో పూర్తిగా అలజడి తగ్గినట్టు లేదు. టీ తీసుకురావటం కోసం లోపలికి వెళ్తూంది. ఆమె అప్పుడే స్నానం చేసి నల్ల బోర్డరున్న చీర కట్టుకుంది.

తెల్లచీర. నల్లంచు ... తె...ల్ల... చీ... ర.

22

రవితేజ టెక్స్‌టైల్స్ వారు తమ బోర్డు మీటింగులో కంప్యూటరైజ్డ్ అద్దాలు ప్రవేశపెట్టటానికి తీసుకున్న నిర్ణయం-సరీగ్గా అయిదు నిముషాల్లో చెంచురామయ్యకు తెలిసిపోయింది.

డైరెక్టర్స్‌లో ఒకరు తనకు తెలిసిన వివరాలు చెప్పాడు. చెంచురామయ్య అంతా విని తల అడ్డంగా వూపుతూ, "ఇది ఫెయిల్ అవుతుంది" అన్నాడు.

"ఎందుకు?"

"ఆడాళ్ళని అద్దం ముందు నిలబెట్టి వరసగా మీటలు నొక్కేస్తూ, 'నువ్వీ' చీరలో 'ఇలాగుంటావు' అని తొందర తొందరగా చెప్పేస్తూ పోతే వాళ్ళకి నచ్చదు. పదిమందితో కలిసి రావాల. రెండొందల చీరలు బైటకు తీయించాల. మన సేల్స్ మెన్ చేతులు పడిపోవాల. అప్పుడు గానీ వాళ్ళకి సంతృప్తి ఉండదు. చేత్తో అంచులు ముట్టుకుని నలిపేస్తే గానీ వాళ్ళకి నాణ్యత పరిశీలించినట్టు ఉండదు. అట్లాంటివి వంద చీరలు పట్టుకుని చూస్తే తప్ప ఒక చీర కొన్నట్టు ఉండదు".

అక్కడున్న డైరెక్టర్‌కి అతని వాదన తప్పనిపించింది. కస్టమర్లు కూడా మారారు. ఈ కాలంలో ఆడాళ్ళకి ఇంతకు ముందున్నంత టైమ్ ఉండడం లేదు. ముఖ్యంగా వందా నూటయాభై రూపాయల చీర కోసం గంటల కొద్దీ షాపుల్లో వెదికే ఓపిక ఇప్పుడు ఎవరికీ ఉండడం లేదు. కానీ ఈ ఆలోచనని తమ మేనేజింగ్ డైరెక్టర్‌కి చెప్పే ధైర్యం అతడికి లేదు.

'కాలమే నిర్ణయిస్తుంది కదా' అని ఊరుకున్నాడు. ఒకే రంగంలో ఉన్నప్పుడు తనకన్నా అవతలివాడు తెలివైన ప్లాన్ వేశాడని ఒప్పుకోవటానికి చాలా బాలన్స్ ఆఫ్ మైండ్ ఉండాలి. తమ మేనేజింగ్ డైరెక్టర్‌కి అదిలేదని ఆ డైరెక్టర్‌కి తెలుసు.

* * *

మసక చీకట్లు కమ్ముతున్న వేళ మనసులో కూడా ఆ చీకటి ముసురుతున్న వేళ-నగరంలోకెల్లా ఖరీదైన బార్‌లో, ఒక మూల టేబుల్ దగ్గర ఒంటరిగా కూర్చొని ఉన్నాడు రవితేజ. అప్పటికి అతడు నాలుగో పెగ్‌లో ఉన్నాడు. ఇంకా ఆరున్నర కూడా కాకపోవటం చేత బార్ నిర్మానుష్యంగా ఉంది.

మనిషి విజయానికీ-మనసులో ఆనందానికీ సంబంధం లేదు. విజయంలో ఒక్కో మెట్టూ ఎక్కుతూ ఆనందాన్ని అనుభవించాలంటే, అన్ని పరిస్థితులూ అందుకు సహకరించాలి. ఒక రకంగా చెప్పాలంటే విజయం ఎక్కువయ్యే కొద్దీ, దాని వల్ల వచ్చే టెన్షన్‌తో విషాదం కూడా ఎక్కువ అవుతుందేమో! అయితే వ్యాపారపరంగా ఎన్ని చిక్కులు వచ్చినా, ప్రమాదాలు వాటిల్లినా దాన్ని ఎదుర్కోవటానికి అతడు సంసిద్ధుడయ్యే ఉన్నాడు. కానీ అతి సున్నితమైన మానసిక బాధ నరనరాల్లోనూ వ్యాపిస్తోంది.

'అతడి' ఈగోకి దెబ్బ అది. పురుషుడికి అంతకన్నా బాధ మరొకటి ఉండదు. స్త్రీ పురుషుడిలో ఏమీ చూడదు. అతడి మేధస్సు, అతడి పెర్సనాలిటీ, జీవితంలో అతడు సాధించిన విజయాలు-ఇవేమీ ఆమెను ఆకట్టుకోలేవు. కేవలం, 'అతడు తనని గుర్తించాడా లేదా?' అన్నదే ఆమెకి కావలసింది. ఎప్పుడైతే తనని అతడు గుర్తించటం మానేశాడో, తన ఉనికికి ప్రాధాన్యత ఇవ్వటం మానేశాడో, అప్పట్నించి ఆమెకి కూడా అతడి మీద ఇంటరెస్ట్ పోతుంది. అతడు భర్తగానీ, మరెవ్వరైనా గానీ - అతడి నుంచి ఆమె మానసికంగా దూరమై వేరే వ్యాపకంలో పడిపోతుంది. ఈ వ్యాపకం క్లబ్ కావచ్చు.. గుడికావొచ్చు... లేదా... సుధాకర్ లాంటి వాళ్ళ స్నేహం కావచ్చు. కావలసింది గుర్తింపు ఒక్కటే.

రవితేజ ఈ కోణంలోంచి ఆలోచించటం లేదు. అతడు మగవాడు. ఆ పరిస్థితుల్లో లాజిక్ ఆలోచించగలగటం అందరికీ సాధ్యమవదు. చదువూ సంధ్యాలేక, పనీపాటల్లేక కేవలం ఆడవారిని ఆకర్షించే కళ, అందుకు సరిపడ టైమూ ఉన్న సుధాకర్ లాటివాడి మాటలకి మాధవి ఉత్తేజితమవటం అతడికి వ్యధని కలిగిస్తోంది. మళ్లీ అక్కడ మరో ప్రశ్న ఉత్పన్నమవుతోంది. సుధాకర్ లాంటి (ఎందుకూ పనికిరాని) వాడు కాకుండా ఒక ఉన్నత వ్యక్తి తన భార్యకి ఈ ఉత్తరం వ్రాసి ఉంటే అతడు సహించగలిగి ఉండేవాడా? అదీ సాధ్యం కాదు. అప్పుడతడు ఇంకోరకంగా ఆలోచించేవాడు. **మనిషి తను ఉన్న పరిస్థితుల బట్టి, తన కెదురైన సమస్యల బట్టి తన ఆలోచనా విధానాన్ని పాటించడం అనాదిగా వస్తున్నదే.** ఇప్పుడు ఈ ఉత్తరం వ్రాసింది సుధాకర్ కాబట్టి ఇలా ఆలోచిస్తున్నాడంతే. రవితేజ మానవాతీత వ్యక్తిత్వం ఉన్న మహాత్ముడు కాదు. అతడికి కూడా ఒక అమ్మాయి ఉత్తరం వ్రాసింది. లక్ష్మణ రేఖ దాటి బయటకి రాలేక వెనక్కి తగ్గింది.

మరి దాని గురించి అతడేమనుకున్నాడు? ఆ ఉత్తరంలో ఉన్న నిజాయితీ ఇందులో లేదు - అనుకుని ఉంటాడు. అది నిజమే అయి ఉండవచ్చు.

తప్పుకర్థం ఏమిటి? నిజాయితీతో చేసిన తప్పు, తప్పు కాదా? లేక బలమైన ఒక కారణం ఉంటే అది తప్పుకాదా? ఆమె భర్త ఒక శాడిస్టో, లేక తాగుబోతో, లేక గుర్రప్పందాల పిచ్చి ఉన్నవాడో అయి ఉండవచ్చు. ఆ దుఃఖం నుంచి ఓదార్పు పొందడానికి ఆమె ఒక మార్గం ఎన్నుకొని ఉండొచ్చు. **మరి అది తనకి థ్రిల్‌గానే అనిపించిందే!** లావుపాటి అతని భార్యకి, 'మీకు భారతనాట్యం చేయతగిన శరీర లావణ్యం ఉంది'-అని ఒక పరాయి వ్యక్తి అంటే అది ఆమెకీ అంతే థ్రిల్ కలగ చేసి ఉండవచ్చు. మన మానసిక స్థాయి బట్టి మనకి థ్రిల్ కలిగించే విషయాల స్థాయి కూడా మారుతుంది. కొందరు స్త్రీలకి చిత్రలేఖనం, వీణానాదం థ్రిల్ కలిగించవచ్చు. మరికొందరికి తమ బీరువాలో వేయి చీరలు ఉండడం థ్రిల్ కలిగించవచ్చు.

రవితేజ ఇవన్నీ ఆలోచించటం లేదు. ఆ మాటకొస్తే ఏ మగవాడూ అటువంటి పరిస్థితిలో ఇవన్నీ తీరిగ్గా ఆలోచించడు. అతడింకా నయం. తన వ్యథ పోగొట్టుకోవటానికి ఒంటరిగా కూర్చుని కుమిలిపోతున్నాడు. మరొకరైతే ఆ ఉత్తరం చూసి భార్యతో అటో ఇటో తేల్చుకోవచ్చు.

అతడు అప్పటికి ఆరు పెగ్గులు పూర్తిచేశాడు. అతడికి తాగుడు అలవాటు లేదు, కంపెనీ కోసం తప్ప. అందువల్ల మనిషి తూలిపోతున్నాడు. అతడి మనసంతా ఎవరిమీదో తెలియని కసి నిండుకుని ఉంది. మనిషికి ఓదార్పు కావలసింది- ఇక్కడే. ఆ ఓదార్పు పేరు... మిస్ విజయవాడ!

అతడు లేచాడు. కారు దగ్గరికి తూలుకుంటూ వచ్చి కారు స్టార్టు చేశాడు. ఈ రోజు అటో ఇటో తేల్చేసుకోవాలనుకున్నాడు. అయితే అతడు-తేల్చుకోవాలనుకున్నది వ్యక్తులతో కాదు-తన మనసుతో. ప్రస్తుతం మనసుతో సత్సంబంధాలు లేని మనిషి అతడు. ఇంట్లో సుఖం లేనివారే ఆయారంగాల్లో ప్రముఖులయ్యారన్న నానుడి-సోక్రటీస్ నుంచి ఇందిరాగాంధి వరకూ ఋజువైంది. గొప్ప గొప్ప రాజకీయ నాయకుల, సినిమా దర్శకుల, కళాకారుల జీవితాలు పరిశీలిస్తే, ఫ్రస్ట్రేషన్ నుంచే వారిలో గుర్తింపు దాహం, ఏదో సాధించాలన్న తపన బయల్దేరతాయన్నది అర్థమవుతుంది. ఇదంతా పైకి

వచ్చినవారి సంగతి! ఇక ఇంట్లో సౌఖ్యం లేక అధఃపాతాళానికి వెళ్ళినవారి సంగతి మనకి తెలీదు. చరిత్రలో వారి పేర్లు లిఖింపబడి లేవు కనక.

కానీ విచారకరమైన సంగతేమిటంటే ఒక క్లర్కు ఉద్యోగం చేయాలంటే దానికెన్నో పరీక్షలు ప్యాసవ్వాలి. చివరికి కారు డ్రైవింగ్ చెయ్యటానికి ముందు కూడా డ్రైవింగ్ టెస్ట్ పాసవ్వాలి. అటువంటిది అంత కన్నా బాధ్యతాయుతమైన ఒక సంసారం నడపటానికి భార్యగానో, భర్తగానో ఉండటానికి ఏ అర్హత అక్కర్లేదు. ఏ పరీక్షా ప్యాసవనక్కర్లేదు. ఏ ట్రైనింగ్ ఎవరూ ఇవ్వరు. అవతలి పార్ట్‌నర్‌కి మానసికంగా సుఖం ఇవ్వాలంటే రోదసీ యాత్రకన్నా నిజంగా ఎక్కువ అవగాహన అవసరం. దీని గురించి ఎవరూ పట్టించుకోకపోవటం వల్లనే, దీనికి ఏ ప్రవేశ పరీక్ష లేకపోవటం వల్లనే ఇన్ని ఇబ్బందులు. వివాహం అనే చిన్న బంధం ద్వారా ఇద్దరు ముక్కూ మొహం తెలియని వ్యక్తులు, రెండు వేర్వేరు స్థాయీ భావాలున్నవారు జీవితాంతం కలిసి ఉండవలసి వస్తుంది. వారి మనసులు కలిస్తే ఫర్వాలేదు. లేకపోతే కేవలం సెక్సూ, సంతానం, ఇన్ సెక్యూరిటీ, అమాయకత్వం లాంటివే కారణాలు అవుతాయి తప్ప, విడదీయలేని అనుబంధం పునాది కావటం లేదు.

20-25 వయసులో వివాహం జరిగేనాటికి ఇద్దరి మానసిక స్థాయి ఒకే లెవల్లో ఉన్నా, కాలం గడిచే కొద్దీ పురుషుడి ప్రపంచం విస్తీర్ణమవుతుంది. రకరకాల కిక్‌లు, అవి పని ద్వారా కావచ్చు, గుర్తింపు ద్వారా కావచ్చు, చివరికి వ్యసనాల ద్వారా కావచ్చు. రకరకాలుగా అతడు ఆ కిక్‌ని పొందుతాడు. అందువల్ల అతడికి ఇంట్లో నుంచి తిండి, మంచి సెక్సు, మంచి వాతావరణం ఉంటే చాలు సంతృప్తుడై పోతాడు. అయిదారు సంవత్సరాల్లో భార్య ఇచ్చే 'కిక్' తగ్గిపోతుంది. ఈ అయిదారు సంవత్సరాల్లోపుల్లో భర్త సెక్స్‌ని శారీరక వాంఛ స్థాయి నుంచి, ఎమోషన్ వెల్లడి చేసే చర్చ స్థాయికి తీసుకు వెళ్ళలేకపోతే స్త్రీ భార్యగా అనర్హురాలు. **వివాహం అంటే ఇరవై ఏళ్ళుగా దాచిపెట్టిన ప్రేమని ప్రోపర్ ఛానెల్ ద్వారా వదిలి పెట్టటం అనుకుంటే, పురుషుడు తొలి రోజుల్లోనే దాన్ని జలపాతంలా ప్రవహింప చేసి ఎగ్జాస్ట్ అయిపోతే, స్త్రీ చిన్న కాల్వ ద్వారా జీవితాంతం ప్రవహింప చేస్తూనే ఉంటుంది.**

అందుకే స్త్రీకి ఇల్లే ప్రపంచం. ఆ ఇంటికి తానో అతిథిగానే ఉంటూ వస్తున్నాడు పురుషుడు. గొడవ చెయ్యని భార్య దొరకటం అదృష్టంగా భావిస్తున్నాడు.

అయితే ఇదంతా పురుషుడి వైపు నుంచే! ఇక స్త్రీ వైపు నుంచి ఆలోచిస్తే ఆమె వాదన మరింత బలంగా ఉంటుంది. ఈ మధ్య కాలంలో ప్రపంచంలో పారిశ్రామిక విప్లవం, ఆర్థిక విప్లవం లాంటివి రకరకాలుగా వచ్చి ఉండవచ్చు. కానీ అయిదు వందల సంవత్సరాలుగా లేని కొత్తరకం విప్లవాన్ని స్త్రీ గత పది సంవత్సరాలుగా చూస్తోంది. ఉద్యోగ రూపేణా అయితేనేం, మరే రకంగా అయితేనేం, ఆమె ప్రపంచం కూడా విస్తీర్ణమవుతూంది. తన భర్తకి విసుగూ కోపం తక్కువగా ఉండి, తననొక మనిషిగా గుర్తించి, న్యాయబద్ధమైన కోర్కెల్ని ఒప్పుకుని, తనకో స్నేహితుడిగా ఉండి, తను స్థయిర్యాన్ని కోల్పోయినప్పుడు ధైర్యం చెప్పి, అవసరమైన చోట తన మీద ఆధారపడే లక్షణాలన్నీ తన భర్తకుండాలని ఆశిస్తుంది.

భార్యాభర్తల మధ్య ఇది సాధ్యం కానప్పుడు ఆ బంధం ఈ సంక్లిష్టమైన వ్యవస్థలో ముప్ఫై చదరపుటడుగుల మంచానికే పరిమితమవక తప్పదు. సోషియాలజీ, సైకాలజీ శాస్త్రాల్లో ఎంత గొప్ప థియరీలైనా ఈ సమస్యకి పరిష్కారం చెప్పలేవు. ముఖ్యంగా పురుషుడికి ముప్ఫై అయిదు సంవత్సరాల వయసులో మెనోపాజ్ స్టేజి వస్తుంది. ఈ వయసులో అకస్మాత్తుగా విస్తరమవుతున్న తన ప్రపంచాన్ని అతడు గుర్తిస్తాడు. వివాహము, పిల్లలే కాకుండా, ఇంకా ఏదో ఉందన్న ఆలోచన అతడిని తొలిచేస్తుంది. ఆ స్తబ్దతని, క్రియాత్మకమైన రూపంలోకి మార్చి, 'మీతోపాటూ నేనూ ఉన్నాను. గో ఎ హెడ్' అన్న భావాన్ని భార్యే కలిగించాలి. అలా కలిగించే భార్యని భర్త అర్థం చేసుకోవాలి. దురదృష్టవశాత్తు చేసుకోడు. అందుకే ఒక గణాంక శాఖ వారు నిర్వహించిన సర్వేలో, మిగతా అన్ని ప్రశ్నలకూ సరియైన సమాధానాలు ఇచ్చిన గృహిణులు, "మీ భర్త మిమ్మల్ని సరీగ్గా అర్థం చేసుకుంటున్నట్టు మీరు భావిస్తున్నారా?" అన్న ప్రశ్నకు 92 శాతం "లేదు" అని జవాబిచ్చారు.

మరెందుకు కలిసి ఉండటం? మనిషి యొక్క ఎమోషనల్ విలువల్ని సూటిగా ప్రశ్నించే ప్రశ్న ఇది. యాభై సంవత్సరాలు ఇద్దరు వ్యక్తులు కలిసి ఉండటానికి పిల్లలు, నైతిక బాధ్యత, వృద్ధాప్యంలో తోడు అన్నవి తప్ప ఇంకేమీ లేదా? లింగభేదం అవసరం కాబట్టి, మిగతా అన్ని భేదాల్ని ఒప్పుకుని తీరాలా? పని కోసం ఒకరు, ఇంటి పని కోసం మరొకరు కలిసి జాయింటుగా పెట్టిన గౌరవప్రదమైన వ్యాపారమేనా వివాహమంటే? ప్రేమ అనేది అసంకల్పితమైన

చర్యగా గాకుండా అవసరార్థం ఉత్పన్నమయ్యే వస్తువా? కేవలం ప్రేమించాలి కాబట్టి ఎన్ని మానసిక స్థాయి భేదాలున్నా ప్రేమించక తప్పదా? స్త్రీ పురుషులు కూడా యూనిసెక్స్ సంతతి లాగా రెండు వేర్వేరు జంతు రూపాలై ఉంటే, సింహాల్నీ, పులుల్నీ చంపేసినట్టే యుద్ధాల్లో స్త్రీ జాతి సంతతినీ పురుషులు క్రీస్తుకు పూర్వమే నాశనం చేసి ఉండేవారా? ఈ ప్రశ్నలన్నింటికీ ఒకటే జవాబు.

'ప్రశ్నల్ని మర్చిపో' అనేది.

"నేనీ రాత్రి నా బాధల్ని మర్చి పోవాలనుకుంటున్నాను. నువ్వు మిస్ వరల్డ్‌వి. ఈ రాత్రి నేను అనుభవించాలి. మీ ఇంట్లో విస్కీ వుందా?"

ఇంటి ముందు కారాపి, తూలుకుంటూ మెట్లెక్కి వచ్చి తలుపు తట్టిన రవిని చూసి ప్రియంవద అప్రయత్నంగా అడుగు వెనక్కి వేసింది.

"ప్రియంవదా! అన్ని విజయాల్లోకీ గొప్ప విజయం ఏమిటో తెలుసా? దాన్ని ఎక్కువమంది గుర్తించటం... అంతే! అంత సింపుల్. అలాగే అన్ని అపజయాల్లోకి గొప్ప అపజయం ఏమిటో తెలుసా ప్రియంవదా? మనిషికి తన మీద తనకు నమ్మకం పోవటం".

"ఏమిటి? ఏం జరిగింది?"

"ఇంతకు ముందు ఒకసారి చెప్పాను, మళ్ళీ చెపుతున్నాను. నేనింకెవర్నీ లెక్క చేయదల్చుకోలేదు. నేను అన్నీ అనుభవించాలి!" అంతలో క్రింది నుంచి ఎవరో పైకి వస్తున్న అడుగుల చప్పుడు వినిపించింది. అతడు నెమ్మదిగా మామూలు మనిషయ్యాడు. ఆ వ్యక్తి పైకి వచ్చేసరికి పూర్తిగా సర్దుకున్నాడు. ఎంతయినా అతడు సమాజంలో గౌరవప్రదమైన వ్యక్తి. ఆ భావం ఎక్కడో వెన్ను తట్టి మైకాన్ని పోగొట్టింది.

"ఎవరో వచ్చినట్టు చప్పుడయింది. చూసి పోదామని వస్తిని" అన్నాడు సౌందరరాజన్.

"రవితేజ గారు. మొన్న పరిచయం చేశాను కదా".

"అవును. గుడీవినింగ్ సారూ. ఏమి ఇట్ల వస్తిరి".

రవి ఏదో చెప్పబోతూ ఉంటే ప్రియంవద అందుకుని "రేపేదో ముఖ్యమైన మీటింగ్ ఉందట. తొందరగా రమ్మని చెప్పటానికి వచ్చారు" అంది.

"నిండదా సంతోషం. స్వయంగా వచ్చి పిలిచినారంటే అది రొంబ అర్జెంటు పని అయి వుంటది. పోయిరామ్మా".

"అబ్బే అటుఒంటిదేమీ లేదు. ఇంటికెళ్తూ ఇదే దారని చెప్పి పోదామని వచ్చా. రేపు ఎనిమిదింటికల్లా వచ్చెయ్యి" అని మెట్లు దిగాడు. అతడు దిగుతూంటే పై నుంచి ఇంటి యజమాని ప్రియంవదతో అంటున్నాడు- "రాత్రి పూట తలుపు తీసే ముందర జాగ్రత్తగా చూడాలమ్మా. ఏదో పని పెట్టుకుని ఇట్టాగే వస్తుంటారు".

అతడి మొహం సిగ్గుతోనూ, రోషంతోనూ ఎర్రబడింది. కారు తలుపు ధడేలున వేసి ఇంటి వైపు పోనిచ్చాడు.

❄ ❄ ❄

"నన్ను క్షమించండి" అందామె తల వంచుకొని.

"ఆ మాట నేను అనాలి ప్రియంవదా! అన్నీ మర్చిపోయి అర్ధరాత్రి అలా వచ్చానంటే నాకే సిగ్గుగా ఉంది".

"మీకెలా ఉందో గాని నాకు మాత్రం..."

"ఆగిపోయావేం-, చెప్పు".

"...ఎంతో థ్రిల్లింగ్గా, ఆనందంగా అనిపించింది".

అతడు విస్మయంతో తలెత్తి "థ్రిల్లింగ్గానా" అన్నాడు.

"అంటే..." అని ఆ అమ్మాయి తరువాత ఏం చెప్పాలో సరిగ్గా తెలియక తటపటాయించి "చూడండీ! మనకి కావల్సిన వాళ్ళు ఎవరైనా కష్టాల్లో ఉన్నప్పుడు ఇంకెక్కడికీ వెళ్ళకుండా మననే కోరుకున్నారనుకోండి, అది ఎంత ఆనందంగా ఉంటుందో-మీకు తెలుసు కదా" అన్నది.

అతడు నవ్వి, అంతలోనే ఏదో అనుమానం వచ్చి "నేను కష్టాల్లో ఉన్నానని నీకెవరు చెప్పారు ప్రియంవదా" అన్నాడు.

ఆమె మళ్లీ తటపటాయించి, "ఆఫీసులో అందరూ అనుకుంటున్నారు" అంది.

"ఏమని" అతడి నోటి వెంట బుల్లెట్‌లా దూసుకు వచ్చింది ప్రశ్న.

"ఏమని?" రెట్టించాడు.

"మీకూ మాధవిగారికీ పడదని",

అతడు స్థబ్ధుడయ్యాడు. కానీ ఆ విషయమై మరింత ముందుకు సాగకుండా "మరి నువ్వేమనుకుంటున్నావ్ ప్రియంవదా?" అన్నాడు.

"మీ కోసం నేనేమైనా చేయగల్గితే బావుణ్ణు అనుకుంటున్నాను".

అతడు ఆశ్చర్యంగా తలెత్తి "ప్రియంవదా" అన్నాడు.

"అవును" అందామె అదో ట్రాన్స్‌లో ఉన్నట్టు. "మీకిదంతా చిన్నపిల్ల వ్యవహారంలా ఉండొచ్చు సార్. కానీ నేను మీ గురించి ఎంత ఆలోచిస్తానో తెలుసా! మీకొకసారి చెప్పాను. రవితేజ టెక్స్‌టైల్స్‌లో ఉద్యోగం అంటే నేనెలా ఫీలయ్యానో. అందులోనూ మీ దగ్గర! ఇంతవరకూ వచ్చాక ఇక దాస్తే అది ఆత్మవంచన. మీ కోసం నేను దేనికైనా సిద్ధంగా ఉన్నాను. మీ సంతోషం కోసం దేన్నైనా వదులుకుంటాను. ఇంతకన్నా ఎలా చెప్పను".

"కానీ రేప్రొద్దున్న నీ భవిష్యత్తు".

"భవిష్యత్తుకేం? అదలా నడుస్తూ ఉంటుంది".

"పెళ్లి?"

"ఎవరైనా కుర్రాడు దొరికితే కదా" అని ఆగి, "మీరేం అడగదల్చుకున్నారో నాకు అర్థమైంది. ఇష్టానికి సంబంధించినంత వరకూ మానసికం, శారీరకం అని వేర్వేరుగా ఉంటాయని నేను అనుకోను సార్. ఎప్పుడైతే ఒకరు తన మనసుని కంట్రోలు చేసుకోలేదో, అపుడిక శారీరకంగా దూరంగా ఉండి, స్వచ్ఛంగా ఉన్నానని అనుకుంటే అది ఆత్మవంచన. ఇది నేను మీ గురించి ఒప్పుకోవటం లేదు సార్. నా గురించి అడుగు ముందుకేస్తున్నాను. మీ తెలివితేటలు, మీ విజయాలు, ఎప్పుడూ వీటి గురించే ఆలోచిస్తాను నేను. రవి ఇప్పుడు ఏం చేస్తూ ఉండి ఉంటారు? 'ఫలానా డిజైను ఫలానా రకంగా మార్కెట్‌లోకి ప్రవేశపెడితే ఎలా ఉంటుంది? అని ఆలోచిస్తూ ఉంటారనుకుంటా' అని నేను తరచు ఆలోచిస్తానన్న మాట" నవ్వింది.

అతడు కదిలిపోయి "ప్రియంవదా" అన్నాడు.

"కానీ ఒక్క విషయం! ఇప్పటికే మన మీద లక్ష కళ్ళున్నాయని నా అనుమానం. నాకు ఫర్వాలేదు సార్. మీరు జాగ్రత్తగా ఉండండి. ఇది ఒక తీయని అనుభూతిగా మిగిలిపోవాలి తప్ప 'ఎందుకిలా చేశామురా భగవంతుడా' అనిపించేలా ఉండకూడదు".

"నువ్వు చెప్పిందీ నిజమే ప్రియంవదా! కానీ నాకు కొంత మానసిక విశ్రాంతి కావాలి. ఒక పది రోజులు ఇద్దరం ఎక్కడికైనా వెళ్ళిపోదాం".

నవ్వింది. "అప్పుడు గానీ మన గురించి వాల్ పోస్టర్లు వెయ్యరు".

"పది కాకపోతే అయిదు-నాలుగు-రెండు".

"అప్పుడయినా మీ శ్రీమతికి అనుమానం వస్తుందనుకుంటాను. ఆమె ఇటువంటి విషయాలు చాలా సులభంగా పట్టేస్తుందని మీరే ఒకసారి అన్నారు".

"అవును. మన ఆఫీసులోనే తనకీ విషయాలు చేరవేసే వాళ్ళు కొందరున్నారు".

"అటువంటప్పుడు మీరు ఊళ్ళో లేకపోవటం, నేను శలవు పెట్టడంతో వెంటనే తనకి అనుమానం వస్తుంది".

"నాకో ఆలోచన వస్తూంది".

"ఏమిటి?"

"ఈ కంప్యూటరైజ్డ్ మిర్రర్ కొనటానికి నేనెలాగూ అమెరికా వెళ్తున్నాను. నేను తిరిగి వచ్చేటప్పుడు ముంబాయిలో ఆగుతాను. నువ్వు అక్కడికొచ్చెయ్యి".

"మైగాడ్-"

"అవును. ఇది ఎక్సలెంట్ అయిడియా..." ఒక నిర్ణయానికి వచ్చినట్టు అన్నాడు. "ఇలా ఒక గంట, రెండు గంటలు కలుసుకోవటం, ఎవరైనా చూస్తారేమో-అని భయపడటం-ఇదంతా వద్దు. నాల్రోజులపాటు ఇదంతా మర్చిపోవాలంటే అసలిక్కడ ఉండకూడదు. ఈ ప్రపంచానికి దూరంగా... మరో ప్రపంచంలోనే నాల్గురోజులు ఉండిపోవాలి".

ఆమె మాట్లాడలేదు.

"కాదనకు ప్రియంవదా! ఐ యామ్ బాడ్లీ ఇన్ నీడ్ ఆఫ్ ఇట్" అభ్యర్థిస్తున్నట్టు అన్నాడు.

"లేదు. లేదు. నేనది అనటంలేదు".

"మరి?"

"ఇక్కడి నుంచి నేను ఒంటరిగా ముంబాయి రావటం, మళ్ళీ అక్కడి నుంచి మనిద్దరం కలిసి రావటం-అంతా కష్టం. పైగా మీరు అమెరికా నుంచి అనుకున్న తేదీకి రాలేకపోయినా, ఆలస్యం అయినా ముక్కుమొహం తెలియని ఆ ఊళ్ళో నేనేం చెయ్యను? అందుకని నాకో ఆలోచన వస్తోంది".

"ఏమిటది?"

"మనం ముంబాయిలో కాదు. ఇక్కడే కలుసుకుందాం".

"అంటే" అనబోయి ఆగిపోయాడు. ఆమె చెప్పిన దాన్లో లాజిక్ కనబడింది. ఒక క్షణం ఆలోచించి, "నిజమే నేను స్టేట్స్ నుంచి ఎప్పుడొచ్చానో ఇక్కడ తెలిసే అవకాశం లేదు. రెండ్రోజులు ఆలస్యంగా వచ్చాననుకుంటారు. లేదా ముంబాయిలో ఆగి పోయాననుకుంటారు. మననెవరూ పట్టించుకోరు".

ఆమె లేచి నిలబడి, "మీరెప్పుడు వస్తున్నారు స్టేట్స్ నుంచి?" అని అడిగింది. అతడు చెప్పాడు.

"దానికి నాల్గు రోజుల ముందు నుంచే సెలవు పెడతాను".

"అవును. అది మంచి ఆలోచన. నేను రాగానే నిన్ను పికప్ చేసు కుంటాను".

"మీరు రావటం మన వాళ్ళెవరైనా చూస్తే మరీ ప్రమాదం" నవ్వుతూ అంది.

"ఆ విషయం నేను చూసుకుంటాను".

సంభాషణ పూర్తి కాగానే ఆమె లేచి వెళ్ళిపోబోయింది. 'ప్రియంవదా' అన్నాడు. ఆమె ఆగింది.

"థ్యాంక్స్ అనేది రెండక్షరాల మాట. అంతకన్నా ఇంకెలా చెప్పాలో నాకు తెలియటం లేదు."

ఆమె నవ్వేసి, "ఆ నాల్గురోజులూ అయ్యాక నాతో అనిపించాల్సిన మాట ఇది" అని వెళ్ళిపోయింది. ఆమె వెళ్ళిన నిమిషానిగ్గానీ అర్థంకాలేదు. అర్థమవగానే మొహం నవ్వుతో విచ్చుకుంది. అతడి హృదయమంతా ఏదో తెలియని ఉత్సాహంతో గంతులేస్తోంది.

బయట వర్షం కురిసేలా ఉంది. అయిదు నిముషాల్లో అక్కడ కుండపోతగా వర్షం ప్రారంభమయింది. తుఫాను వచ్చే సూచనగా.

23

ఇది జరిగిన వారం రోజులకి అతడు స్టేట్స్ వెళ్ళాడు. రెండు కంపెనీలూ కాంట్రాక్టు ఫారాల మీద సంతకం పెట్టాయి. మిగతా వ్యవహారాలన్నీ నాలుగు రోజుల్లో చక్కబెట్టాడు. కేవలం ఎల్.సి. విడుదల చేయడమే మిగిలింది.

మొదటి దఫా వెళ్ళినప్పుడే చీరకట్టు స్కెచ్‌లు వేసి ఇచ్చాడు. అప్పటి వరకూ రెడీమేడ్ దుస్తుల్నే చూపించే దర్పణంలో చీరకట్టు రిఫ్లెక్షన్స్ వచ్చేలా డిజైను చేశారు కంపెనీ వారు. ఆ డిమాన్‌స్ట్రేషన్‌లతో అతడు సంతృప్తుడయ్యాడు. భారతదేశంలో మరే కంపెనీకి ఆ దర్పణాలు సంవత్సరంపాటు ఇవ్వకుండా ఏర్పాటు జరిగింది.

న్యూయార్కులో ఈ దర్పణాలున్న షాపుల్లో రద్దీని చూసి అతడు విస్మయం చెందాడు. అమ్మకాలు ఎంతో వేగంగా జరిగిపోతున్నాయి. శ్రమ కూడా లేదు. నాలుగు రోజుల్లో పని విజయవంతంగా పూర్తయింది.

అతడి మనసు ఎప్పుడు వెళ్దామా అని ఉవ్విళ్ళూరుతోంది. అయిపోవడం వేరు. దానికోసం ఎదురుచూడటం వేరు. ఆ రెండోదాన్లో ఉన్న థ్రిల్ మొదటిదానిలో ఉండదు. ఏ పని చేస్తున్నా అతడి మనసంతా జరగబోయే దాని మీదే ఉండేది. ఏదో తెలియని ఉద్వేగం.

కోటి రూపాయల టెండరు పాడేటప్పుడు కూడా ఎప్పుడూ అతడింత టెన్షన్ ఫీలవలేదు. ఎందుకో దానంతట అదే పెదాల మీద చిరునవ్వు అప్రయత్నంగా వచ్చేది. అవతల అమెరికన్ డైరెక్టర్లతో మాట్లాడుతున్నప్పుడు కూడా ఈ ఆలోచన వదలిపెట్టేది కాదు. అతడి కిదంతా వింతగా కూడా అనిపించింది. ఇది సవ్యమైన థ్రిల్లేనా అంటే చెప్పలేడేమో కానీ ఒకరి కోసం ఎదురు చూడటంలో ఇంత థ్రిల్ ఉంటుందని అతడికీనాడే తెలిసింది. మాధవితో వివాహం చిన్న వయసులో అయిపోయింది కాబట్టి, ఆ తరువాత అతడికి అటుఒంటి థ్రిల్సేమీ ఇచ్చే ప్రయత్నం ఆమె చేయలేదు కాబట్టి, ఇంతకాలమూ ఆ ఆనందం తెలియలేదు.

పని ముగించుకుని అతడు స్వదేశానికి బయల్దేరాడు. ముంబాయిలో దిగేసరికి రాత్రి పదయింది. ఆ రాత్రి అక్కడే ఉండి మరుసటిరోజు ప్రొద్దున్న పదకొండింటికి హైదరాబాద్ బయల్దేరాడు. ముంబాయి విమానాశ్రయంలో టిక్కెట్టు కొనేటప్పుడు పూర్తి చేయవలసిన ఫారంలో మామూలుగానే "రవితేజ" అనే పూర్తిచేశాడు. మరీ అంత భయపడ వలసిన అవసరం అతడికేమీ కనబడ లేదు. విషయం అంత వరకూ వస్తే "అవును చేశాను. ఏం?" అని ఎదురు తిరిగే ధైర్యం అతడికెప్పుడూ ఉంది. కేవలం ప్రియంవద కోసమే అతడీ జాగ్రత్తలు తీసుకుంటున్నాడు.

విమానంలో తెలిసిన వాళ్ళెవరయినా కనపడతారేమోనని మాత్రం చూశాడు. అలాటి వారెవరూ కనపడలేదు.

ఎయిర్ పోర్ట్‌లో దిగి, అతడు టాక్సీ వేసుకుని, ప్రియంవద ఇంటికి బయల్దేరాడు. అదృష్టవశాత్తూ క్రింద ఇల్లు తాళంవేసి ఉంది. పైన అతడి కోసం ప్రియంవద ఎదురు చూస్తోంది. అతడిని చూడగానే ఆమె మొహం విప్పారింది. "అనుకున్న టైమ్‌కే వచ్చేశారే" అంది.

అతడు నవ్వి, "బయల్దేరదామా?" అన్నాడు.

సర్ది ఉంచిన చిన్న బ్రీఫ్ కేసుతో ఆమె బైటకి వచ్చింది. ఇద్దరూ కూర్చున్నాక టాక్సీ బయల్దేరింది. అరగంట తరువాత హైదరాబాదు నగరంలోకెల్లా ఖరీదైన హోటల్ గది ముందు ఆగింది.

అక్కడ ఫారం పూర్తి చేసేటప్పుడు మాత్రం ముంబాయి నుంచి వస్తున్నట్టు చంద్రప్రియ అని వ్రాశాడు. ఈ లోపులో బెల్ బోయ్ సామాన్లు పట్టుకున్నాడు.

ఇద్దరూ మూడో అంతస్తులో గదిలోకి ప్రవేశించారు. ఆమె ఆ గది చూసి అవాక్కయి, 'మైగాడ్' అంది అప్రయత్నంగా. విశాలమైన గది. నీలం రంగు కార్పెట్. ఒక మూల ఫ్రిజ్. బల్ల మీద గులాబిపూలు. కిటికీ తెరల్లోంచి సన్నటి వెలుతురు కిరణం తప్ప మిగతా గదంతా లైటింగ్... ఛానెల్ మ్యూజిక్‌లో సితారు ప్రకంపనం–అడ్డంగా విశాలమైన అద్దం–ఒక మూల టీ.వీ., ఎత్తయిన మంచం, వాటర్ జగ్, స్టెరిలైజ్డ్ నీళ్ళగ్లాసులు, లైట్‌గా సువాసన, చల్లటి గాలితో కలిసి శరీరాన్ని వణికించే కొత్తదనం...

బెల్ బోయ్ వెళ్ళగానే చిన్న చప్పుడుతో తలుపు మూసుకు పోయింది. బోల్టు వేసి వెనక్కి తిరుగుతూ ఉండగా అనిపించింది రవితేజకి–తాను వేసిన బోల్టు ప్రపంచానికి తను కనిపించకుండా తలుపులు వేయడానికా? తనను ఒంటరి చేసిన ప్రపంచాన్ని చూడదల్చుకోకా? లోకం కళ్ళు కప్పడానికా? తన మనసు తలుపు తెరుచు కోవడానికా?

ఈ మీమాంస చాలా చిత్రంగా అనిపించింది. 'చిత్రంగా' అన్న పదం సరైంది కాదేమో! ఉద్వేగం, ఉత్సాహం, అన్నం సహించని ఆకలి తీరిపోవడాన్ని ఒప్పుకోని కోరిక అన్నీ తమాషాగా కలగలిసిన ఒక భావం! ఎదురుగా ఉన్న ప్రియంవద కళ్ళలోకి చూడగానే... ఆ క్షణాన అతను సెక్సువల్ అర్జికి, ఎమోషనల్ సర్జ్‌కీ అతీతంగా ఒక స్త్రీ దేహాన్ని గాక, తనను తాను హత్తుకుంటూ–

రవితేజకి ప్రియంవద కనిపించడం లేదు. మాధవీ కనిపించలేదు. ఆ మాటకొస్తే ఆ క్షణాన అతనికి తను తప్ప మరేమీ కనిపించడం లేదు. కానీ అది ఒంటరితనం కాదు.

అంతరంగంలో తరంగిస్తోన్న కోరిక మేలుకొలుపుతో ఒళ్లు విరుచుకొని లేస్తున్నాడు రవితేజలోని 'రవితేజ'. ఇన్నాళ్ళూ రవితేజలోని భావుకుడు చీరల్లోని గళ్ళల్లో, పువ్వుల్లో, రంగుల్లో, అంచుల్లో, అల్లికల్లో ఆదమరిచి పోయి, కూనిరాగాల నాలపించే ఒకనాటి రొమాంటిస్టు ఈ క్షణాన నిద్రలేచాడు... మార్కెట్ జయించడం కోసం మేధస్సుతో చీరల్ని అల్లే రవితేజని... ఈ క్షణంలోని జలతారు అల్లికల జరీ కల జయించింది. అతనంత మోటుగా ఏ వస్తువునైనా పట్టుకోగలడని ఇంత వరకూ అతనికే తెలియదు. అతని కౌగిలిలో ఉక్కిరి బిక్కిరి అవుతున్న ప్రియంవదకు కూడా తెలీదు. అయితే ఆమెకి మరో సంగతి కూడా తెలియదు. అతని కళ్ళు ధారాపాతంగా వర్షిస్తున్నాయని..! థ్యాంక్స్ నాట్ టు ప్రియంవద... థ్యాంక్స్ టు మాధవి...

హృదయానికి రస స్పందనా, ఊహలకి ఉలి కదలికే ఉంటే...
నాతి తోనే కాదు, రాతితో కూడా సురతం సాధ్యమే
పెదవి అంచుని నాలుక కొన మీటితే వినిపించే ఊర్పుల మోహన రాగం.
పృధ్వి అంచున నించుని నింగినందుకోవాలనే ఆరాటం.
ఆకసపు విల్లు వంచి, సూర్యచంద్రుల కొసల్ని కిరణాల నారితో సంధించి రేబవళ్ళ సరాల్ని విసురుతున్న వసుధ, పురుషుణ్ణి రగిలిస్తూ, తిరిగి చల్లారుస్తూ ఆ కేళిలో కాలాన్ని కంటున్నది. ఉఛ్వాసానికి, నిశ్వాసానికి మధ్య అలసిపోయిన నిశ్శబ్దం, క్షణాన్ని నిశ్చలం చేసే ప్రయత్నం చేస్తోంది. శరద్వలువలను వలిచి శిశిర నిశిలోకి విసురుతూ, కోరికతో వణుకుతున్న హేమంత శృంగార వాసంతి, గ్రీష్మ తాపాన్ని వర్షిస్తోంది.

తనని తాను మరచిపోయే ప్రయత్నంలో అతడు తనను తాను తెలుసుకుంటున్నాడు.

బుగ్గ మీద నీటి చుక్క అతడి కంటి నుంచి జాలువారిందో, ఆమె ముంగురుల నుంచి జారి చేరిందో కానీ, విజయ కేతనపు రెపరెపల్ని ఎగరేస్తోంది.

ప్రత్యూషం మధ్యాహ్నానికి స్వాగతం చెప్పి, వెళ్ళిపోతున్న సమయానికి మెలకువ వచ్చింది రవితేజకి. ప్రియంవద ఇంకా నిద్రపోతూ ఉంది. కిటికీ

తెరలు తొలగించగానే సూర్యకిరణాలు గదిని ప్రకాశవంతం చేశాయి. బయట వెచ్చటి సూర్యుడి ఉనికి, లోపలి చల్లటి గాలికి కాంట్రాస్టుగా ఉంది.

టీ.వీ. ఆన్ చేశాడు. టెన్నిస్ మాచ్ వస్తోంది. రమేష్ కృష్ణన్ ఆడుతున్నాడు. స్నేహితుల బలవంతం మీద ఓ పదిరోజులు టెన్నిస్ ప్రాక్టీసుకి వెళ్ళినప్పుడు కూడా ఇలాంటి ఒళ్ళు నొప్పే!

అతడు షవర్ ఆన్ చేశాడు. వెచ్చటి నీరు ఒంటి మీద ప్రవహిస్తూనే అలసిపోవడంలో ఆనందాన్ని తెలుపుతూంది.

దాదాపు అయిదు నిముషాలు అలాగే బాత్ టబ్‌లో కళ్ళు మూసుకొని పడుకున్నాడు. గదంతా తెల్లటి ఆవిరి. మేఘాల్లో తేలిపోతున్న శరీరం. ఛానల్‌లో "లవ్ బిట్వీన్ రెయిన్ డ్రాప్స్" అన్న పాట సన్నగా వస్తూంది. బయట ఫోన్ చేస్తున్న శబ్దం అతడిని మేలుకొలిపింది. అతడికి అర్థం కాలేదు. ప్రియంవద ఎవరికి డయల్ చేస్తుంది? ఆమె మీద కాస్త కోపం కూడా వచ్చింది. ఈ హోటల్లో తామిద్దరూ ఉన్నట్టు బయటవాళ్ళకి ఏ మాత్రం అనుమానం వచ్చినా ప్రమాదం కదా! ఆ సంగతి తను మరచి పోయిందా? అతడు బాత్ టబ్ లోంచి లేచి టవల్ చుట్టుకొని గదిలోకి వచ్చాడు. అప్పటికే ఆమె సంభాషణ ప్రారంభించింది.

"అవునే, ఈ రోజే వచ్చాను. ఎల్లుండి జాయిన్ అవుతాను. ఏమిటి ఆఫీసు విశేషాలు?"

అట్నుంచి ఏమన్నదీ వినిపించలేదు.

"ఎం.డి. ఎప్పుడొస్తారట?"

రవితేజ వచ్చి మంచం మీద కూర్చుంటూ ఉండగా ఆమె అతడిని చూసి నవ్వింది. "మన ఆఫీసు వాళ్ళతో మాట్లాడుతున్నావా?" అనబోయి మళ్ళీ తన కంఠం అవతలివాళ్ళకి వినిపిస్తుందేమో అని ఊరుకున్నాడు.

"ఎక్కడ...? ఇంకా స్టేట్స్‌లోనే ఉన్నారటా?" చిలిపిగా అడిగింది. కానీ అంతలో ఆమె మొహం మీద నవ్వు మాయమైంది. అట్నుంచి వినపడేదాన్ని వింటోన్నప్పుడు ఆమె మొహంలో మారుతున్న భావాల్ని అతడు గమనించారు.

"ఎవరు శర్మగారా?" '...' "ఏమిటంత అర్జెంటు పని?" '...'

రవితేజ ఆమె వైపు ఆందోళనగా చూశాడు. ఏదో అనుకోనిది జరిగిందని ఆమె మాటల బట్టి తెలుస్తోంది. రవితేజ వెళ్లి టీ.వీ. తగ్గించాడు. మళ్ళీ వచ్చి కూర్చున్నాడు.

"ఇప్పుడు ట్రై చేస్తున్నారా?" '......' "సరే, నేను ఎల్లుండి వస్తాను. అప్పటి వరకూ సెలవుంది" అంటూ ఫోన్ పెట్టేసింది.

"ఎవరికి-మన ఆఫీసుకి ఫోన్ చేశావా? ఎందుకిక్కడ్నించి చేశావు?" రవితేజ అడిగాడు.

"చెయ్యటమే మంచిదైంది. మీ కోసం డైరెక్టర్లు అమెరికాకి ఫోన్‌లో ప్రయత్నం చేస్తున్నారట".

రవితేజ ఉలిక్కిపడ్డాడు. అంత అర్జంటుగా తన అవసరం వారికేమొచ్చిందా అని ఆలోచించడం లేదతడు. ఇప్పుడు అమెరికా నుంచి తను బయల్దేరి మూడు రోజులు అయిపోయిందన్న విషయం వాళ్ళకి తెలిస్తే ఎలాగా? అని మథన పడుతున్నాడు. అతడి మనసులో గిల్టీ ఫీలింగ్, ఈ కంగారుని ఎక్కువ చేసింది.

"ఇప్పుడేం చెయ్యాలి?" మనసులో అనుకున్నట్టు పైకే అన్నాడు. ఇద్దరూ ఆలోచనలతో కొంచెంసేపు మౌనంగా గడిపారు. నిశ్శబ్దాన్ని చీలుస్తూ "నా కొకటి తోస్తోంది" అంది ప్రియంవద. ఏమిటన్నట్టు చూసాడు.

"వాళ్ళకన్న ముందే మీరే వాళ్ళకి ఫోన్ చేయండి. ఇంకో రెండు రోజుల పని ఉన్నట్లు మాట్లాడండి ఈ లోపులో వాళ్ళే మీకు తామెందుకు ఫోన్ చేయాలనుకున్నారో ఆ విషయం చెపుతారుగా".

అతడు అర్థం కానట్టు, "నేను అమెరికా నుంచి మాట్లాడుతున్నట్టుగానా?" అన్నాడు. అవునన్నట్టు తలూపింది. అతనో క్షణం ఆలోచించాడు. ఈ అయిడియా బావున్నట్టే అనిపించింది. ఇంటర్నేషనల్ కాల్, లోకల్ కాల్ లాగానే స్పష్టంగా వినిపిస్తుంది. కాబట్టి వాళ్లకి అనుమానం రాదు. అసలు వాళ్ళెందుకు తన కోసం ప్రయత్నం చేస్తున్నారో ముందు తెలుసుకోవాలి. లేకపోతే మనశ్శాంతి ఉండదు.

అతడు ఫోన్ అందుకోబోయాడు. అతడి చెయ్యి కాస్త కంపించింది. అబద్ధం చెప్పటం అంత సులభం కాదు.

'పోనీ ఇంతకన్నా మంచి ఆలోచన ఇంకోటి ఏదైనా వుందా' అన్నట్టు ప్రియంవద అతడి వైపే చూస్తోంది. ఒక క్షణం ఆలోచించి... చివరికెలాగైతేనేం అతడు ఫోన్ డయల్ చేశాడు.

రిసెప్షనిస్టు "హలో ... రవితేజా టెక్స్‌టైల్స్" అంది.

"నేను ... రవిని... శర్మగారున్నారా?" అని ప్రశ్నించాడు. అటునుంచి మాట్లాడుతున్నది 'బాస్' అని తెలియగానే రిసెప్షనిస్టు కంగారుపడి "...సర్" అంది. ఈ కొద్ది టైమ్‌లో అతడు సర్దుకున్నాడు.

"ఉన్నారు సర్. ఇప్పటి వరకు మీ కోసమే స్టేట్స్‌కి ప్రయత్నించాం సర్. ఇప్పుడే దొరికింది ఆ కాల్. మీరక్కణ్ణించి బయల్దేరి రెండ్రోజులై పోయిందన్నారు. ఎక్కడున్నారో తెలియలేదు". రవితేజ ఉలిక్కిపడ్డాడు. ఫోన్‌తో పాటు ఆ గదిలో వస్తువులు గిర్రున తిరుగుతున్నట్టు అనిపించింది.

టీ.వీ. లో రమేష్ కృష్ణన్ కొట్టిన బంతి గీత అవతల కెళ్ళిపడింది. "ఇప్పుడే శర్మగారికి కనెక్షన్ ఇస్తాను. లైన్లో ఉండండి" అట్నుంచి వినిపించింది.

"ఏమైంది?" ప్రియంవద ముందుకు వంగి సన్నటి స్వరంతో అడిగింది. అతడు మౌత్ పీస్‌ని చేత్తో మూసి, "నేను అమెరికా నుంచి బయల్దేరి వచ్చేసినట్టు వాళ్ళకు తెలిసిపోయింది" అన్నాడు.

"దాందేముంది? ముంబై నుంచి చేస్తున్నట్టు చెప్పండి"

ఈలోపులో శర్మ లైన్లోకి వచ్చాడు. "రవీ..."

"అవును, నేనే మాట్లాడుతున్నాను ముంబాయి నుంచి".

"ముంబాయి వచ్చేశావా? మేమింకా స్టేట్స్ ప్రయత్నం చేస్తున్నాము. అక్కడ ఎంక్వయిరీ చేస్తే, నువ్వు అప్పుడే బయల్దేరి పోయావన్నారు".

"అవును, నిన్నే ముంబాయి వచ్చాను. ఇక్కడ కొంచెం పర్సనల్ పనుంది, ఉండిపోయాను., అర్జెంట్ పని అట. ఏమిటీ?"

"అర్జెంటేమీ లేదు. ఈ సంవత్సరం ఉత్తమ కంపెనీగా మనకు రాష్ట్రపతి అవార్డు వచ్చింది. అది చెబ్దామని".

రవితేజ తేలికగా ఊపిరి పీల్చుకున్నాడు. బరువంతా ఒక్కసారిగా తీసినట్టయింది. 'కంగ్రాట్స్' అన్నాడు. "నీకు మేము చెప్పాలి... ఎప్పుడొస్తున్నావు?" టెన్షన్ పోగానే చాలా రిలీఫ్ ఫీలయ్యాడు. ఆ ఉత్సాహంతో, "ఎప్పుడు రమ్మంటారు?" అనడిగాడు.

"నీ ఇష్టం. పని చూసుకునేరా. ఇక్కడేమీ అర్జెంటు లేదు. ముంబాయిలో ఎక్కడ దిగావు?"

"ఎల్లుండి వస్తాను. ఇక్కడ సీ-రాక్‌లో ఉన్నాను".

"ఓ.కే. ఉంటాను".

అతడు ఫోన్ పెట్టేసి, ప్రక్కనే వింటున్న ప్రియంవదని అలాగే వెనక్కి దిండు మీదకు తోసి పెదాల మీద గట్టిగా ముద్దు పెట్టుకున్నాడు. "ఏమైంది?" అని అడిగిందామె. ప్రెసిడెంట్ అవార్డు గురించి చెప్పాడు.

మెరుస్తున్న కళ్ళతో, "ఓహ్. కంగ్రాచ్యులేషన్స్. మైగాడ్, నాకు ఊపిరి సలపడం లేదు" అందామె.

"అంతే. మనం ఊహించనంత మంచి న్యూస్ వింటున్నప్పుడు అలాగే ఊపిరి సలపదు. నేను నీకు ఇంకొకందుకు కూడా 'థ్యాంక్స్' చెప్పాలి".

"దేనికి?"

"నువ్వెవరికో ఫోన్ చేస్తున్నట్టు బాత్రూం లోంచి వినిపించగానే నీ మీద కోపం వచ్చింది. కానీ నువ్వు ఫోన్ చేయడమే మంచిదయింది. లేకపోతే వీళ్ళు నా గురించి అమెరికాకు ప్రయత్నం చేస్తున్నారన్న విషయం మనకు తెలిసి ఉండేది కాదు. ఎల్లుండి కలుసుకోగానే వాళ్ళు ఆ విషయం చెప్పి ఉంటే అప్పటికప్పుడు సర్దుకోలేక కంగారుపడి ఉండేవాడ్ని. అందుకు థ్యాంక్స్"

"మైగాడ్, నాకు ఊపిరి సలపడం లేదు. నా ఊపిరి సలపక పోవడానికి కారణం మీరు చెప్పే గుడ్-న్యూస్ లు కాదు. నాకు ఊపిరి సరిగ్గా ఆడాలంటే ముందు మీరు మరొక పని చెయ్యాలి"

"ఏమిటి?"

"బరువంతా నా మీద వేయకుండా కాస్త పక్కకి జరగడం".

అతడు కదలకుండా, "ఇంకొకదానికి కూడా థ్యాంక్స్ చెప్పాలి. అది చెప్పి అప్పుడు పక్కకు వెడతాను" అన్నాడు. "ముంబాయి నుంచి అన్న ఆలోచన గాని నువ్వు నాకు ఇచ్చి ఉండకపోతే వెంటనే ఇక్కడి నుంచి బిచాణా ఎత్తేసి మనం వెళ్లిపోవలసి వచ్చేది. ఈ రెండు రోజులూ ఇలా కలిసి ఉండే ఆలోచన చెప్పినందుకు రెండో థాంక్స్" ప్రక్కకు జరుగుతూ అన్నాడు. ఆమె గుండెలనిండా ఊపిరి పీల్చుకుని, "చాలా రిలీఫ్‌గా ఉంది!" అంది.

"నీ ఆలోచనేగా!"

"దానిక్కాదు, మీద నుంచి లేచినందుకు!" నవ్వింది. గుడి ప్రాంగణంలో గన్నేరు పువ్వు విచ్చుకున్నంత అందంగా ఉందా నవ్వు. అతడామె మెడ వంపులో ముద్దు పెట్టుకున్నాడు.

టీ.వీ.లో రమేష్ కృష్ణన్ మొదటి సెట్‌లో 6–2 తో గెలిచి, రెండో సెట్ మొదలు పెట్టాడు.

వెళ్ళిపోతున్నానని వీడ్కోలు చెప్పి, మధ్యాహ్నం–సాయంత్రం దగ్గర సెలవు తీసుకుంది. మూడున్నర కావస్తోంది టైమ్. “మీరు కనీసం స్నానం అయినా చేశారు! నేను అదీ చేయలేదు. కాస్త ఓపిక పడితే స్నానం చేసి వస్తాను”.

“సారీ, మనం బ్రేక్ ఫాస్ట్ కూడా చెయ్యలేదు. ఆ విషయం మర్చిపోయాను”.

ఆమె టవల్ తీసుకొని వెళుతూ, “బ్రేక్ ఫాస్ట్, లంచ్ అయిపోయాయి. కనీసం డిన్నర్ అయినా కాస్త ఆలస్యంగా చేద్దాం” అని నవ్వేసి లోపల బోల్టు వేసుకుంది.

ఆడాళ్లు మగవాడితో సమానంగా ఇలా మాట్లాడతారని అతనికి ఇంతకాలం తెలియదు. ఆ అనుభవం కొత్తగా ఉంది. ముఖ్యంగా నిన్నరాత్రికి–ఈ రోజు మధ్యాహ్నానికి తేడా మరింత స్పష్టంగా కనిపిస్తోంది. సిగ్గుతెరల్ని తొలగించుకొని బయటకు రావడానికి నిన్న రాత్రి ఆమె చేసిన తొలి ప్రయత్నాలు అతడికెంతో ముచ్చటగా అనిపించాయి. మొదట్లో తన చేతుల్ని నిరోధించే పరికరాలుగా మాత్రమే పని చేసిన ఆమె చేతులు, క్రమక్రమంగా బెరుకు పోగొట్టుకొని తన శరీరం మీద తీసుకున్న చొరవ అతడి సంతృప్తిని ఏకాక్షరంలో బహిరంగ పరచేలా చేసింది.

లోపల నీళ్ళ చప్పుడు వింటూ అతడు ఆలోచనల్లోకి జారుకున్నాడు. నేను చేస్తున్నది తప్పుకానీ, కాకపోనీ–నేనెవ్వరికైనా ద్రోహం చేస్తున్నానని కానీ, లేదని కాని ఎవరైనా అనుకోనీ, అనుకోకపోనీ–జీవితంలో ఇంత ఆనందం ఉందని నాకీరోజే అర్థమైంది. ఈమెతో పరిచయం కాకపోయి ఉంటే, నా జీవిత పుస్తకంలో ఒక పుట శాశ్వతంగా తెరుచుకోకుండా జీవితాంతం అలాగే ఉండిపోయేది. ఇంతకాలం నేననుకునేవాడిని–రాజకీయాల్లోను, వ్యాపారంలోను, చదరంగం ఆటలోను తెలివితేటలు కావాలని! వీటికన్నా ఎక్కువ తెలివితేటలు అవతలి పార్టనర్‌ను సంతృప్తి పరచడానికి కావాలని ఇప్పుడర్థమయింది. ఇది జెనిటిక్స్ వల్ల రాదు. శాస్త్రాలు చదవడం వల్ల రాదు.

ఒక నిజమైన సంతృప్తి కోసం లక్షల ఆస్తిని వదిలి పెట్టేవాళ్ళని చూసి మూఛులసుకునేవాడిని. ఇప్పుడు వాళ్ళని చూస్తే ఈర్ష్యగా ఉంది. ఇలా వెల్లకిలా పడుకుని చూస్తూంటే-తిరిగే ఫాన్, ఊగే కిటికీ తెర, కదిలే కాగితం కూడా ఆనందంగా కనిపించగలిగేటంత తృప్తి ఇందులో ఉందంటే-ఓ మాధవిల్లారా, ఎంతమంది పురుషుల్ని మీరు చీకట్లో ఉంచుతున్నారు? ఎన్ని రకాలైన మానసిక విభేదాలైనా ఈ ఒక్క కళతో పోగొట్టుకోవచ్చని మీరెప్పుడు తెలుసుకుంటారు? తెలుసుకోవలసింది పురుషుడే అన్నది మీ ఎదురు-ప్రశ్న అయితే, నా వద్ద పూర్తి సమాధానం లేదు కానీ కిరణం పడగానే అల్లుకోవాలని తెలుసుకోవలసింది సూర్యుడా? కలువా? పందిరి కనపడగానే అల్లుకోవాలని మల్లెతీగలకి ఎవరు చెప్పారు? ఇంత స్వభావసిద్ధమైన ఆనందాన్ని కూడా ఈ ప్రిజిడిటీలో, అహంభావంతో ఎందుకు పోగొట్టుకుంటారు?

...అతడు ఆ స్వాప్నిక వాస్తవాల్లో అలా ఉన్నప్పుడు, ఆమె వచ్చి అతడి పక్కన చేరింది. ఆమె చర్మం మీద నుంచి వచ్చే ఫ్రెష్ నెస్‌ని అనుభవిస్తూ అతడు తన భార్యని గుర్తు తెచ్చుకున్నాడు. "ఇప్పుడే స్నానం చేసి వచ్చాను. పాడు చెయ్యకండి" అని... తన కన్నా కట్టుకున్న చీరకే ప్రాముఖ్యత ఇచ్చే భార్యనీ, ఇంతకాలం దీన్ని-స్నానంతో పునీతమైన చర్యగా భావించినందుకు సిగ్గుపడుతూ, ఇన్నాళ్ళ లేమిని ఇక్కడ హైదరాబాద్ హోటల్ గదిలో పూరించుకుంటున్న సమయాన- అక్కడ ముంబాయి సీ-రాక్ హోటల్లో ఒక చిత్రమైన సంఘటన జరిగింది.

24

ఒక వ్యక్తి రిసెప్షన్ దగ్గరకొచ్చి "401 ప్లీస్" అన్నాడు. అతడు ఫుల్ సూట్లో ఉన్నాడు. జుట్టు కాస్త ముందుకు పడేలా దువ్వుకున్నాడు. మునుపటి మీసకట్టుకి, ఇప్పటిదానికి తేడా ఉంది. మేక్ అప్ బాగా చేతనైనవాడు అతడి మొహాన్ని బాగా మార్చి వేశాడు.

రిసెప్షనిస్ట్ ఆ రూము తాళాలు అతడికిచ్చింది. అతడు ఆమె వైపు పరీక్షగా చూస్తూ "మీ చీర మీకు చాలా బాగా నప్పింది" అన్నాడు.

"థ్యాంక్ యు సర్" అందామె.

"మీకు తెలుసా, ఇది మేము తయారు చేసిన చీర".

ఆమె అర్థం కానట్టు చూసింది. అప్రయత్నంగా ఆమె దృష్టి బల్ల మీద కార్డ్ పై పడింది. అక్కడున్న పేరు చూసి "ర..వి...తే...జ" అంది. అతడు చిరునవ్వుతో తలూపాడు.

"యు మీన్... రవితేజ టెక్స్‌టైల్స్".

"అవును".

"మీరే కదూ రవితేజ".

"ఏం-అందులో ఏమైనా అనుమానం వుందా?" అన్నాడు భాస్కర్.

"అది కాదు. సారీ సర్, అయామ్ జస్ట్ థ్రిల్డ్. అంతే-"

"ఇట్స్ ఆల్ రైట్-మీ పేరు?"

"చంద్రికా ప్రియదర్శిని".

"పేరు కూడా చీరంత అందంగా ఉంది" అని అతడు లిఫ్ట్ వైపు నడిచాడు. లిఫ్ట్ తలుపులు మూసుకుంటున్నప్పుడు ఆమె వైపు చూశాడు. ఆమె ఇటే చూస్తూ వుండటం గమనించి, బొటన వేలు పైకెత్తాడు. ఆమె నవ్వుకుంటూ, ఏదో పనున్నట్టు పక్కకి తిరిగిపోయింది. నాలుగో అంతస్థులో లిఫ్టు ఆగగానే అతడు తన గదిలోకి వెళ్లి మళ్లీ రిసెప్షన్ కి ఫోన్ చేశాడు.

"నేను రవితేజ".

"చెప్పండి"

"నేను ఎనిమిది గంటలు డిస్టర్బ్ చెయ్యబడకుండా కొంచెం ఆపరేటర్‌కి చెబుతారా? ఫోన్లు ఏమొచ్చినా గదిలో లేడని చెప్పండి" అని... అతడు వెంటనే ఫోన్ పెట్టెయ్యలేదు. ఆమె కూడా.

"మీరు కొత్తగా చేరారా?"

"అవును సర్!"

"అందుకనే నన్ను గుర్తుపట్టలేదు. నేనెప్పుడొచ్చినా ఈ హోటల్లోనే దిగుతాను. ఇక్కడందరూ నాకు దాదాపు తెలుసు. ఆపరేటర్ కూడా కొత్తగా వచ్చినట్టుంది. ఆ విషయం ఆమెకి చెబితే ఇంకో రెండు గంటల్లో తన డ్యూటీ అయిపోయి వెళ్ళిపోతుంది. నెక్స్ట్ డ్యూటీ ఆపరేటర్‌కి ఈ విషయం చెబుతుందో లేదో అని అనుమానం వచ్చి మీకు శ్రమ యిస్తున్నాను".

"అటువంటిదేమీ లేదు. ఇట్స్ ప్లెషర్. వచ్చే ఆపరేటర్‌కి కూడా చెబుతాను లెండి".

"థ్యాంక్స్. ఇంకేమిటి విశేషాలు?"

"ఏమీలేవు...సర్-"

"ఏమీ లేవా? ఉంటే ఫోన్ చెయ్యండి. మీ ఒక్కరికి మాత్రం ఈ ఫోన్ నిబంధన వర్తించదు".

"అలాగే" చిరునవ్వుతో ఫోన్ పెట్టేసింది. అతడు కూడా నవ్వుకుంటూ ఫోన్ పెట్టేసి, రెండు నిముషాల తరువాత లేచి బయటకు వచ్చాడు. తాళం కోటు జేబులో వేసుకుని-మామూలు లిఫ్టులో కాకుండా సర్వీసు లిఫ్టులో క్రిందికి దిగాడు.

చంద్రికా ప్రియదర్శిని అటు తిరిగి ఏదో పని చేసుకుంటోంది. ఆమె గమనించకుండా బయటకు వచ్చాడు. టాక్సీ ఎక్కి "ప్రెసిడెంట్ హోటల్" అన్నాడు. అక్కడ రిసెప్షన్ లో "304" అన్నాడు.

"మిస్టర్ భాస్కర్?"

"అవును".

రిసెప్షనిస్టు అందించిన తాళాలు అందుకొని తన రూమ్‌కి వెళ్ళాడు. ఆపరేటర్‌కి ఫోన్ చేసి, "హైదరాబాద్ నుంచి ప్రొద్దున్న వచ్చే విమానం కనుక్కొని, అది వచ్చే సమయానికి సరిగ్గా అరగంట ముందు నన్ను లేపండి. వెళ్ళి రిసీవ్ చేసుకోవాలి" అన్నాడు.

"ష్యూర్ సర్"!

ఫోన్ పెట్టేసి తాగుతూ కూర్చున్నాడు. బాటిల్ పూర్తి చేసి నిద్రలోకి జారుకున్నాడు. బాంబే మహానగరం కూడా లైట్ వెలుగులో నిద్రకుపక్రమించింది.

ఇక్కడ హోటల్ సీ-రాక్ లో-ఫోన్ పెట్టేసిన అయిదు నిముషాలకు చంద్రికా ప్రియదర్శినికి అనుమానం వచ్చింది. పెద్ద పెద్ద బిజినెస్ ఎగ్జిక్యూటివ్స్ తమనెవ్వరూ డిస్టర్బ్ చెయ్యకూడదని సూచనలు ఇవ్వడం మామూలే. కానీ 'అర్జెంట్ పని మీద ఏవైనా ట్రంక్‌కాల్స్ వస్తే ఇవ్వాలా వద్దా' అని అడగడం తాను మర్చిపోయింది.

ఆమె అతడి గదికి ఫోన్ చేసింది. అటునుంచి ఎవ్వరూ ఫోన్ ఎత్తలేదు- అతడు బాత్ రూమ్‌లో ఉన్నాడేమో అనుకుని అరగంట తర్వాత తిరిగి ఫోన్

చేసింది. రెస్పాన్స్ లేదు. ఆ తరువాత పని ఒత్తిడిలో పడి ఆ విషయం మర్చిపోయింది.

రాత్రి ఎనిమిదింటికి ఆమెకి తీరిక దొరికింది. చెయ్యడానికి పనేమీ లేదు. "మీ ఒక్కరికి మాత్రం ఈ ఫోన్ నిబంధన వర్తించదు" అన్న మాటలు గుర్తొచ్చాయి. నవ్వుకుంటూ అతనికి ఫోన్ చేసింది. మాట్లాడడానికి విశేషాలే ఉండనవసరం లేదు. విషయాలు వాటంతటఅవే వస్తాయి.

ఫోన్ ఎవ్వరూ ఎత్తలేదు. ఆమె ఫోన్ పెట్టేసింది. ఆమె పెద్దగా నీరస పడలేదు. మూడొందల గదులున్న ఆ హోటల్‌లో నెలకి నాలుగు వేలమంది కస్టమర్లు మారుతూ ఉంటారు. అందులో కనీసం పది శాతం విశేషాలు అడుగుతారు. విశేషాలుంటే మాట్లాడమని ఆఫర్ చేస్తారు. అందులో సగంమంది అందగాళ్ళు, పెద్ద పొజిషన్లో ఉన్నవారు ఉంటారు. అక్కడ ప్రేమ ఒక టైం పాస్...

మరుసటి రోజున ప్రొద్దున భాస్కర్ తిరిగి సీ-రాక్ హోటల్‌కి వచ్చాడు. రిసెప్షన్‌లో చంద్రికా ప్రియదర్శిని లేదు. అతడు తన గదికి చేరుకున్నాడు. తను లేని సమయంలో ఆమె కనీసం రెండుసార్లయినా తన గదికి ఫోన్ చేసి ఉంటుందని అతనికి తెలుసు.

25

"**మీరేమీ** అనుకోనంటే ఒక మాట చెప్పనా?"

ఏమిటన్నట్టు చూసింది మాధవి.

"నా జీవితంలో ఇంత మంచి భోజనం-భోజనం కాదు-ఇంత ఆప్యాయంగా ఎవరైనా వడ్డిస్తూంటే తినటం ఇదే మొదటిసారి".

"అబద్ధం. కేవలం నా సంతోషం కోసం చెపుతున్నారు".

"నాకు ప్రియమైన వాళ్లంటూ ఎవరూ లేరు మీరు తప్ప. మీ మీద ఒట్టేసి చెపుతున్నాను. నిజం..."

"సుధాకర్ బాబూ.. మీరెందుకు ఎప్పుడూ ఏదో పోగొట్టుకున్నట్టు ఉంటారు?"

"నాకే తెలీదు మాధవి గారూ. కానీ ఒకటి మాత్రం చెప్పగలను. మీతో పరిచయమయ్యాక నా మనసు కొత్త ద్వారాలు తెరుచుకున్నట్టు ఉంది. ఏదో తెలియని కొత్త ఉత్సాహం నాలో ప్రవహిస్తూంది. ఇంత మంచి స్నేహితురాల్ని నాకిచ్చినందుకు దేవుడికి కృతజ్ఞతలు చెప్పుకోవాలి. మీరొప్పుకుంటే నెలకొకసారైనా మీ చేతి వంట తినాలనిపిస్తోంది".

"నిజంగా వంట అంత బావుందా? ఒక్కసారి కూడా మా ఆయన మెచ్చుకోలుగా ఒక్కమాట అనరు..."

"పెరటి చెట్టు మందుకు పనికిరాదంటారు. నాకేగానీ మీలాటి భార్య ఉంటే ఇరవై నాల్గుగంటలూ మీ దగ్గరే కూర్చునేవాణ్ణి. ఈ వ్యాపారాలు, డబ్బు సంపాదన ఇవన్నీ చిటికెన వేలితో పక్కకి తోసేసేవాణ్ణి" అని ఆగి, "క్షమించండి. మరీ చనువు తీసుకున్నట్టున్నాను-" అన్నాడు.

"అబ్బే, అటుఒంటిదేమీ లేదు".

"ఇంతకీ మీరు చెప్పలేదు. మీ వంట మళ్ళీ ఎప్పుడు రుచి చూపిస్తారు?"

"మీరెప్పుడు కావాలంటే అప్పుడే-"

"అలా అయితే రేప్రొద్దున్నే వచ్చేస్తాను".

"రండి. ఏం బెదిరి పోతామనుకున్నారా?"

"ఇంక నేను వెళ్ళిరానా? చాలా రాత్రయింది".

"మంచిది".

అతడు లేవకుండా-"కొంచెంసేపు ఉండాలనే ఉంది కానీ పనివాళ్ళు ఏమన్నా అనుకుంటారు" అన్నాడు.

"వాళ్ల మొహం. వాళ్ళేం చేస్తారు".

"పవిత్రమైన స్నేహాన్ని లోకం అర్థం చేసుకోలేదు మాధవి గారూ-నాకైతే రాత్రంతా మీతో కబుర్లు చెప్పాలని ఉంది కానీ మనం అలా-చేయలేం కదా. అందుకే ఈ దేశం అంటే నాకు పడదు. తొందర్లో అమెరికా వెళ్ళిపోవాలనుకున్నాను".

మల్లెతీగ అతడి వైపు సానుభూతితో చూస్తోంది. చంద్రకిరణం నిస్తేజంగా అద్దాల మీద పరుచుకుని ఉంది. చీకటి-మనిషి ఘనసులా ఉంది. నిశ్శబ్దం మనిషి అజ్ఞానంలా ఉంది.

గడియారం పదికొట్టింది. "నేను వెళ్ళి రానా?" అన్నాడు. ఈసారి ఆమె మాట్లాడలేదు. అతడు లేవకుండా, "మీరెన్ని గంటలకు నిద్ర పోతారు?" అని అడిగాడు.

"పదిన్నరా-పదకొండు".

"అయితే ఇంకా ఒక గంట టైముందన్న మాట. ఏవండీ! ఒక్క విషయం అడుగుతాను. నిజం చెప్పండి. పడుకున్నాక నేనొక్కసారైనా గుర్తొస్తానా?"

"లేదే-"

"అబద్ధం చెపుతున్నారు. ఒక్క రాత్రయినా గుర్తు రాలేదూ? ముఖ్యంగా నేను కట్టుకొమ్మన్న చీర కట్టుకున్న రోజు..."

"అప్పుడు అడుగుదామనుకుని మర్చిపోయాను. ఉత్తరం అలా వ్రాశారేమిటి? కొద్దిగా ఉంటే ఆయన చేతిలో పడి ఉండేది".

"పడనివ్వండి, నిర్మలమైన స్నేహాన్ని అర్థం చేసుకోలేక పోవటం ఆయన తప్పు".

"ఇంకా నయం. నాకైతే ఎంత భయమేసిందో".

"ఈసారి నుంచి చేతికి అందజేస్తాను లెండి. ఇంతకీ ఆయన ఎప్పుడొస్తున్నారు?"

"అమెరికా వెళ్ళారు కదా. ఇంక ఇల్లెందుకు గుర్తుంటుంది? రెండు మూడు రోజుల్లో రావచ్చు".

"నేను కోరినట్టు మీరా తెల్లచీర కట్టుకున్నప్పుడు చూడగానే నాకేమనిపించిందో తెలుసా? అలాగే పరుగెత్తుకు వచ్చి మీ చేతుల్ని నా చేతుల్లోకి తీసుకోవాలనిపించింది. మీరేమీ అనుకోకపోతే నా కోసం ఒక్కసారి మళ్ళీ ఆ చీర కట్టుకోరూ-"

"ఇప్పుడా?"

"అవును ఇప్పుడే. అది చూసేసి వెళ్ళి పోతాను. ఈ రాత్రంతా అలా ఆలోచిస్తూ నిద్ర పోతాను. జీవితంలో నాకు ఆనందాలు అంటూ ఏమీ లేవు. ఇంత చిన్న ఆనందం ఈ స్నేహితుడి కోసం కలిగించరూ..."

"కానీ..."

"వద్దు మాధవిగారు. అభ్యంతరం చెప్పకండి. ప్లీజ్... నా కోసం-"

కాస్త తటపటాయించి... ఆమె లేచి లోపలికి వెళ్లింది. సుధాకర్ గుమ్మం దగ్గరకొచ్చి బైట లాన్ వైపు చూశాడు. గూర్ఖా కునికిపాట్లు పడుతున్నాడు. ఔట్ హౌస్‌లో దీపం తప్ప మిగతా అంతా చీకటిగా ఉంది. నౌఖర్ల అలికిడి లేదు.

వెనుక శబ్దమైతే తిరిగి చూశాడు. మాధవి నిలబడి ఉంది. రవితేజ ఆమెని ఆ క్షణం చూస్తే, 'గంజిపెట్టిన చీర లావుగా ఉన్నవాళ్ళు కట్టుకుంటే బావోదు' అని ఉండేవాడు! సుధాకర్ ఆమెని చూసి, దగ్గరగా వెళ్ళి "మాధవిగారూ, ఈ చీర మీకెంత బావుందో తెలుసా?"

"ఇక చాలు వెళ్ళిరండి" అందామె బెరుగ్గా.

"ఎందుకో తెలీదు. నా కళ్ళ వెంబడి నీళ్ళొస్తున్నాయి. మీ చేతుల్తో తుడవండి" అంటూ ఆమె చేతుల్ని తీసుకుని తన పొడి కళ్ళకి తుడుచుకున్నాడు. ఆమె అడుగు వెనక్కి వేసి "ఇక వెళ్ళిరండి" అన్నది.

"ఓహ్, ఎవరైనా చూస్తారని భయమా?"

"అదేం లేదు గానీ, ఇక వెళ్లిరండి".

"వెళ్తాను గానీ సరీగ్గా ఇంకో గంట పోయాక వెనుక నుంచి వస్తాను. వెనుక తలుపు తీసి ఉంచండి. అప్పుడైతే రాత్రి మనం ఎంతసేపు మాట్లాడుకున్నా ఎవరికీ తెలీదు-"

ఊహించని ఈ ప్రపోజల్‌కి ఆమె బిత్తరపోయి వెంటనే తేరుకుని, నిష్కర్షగా- "ఏం వద్దు, కావాలంటే రేప్రొద్దున రండి" అంది బయటికి నడుస్తూ!

తప్పనిసరి పరిస్థితుల్లో అన్నట్టు ఆమెతో పాటూ బయటకు వచ్చి, "నిజంగా నా నిజాయితీ మీద మీకు నమ్మకం ఉంటే, మన ప్లెటానిక్ లవ్ మీద విశ్వాసం ఉంటే, మీరు నాకోసం ఎదురు చూస్తూ ఉంటారు. అలా లేని పక్షంలో నన్ను మీరు నమ్మటం లేదన్నమాట. నా జీవితంలో నేనెవర్నీ ఏదీ అభ్యర్థించలేదు. నేనెవర్నీ ఇంత దగ్గరగా అనుకోలేదు. మీరు ఈ రాత్రి తలుపు తీసి ఉంచకపోతే" అని ఆగి, "రేప్రొద్దున్న నా శవాన్ని చూస్తారు. నిజమైన స్నేహానికి అర్థం తెలుసుకుంటారు" అనేసి వెళ్ళిపోయాడు. ఆమె చిత్తరువులా నిలబడిపోయింది.

26

రాత్రి పదకొండు అయింది. బోర్డ్ రూమ్‌లో శర్మ మిగతా నలుగురు డైరెక్టర్లతో కూర్చుని ఉన్నాడు. అమెరికా నుంచి తాము తెప్పిస్తున్న మ్యాజిక్ మిర్రర్ లాటిదే చెంచురామయ్య జపాన్‌లో తయారు చేయించి తెప్పించటానికి ప్రయత్నిస్తున్నట్టు వార్త అందగానే శర్మ ఈ మీటింగ్ ఏర్పాటు చేశాడు. జపాన్ కంపెనీ ద్వారా ఈ మిషన్ చెంచురామయ్యకు రావటానికి ఆరేడు నెలలు పట్టవచ్చు. అప్పటిలోగా రవితేజ కంపెనీ ప్రారంభ లాభాలుంటాయి. అంతవరకూ ఫర్వాలేదు.

కానీ భారతదేశంలో ఆ మిర్రర్ ఇంకెవరికీ అమ్మకుండా అమెరికన్ కంపెనీకి హెచ్చు మొత్తంలో రవితేజ డబ్బు ఇచ్చి అగ్రిమెంటు కుదుర్చుకోబోతున్నాడు. ఎలాగూ ఆర్నెల్లు పోయాక జపాను సప్లయి చేస్తుంది కాబట్టి ఇప్పుడిక ఆ అగ్రిమెంట్ అనవసరం.

రవితేజ ఈపాటికే కాంట్రాక్టు కుదుర్చుకుని ఉంటే చేసేదేమీ లేదు. కుదుర్చుకోకపోయి ఉంటే మాత్రం వెంటనే దాన్ని నిలిపివేసి, “మీరు మా దేశంలో మరెవరికిచ్చినా మాకభ్యంతరం లేదు” అని చెప్పాలి. అందువల్ల వారికిప్పుడు అదనంగా ఇవ్వబోయే లక్ష డాలర్ల ఖర్చు తప్పుతుంది. అందుకనే ఈ అత్యవసర సమావేశం.

“మనకి ఇక్కడ రాత్రయింది కాబట్టి అమెరికాలో పగలు. అక్కడ ఏజెంటుకి ఫోన్ చేసి ఈ కాంట్రాక్టు రద్దు గురించి చెప్పాలి!” అన్నాడు శర్మ.

“కానీ ఆ ఏజెంటు వివరాలూ అవీ రవితేజకి తెలుసు. అతడి కోసం ఫోన్‌లో ప్రయత్నిస్తే మంచిది” అన్నాడొక డైరెక్టరు.

“గంట నుంచి ప్రయత్నిస్తూనే ఉన్నాను. హోటల్‌లో అయితే గది ఉంది గానీ అతడు రూమ్‌లో లేడు –”

“ఏదైనా పార్టీకి వెళ్ళాడేమో...”

“మరీ పన్నెండింటి వరకూ పార్టీ ఏమిటి?” ఎవరో విసుగ్గా అన్నారు.

“ఒక్క రోజులో ఏం పోయింది? రేప్రొద్దున మాట్లాడదాం.”

“ఈ రోజేగానీ అమెరికాలో కాంట్రాక్టు మీద సంతకాలు అవుతూ ఉండి ఉంటే, ఈ రాత్రి మనం దాన్ని ఆపు చేయనందుకు ‘అనవసరంగా అంత డబ్బు

పోగొట్టుకున్నామే' అని తరువాతంతా బాధపడాలి." తలా ఒకరూ తమ తమ అభిప్రాయాలు చెప్తున్నారు.

చివరికి ఒక డైరెక్టర్ అన్నాడు- "రవితేజ అక్కడ లేకుండా, అమెరికాలో కాంట్రాక్టు ఎలా పూర్తవుతుంది? ఒకవేళ ఈపాటికే పూర్తయి ఉంటే మనం ఇక చేసేది ఏంలేదు. అందువల్ల ఈ అర్ధరాత్రి మనం ఇలా ఫోన్ దగ్గర కూర్చోవటం అనవసరం.".

దీనితో అందరూ ఏకీభవించారు. శర్మ చివరిసారిగా ముంబాయి సీ-రాక్ హోటల్‌కి ఫోన్ చేసి రిసెప్షన్‌తో "రవితేజ తన గదికి ఈ రాత్రి చేరుకోగానే, మమ్మల్ని కాంటాక్టు చేయమనండి" అన్న కబురు చెప్పి ఫోన్ పెట్టేశాడు.

ఆ తరువాత ఎవరిళ్లకు వారు వెళ్ళిపోయారు. దూరంగా చర్చి గంటలు పన్నెండుసార్లు వినిపించాయి. రవితేజ వెల్లకిలా పడుకుని ఆలోచిస్తున్నాడు. పక్క మీద ప్రియంవద గాఢనిద్రలో ఉంది. రమేష్ కృష్ణన్ రివర్స్ సింగిల్స్‌లో నాలుగో సెట్‌లో గెల్చాడు.

రవితేజకి నిద్ర పట్టడం లేదు. అతడికెందుకో అనీజీగా ఉంది. హైదరాబాదులో ఉంటూ 'బాంబే' అని అబద్ధం చెప్పటం... అది...కాక అతడిని ఇబ్బందిలో పెడుతున్నది... అతడి మనసు..!

వర్షం కురుస్తూంటే చూస్తున్న ఆనందం, అది వెలిశాక ఆ బురదనీ, చిత్తడి నేలనీ చూస్తుంటే ఉండదు. భార్యతో తప్ప మరెవరితో రొమాన్స్ అయినా, ఆ కొద్దిసేపు తరువాత, (ఆ అవతలివ్యక్తి ఎంతో ప్రేమించిన మనిషి అయితే తప్ప) ఎప్పుడెప్పుడు ఆ నాలుగ్గోడల మధ్య నుంచి బయటపడదామా అనిపిస్తుంది. ప్రియంవదని ఎప్పుడూ అతడు అంతలా ప్రేమించిన వ్యక్తి కాదు. అతడి ఒంటరితనపు ఎడారిలో ఒయాసిస్ లా కనిపించిందంతే. ఒయాసిస్ కనపడింది కదా అని అక్కడే ఎడారిలో ఉండిపోరెవరూ. దాహం తీర్చుకుని, అక్కడ నుంచి తిరిగి ప్రయాణం కొనసాగిస్తారు. ఇప్పుడు అతడి పరిస్థితి అలాగే ఉంది. మూడు దినాల పాటు ఈ ప్రపంచానికి దూరంగా ప్రణయ సామ్రాజ్యంలో మునిగి పోవాలనుకున్నాడు. కానీ రెండు రోజులకే ఇది బోరు కొట్టింది. తనకి కావాల్సింది ఇది కాదని అర్థమైంది.

తన భాగస్వామి ప్రొద్దున్నించి సాయంత్రం వరకూ తన దినచర్యలో పాలు పంచుకుని, పగటి ఉత్సాహపూరితమైన కథకి రాత్రి క్లైమాక్స్ కావాలి. అంతేకానీ ఈ విధమైన తాత్కాలిక శృంగారం కాదని తెలిసిపోయింది.

ఎప్పుడెప్పుడు వెళ్లి తన వ్యాపార కలాపాల్లో మునిగి పోదామా అనిపిస్తోంది. అతడు ఆ ఆలోచనలతోనే నిద్రలోకి జారుకున్నాడు. అతడికి మెలకువ వచ్చేసరికి ఎనిమిదయింది. బాగా అలసిపోయి ఉండటం వల్ల గాఢంగా నిద్రపట్టింది. లేవగానే కొద్దిసేపు అతడికి తనెక్కడ ఉన్నాడో మొదట అర్థంకాలేదు. హోటల్ గది చూశాక అర్థమైంది. ప్రక్కన ప్రియంవద లేదు.

అతడు తిరిగి కళ్ళు మూసుకున్నాడు. లేవగానే వెంటనే అతడికి అనిపించిన భావం– 'అబ్బ. ఇంకొక రోజు ఇక్కడ ఉండాలి" అని. అతడికి అది ఆశ్చర్యంగా కూడా అనిపించింది. మొన్నటి వరకూ ఈ అనుభవం కోసం తహతహ లాడిపోయాడు. ఈ రోజు 'ఇక చాలు' అనిపిస్తోంది.

అయిదు నిముషాలు గడిచాయి. బాత్ రూమ్‌లో కూడా అలికిడి లేదు. అతడికేదో అనుమానం వచ్చి అక్కడికి వెళ్లి చూశాడు.

తలుపు తీసే ఉంది. లోపల ఆమె లేదు. గదిలోకి వచ్చాడు. అతడికి షాక్ తగిలినట్లయింది. ఆమె తనతో పాటు తీసుకువచ్చిన సూట్ కేస్ లేదు. వార్డ్ రోబ్ దగ్గరకు పరుగెత్తుకు వెళ్ళి చూశాడు. ఆమె విప్పిన బట్టలు లేవు. అద్దం దగ్గర లిప్ స్టిక్ సీసా, ఆమె హాండ్ బ్యాగ్ కూడా లేవు. ఆమె ఆ గదిలో అతడితో గడిపిన రెండు రోజుల తాలూకు ఆనవాళ్ళు ఏమీలేవు. అతడికి మొదట ఏమీ అర్థం కాలేదు. ప్రియంవద ఏమైంది?

సమయం గడుస్తున్న కొద్దీ అతడికి టెన్షన్ ఎక్కువయింది. తనకి చెప్పకుండా ఆమె మాయమైంది అంటే అతడికి నమ్మబుద్ధి కావడం లేదు. కానీ జరిగింది అది. తను గాఢనిద్రలో ఉండగా ఆమె తన వస్తువులన్నీ తీసుకువెళ్లిపోయింది. అది తిరుగులేని నిజం.

ఏం చెయ్యాలో అతడికి పాలుపోవటం లేదు. అరణ్యంలో నడుస్తూ ఉండగా పొదచాటు నుంచి ఏదో జరజరా పాకిన భావన. ఐదు నిముషాలు గడిచాయి... అరగంట... గంట...

అతడలాగే స్తబ్దంగా కూర్చుని ఉన్నాడు. ఆఫీసుకి ఫోన్ చేద్దామని చెయ్యి అక్కడి వరకూ వెళ్ళింది కానీ ఆ ఆలోచన మానుకున్నాడు. మరోగంట గడిచేసరికి అతడిక ఆ టెన్షన్ భరించలేక పోయాడు. గది... ఆ గదిలో ఒంటరితనం అతడిని పిచ్చివాడిని చేశాయి. చెప్పా పెట్టకుండా ఆమె ఎందుకు వెళ్ళిపోయిందో తెలుసుకుంటే గానీ మనసు స్థిమిత పడదనిపించింది. ఏమైతే అదయిందని క్రిందికి వచ్చి, టాక్సీ వేసుకుని ప్రియంవద ఇంటికి బయల్దేరాడు. ఐదు నిమిషాల్లో అతడి టాక్సీ ఆమె ఇంటి ముందు ఆగింది. రవితేజ తలెత్తి చూశాడు.

పై పోర్షన్‌కి "టు లెట్" బోర్డు వేలాడుతూంది.

27

టూ టౌన్ పోలీస్టేషన్ యస్సై రాజశేఖర్ కుర్చీలో అలాగే కూర్చుని నిద్రపోతున్నాడు. ఏదో కేసు వల్ల రాత్రంతా నిద్రలేదు అతడికి. నిజానికి ఆ స్టేషన్ పరిధిలో అన్నీ ఖరీదయిన కాలనీలు అవటం వల్ల అక్కడ పెద్ద పని ఉండదు.

అంతా నిశ్శబ్దంగా ఉంది. పక్క గదిలోంచి వైర్ లెస్‌లో మాత్రం మాటలు వినిపిస్తున్నాయి. వరండాలో సెంట్రీ నిలబడి ఉన్నాడు. దూరంగా ఇద్దరు పోలీసులు, లైటు మీద నల్లరంగు పూయని స్కూటరిస్టుని పట్టుకుని బేరమాడుతున్నారు. (తమ) యస్సై రాజశేఖర్‌కి ఇటువంటి విషయాలు నచ్చవు కాబట్టి కంఠం తగ్గించి మాట్లాడు కుంటున్నారు.

అంతలో ఫోన్ మ్రోగింది. రాజశేఖర్ ఫోన్ అందుకుని "హల్లో" అన్నాడు. అవతల్నించి వినిపించిన మాటలు వింటూ నిటారుగా అయ్యాడు.

"అడ్రస్సు?" అని అవతలివాళ్ళు చెప్పింది వ్రాసుకుని, ఫోన్ పెట్టేశాడు. లేచి, టోపీ చేతుల్లోకి తీసుకుని ఇద్దరు పోలీసులు వెంటరాగా జీపెక్కి సాగిపోయాడు. జీపు రవితేజ ఇంటివేపు వెళ్తూ ఉంది.

సరీగ్గా ఆ టైమ్‌కి రవితేజ టాక్సీలో తిరిగి హోటల్‌కి బయల్దేరాడు.

టాక్సీ వచ్చి హోటల్ ముందు ఆగింది. దిగి డబ్బులు చెల్లించి, రిసెప్షన్ వద్దకు వచ్చాడు. రిసెప్షనిస్టు తాళం చెవికోసం చూసి, అది అక్కడ లేకపోవడంతో "గదిలో ఎవరో ఉన్నారు సార్" అంది. రవితేజ మనసు ఒక్కసారిగా తేలికపడింది.

ప్రియంవద వచ్చేసి ఉంటుంది. తను అనవసరంగా టెన్షన్‌తో ఆమె కోసం బయటంతా వెతికాడు. ఆమె మీద అతడికి కోపం కూడా వచ్చింది. అలా చెప్పా పెట్టకుండా వెళ్ళిపోయినందుకు బాగా మందలించాలనుకున్నాడు.

లిఫ్ట్ లోంచి బయటకు వచ్చాడు. పొడవాటి వరండా నిర్మానుష్యంగా ఉంది. వరుసగా గదులున్నాయి. తన గది దగ్గర నిలబడి బెల్ కొట్టబోయి, అది తీసే ఉండటంతో తోసుకుని లోపలకి ప్రవేశించాడు. అయితే అతడు భావించినట్టు లోపలున్నది ప్రియంవద కాదు. భాస్కర్.

* * *

ఇన్‌స్పెక్టర్ రాజశేఖర్ జీపు రవితేజ ఇంటి కాంపౌండ్లోకి ప్రవేశించింది. పది పదిహేను మంది దాకా జనం ఉన్నారక్కడ. అందులో ఒకాయన అతడికి తెలుసు. రవితేజ టెక్స్‌టైల్స్ డైరెక్టర్లలో ఒకరు. ఆయన ముందుకొస్తూ "ఈయన శర్మగారు. ఛైర్మన్' అని మరొక వ్యక్తిని పరిచయం చేశాడు. రాజశేఖర్ ఆయనతో కరచాలనం చేశాడు.

"రవితేజగారు రాలేదా?" అని అడిగాడు.

"లేదు. ముంబాయి నుంచి బయల్దేరారు ప్రొద్దున్నే. ఎయిర్ పోర్టుకి కారు పంపించాం. బహుశ ఇంకో అయిదూ పది నిముషాల్లో రావచ్చు".

రాజశేఖర్ వాచీ చూసుకున్నాడు. ముంబాయి నుంచి వచ్చే విమానం ఇక్కడ 'లాండ్' అయి, అతడు రావటానికి మరో పది నిముషాలు పట్టవచ్చు.

"ఆయనకీ విషయం తెలుసా?" ఇన్‌స్పెక్టర్ అడిగాడు.

"తెలీదు. నాకూ అరగంట క్రితమే తెలిసింది. వెంటనే ముంబాయి ఫోన్ చేశాను. అప్పటికే రూమ్ ఖాళీ చేశారన్నారు. బహుశ ఎయిర్పోర్టుకి బయలుదేరి ఉంటాడు అనుకున్నాను".

"లోపలికి వెళ్ళి చూద్దామా?"

"ష్యూర్!"

ఇన్‌స్పెక్టర్ వెనుక శర్మ లోపలికి నడుస్తూ ఉండగా మిగతా వాళ్ళు ప్రక్కకు తప్పుకున్నారు. ఇనస్పెక్టర్ రాజశేఖర్ మేడ మీద గదిలోకి వెళ్ళాడు. ముంబాయి నుంచి రాబోయే రవితేజ కోసం క్రింద అందరూ చూస్తున్నారు.

* * *

"మీరా" అన్నాడు రవితేజ భాస్కర్‌ని చూసి అమితాశ్చర్యంతో. "నేనిక్కడున్నట్లు ఎలా తెలిసింది?"

"ప్రియంవద చెప్పింది!"

రవితేజ మరింత చకితుడై "ప్రియంవదా?" అన్నాడు.

"ప్రొద్దున్న తను లేచేసరికి మీరు నిద్రపోతూ ఉన్నారట. మిమ్మల్ని డిస్టర్బ్ చేయటమెందుకని క్రిందికి వచ్చి రిసెప్షన్ నుంచి ఫోన్ చేయబోయిందట, అక్కడ మాధవి గారున్నారట..."

రవితేజ తడారిన గొంతుతో "మా...ధ... వా" అన్నాడు.

"అవును. ఆవిడకి అనుమానం వచ్చినట్టు ప్రియంవద గ్రహించింది. ఆమె ఏమాత్రం ఎంక్వయిరీ చేసినా మీ ఇద్దరి గురించీ తెలిసిపోతుందని, గబగబా పైకి వచ్చి తన సామాన్లు తీసుకుని వెళ్ళిపోయింది".

రవితేజ విసుగ్గా భాస్కర్ వైపు చూశాడు. తన భార్య ఈ హోటల్‌కి ఎందుకొచ్చిందో తెలీదు. పోనీ ఎందుకో వచ్చిందనుకుంటే, ఇక్కడ ప్రియంవదని చూస్తే మాత్రం తప్పేమిటి? గుమ్మడికాయల దొంగలా ప్రియంవద అనవసరంగా భయపడి, తనని నిద్రలేపకుండా అంత హడవుడిగా వెళ్ళిపోవటం దేనికి?

భాస్కర్ చెపుతున్నాడు– "వెళ్తూ ప్రియంవద మీకిదంతా చెప్పమని నాకు చెప్పింది. తను చాలా భయపడిపోయింది. మాధవిగారికి బాగా అనుమానం వచ్చినట్టు ఆమె భావిస్తూంది".

"అనుమానం రావటానికి వీల్లేదు. నేను బోంబేలో ఉన్నానని అనుకుంటున్నారు అంతా–" రవితేజ విసుగ్గా అన్నాడు. "...ప్రియంవద స్టార్ హోటల్‌కి రాకూడదా ఏమిటి? ఎవరో చూసినంత మాత్రాన నాతోనే అనుకుంటారా?"

"ఆమె వైపు నుంచి ఆలోచించండి".

"ఇప్పుడెక్కడుంది ఆమె?"

"తెలీదు. ఈ విషయం మాత్రం మీకు చెప్పమంది. మిమ్మల్ని డిస్సప్పాయింట్ చేసినందుకు క్షమించమని కోరింది".

"అయితే ఇక రాదా?"

భాస్కర్ మాట్లాడలేదు. రవితేజ డిసప్పాయింటెడ్‌గా ఏమీ ఫీలవలేదు. ఒక రకంగా చెప్పాలంటే అతడు ఇంటికి వెళ్ళిపోదామని తొందరపడుతున్నాడు. రిసెప్షన్‌కి ఫోన్ చేసి, బిల్లు తీసుకు రమ్మని చెప్పాడు.

ఈ లోపులో బేరర్ కాఫీ తెచ్చాడు. "మీరు నన్ను క్షమించాలి" అన్నాడు భాస్కర్. "చొరవ తీసుకుని వచ్చి గదిలో కూర్చున్నాను. పైగా కాఫీ కూడా ఆర్డర్ చేశాను".

"దానికేం ఫర్వాలేదు".

"మీరొకసారి ఇంటికి ఫోన్ చేస్తే బావుంటుందేమో! ముంబాయి నుంచి విమానం వచ్చి అరగంట కావస్తోంది. మీ శ్రీమతి గారు మీరింకా రాలేదేమని అనుమానపడుతూ ఉంటారు".

"దాన్దేముంది. బిల్లు రాగానే గది ఖాళీ చేసి వెళ్ళిపోదాం..." ప్రియంవద తమ విషయాలన్నీ ఇతడికి అనవసరంగా చెప్పిందని అతడికి గిల్టీగా ఉంది.

"ఎయిర్ పోర్ట్ నుంచి ఫోన్ చేస్తున్నట్టు మీరు ఒకసారి ఇంటికి చేస్తేనే మంచిదని నా అభిప్రాయం".

రవితేజ ఇంటికి ఫోన్ చేస్తూ ఉండగా, భాస్కర్ కాఫీ కలిపి అతడికిచ్చాడు. ఈ లోపులో బిల్ వచ్చింది. అది ఇచ్చేసి, రవితేజ ఇంటికి ఫోన్ చేశాడు. చాలాసేపు రింగ్ అయిన తరువాత ఎవరో ఫోన్ ఎత్తారు. "...హల్లో".

ఆ స్వరం గుర్తు పట్టాడు. శర్మది! అతడు ఆశ్చర్యపోయాడు. శర్మ తమ ఇంట్లో ఉండడం..!

"నేనూ రవిని. ఎయిర్ పోర్టు నుంచి మాట్లాడుతున్నాను".

"అరె! నీ కోసమే కారు పంపించాము. ఇంకా రాలేదేమిటా అని అందరం చూస్తున్నాము..." అం...ద...రం!

"ఏం జరిగింది?"

శర్మ తటపటాయించి, "వస్తావుగా. తొందరగా వచ్చెయ్".

"ఏం జరిగింది?" రవితేజ రెట్టించాడు.

"తొందరగా రా".

"శర్మగారూ అసలేం జరిగింది? అది చెప్పండి ముందు".

క్షణం నిశ్శబ్దం. “రవితేజా! ఐ యామ్ సారీ. నిన్న రాత్రి మాధవిని ఎవరో హత్య చేశారు...”

మాధవిని హత్య చేశారు.

మాధవి హత్య...

మా..ధ..వి...

కలలో కూడా ఊహించని విషయాన్ని హఠాత్తుగా వింటే, జ్ఞాన చక్షువు తాత్కాలికంగా మూసుకుపోయి ఆ వార్త ఇచ్చే ఆనంద విషాదాలు వెంటనే అవగాహనకు రావు. అదో రకమైన స్థబ్దత ఆవరిస్తుంది. అతడి పరిస్థితి అలాగే ఉంది. శర్మ చెపుతూంది ముందు అర్థం కాలేదు. చాలాసేపు అలాగే ఉండి పోయాడు. అవతల్నుంచి శర్మ ‘హలో హలో’ అంటున్నాడు. చివరికి ఎలాగైతేనేం సత్తువ కూడగట్టుకుని హీనమైన స్వరంతో...“హల్లో” అన్నాడు.

“వెంటనే వస్తున్నావుగా?”

“వస్తున్నాను”.

ఫోన్ పెట్టేసి కుర్చీలో అలాగే కూలబడిపోయాడు. పక్కనే ఉన్న భాస్కర్ “ఏం జరిగింది” అని అడిగాడు. రవితేజ జవాబు చెప్పలేదు. అతడు కొంచెంసేపు ఒంటరిగా ఉండాలని కోరుకుంటున్నాడు.

భాస్కర్ తిరిగి “ఏమైంది” అడిగాడు. అతడికి చెప్పక తప్పలేదు.

“మైగాడ్...” అని ఆగి “ఐ యామ్ సారీ” అన్నాడు నెమ్మదిగా. రవితేజ కళ్ళు మూసుకున్నాడు. ఈ లోపులో భాస్కర్ మిగిలిన కాఫీ కలిపి అతడికి ఇచ్చాడు. రవితేజకి ఎంతో నిస్సత్తువుగా అనిపించింది. వద్దనకుండా తాగేశాడు.

“మనం వెళ్దామా? అక్కడ మీ కోసం అందరూ చూస్తూ ఉంటారు” ప్రశ్నించాడు భాస్కర్. రవి ఏదో మైకంలో ఉన్న వాడిలా లేచాడు. ప్యాక్ చేయబడి వున్న అతడి సామాన్లని భాస్కర్ టాక్సీలో పెట్టించాడు. ఇద్దరూ టాక్సీ ఎక్కుతూ ఉంటే “నేను మధ్య దారిలో దిగి పోతాను” అన్నాడు భాస్కర్. రవితేజ పట్టించుకోలేదు. సీటు వెనక్కి వాలి, తిరిగి కళ్ళు మూసుకున్నాడు. కారు కదిలింది.

ఎంతో ఆనందంగా, ఒక ఆహ్లాదకరమైన అనుభవంగా మిగిలి పోతాయని అనుకున్న ఈ మూడు రోజులు, ఇలా మలుపు తిరగటంతో అతడికి తన బ్రతుకు మీదే అయిష్టత పుట్టింది. ఇలా ఎందుకు జరిగింది? ఇలా ఎందుకు జరిగింది?

అని మాటిమాటికి అనుకున్నాడు. దగ్గర వారి మరణం వ్యధని కలగజేస్తుంది. తప్పదు. కానీ అతడక్కడ వేరే అమ్మాయితో కులుకుతూ ఉండగా ఇక్కడ భార్య మరణించడం అతడిలో విపరీతమైన గిల్టీ ఫీలింగ్‌ని కలగజేస్తోంది.

ఇలా ఆలోచిస్తూ ఉండగా అతడి మనసులో చిన్న అనుమానం మెరుపులా మెరిసింది.

నిన్న రాత్రి మాధవిని ఎవరో హత్య చేశారని శర్మ చెప్పాడు. మరి ప్రొద్దున్న హోటల్ దగ్గర ప్రియంవద ఆమెనెలా చూసింది? ...అంటే... అంటే... ప్రియంవద అబద్ధం చెప్పింది.

అతడు ఏదో అడగటానికి తల ఎత్తాడు. అంతలో క్రమక్రమంగా అతడిని మత్తు ఆవరించింది. హోటల్ రూమ్‌లో కాఫీ తాగినప్పటి నుంచీ 'అనీజీ'గా ఉన్న అతడి శరీరం నెమ్మదిగా నిద్రలోకి జారుకుంది.

ముందు సీట్లో కూర్చున్న భాస్కర్ తల తిప్పి, వాలిపోతున్న అతడికేసి చూశాడు.

టాక్సీ ముందుకు సాగిపోతూనే ఉంది.

28

కారు వచ్చి ఆగగానే అందరూ పోర్టికోలోకి వచ్చారు. అయితే ఖాళీ కారులోంచి డ్రైవరు దిగాడు. "విమానం గంట ఆలస్యమట సార్" అన్నాడు. ఇన్‌స్పెక్టర్ రాజశేఖర్, శర్మ మొహమొహాలు చూసుకున్నారు.

"ఆలస్యమా? ఇప్పుడేగా ఎయిర్‌పోర్ట్ నుంచి రవితేజ మాతో మాట్లాడాడు" అన్నాడు శర్మ ఆశ్చర్యంగా. డ్రైవరు కన్ ఫ్యూజ్ అయి, "నేను కనుక్కున్నాను సార్. గంట ఆలస్యం అన్నారు" అన్నాడు. శర్మ తిరిగి ఎయిర్ పోర్ట్‌కి ఫోన్ చేశాడు. డ్రైవర్ చెప్పిన మాటలు నిజమే అని తేలింది.

"అతడు ఏ ఎయిర్‌పోర్ట్ నించి చేశాడు? ఇక్కడ నించా? ముంబాయి నుంచా?" అని అడిగాడు రాజశేఖర్.

"అది చెప్పలేదు. 'వెంటనే వస్తున్నావుగా' అని అంటే, 'వస్తున్నాను' అని అన్నాడంతే" అన్నాడు శర్మ.

రాజశేఖర్ సాలోచనగా "అతడు మనకి ఫోన్ చేసి అయిదు నిముషాలు అయింది. మరి ఇతడు ఎక్కడి నుంచి చేసి ఉంటాడు?" అన్నాడు. ఎవరూ మాట్లాడలేదు. చాలా ఇబ్బందికరమైన నిశ్శబ్దం అక్కడ అలుముకుంది. రాజశేఖర్ లోపలికి నడిచాడు. ఇంకా ఫోటోలు తీస్తూనే ఉన్నారు.

కానిస్టేబుల్ అతడి దగ్గరకొచ్చి "శవాన్ని ఎక్కించమంటారా సార్?" అని అడిగాడు.

"వద్దు, ఆమె భర్త రానీ-"

మరో పది నిముషాలు గడిచాయి. ఈ లోపులో శర్మ వచ్చి "నేను ఎయిర్ పోర్టుకి వెళ్తాను" అన్నాడు. రాజశేఖర్ తలూపాడు. శర్మతో పాటు మిగతా డైరెక్టర్లు కూడా వెళ్లారు. ఇంట్లో పని చేసే వారితో మాట్లాడటానికి ఇన్‌స్పెక్టర్‌కి టైమ్ దొరికింది.

"ఆఖరిసారి ఎవరు మాట్లాడారు?"

"రాత్రి పదకొండింటి వరకూ సుధాకర్ బాబు ఇక్కడే ఉన్నాడు. భోజనమయ్యాక ఇద్దరూ చాలాసేపు మాట్లాడుకున్నారు" నౌఖర్లకుండే సహజమైన 'దాచాలనే ప్రయత్నాన్ని - బయట పెడుతూ' వాళ్ళు చెప్పారు.

"సుధాకర్ ఎవరు?"

"అప్పుడప్పుడు వస్తూ ఉంటాడు".

ఇంకో నాలుగైదు ప్రశ్నలు వేసి, విషయాన్ని కొంతవరకూ రాబట్టాడు.

ఇన్‌స్పెక్టర్ రాజశేఖర్ మిగతా పోలీస్ డిపార్టుమెంట్ మనుష్యుల్లాగా తాగుడుతో మెదడుని కప్పెట్టినవాడు కాదు. చురుగ్గా పనిచేసే యువకుడు. నౌఖర్లతో మాట్లాడాక అతడు సుధాకర్ కోసం కబురు పంపించాడు. ఆ తరువాత లోపలికి వెళ్ళాడు! లోపల పక్క మీద మాధవి శరీరం అలాగే నిద్రపోతున్నట్టు ఉంది. నల్లంచు తెల్లచీర గుండెల దగ్గర ఎర్రబడింది. జాగ్రత్తగా చూస్తేనే గానీ తెలీదు.

తల దిండు దగ్గర బీరువా తాళాలున్నాయి. అతడు కొద్దిగా తటపటాయించి, ఆ తాళాల్తో బీరువా తెరిచాడు. దాదాపు అయిదొందల దాకా చీరలు హేంగర్‌కి తగిలించి ఉన్నాయి. ముఖ్యమైన విషయాలు కనబడతాయేమో అని అతడు చూశాడు. చీరల క్రింద సుధాకర్ ఉత్తరం దొరికింది. ఇంకేమీ లేవు. అతడు ముందు గదిలోకి వచ్చి ఆ ఉత్తరాన్ని ఆసాంతం చదివాడు. పెద్ద పెద్ద కుటుంబాల్లో

ఇలాటివి మామూలే అని తెలుసు. కానీ ఈ సుధాకర్ వ్రాసిన ఉత్తరం గమ్మత్తుగా అనిపించింది. ఇది ప్రేమ లేఖ కాదు గానీ ఎదుటివారి గుండెల్లోకి సూటిగా దూసుకుపోతుంది. ప్రేమంటే ఇంత గొప్పదేమో అన్న భావాన్ని కలుగజేసి ఇలాంటి ప్రేమ అనుభవించక పోతే జీవితం వృథా అనిపించేలా చేస్తుంది. ఈ టైపు మగవాళ్ళు తమ 'చివరి గమ్యం' తెలియకుండా జాగ్రత్త పడతారు.

అతడు ఉత్తరం మీద తారీఖు చూశాడు. వచ్చి పది రోజులు కూడా కాలేదు. అంటే ఈ పరిచయం కొత్తగా అయిందన్నమాట.

అతడికి నౌఖర్లు చెప్పింది కూడా గుర్తుంది. నిన్న రాత్రి సుధాకర్ భోజనానికి వచ్చి పదకొండింటి వరకూ మాట్లాడి వెళ్లిపోయాడు. అంటే ఈ పరిచయాన్ని ఇంకా ముందుకు సాగించలేదు అతడు. అతడికి మాధవి మీద జాలేసింది.

అతడు ఆలోచన్లలో ఉండగా సుధాకర్ వచ్చాడు. మనిషి వణికిపోతున్నాడు. రాజశేఖర్ అతడి వైపు సానుభూతితో చూశాడు. అసహ్యం కన్నా పైమెట్టు సానుభూతి.

మామూలు సమయాల్లో ఎంతో గొప్ప గొప్ప కబుర్లు చెప్పే ఇలాటి వాళ్ళు, రద్దీ తక్కువున్న సినిమా మోర్నింగ్ షోల్లో పక్క భుజం మీద తల ఆన్చి కబురు చెప్పటానికి తప్ప, నిజంగా సమస్య వస్తే చాలా బెదిరి పోతారు.

"మాధవి గారి గురించి మీకేం తెలుసు?" మామూలు ప్రశ్నలయ్యాక అడిగాడు.

"ఆ కుటుంబానికీ నాకూ మొన్నే పరిచయం అయింది. నన్ను స్వంత తమ్ముడి కన్నా ఎక్కువగా చూసుకునేది".

ఇన్‌స్పెక్టర్ అతడి వేపు చిరునవ్వుతో చూశాడు. సానుభూతి కన్నా పై మెట్టు చిరునవ్వు. "... స్వంత అక్కతో కూడా రాత్రి పన్నెండింటి వరకూ ఎవరూ కబుర్లు చెప్పరనుకుంటా" అన్నాడు. సుధాకర్ ఏదో అనబోతూ ఉంటే, చెయ్యి ముందుకు సాచి, "మీకు జ్యోతిష్యం బాగా వచ్చునుకుంటాను... ఏదీ నాకు కాస్త చెప్పండి. ఈ హత్య కేసులో నేను ముద్దాయిని పట్టుకోగలనో లేనో–"

సుధాకర్ మొహం పాలిపోయింది. "నాకు జ్యోతిష్యం..." అంటూ ఏదో అనబోయాడు. ఇన్‌స్పెక్టర్ అతడి మాటలు మధ్యలో ఆపు చేస్తూ "మాధవికి రోజూ డైరీ వ్రాయటం అలవాటు. నిన్న రాత్రి మీరు వెళ్ళిపోయాక మీ మధ్య

జరిగిన సంభాషణ గురించి పూర్తిగా వ్రాసింది. మీ తెల్లచీర విషయం కూడా–” అన్నాడు. ఉత్తరంలో వాక్యాలు గుర్తు తెచ్చుకుంటూ.

అతడు చీకట్లో వేసిన బాణం సరిగ్గా వెళ్ళి తగిలింది. సుధాకర్‌కి ఏడుపొక్కటే తరువాయి. ఇన్‌స్పెక్టర్ కాళ్ళ దగ్గర వాలి, “నిన్న రాత్రి నేను కట్టుకోమన్నది ఆ ఉద్దేశ్యంతో కాదండీ. అక్కయ్య నన్ను అపార్థం చేసుకుంది–” అన్నాడు.

‘అయితే నిన్నరాత్రి కూడా ఈ నిర్మల హృదయుడు తన అక్కయ్యని తెల్లచీర కట్టుకొమ్మని అడిగాడన్నమాట’ అనుకున్నాడు ఇన్‌స్పెక్టర్. “నిన్ను నేను రక్షించలేను. అరెస్టు చేయక తప్పదు” అన్నాడు గంభీరంగా. అంతే. సుధాకర్ ఒక్కసారిగా బావురుమన్నాడు.

“ఒక్కలా అయితేనే నేను నిన్ను రక్షించగలను.”

“ఎలా సార్?”

“జరిగింది జరిగినట్టు చెప్పు. కానీ ఒక్క విషయం వదిలి పెట్టినా నిన్ను నేను వదిలి పెట్టలేను. నిన్న రాత్రి జరిగింది మాధవి గారు ఉన్నది ఉన్నట్టు డైరీలో వ్రాసుకున్నారు. దానికీ నువ్వు చెప్పిన దానికీ ఏమాత్రం తేడా ఉన్నా నిన్ను అరెస్టు చేయక తప్పదు”.

సుధాకర్ మొత్తం అంతా చెప్పేశాడు. “అక్కయ్య నన్ను అపార్థం చేసుకుంది. రాత్రి ఒక్కదానివే పడుకోలేవేమో, బైట హాల్లో నేను పడుకుంటాను అన్నాను. దాంతో తనకి కోపం వచ్చినట్టుంది సార్. ఆ కోపంతో డైరీలో నా గురించి వ్యతిరేకంగా ఏమైనా వ్రాసుకుని ఉంటే ఉండొచ్చు. అంతే తప్ప నేను మంచివాణ్ణి. నన్ను నమ్మండి”.

“ఇదంతా ఎన్ని గంటలకి జరిగింది?”

“పదకొండింటికి”.

“వెంటనే నువ్వు వెళ్ళిపోయావా?”

“వెళ్ళిపోయాను”.

“అబద్ధం” అన్నాడు రాజశేఖర్, సుధాకర్ లాటివాళ్లు అంత సులభంగా వెళ్ళిపోరని అతడికి తెలుసు. “మాధవిగారు వెళ్ళిపో అనగానే నువ్వు వెళ్ళలేదు. అవునా”:

"అదికూడా వ్రాసుకున్నారా సార్ ఆవిడ" రుద్ధ కంఠంతో అడిగాడు సుధాకర్.

"వ్రాసుకున్నారు".

"తనకేమైనా భయంగా ఉంటే, మళ్ళీ ఇంకో గంటలో వస్తాను. తలుపు తీసి ఉంచమన్నాను. ఒట్టు సార్! అంతకన్నా ఒక్కమాట ఎక్కువ మాట్లాడ లేదు".

"కానీ నువ్వు గంటసేపు మాత్రమే లేవు. చాలా సేపు ఉన్నావు. మాధవిగారు ఆ విషయమే వ్రాసుకున్నారు". ఇలాటి కుర్రాళ్ళు ప్రేతాత్మలా ఆడాళ్ళ చుట్టూ తిరుగుతారని అతడికి తెలుసు.

"... వ్రాసుకున్నారా?"

"అవును. వ్రాసుకున్నారు".

"నేను అనుకుంటూనే ఉన్నాను సార్. ఆవిడ కిటికీ లోంచి రెండు మూడుసార్లు చూసింది. కానీ తలుపు తీయలేదు. నేను బయటే ఉన్నాను. కావాలంటే గుర్ఖాని అడగండి".

బూటుకాలుతో అలాగే లాగిపెట్టి కొడదామనిపించింది. కష్టం మీద తమాయించుకున్నాడు. స్త్రీని ఎలా ఇరుకున పెట్టాలో అతడికి బాగా తెలుసు. కానీ ఇతడు హత్య చేయలేదు. ఆ విషయం మాత్రం నిర్ధారణగా అనుకున్నాడు.

"ఎన్నింటి వరకూ నువ్వీ ఇంటి చుట్టూ తిరిగావు?"

"రాత్రి రెండింటి వరకూ".

మాధవి రెండూ మూడూ మధ్య చనిపోయిందని ప్రాథమిక పరీక్షలో డాక్టర్ తెలిపాడు.

ఇన్‌స్పెక్టర్ ముందుకు వంగి "జాగ్రత్తగా ఆలోచించి చెప్పు, ఆ టైమ్‌లో ఎవరైనా ఇంట్లోకి ప్రవేశించారా?" అన్నాడు.

సుధాకర్ ఆలోచనలో పడ్డాడు. ఇది మంచి అవకాశం. ఈ ప్రశ్నల వెల్లువలోంచి తప్పించుకోవాలనుకుంటే ఇప్పుడే 'మంచి' సమాధానం చెప్పాలి. ఆ మాధవి డైరీ వల్ల ఇప్పటికే ఇందులో ఇరుక్కు పోయాడు. ఇప్పుడది పేపర్లో వస్తే తన మంచితనం లోకుల దృష్టిలో దెబ్బతింటుంది.

"నేను వెళ్ళిపోదామనుకున్నాను సార్. కానీ ఆ టైమ్‌లోనే ఎవరో ఇంట్లోకి వెనుక వైపు నుంచి ప్రవేశిస్తున్నారు. అది చూసి ఆగిపోయాను".

"దొంగలా ఉన్నాడా?"

సుధాకర్ ఆలోచన మెరుపుకన్నా వేగంగా సాగింది. దొంగలా ఉన్నాడంటే, మరి అ విషయం అందరికీ ఎందుకు వెల్లడి చేయలేదు అంటాడు. అందుకని "లేదు సార్. పరిచయం ఉన్న వాడిలాగే ఉన్నాడు" అన్నాడు.

"అర్ధరాత్రి రెండింటికి పరిచయం ఉన్నవాడు వెనుక వైపు నుంచి వెళ్ళాడు అంటే బహుశా నీలాగే అతడు కూడా ఆవిడ అన్నయ్యో-తమ్ముడో అయి ఉండాలి. అవునా?"

"అవును సార్".

'...అప్పటి వరకూ ఆమె అతడి ఎడారి జీవితంలో ఒయాసిస్సు. ఇప్పుడు ఆమె కారెక్టరుని దారుణంగా దెబ్బతీయటానికి కూడా అతడు వెనుకాడటం లేదు. తమకి నయాపైసా అంత లాభం వస్తుందంటే అవతలి వారికి రూపాయంత నష్టం కల్గించటానికి కూడా వీళ్ళు వెనుదీయరు' అనుకున్నాడు రాజశేఖర్.

"అతడిని చూస్తే గుర్తు పట్టగలవా?"

గొంతు అడ్డుపడింది సుధాకర్‌కి. గుర్తుపట్టగలవంటే రేపట్నుంచి పోలీస్ స్టేషన్‌కి తిరగాలి.

"లేదు. వెనుక నుంచి చూశాను. కోటుతో ఉన్నాడు".

"మళ్ళీ ఎంతసేపటికి బయటకు వచ్చాడు".

"నేను చూడలేదు. నేను మనస్ఫూర్తిగా ప్రేమించిన అక్కయ్య ఇలాటిదని తెలిసి మనసు విరిగిపోయి వెళ్ళిపోయాను".

ఇన్‌స్పెక్టర్ రాజశేఖర్ లోపలికి వెళ్ళి, రెండు నిముషాల తరువాత తన డిపార్ట్‌మెంట్ మనిషితో వచ్చాడు. అతడు అయిదున్నర అడుగులు ఉన్నాడు. కోటు లో ఉన్నాడు. సరిగ్గా సరిపోయింది. అతడిని గోడ వైపు నిలబెట్టి, సుధాకర్‌తో, "సరీగ్గా చూడు ఈ పోలికలు కనిపిస్తున్నాయా?" అని అడిగాడు.

కాదంటే 'మరింకెలా ఉన్నాడు?' అని అడుగుతాడు. ఈ ప్రశ్నా వర్షం నుంచి ఎప్పుడు తప్పించుకుందామా అని ఉంది సుధాకర్‌కి. "అవును సార్. వెనుక నుంచి చూస్తే అచ్చు అలాగే ఉన్నాడు" అన్నాడు.

ఇన్‌స్పెక్టర్ తన డిపార్ట్‌మెంట్ మనిషి వేపు చూసి, "ఆ కోటు తీసిన చోట పెట్టెయ్యి" అన్నాడు. రవితేజ కోటు తనని ఎందుకు తొడుక్కోమన్నాడో పోలీసుకి అర్థం కాలేదు. తీసుకెళ్లి బీరువాలో పెట్టేశాడు.

'నువ్వు వెళ్ళవచ్చు' అన్నాడు ఇన్స్పెక్టర్ సుధాకర్ ని. సుడిగుండం నుంచి బయటపడిన వాడిలాగా అరక్షణంలో అక్కడి నుంచి వెళ్ళిపోయాడు సుధాకర్. అతడు వెళ్ళిపోయిన అయిదు నిముషాలకి శర్మ మిగతా డైరెక్టర్లతో కారు దిగాడు. "బొంబే విమానం వచ్చింది. రవితేజ అందులో లేడు" అన్నాడు శర్మ అయోమయంగా.

"ఉండడు. నాకు తెలుసు" అన్నాడు ఇన్స్పెక్టర్ క్లుప్తంగా.

"ఎందుకు?" శర్మ ఆశ్చర్యంగా ప్రశ్నించాడు. ఇన్స్పెక్టర్ జవాబు చెప్పలేదు. లోపలికి వెళ్ళాడు. మాధవికి సుధాకర్ వ్రాసిన ఉత్తరం బయటకు తీశాడు. అయితే ఈసారి తీసేటప్పుడు చేతి రుమాలుతో జాగ్రత్తగా పట్టుకుని దాన్ని వేలి ముద్రల నిపుణుడికి ఇస్తూ, "దీని మీద ఏయే వేలిముద్రలున్నాయో చూడు. జాగ్రత్త" అని చెప్పి ఇచ్చాడు.

ముందు హాల్లో శర్మా వాళ్ళు కూర్చుని ఉన్నారు.

ఇన్స్పెక్టర్ ఫోన్ ఎత్తి ఎయిర్ లైన్స్ ఆఫీసుకి ఫోన్ చేశాడు. తనెవరో పరిచయం చేసుకుని "ఇక్కణ్ణుంచి ముంబాయి వెళ్లే విమానం ప్రొద్దున్న ఎన్ని గంటలకి వెళ్లింది?" అని అడిగాడు.

"ప్రొద్దున ఎనిమిదింటికి–" అవతల్నుంచి సమాధానం వచ్చింది.

"అక్కణ్ణుంచి వచ్చే విమానం ఎన్నింటికి బయల్దేరుతుంది?"

"పదకొండింటికి–"

రాజశేఖర్ ఫోన్ పెట్టేశాడు. అతడీ విషయం ఎందుకు అడిగాడో అర్థంకాక డైరెక్టర్లందరూ ఆశ్చర్యంగా చూస్తున్నారు. ఈ లోపులే వేలిముద్ర నిపుణుడు వచ్చి "ఆ ఉత్తరం మీద నాలుగు రకాల ముద్రలున్నా" యని చెప్పాడు.

రాజశేఖర్ అతడితో కలిసి రవితేజ ఆఫీసు గదిలోకి వెళ్ళి "ఇక్కడ పరిశీలించు, రవితేజ వేలిముద్రలు చాలా దొరుకుతాయి. నీకు ఆ ఉత్తరం మీద దొరికిన నాలుగిట్లో నాదీ, సుధాకర్ దీ, మాధవిగారిదీ గాక ఆ నాలుగోది ఎవరిదో కనుక్కొని చెప్పు" అన్నాడు.

పావుగంట తరువాత నిపుణుడు వచ్చి "ఆ నాలుగోది రవితేజది" అని చెప్పాడు. అంటే– తన భార్యకి సుధాకర్ వ్రాసిన ఉత్తరాన్ని రవితేజ చదివాడన్నమాట.

ఇన్‌స్పెక్టర్ శర్మ వైపు తిరిగి, "మీరు రవితేజతో నిన్నగానీ మొన్నగానీ మాట్లాడారా?" అని అడిగాడు.

"మొన్న మాట్లాడాను. మాకు రాష్ట్రపతి బహుమతి వచ్చింది. ఆ విషయం చెప్పాము".

"నిన్న మాట్లాడలేదా?"

ఈ సంభాషణ వింటూన్న మరో డైరెక్టరు కల్పించుకుని "నిన్న అర్ధరాత్రి వరకూ అతడి కోసం ప్రయత్నిస్తూనే ఉన్నాము. అర్జెంటుగా ఒక కాంట్రాక్టు విషయం మాట్లాడవలసి వచ్చింది. అతడు రూమ్‌లో దొరకలేదు. తెల్లవారు జామున కూడా అతడి దగ్గర్నుంచి ఫోన్ వస్తుందేమో అని చూశాము. రాలేదు. ఈ లోపులో అతడి నుంచే ఫోన్ వచ్చింది. 'ఎయిర్ పోర్ట్ నుంచి' అన్నాడు" అని వివరించాడు.

"ముంబాయిలో రవితేజకి తెలిసినవాళ్ళు ఎవరయినా ఉన్నారా?".

"తెలీదు".

"నేను శవాన్ని మార్చురీకి పంపిస్తాను".

ఎవరూ మాట్లాడలేదు. మరో పది నిముషాల్లో మాధవి శరీరం పోస్టుమార్టమ్‌కి పంపబడింది. శర్మ వాళ్లు వెళ్ళిపోయారు. ఇన్‌స్పెక్టర్ వెళ్ళలేదు. రవితేజ వచ్చే లోపులో అనఫీషియల్‌గా కొన్ని పన్లు చేయదల్చుకున్నాడు. రవితేజ డ్రాయరు తాళాలు తెరవటం అతడికి పెద్ద కష్టం కాలేదు. కొంచెం సేపట్లోనే అతడికి కావల్సింది దొరికింది.

అయితే దాని చివర "మిస్ విజయవాడ" అని ఉండటంతో కాస్త అయోమయంలో పడ్డాడు. ఎవరీ మిస్ విజయవాడ? అతడు టైమ్ వేస్టు చేయదల్చుకోలేదు. ఆ సాయంత్రం ముంబాయి బయల్దేరాడు. మాధవిని హత్య చేసినవాడు అపురూపమైన తెలివితేటలు కలవాడని అతడికి అర్ధమైంది. ఈ హత్యా రహస్యాన్ని ఛేదించడం ఒక ఛాలెంజీగా తీసుకున్నాడు.

హంతకుడెవరో అతడికి చూచాయగా తెలుస్తోంది. విమానం ఆలస్యం అవడంతో అతడు చిన్న పొరపాటు చేశాడని కూడా అర్థమైంది. అతడు దాన్ని సర్దుకునే లోపులోనే నాలుగుదార్లూ మూసెయ్యాలి. అందుకే అతడు అంత అర్జెంటుగా ముంబాయి వెళ్ళాడు. ఊళ్ళో దిగ్గానే అతడు సీ-రాక్ హోటల్‌కి

వెళ్ళాడు. రిసెప్షన్‌లో ఒక అందమైన అమ్మాయి ఉంది. "నమస్తే. నేను ఆంధ్రప్రదేశ్‌కి చెందిన ఇనస్పెక్ట ర్‌ని. పేరు రాజశేఖర్. మీరూ?" అని అర్థోక్తిలో ఆపు చేసాడు.

"నా పేరు ప్రియదర్శిని. చంద్రికా ప్రియదర్శిని" అందామె చిరునవ్వుతో "చెప్పండి, మీకే సహాయం చెయ్యగలను?"

"రవితేజ అని ఒకాయన నిన్నటి వరకూ మీ హోటల్లో ఉన్నాడా?"

"రవితేజ... మేనేజింగ్ డైరెక్టర్?"

"ఆయనే-"

"అవును ఉన్నారు. నిన్న ప్రొద్దున్న ఖాళీ చేసి వెళ్ళిపోయాడే".

అతడు మరో రెండు నిముషాలు సంభాషణలో గడిపాడు. తనారోజు కట్టుకున్న చీర రవితేజ టెక్స్‌టైల్స్‌లో తయారైందే అన్న విషయం అతడు చెప్పినట్టు ఆమె అంది.

"మొన్న రాత్రి డ్యూటీలో ఎవరున్నారు?"

"నేనే"

"రవితేజ మొన్న రాత్రంతా గదిలో ఉన్నాడా?"

ఆమె తటపటాయించి "తెలీదు" అంది. ఆమె తటపటాయింపుని అతడు గుర్తించాడు. "మీ బిల్ బుక్స్ అవీ చూస్తే ఆ విషయం తెలుస్తుంది కదా-రాత్రి డిన్నర్ తీసుకున్నదీ-ఫోన్ కాల్స్ చేసిందీ వగైరా-"

ఆమె ఏదో గుర్తొచ్చిన దాన్లా "ఆయన గదిలో లేరా రాత్రి" అంది.

"ఎలా చెప్పగలరు?"

"ఏ ఫోన్లొచ్చినా ఇవ్వొద్దని అన్నారు. తరువాత నాకు అనుమానం వచ్చింది. ట్రంక్ కాల్స్ కూడా ఇవ్వకుండా ఆపాలా అని తెలుసుకోవటం కోసం మళ్ళీ ఫోన్ చేశాను. ఆయన ఫోన్ ఎత్తలేదు".

"బహుశా నిద్రపోతూ ఉండి ఉండవచ్చు కదా..."

"అయి ఉండవచ్చు. నాకు తెలీదు కానీ నాకు ఫోన్ చేసిన రెండు నిముషాల్లోనే నిద్ర పోయారంటే.." ఆమె సగంలో ఆపు చేసింది. అతడు అర్థం చేసుకున్నట్టు తలూపి, "మీ హవుస్-కీపింగ్ రికార్డులో రవితేజ గది మరుసటి రోజు ప్రొద్దున్న

ఎన్నింటికి శుభ్రం చేసిందీ వ్రాసి ఉంటుంది కదా" అన్నాడు. ఆమె తలూపింది. ఆ రికార్డులు పరీక్షించి చూశాడు. "పగిన్నరకి" అని ఉంది. అంటే-రాత్రి తనని డిస్టర్బ్ చెయ్యొద్దని చెప్పి గది ముందు బోర్డు పెట్టిన రవితేజ-ప్రొద్దున్న పదిన్నర వరకూ ఆ బోర్డు తీయలేదు.

అప్పటి వరకూ రవితేజ గది లోపల ఏం చేస్తున్నాడు? అతడు తలెత్తి, "రాత్రి ఎన్నింటికి మీకు రవితేజ తన గది నుంచి ఫోన్ చేశాడు?" అని అడిగాడు.

"రాత్రి ఎనిమిదింటికి-" ఆమె సమాధానం ఇచ్చింది. అతడు ఆలోచనలో పడ్డాడు. ముంబాయి నుంచి హైద్రాబాద్‌కి వెళ్ళే విమానం రాత్రి తొమ్మిదింటికి ఉంది. అందులో వెళ్ళి- ప...ని... ము...గిం...చు...కు...ని ప్రొద్దున్న ఆరింటికి బయల్దేరి తిరిగి ముంబాయి వచ్చేసి... గది ముందున్న 'నో... డిస్టర్బెన్స్' బోర్డు తీసేసి- తీరిగ్గా గది ఖాళీ చేసి- మళ్ళీ పదకొండింటికి విమానంలో, అప్పుడే ముంబాయి నుంచి దిగినట్టు హైద్రాబాద్ లో దిగి...

అద్భుతమైన ప్లాన్ వేశాడు హంతకుడు! అతడు వేసిన ఈ అత్యంత అపురూపమైన ప్లాన్‌తో మూడోవాడికి అనుమానం వచ్చి ఉండేది కాదు... విమానం ఆలస్యం అవకపోయి ఉంటే..!

ఇన్‌స్పెక్టర్ తన టేబిల్ ముందు కూర్చొని డిటెయిల్డ్ రిపోర్ట్ వ్రాయటం ప్రారంభించాడు.

"రవితేజ టెక్స్‌టైల్స్ మేనేజింగ్ డైరెక్టర్ రవితేజకీ, అతడి భార్యకీ ఒక్క క్షణం పడదు. ఇంట్లో పనిచేసే వారందరికీ ఈ విషయం తెలుసు, అతడికి తన ఆఫీసులో పనిచేసే స్త్రీలతో కూడా సంబంధాలున్నాయి. అతడి భార్యకి సుధాకర్ అనే కుర్రవాడు వ్రాసిన ఉత్తరాన్ని అతడు చదివాడు. అప్పటి నుంచీ ఆమె మీద కక్ష పెంచుకున్నాడు. అతడి డైరీ ఇందుకు తార్కాణం. రవితేజ భార్యకీ, అతడికీ తరచు జరిగే గొడవల వల్ల ఆమెకి హిస్టీరియా కూడా వచ్చే లక్షణాలు కనబడ్డాయని డాక్టరు చెప్పాడు.

రవితేజ కూడా ఎవర్నో అమ్మాయిని ప్రేమించాడు. ఈ అమ్మాయి ఒకప్పుడు మిస్ విజయవాడగా ఎన్నికైనట్టు తోస్తుంది. ఆ తరువాత ఆమె అతడిని తిరస్కరించింది. దాంతో అతనిలో నిరాశ నిస్పృహలు బాగా చోటు చేసుకున్నాయి. అతడి ఆఫీసులో ప్రియంవద అని తాత్కాలిక భృతి మీద పనిచేసే అమ్మాయి

పట్ల అతడు చొరవ తీసుకోవటం ప్రారంభించాడు. అతడు తన బాస్ అవటం వల్ల, తనది టెంపరరీ ఉద్యోగం అవటం వల్లా ఆమె ఈ విషయాన్ని పై అధికారులకి చెప్పటానికి భయపడింది. తోటి ఉద్యోగులతో చెప్పుకొని 'ఏం చెయ్యాలా' అని సలహా అడిగింది. అదే ఆఫీసులో పనిచేసే ఇద్దరమ్మాయిలు ఈ విషయం సాక్ష్యం చెప్పారు–ఈ బాధ భరించలేక ప్రియంవద ఉద్యోగానికి రాజీనామా చేసి వెళ్ళిపోయింది.

తన హిస్టీరియా భార్యని వదిలించుకోవటానికి రవితేజ పెద్ద ప్లాన్ వేశాడు. విదేశాల్నుంచి అప్పుడే దిగినట్టు, ఈ లోపులో భార్యని హత్య చేద్దామనుకున్నాడు. అంతా సవ్యంగా జరిగి ఉంటే, ఎవరికీ ఇతడి మీద అనుమానం రాకపోవును. అందరూ ఇతడు ఆ హత్య జరిగిన సమయానికి విదేశాల్లో ఉన్నాడని అనుకునేవారు. కానీ దురదృష్టం ఇతడిని వెన్నాడింది. అదే సమయానికి రాష్ట్రపతి బహుమతి రావటంతో డైరెక్టర్లు అతడి కోసం అమెరికా ఫోన్ చేశారు. అప్పటికే ముంబాయి చేరుకున్న అతడు, ఈ విషయం గుర్తించి ప్లేటు మార్చాడు–ఏదో పని ఉన్నట్టు సీ–రాక్ హోటల్లో ఆగిపోయాడు. రాత్రి హైద్రాబాద్ వచ్చి హత్య చేసి, బోంబే వెళ్ళిపోయాడు. హంతకుడిని దురదృష్టం వదిలిపెట్టలేదు. మరేదో అర్జెంటు పని మీద డైరెక్టర్లు సీ–రాక్ హోటల్కి ఫోన్ చేస్తే రాత్రంతా అతడు ఆ గదిలో లేడన్న విషయం బైటపడింది...

రవితేజ హైద్రాబాద్ నుంచి ఇంటికి ఏమీ ఎరగనట్టు ఫోన్ చేశాడు. ఎయిర్ పోర్ట్కి కారు వెళ్ళింది అని తెలుసుకుని, కంగారుపడ్డాడు. ఆ రోజు విమానం ఆలస్యంగా వచ్చిందన్న విషయం అతడు గుర్తించగానే అతడికి తను చేసిన తప్పు తెలిసిపోయింది. విమానం కన్నా ముందే తను హైద్రాబాద్ చేరుకున్నట్టు పోలీసులకి అనుమానం రాగానే వెనక్కి వెళ్ళి అంతా ఎంక్వయిరీ చేస్తారని అతడికి తెలుసు. అప్పట్నుంచీ అతడు పరారీలో ఉన్నాడు.

అతడి మీద అరెస్ట్ వారెంట్ ఇష్యూ చేయటమైంది. అతడి ఫోటోలు అన్ని పోలీస్ స్టేషన్లకీ పంపబడ్డాయి. హంతకుడు చాలా పలుకుబడి ఉన్న వ్యక్తి. బయట ఉంటే సాక్ష్యాలు తారుమారు చేయగలడు. అందువల్ల నాన్ బెయిలబుల్ వారెంట్ మాత్రమే సరియైనది."

రిపోర్టు వ్రాయటం పూర్తిచేసి రాజశేఖర్ భారంగా నిట్టూర్చాడు.

"ఎంతకాలం తప్పించుకుంటావు రవితేజా! ఎక్కడున్నా నిన్ను పట్టుకుంటాను" అని మనసులో అనుకున్నాడు.

మరుసటి రోజు అన్ని పేపర్లలో ఈ వార్త ప్రముఖంగా వచ్చింది.

ఈ పేపర్లు చూసి అందరికన్నా ఎక్కువ సంతోషించిన వాడు చెంచు రామయ్య!

ప్రత్యర్థి కంపెనీలో ఆ రోజు రాత్రి గొప్ప పార్టీ జరిగింది. చెంచురామయ్య ముందుకు వంగి "ఎయిర్ పోర్ట్ నుంచి బయల్దేరినట్టు ఫోన్ చేశాడట. కానీ ఇక్కడ మాత్రం దిగలేదు" అన్నాడు.

వాళ్ళలో ఒకడు "భార్య పోయిన షాక్‌లో విమానం నుంచి దుకేశాడేమో" అన్నాడు.

ఏదైనా ఒక గేమ్‌లో అవతలివాడి కాలు విరిగి, తనను విజేతగా ప్రకటిస్తే ఒక శాడిస్టు ఆటగాడు పొందే కృత్రిమ ఆనందాన్ని వాళ్ళు పొందుతున్నారు.

29

క్రమక్రమంగా మత్తు విడిపోతున్నట్టు అనిపించింది రవితేజకి. నెమ్మదిగా కళ్ళు విప్పాడు. తను ఎక్కడున్నదీ కొంచెంసేపు పాటు అర్థంకాలేదు. తలపక్కకి తిప్పి చూశాడు.

పక్కనే స్టూలు మీద కూర్చుని తనవైపే చూస్తున్న భాస్కర్ కనబడ్డాడు. చప్పున పక్క మీద నుంచి లేవబోయాడు. నిస్సత్తువగా అనిపించింది. భాస్కర్ నవ్వాడు, "హల్లో సార్. హౌ ఆర్యూ".

"ఏమిటిది? ఏం జరుగుతూంది".

"నాటకానికి ఆఖరి అంకం" భాస్కర్ లేచి పక్క గదిలోకి వెళ్ళి కొన్ని పేపర్లు తీసుకొచ్చి రవితేజ ముందు పడేసాడు. గత వారంరోజుల వివిధ దినపత్రికలు అవి. అర్థం కానట్టు వాటిని తీసుకుని రవితేజ మొదటి పేజీ చూసి షాక్ అయ్యాడు.

కొన్నిపత్రికలు చనిపోయిన మాధవి ఫోటో వేస్తే మరి కొన్ని తన ఫోటో వేశాయి. **"రవితేజపై అరెస్టు వారెంట్" "రవితేజ టెక్స్‌టైల్స్ మేనేజింగ్ డైరెక్టర్**

పరారీ–" "రవితేజ కోసం పోలీసుల వేట" . "భార్యని హత్య చేసిన రవితేజ", "స్త్రీ వ్యామోహంతో నరరూప రాక్షసుడైన భర్త" వగైరా వగైరా.

చివరి దినపత్రిక మీద ఉన్న డేట్ చూసి స్థాణువయ్యాడు! అప్పటికి మాధవి చనిపోయి వారంరోజులు అయింది. అంటే- వారంరోజులు తను కోమాలో ఉన్నాడా? రవితేజ మొహంలో మారుతున్న భావాలు గమనించి భాస్కర్ నవ్వాడు. మొత్తం కథంతా చెపుతున్నట్టు చెప్పసాగాడు.

"వ్యాపారపరంగా మిమ్మల్ని ఎలా దెబ్బకొట్టాలో మాకు తెలియలేదు. ఈ పని ఎలాగైనా పూర్తి చేయమని నన్ను నియమించారు. అయితే నేను వెంటనే రంగంలోకి దిగలేదు. ముందు మిమ్మల్ని, మీ చుట్టూ ఉన్న పరిస్థితుల్ని గమనించాను. మీకూ మీ భార్యకి పడదని తెలుసుకున్నాను. మిమ్మల్ని వలలో ఇరికించాలంటే ఒక స్త్రీ మూలంగానే అది సాధ్యపడుతుందనిపించింది. మీ పాత సెక్రటరీకి ఆక్సిడెంట్ చేయించి, ప్రియంవదని ఆ స్థానంలో ప్రవేశపెట్టాను. ఆ విధంగా ప్రియంవద మీ సెక్రటరీ అయింది..."

రవితేజకి ప్రపంచం గిర్రున తిరుగుతున్నట్టు అనిపించింది. సరస్వతి రోడ్డు దాటి వెళ్తూ ఉండగా జరిగిన యాక్సిడెంట్ యాదృచ్ఛికం కాదన్నమాట. అతడి పిడికిళ్ళు బిగుసుకున్నాయి. "రేయ్! మీ మీ స్వార్థాల కోసం అమాయకుల్ని బలిపెట్టారా?" అని అరిచాడు. భాస్కర్ నవ్వాడు.

"వ్యాపారంలో అలాంటివేమీ ఉండవని మీకు చెప్పనవసరం లేదుగా రవితేజా! సరే, ఎంతవరకూ వచ్చాను? మీ పాత సెక్రటరీ ఆస్పత్రిలో ఉన్నప్పుడు ఆ స్థానంలో ప్రియంవదని ప్రవేశపెట్టాము. అయితే మేము అనుకున్నంత తొందరగా మీరు ఆమె వైపు అట్రాక్ట్ అవలేదు. ఎన్ని రకాలుగానో ఆమె ప్రయత్నించింది. ఆటోగ్రాఫులు, పుట్టినరోజునాడు అర్ధరాత్రి ఫోన్లు... పాపం ప్రియంవద మీ పట్ల తన ప్రేమ తెలపటానికి చాలా విధాలుగా కష్టపడింది. మీరు కొద్దిగా మారుతున్నట్టు మాకు తోస్తున్న టైంలో కార్తీకమాసం పిక్నిక్‌లో సుధాకర్ అనే కుర్రవాడెవరో మీ భార్యతో చనువుగా ఉండటం మేము గమనించాము. మీకారోజు శ్రేయోభిలాషిగా ఫోన్ చేసింది నేనే. మా అదృష్టం బావుండి, ఆ సుధాకర్ మీ భార్య వెనుక జిడ్డులా పడ్డాడు. మీరు మానసికంగా బాగా డిస్టర్బ్ అయ్యారు." అతడు ఆగి, తిరిగి చెప్పటం ప్రారంభించాడు.

"ఒకరోజు రాత్రి చాలాసేపటి వరకూ మీరు ఆఫీసులో డిక్టేషన్ ఇస్తూ ఉండిపోయారు. బయల్దేరే ముందు ప్రియంవద అందించిన సైగ ద్వారా, లిఫ్ట్ రాత్రంతా మధ్యలో ఆగిపోయేలా చేశాము... ఒక వైపు ఇంట్లో సుఖం లేకపోవటం, మరొకవైపు అందమైన అమ్మాయి సామీప్యం. ఎవరు మాత్రం లొంగిపోకుండా ఉంటారు? ఒక్కసారి దగ్గరవగానే ప్రియంవద మిమ్మల్ని వరదలో ముంచేస్తుందని మాకు తెలుసు. సెక్స్‌లో ఆమెకి ఎవరూ సాటి రారు..."

ఎవరో సాచి పెట్టి కొట్టినట్లు రవితేజ మొహం పాలిపోయింది. స్త్రీ జాణ అయితే మగవాడిని ఎంతగా ఆడిస్తుందో అర్థమైంది. సెక్స్‌లో ఆమెకి ఎవరూ సాటిరారట. ఆమె మాటలు గుర్తొచ్చాయి. "ఎప్పుడూ నేను మీ తెలివితేటలు, విజయాలు వీటి గురించే ఆలోచిస్తాను సార్. శారీరకంగా దూరంగా ఉండి స్వచ్ఛంగా ఉన్నానని అనుకుంటే అది ఆత్మవంచన. మీ కోసం దేన్నైనా వదులు కుంటాను. ఇంతకన్నా ఎలా చెప్పను?..."

ఎంత అమాయకంగా మాట్లాడింది! అదే తొలిముద్దులా ఎంత తమలపాకులా వణికిపోయింది.

ఆమెని కాదు! తనని అనాలి! తనో మూర్ఖుడు. ఆమె నాటకమంతా నిజమని నమ్మేసి, తన పురుషత్వం మీద అపారమైన గౌరవం పెంచేసుకున్నాడు. ఆమెతో అనుభవం తన విజయకేతనపు రెపరెప అనుకున్నాడు. తొలి ముద్దులోనే అంత ఆనందం ఇచ్చిందంటే-తనకే మాత్రం తెలివితేటలున్నా అది ఆమెకి తొలిముద్దు కాదని అర్థమై ఉండాలి. మైకంలో మునిగిపోయిన వాడికి ఆలోచించే ఓపిక ఏది? అంత గొప్ప ప్రొఫెషనల్ గాబట్టే తనకి రవ్వంత అనుమానం రాలేదు.

కానీ ఆ కృత్రిమత్వాన్ని తన మనసు ఎక్కడో పసిగట్టింది. పైకి తెలియలేదు. అందుకే రెండో రోజు అవగానే అక్కణ్ణుంచి బయపడాలని అనిపించింది. ఈ విధంగా రవితేజ అలోచిస్తూ ఉంటే "సరే ఇక కథ చివరికొస్తాను" అన్నాడు భాస్కర్.

... "మీరు తనతో కలిసి కొద్ది కాలం బయట గడపటం కోసం ఒత్తిడి చేస్తున్నారని ప్రియంవద మాకు చెప్పింది. మిమ్మల్ని ఇరికించటానికి మాకు అదే సరయిన సమయం అనిపించింది. మేం ముగ్గురం కలిసి ఆలోచించాం-"

"ముగ్గురెవరు?"

"సారీ, చెప్పను. కాస్త మెదడు ఉపయోగిస్తే మీకే తెలుస్తుంది".

రవితేజ చివరి ప్రశ్న అడిగాడు. "ఎందుకు మీరిదంతా చేశారు? వ్యాపారంలో ప్రత్యర్థుల్ని దెబ్బకొట్టటం ఈ రకంగా కాదు. దమ్ముంటే ఆ రంగంలోనే తెలివితేటలు పయోగించాలి. మీక్కావల్సింది రవితేజ టెక్స్‌టైల్స్ పతనమే అయితే దానికింత పెద్ద ప్లాన్ వేసి, నా భార్యని చంపి అందులో నన్ను ఇరికించనవసరం లేదు. ఒక్క బుల్లెట్‌తో నన్ను చంపేస్తే చాలు".

భాస్కర్ నవ్వి, "వ్యాపారంలో ఉన్నన్ని తెలివితేటలు మీకు మిగతా విషయాల్లో లేవు రవితేజా" అంటూ భాస్కర్ లేచి గుమ్మం దగ్గరికి నడిచాడు. వెనుక నుంచి రవితేజ "ఇప్పుడు నేనేం చేయాలి?" అని అరిచాడు.

భాస్కర్ మొహంలో సాడిస్టిక్ నవ్వు కదలాడింది. "అది మీ ఇష్టం. బయట పోలీసులు మీ కోసం కుక్కల్లా వెయిట్ చేస్తున్నారు. ఉరికంబం కూడా సిద్ధంగా ఉన్నది".

రవితేజ పిడికిళ్లు నిస్సహాయంగా బిగుసుకున్నాయి. భాస్కర్ వెళ్ళబోతూంటే ఆఖరుగా అడిగాడు. "ప్రియంవద ఎక్కడుంది?"

భాస్కర్ వెనుదిరిగి తాపీగా అన్నాడు. "ఆమెని కూడా చంపేశాం."

రవితేజ నిలువెల్లా వణికిపోయాడు. ఆమె అతడికి క్షమించరాని అన్యాయం చేసి వుండవచ్చు. స్వర్గం చూపిస్తూ నరకంలోకి తోసి ఉండవచ్చు. వలలోకి ఈడ్చి ఉండవచ్చు. కానీ ఎంత కాదనుకున్నా ఆమె సామీప్యం అతడికి ఒక అనుభూతి. ఆమె మరణం విద్యుద్ఘాతం.

"మిమ్మల్నింత నమ్మి మీకు సాయం చేసిన అమ్మాయిని పని తీరేక చంపేస్తారా?"

"అవును. మా గురించి చాలా నమ్మకంగా పనిచేసింది. కానీ ఏమో ఎవరు చెప్పగలరు? రేపు కోర్టులో కేసు నడుస్తూ ఉండగా ఆవిడ మీ వైపు తిరిగిపోతే.. రేపు కోర్టులో, మాధవి చనిపోయిన రోజు రాత్రి నేను ప్రియంవదతో ఉన్నానని మీరు అన్నారనుకోండి. దానికి ప్రియంవద సాక్ష్యం చెపుతే? అందుకే ఆమెని కూడా చంపేసి శవాన్ని పాతిపెట్టేశాం. మీరు ప్రియంవద సాక్ష్యం గురించి కోర్టులో చెప్పగానే ఆమె శవం బయలుపడేలా చేస్తాం. మీకూ ప్రియంవదకూ ఉన్న సంబంధం గురించి, తరచు మీరు ఆమె ఇంటికి వచ్చేవారని ఆ

ఇంటిగలాయన సాక్ష్యం చెపుతాడు. మీ ఇద్దరూ కలిసి మాధవిని హత్య చేశారనీ, ఆ తరువాత ప్రియంవద తనని పెళ్ళి చేసుకొమ్మని మిమ్మల్ని బలవంతం చేసిందనీ, ఆమె పీడ కూడా మీరు వదిలించుకున్నారని ప్రాసిక్యూషన్ వాదిస్తుంది. దాంతో జంట హత్యల హంతకుడిగా మీ అధ్యాయం సమాప్తమౌతుంది..."

రవితేజ స్థాణువై చూస్తున్నాడు. భాస్కర్ అతడిని వదిలేసి బయటకు నడిచాడు. ఏదో మైకం లోంచి అప్పుడే తేరుకున్నవాడిలా రవితేజ "మీరు మనుష్యులు కాదు... రాక్షసులు" అని ఎలుగెత్తి అరిచాడు. ఆ మాటలకి గది గోడలు ప్రతిధ్వనించాయి తప్ప సమాధానం లేదు.

ఒళ్ళంతా నిస్సత్తువగా ఉంది. వాచీలో తారీఖు చూసుకున్నాడు. మాధవి మరణించి ఏడు రోజులు గడిచాయి. ఏడు రోజుల పాటు తనని మైకంలో, బయట ప్రపంచానికి దూరంగా ఉంచారు. బయట జరుగుతున్నదేమిటో తను ఊహించగలడు. సమాజం దృష్టిలో తను భార్యని చంపి, పారిపోయిన హంతకుడు. పోలీసులు తన కోసం వేట ప్రారంభించి ఉంటారు.

అతడు లేచి నిలబడ్డాడు. కాళ్ళు తూలుతున్నాయి. బయటకొచ్చాడు. జనం లేరు. ఊరి చివర ఇల్లులా ఉంది. పూర్తిగా ఇల్లు కూడా కాదు.

అతడికేం చేయాలో పాలుపోలేదు. ఆపద కాలంలో మనిషెంత ఒంటరో అతడికి తెలుస్తోంది. అతడి మానసిక స్థితి ఎంత హీనంగా ఉందంటే-తనంతట తనే పోలీస్ స్టేషన్‌కి వెళ్ళి లొంగిపోదామా అనుకున్నాడు. ఈ టెన్షన్, కోర్టులో వాదోపవాదాలు-ఇవన్నీ భరించడం కంటే నేరం ఒప్పుకుంటేనే మంచిదని తోస్తోంది.

జేబు తడిమి చూసుకున్నాడు. పర్సులో పది రూపాయలున్నాయి. అయిదు నిముషాలు నడిచి-ఒక కిరాణాకొట్టు చేరుకున్నాడు. ఫోన్ అడిగి తీసుకున్నాడు. పోలీస్ స్టేషన్‌కి చేద్దామని అతడి ఉద్దేశ్యం. కానీ చివరి క్షణంలో మనసు మార్చుకున్నాడు. శర్మకి ఫోన్ చేశాడు.

"హల్లో" అని అట్నుంచి శర్మ గారి గొంతు వినబడింది.

"నేనూ రవిని".

"... ఎవరూ" అట్నుంచి శర్మ ఎగ్జయిటింగ్‌గా అరిచాడు. "ర...వి... రవితేజ?" కీచుగా ధ్వనించింది ఆయన కంఠం.

"నేనే".

"ఎక్కడి నుంచి?'

తనెక్కడున్నదీ చెప్పి, "ఏం చెయ్యాలో నాకు పాలుపోవటం లేదు" అన్నాడు.

"వెంటనే ఇక్కడికిరా..." అని ఆగి, "వద్దులే. నేనే వస్తాను. అక్కడే ఉండు-" హడావుడిగా అని ఫోన్ పెట్టేశాడు. రవి కూడా ఫోన్ పెట్టేశాడు. తను ఇంటికి వెళ్ళకపోవటమే మంచిదయింది. అక్కడ కూడా నిశ్చయంగా నిఘా ఉండి ఉంటుంది.

ఫోన్‌కి డబ్బులిచ్చి, అక్కడే స్టూల్ మీద కూర్చున్నాడు. అప్రయత్నంగా అతడి దృష్టి పక్కనున్న పాత పేపర్ల మీద పడింది. అన్నిటికన్నా పైవాటి మీద మొదటి పేజీలో తన ఫోటో... పెద్ద సైజులో. అతడు చప్పున స్టూలు మీద నుంచి లేచాడు. కిరాణా కొట్టువాడు అప్పటికే అతడి వైపు అనుమానంగా చూస్తున్నాడు.

అతడు దూరంగా వెళ్ళి నిలబడ్డాడు. అయిదు నిముషాల తరువాత శర్మ కారు వస్తూ కనిపించింది. చెట్టుచాటు నుంచి బయటకొచ్చి చెయ్యి ఎత్తాడు. శర్మ కారాపి అతడిని ఎక్కించుకున్నాడు. మరో అయిదు నిముషాలు ప్రయాణం కొనసాగింది. ఎవరూ మాట్లాడుకోలేదు. రవి చాలా గిల్టీగా ఫీలయ్యాడు. అందరి దృష్టిలోనూ తను భార్యని చంపిన హంతకుడు.

తన మనసు నొప్పించకుండా ఉండటానికే ఈయన ఏ ప్రసక్తి తీసుకు రావటం లేదు. అలా అనుకోగానే శర్మ పట్ల కృతజ్ఞతాభావం నిండింది.

"ఎక్కడికి వెళుతున్నాం?" అని అడిగాడు.

"మా ఇంటికి-"

"వద్దు".

"ఏం?"

రవితేజ చెప్పలేదు. అతడి ఉద్దేశ్యం-రేపు తను ఆ ఇంట్లో పట్టుబడితే, ఒక హంతకుడికి ఆశ్రయం ఇచ్చినందుకు శర్మ కూడా ఇందులో ఇరుక్కోవచ్చు. అది ఇష్టం లేకపోయింది అతడికి. కారు సందులోకి తిరిగింది. ఫ్యాక్టరీ తాలూకు గెస్ట్ హౌస్ అది. ఇద్దరూ లోపలకి ప్రవేశించారు. శర్మే తాళాలు తీశాడు.

"కాఫీ తాగుతావా?"

వద్దనలేదు రవితేజ. శర్మ కారులో ఎప్పుడూ ఉంచుకునే ఫ్లాస్క్ తీసి కాఫీ పోసి ఇచ్చాడు. చాలా ఆత్రంగా దాన్ని తాగాడు.

"స్నానం చెయ్యి, నేను కూర్చుంటాను".

రవితేజ తలూపి, లోపలికి వెళ్ళాడు. వారం పైగా అయింది స్నానం చేసి. పోయిన సత్తువ తిరిగి వచ్చినట్టు అయింది. ఈ లోపులో శర్మ అరటిపళ్ళూ అవీ తెచ్చాడు. అతడి వైపు కృతజ్ఞతతో చూశాడు. "తిను–"

"వాచ్ మెన్ లేడా?"

"లేడు. శలవులో వెళ్ళాడు".

గెస్ట్–హౌస్ నిర్మానుష్యంగా ఉంది. సాధారణంగా దాన్ని ఎక్కువగా వాడరు. రవితేజ సోఫాలో కూర్చున్నాడు. అతడి కళ్ళ మీదకి నిద్ర వెల్లువలా ముంచుకొస్తూంది. అది గ్రహించి, "నువ్వు నిద్రపో. అసలేమీ ఆలోచించకు. సాయంత్రం నేను లాయర్‌ని తీసుకొస్తాను. ఏమీ భయంలేదు" అన్నాడు.

రవి ఆ మాత్రం ఓదార్పుకే కదిలిపోయాడు. 'థ్యాంక్స్' అన్నాడు స్పష్టంగా.

శర్మ మెట్లు దిగబోతూంటే రవితేజ ".... నేను మాధవిని హత్య చేయలేదు" అని ఆపుచేశాడు. శర్మ ఆగాడు. ఏదో అనబోయి, మనసు మార్చుకుని, "నాకు తెలుసు" అన్నాడు. రవి మళ్ళీ మాట్లాడబోతూంటే "ఏమీ ఆలోచించ వద్దన్నానుగా! ఇక్కడికి పోలీసులు ఎవరూ రారు. సాయంత్రం వరకూ హాయిగా నిద్రపో" అని వెళ్ళిపోయాడు.

రవి బెడ్ రూమ్‌లోకి వెళ్ళాడు. వారంరోజుల పాటు తనెక్కడ పడుకున్నాడో తెలీదు. ఒళ్ళు నొప్పులు, నీరసం, బాధా, భయం అన్నీ కలగాపులగమై నిద్రగా మారి, మరుక్షణం పక్క మీదకు జారిపోయాడు.

30

ఇన్‌స్పెక్టర్ రాజశేఖర్ బల్ల మీద ఫోన్ మ్రోగింది. "సార్, నేను 314ని"

"చెప్పు".

"శర్మగార్ని ఫాలో అయ్యాను. ఆయన పటేల్ నగర్ వెళ్ళి రవితేజని ఎక్కించుకున్నాడు".

రాజశేఖర్ సంతృప్తిగా నిట్టూర్చాడు. వారంరోజుల పాటు శర్మగారింటి ముందు నిఘా ఫలించిందన్నమాట.

"ఎక్కడికి వెళ్లారు వాళ్ళిద్దరూ?"

"స్ట్రీట్ నెంబర్ 30 వైపు వెళ్ళారు సార్. మధ్యలో ట్రాఫిక్ జామ్ అవటంతో నేను ఫాలో అవలేకపోయాను".

రాజశేఖర్ నిస్పృహ చెందలేదు. శర్మ, రవితేజ ప్రొఫెషనల్స్ కాదు. వారికి ఈ రంగంలో పెద్ద తెలివితేటలుగానీ, చొరవగానీ ఉండవు. శర్మ తాలూకు తెలిసిన వాళ్ళ ఇళ్ళుగానీ, మరేమైనా ప్రదేశాలుగానీ స్ట్రీట్ నెంబర్ 30 లో ఉన్నాయా అని తెలుసుకోవటానికి ప్రయత్నించాడు. దాదాపు నాలుగు గంటలు పట్టింది తెలుసు కోవటానికి. కానీ చివరికి కరెక్టు విషయం తెలిసింది.

రవితేజ టెక్స్‌టైల్స్ వారి గెస్ట్ హౌస్ ఆ వీధిలో ఉంది. దాన్ని సాధారణంగా ఎక్కువగా వాడరెవరూ.

రాజశేఖర్ నలుగురు పోలీసుల్ని తీసుకుని జీపులో బయల్దేరాడు. రవితేజ నిద్రలేచేసరికి బాగా చీకటి పడింది. కిటికీ లోంచి బయటకు చూశాడు. రోడ్డు మీద జనం తిరుగుతున్నారు. స్వేచ్ఛకున్న విలువ అది పోయినప్పుడే తెలుస్తుంది. మామూలు మనుష్యులందరూ యథావిధిగా తమ పనులు చేసుకుంటున్నారు. తనొక్కడే ఈ చీకటిలో ఇలా దాక్కుని ఉన్నాడు.

అతడికి పారిపోవాలని ఉంది. వీలైతే ఈ వీధి నుంచి కూడా దూరంగా పారిపోవాలని ఉంది. ప్రత్యర్థులు ఎంత తెలివిగా తనని ఇందులో ఇరికించారో తల్చుకుంటూంటే తన మీద తనకే కోపం వస్తూంది. అంతలో అతడి దృష్టి వస్తూన్న ఒక వాహనం మీద పడింది. అతడి గుండె కొట్టుకోవడం క్షణం పాటు ఆగిపోయింది.

పోలీస్ వాన్!!!

వచ్చి ఆ ఇంటి ముందే ఆగింది. అందులోంచి రాజశేఖర్ దిగాడు. గేటు తీసి లోపలికి ప్రవేశిస్తున్నాడు. రవితేజకి ఏం చెయ్యాలో తోచలేదు. మెరుపు కన్నా వేగంగా వెనుక గదుల్లోకి పరుగెత్తాడు. ఆ తలుపు తీసుకొని పెరట్లోకి వెళ్ళాడు. గెస్ట్ హౌస్ అవటంవల్ల, తగిన సంస్కారం లేక అక్కడ చెట్లు బాగా వత్తుగా పెరిగినయ్. పెరటి గోడ కూడా సరీగ్గా లేదు. అతడేమీ ఆలోచించకుండా

అవతలి కాంపౌండ్ లోకి ప్రవేశించాడు. అవతలి వైపు ఇంటి వెనుక భాగం అది.

ఒక పోలీసు ఇంటి వెనుక వైపు రావటాన్ని అక్కడ నుంచే చూశాడు. చుట్టూ ఉన్న చీకటి అతడికి సహాయపడింది. అదృష్టవశాత్తు ఆ ఇల్లు తాళం వేసి ఉంది. అతడు చుట్టూ తిరిగి బయటకు వచ్చాడు. ఇంతలో అతడికి శర్మ కారు కనపడింది. అది గెస్ట్ హౌస్ వైపు వెళుతూంది. రవితేజను చూసి చప్పున ఆపుచేసి "బయట తిరుగుతున్నావా?" నిష్టూరంగా అన్నాడు. రవి జరిగినదంతా చెప్పాడు.

శర్మ కారుని సర్రున కుడి వైపు తిప్పాడు. "ఫర్వాలేదు. అది ఆటోమాటిక్ లాక్ సిస్టమ్. వాళ్ళు తలుపులు పగలగొట్టినా అనుమానం రాదు".

రెండు నిముషాలు గడిచాక "మనం ఎక్కడికి వెళ్తున్నాం?" అని అడిగాడు రవితేజ.

"లాయర్ దగ్గరికి".

మరో అయిదు నిమిషాల్లో అతడి కారు లాయర్ ఇంటి కాంపౌండ్ లోకి ప్రవేశించింది. నగరంలోకెల్లా బెస్ట్ క్రిమినల్ లాయర్ రంగనాథం ఇల్లు అది. రవితేజకి ఆయనతో పరిచయం లేదు. పక్కనున్న వరండా గుండా లోపల గదిలోకి ప్రవేశించారు ఇద్దరూ. మామూలు ఆఫీసు గది కాకుండా, లోపల వేరే డ్రాయింగ్ రూమ్‌లో కూర్చుని ఉన్నాడు రంగనాథం. దీన్ని బట్టి శర్మ తమ రాక సంగతి ముందే ఆయనకి చెప్పి ఉంటాడని అనిపించింది. అతడి అభిప్రాయాన్ని ధృవీకరిస్తూ "ఈయన రవితేజ, మా ఎమ్.డి." అన్నాడు శర్మ. మిగతా వివరాలు అంతకు ముందే చెప్పినట్టు.

రంగనాథం రవితేజకి షేక్ హ్యాండ్ ఇచ్చి "కూర్చోండి" అన్నాడు. మామూలు సంభాషణ కొంచెం అయ్యాక సూటిగా విషయానికి వస్తూ "మీరేమీ భయపడనవసరం లేదు రవితేజా! ఉన్నదున్నట్టు చెప్పండి. క్రిమినల్ లా చిల్లుపడ్డ గిన్నెలాంటిది. ఎక్కడో మనకి తప్పకుండా లూప్ హోల్ దొరుకుతుంది. మిమ్మల్ని బయట పడేసే బాధ్యత నాది. మీరు మాత్రం జరిగింది జరిగినట్టు చెప్పండి. ఎక్కడెక్కడ ఎలా 'కవరప్' చెయ్యాలి? ఏ యే సాక్ష్యాలు సృష్టించుకోవాలి అన్నది తరువాత ఆలోచిద్దాం. సరీగ్గా ఎన్ని గంటలకి మీరీ మర్డర్ చేశారు?" అని అడిగాడు.

రవితేజ తెల్లబోయి "నేనీ మర్డర్ చేయలేదు" అన్నాడు.

రంగనాథం నవ్వి "లాయర్ దగ్గర అబద్ధాలు చెప్పితే లాభం లేదు. మీరు చెప్పేదేదీ ఈ నాలుగు గోడలు దాటిపోదు. నిర్భయంగా చెప్పండి." అన్నాడు.

"నేను నిజమే చెపుతున్నాను. నేనీ హత్య చేయలేదు".

"మరెవరు చేశారు?"

"నన్ను ఇందులో ఇరికించడానికి చెంచురామయ్య గ్రూపు చేయించారు."

శర్మ, రంగనాథం ఒకరి మొహాలొకరు చూసుకున్నారు. రంగనాథం రవితేజ వైపు తిరిగి, "ఆ రాత్రి హత్య జరిగే సమయానికి శర్మగారు చెప్పినట్టు మీరు ముంబాయిలోనే ఉన్నారా?" అని అడిగాడు.

రవితేజ ఆలోచించాడు. అతడు అంతకు ముందే పేపర్లు చదివాడు. భాస్కర్ చెప్పింది కూడా గుర్తుంది. తన పేరు మీద ముంబాయిలో భాస్కర్ రూమ్ తీసుకున్నాడు. ఇప్పుడు తను అబద్ధం చెప్పి లాభంలేదు.

"హత్య జరిగే సమయానికి మీతోపాటు ఉన్నట్టు ఎవరైనా సాక్ష్యం ఉన్నారా?"

"ప్రియంవద ఉంది".

"ఆమె ఇప్పుడెక్కడుంది?"

"ఆమెని కూడా వాళ్ళు చంపేశారు. సరియైన సమయం వచ్చినప్పుడు దాన్ని బయట పెడతారు".

"ఆ నేరం కూడా మీ మీదే పడుతుంది".

"అవును. అదే వాళ్ల ప్లాను".

కాని నిజం చెప్తే? రేపు పేపర్లో ఈ విషయాలన్నీ వస్తాయి. తనూ ప్రియంవదా కలసి రెండు పగళ్ళూ రెండు రాత్రిళ్ళూ హోటల్లో ఉండటంతో సహా... దానివల్ల శిక్షేమీ తగ్గదు. పైగా హంతకుడన్న పేరుతో పాటు వ్యభిచారి అన్న పేరు కూడా వస్తుంది.

రవితేజ మౌనం చూసి రంగనాథం నవ్వాడు. "వెంటనే సమాధానం చెప్పకుండా ఆలోచనలో పడ్డారూ అంటే ఎక్కడెక్కడ అబద్ధం చెప్పాలీ అని ఆలోచిస్తున్నారన్నమాట. అలాంటిదేమీ వద్దు రవితేజ! ఏదీ దాచొద్దు" అన్నాడు.

ఈ లోపులో శర్మ ఏదో పనున్నట్టు బయటకు వెళ్ళాడు. మూడో మనిషి ఉండడం ఇష్టంలేకే ఆయన అలా వెళ్ళిపోయాడని గ్రహించి, రవితేజ మనసులో 'థ్యాంక్స్' చెప్పుకున్నాడు.

ఇంకేమీ అతడు దాచదల్చుకోలేదు. ప్రియంవద పరిచయం అవటం దగ్గర్నుంచి, ఆమెతో కలిసి తను హోటల్‌లో గడపటం వరకు వివరంగా అంతా చెప్పాడు. వింటూన్న రంగనాథం మొహంలో భావాలు మారసాగాయి. "...మైగాడ్! చాలా కథ ఉందే" అన్నాడు.

రవితేజ సమాధానం చెప్పలేదు. "మీరే హోటల్లో దిగారు? ఏ పేరు మీద?"

రవితేజ హోటల్ పేరు చెప్పి, "నా పేరు వ్రాయలేదు. చంద్రప్రియ అని వ్రాశాను" అన్నాడు.

"మీరు ఆ హోటల్‌లో రెండ్రోజులు ఉన్నట్టు ఎవరైనా గుర్తుపడతారా?"

"వెయిటర్స్ క్కూడా కనిపించకుండా రహస్యంగా ఉన్నాము".

"అవును. పరాయి స్త్రీతో అంటే తప్పదు. అందులోనూ మీరు పాపులర్ వ్యక్తి కదా! ఇప్పుడు అదే మీకు వ్యతిరేకమయింది. మీ భార్య మరణించిన సమయానికి మీరు ఈ ఊళ్ళోనే ఉన్నారు. పైగా దొంగ పేరుతో ఉన్నారు. మీ డైరెక్టర్లకి మాత్రం ముంబాయి నుంచి చేస్తున్నట్టు ఫోన్ చేశారు. మీరు ముంబాయిలో ఉన్నట్టు అభిప్రాయం కలగజేశారు. మీ ప్రత్యర్థులు చాలా తెలివితేటలతో-అక్కడ ముంబాయిలో మీ పేరు మీద రూమ్ తీసుకుని మీరే ఇక్కడికి వచ్చి హత్యచేసి వెళ్ళిపోయినట్టు రంగం సృష్టించారు. మింగలేని, కక్కలేని పరిస్థితి. మీరు ఆ రాత్రంతా తనతోనే ఉన్నట్టు సాక్ష్యం చెప్పే ఏకైక వ్యక్తి ప్రియంవద ఇకలేదు. రవితేజా! మీరు మెడలోతు వూబిలో కూరుకుపోయారు".

"నాకా విషయం తెలుసు" క్లుప్తంగా అన్నాడు రవితేజ.

ఇక్కడ ఈ సంభాషణ జరుగుతూన్న సమయానికి అక్కడ రాజశేఖర్ తన గదిలో విసుగ్గా పచార్లు చేస్తున్నాడు. రవితేజ ఆ గెస్ట్ హౌస్ లోనే నిశ్చయంగా అప్పటి వరకు ఉన్నాడని అతడికి అనిపిస్తోంది. దొరికాడు అనుకున్నవాడు ఆఖరి నిమిషంలో తప్పించుకున్నాడు. శర్మ కారు అక్కడికి వచ్చిందని పక్కవాళ్ళు చెప్పారు.

అంతలో అతడికో ఆలోచన వచ్చింది. మరుక్షణమే దాన్ని ఆచరణలో పెట్టాడు. ఆ రోజు నుంచీ శర్మ ఫోన్ ట్రాప్‌లో పెట్టబడింది. ఎక్కడున్నా రవితేజా, శర్మ ఒకర్నొకరు కాంటాక్టు చేసుకుంటారని అతడికి తెలుసు.

శర్మ టెలిఫోన్‌ని ట్రాప్‌లో పెట్టాక, శర్మ మీద ఇద్దరు మనుష్యుల్ని నిఘా ఉంచాక, ఇన్‌స్పెక్టర్ రాజశేఖర్ ఓపిగ్గా వేచి ఉండటానికి నిశ్చయించుకున్నాడు. ఒక తప్పు చేసినవాడు ఎక్కడో ఒకచోట మరొక తప్పు చేయకపోడు. చుట్టూ వలపన్ని వేచి ఉంటే దొరక్కపోడు" అని అతడికి పోలీస్ ట్రెయినింగ్‌లో చెప్పారు.

రెండు రోజుల వరకూ ఆచూకీ దొరకలేదు. శర్మకి వచ్చే ఫోన్లన్ని ట్రాప్ చేయబడుతున్నాయి. వాటిలో రవితేజ ఫోన్ లేదు. బహుశా శర్మకే అనుమానం వచ్చి తనింటికి ఫోన్ చేయవద్దని రవితేజకి చెప్పాడేమో అన్న అనుమానం కూడా అతడికి రాకపోలేదు.

మరో రోజు గడిచింది. రాజశేఖర్‌కి అసహనం పెరగసాగింది. ఏం చెయ్యాలా అని ఆలోచిస్తూ ఉండగా ఆ రోజు ఒక ఊహించని సంఘటన జరిగింది. శర్మకి వచ్చే ఫోన్ సంభాషణలన్నీ ఎప్పటికప్పుడు టేప్స్ ద్వారా అతడికి అందజేయబడుతున్నాయి. ఒక సంభాషణ దగ్గర, ఆశ్చర్యంతో అతడు పొంగి పోయాడు. మాట్లాడుతున్నది రవితేజే! కానీ శర్మతో కాదు.

మిస్ విజయవాడతో...

అతడు తన చెవుల్ని తానే నమ్మలేకపోయాడు... రవితేజ మాట్లాడుతున్నది శర్మ భార్యతో. శర్మ భార్యే మిస్ విజయవాడ. రవితేజకి ఉత్తరం వ్రాసింది ఆమె! రవితేజకీ, ఆమెకీ ఎప్పటినుంచో పరిచయం ఉందన్నమాట!!

అతడికి మరొక క్లూ దొరికింది. **"నేను-రవితేజని... ఆగండి. ఫోన్ పెట్టెయ్యకండి..."** అంటూ ఆ సంభాషణ మొదలైంది. అతడు ఆసక్తిగా వినసాగాడు.

31

ఇది జరగటానికి సరిగ్గా నాలుగు రోజుల ముందర-

"నేను మొత్తం కేసు వివరాలన్నీ పరిశీలించాను" అన్నాడు రంగనాథం ఫైల్ మూస్తూ. రవితేజ అతడి వైపు ఆత్రంగా చూస్తున్నాడు. పక్కనే శర్మ కూర్చుని ఉన్నాడు. తనకి రెండు రోజులు టైమ్ ఇమ్మని, తను అన్నీ చూసి ఏం చెయ్యాలో

చెపుతాననీ రంగనాథం కోరాడు. శర్మ రవిని ఇంకో ప్రదేశంలో దాచాడు. ముందు చూపుతో రవిని తనింటికి ఫోన్ చెయ్యవద్దని కోరాడు. రంగనాథం చెప్పిన టైమ్ అయ్యాక రవిని తీసుకుని అతడి దగ్గరికి వెళ్ళాడు. అప్పటికి మాధవి మరణించి పదిరోజులు గడిచాయి. పేపర్లిక ఈ విషయం వ్రాయడం మానేశాయి. జనం కూడా మర్చిపోతున్నారు.

"ఈ కేసుని మనం రెండు విధాలుగా వాదించవచ్చు" అంటూ కొనసాగించాడు రంగనాథం. విదేశాల్నుంచి రాగానే ముంబాయిలో దిగాననీ, మాధవి మరణంతో ఏ సంబంధమూ లేదని మనం అనొచ్చు. కానీ అలా అయితే రెండ్రోజులపాటు ముంబాయిలో ఏం చేశారన్న ప్రశ్న వస్తుంది. సీ-రాక్ హోటల్ రిసెప్షనిస్టు చంద్రికా ప్రియదర్శిని మనకి వ్యతిరేకంగా సాక్ష్యం ఇస్తుంది. పైగా మీ డైరెక్టర్లే ఇక్కణ్ణుంచి ఫోన్ చేసినప్పుడు మీరు ఆ రాత్రి గదిలో లేరన్న విషయం రూఢి అయింది. పోలీసులకి ఆ విషయం కూడా తెలుసు. ఆ రాత్రంతా ముంబాయిలో తనతో బాటు ఉన్నట్టు మరెవరైనా సాక్ష్యం ఇవ్వవలసి ఉంటుంది. ఏ బ్రోతల్ కయినా డబ్బిచ్చి సాక్ష్యానికి కుదుర్చుకోవచ్చు గానీ రేపు-క్రాస్-ఎగ్జామినేషన్‌లో ఆమె నిజం చెప్పేస్తే కష్టం-"

రవితేజ లాయర్ వైపు ఆశ్చర్యంగా చూస్తున్నాడు. సాక్ష్యాలని 'కుదుర్చుకోవడం' అతడికి తెలియని రంగం!

"అలా వద్దు. మనం జరిగింది జరిగినట్టు నిజం చెపుదాం" అన్నాడు రవితేజ. రంగనాథం శర్మ వైపు చూశాడు. శర్మ లేచి వెళ్లిపోబోయాడు, "శర్మగారు కూడా విననివ్వండి. ఫర్వాలేదు" అన్నాడు రవి. ఇంతవరకూ వచ్చాక ప్రియంవద విషయం దాచడం ఇష్టం లేకపోయింది అతడికి.

"నేనది కూడా ఆలోచించాను. విదేశాల్నుంచి మీరు సరాసరి హైద్రాబాద్ వచ్చేశారు. మారు పేరుతో రూమ్ తీసుకుని మీ ఆఫీసు అమ్మాయితో మూడు రోజులు గడిపారు. మీ ఆఫీసు వాళ్ళకి అనుమానం రాకుండా ఉండడం కోసం, ఒకే ఊళ్ళో ఉంటూ ముంబాయి నుంచి మాట్లాడినట్లు మాట్లాడారు. మీ భార్యగారు మరణించిన రోజు కూడా మీరు హోటల్లోనే ఉన్నారు. ఇదేనా జరిగింది?"

"అవును. అదే..."

"ఈ వాదనలో చాలా లొసుగులు కనపడుతున్నాయి. మీతోపాటు ఉన్న ప్రియంవద ఏమైంది? మూడురోజులూ అయిపోగానే ఇంటికి రాకుండా మీరు

ఏమయ్యారు? వారంరోజుల పాటు ఎందుకు పరారీ అయ్యారు? మరీ 'ఎయిర్ పోర్ట్ నుంచి' అని వచ్చే ముందు ఫోన్ చెయ్యవలసిన అగత్యం మీకేమొచ్చింది? ఒక అమ్మాయితో ఏకాంతంగా గడపడం తప్పుకాదే! మూడు రోజులపాటు ఆమెని తీసుకుని ఏ నాగార్జునసాగరో వెళ్తే మిమ్మల్ని కాదనే వారెవరు?... ఇన్ని ప్రశ్నలొస్తాయి రేపు కోర్టులో..."

రవితేజ తలదించుకున్నాడు. ఇప్పుడీ లాయర్ అడుగుతూంటే నిజమే-ననిపిస్తూంది కానీ, అప్పుడు అసలు తోచలేదు. ఆ 'వేడి'లో తనసలు పరిణామాలు ఆలోచించలేదు. ప్రియంవద ఏం చెప్పితే దానికి ఒప్పుకున్నాడు. నిజంగానే ఇన్ని అబద్ధాలు ఆడవలసిన అగత్యం ఏముంది?

ఈ లోపులో రంగనాథం అన్నాడు "అన్నిటికన్నా ముఖ్యమైనది ముంబాయిలో మీ పేరు మీద గది తీసుకున్నదెవరు అని...?"

"నాకు తెలీదు, భాస్కర్ అట ఎవరో-"

"అని మీరంటారు. కాని ఇంత భయపడి ఇన్ని ఏర్పాట్లు చేసుకున్నవారు అది కూడా మీరే అరేంజ్ చేసుకున్నారని అనుకుంటారు ఎవరైనా! కనీసం అతడి సాక్ష్యమైనా మనం సంపాదించగలగాలి..."

శర్మ మధ్యలో కల్పించుకుని, "పోనీ, ప్రియంవదా, రవితేజ దిగిన హోటల్‌లో వాళ్ళు సాక్ష్యం ఇస్తారు కదా".

"ఎవరూ ఇవ్వరు" అన్నాడు రవి. "...ఎవరికీ నేను కనపడలేదు. పైగా రిజిస్టర్‌లో చేతివ్రాత కూడా మార్చి వ్రాశాను"..

"ఇవన్నీ గాక సుధాకర్ సాక్ష్యం ఒకటుంది. అర్ధరాత్రి మీలాటి వాడిని ఇంటివెనుక చూశానని అతను అంటున్నాడు".

"అబద్ధం"

"అని మీరంటే లాభం లేదు. సరే-ఇక అసలు విషయానికొచ్చి, నేను చెప్పదల్చుకున్నది చెపుతాను. మనకి రెండు మార్గాలున్నాయి. రెండిటిలో మీకేది బావుంటే అది నిర్ణయించుకోండి-" ఫైనల్‌గా అన్నాడు లాయర్. రవితేజ ముందుకు వంగాడు. "మనకున్న సాక్ష్యాలతో మీరు హంతకుడు కాదని మనం నిరూపించలేం" అన్నాడు రంగనాథం. "అలాగే పోలీసులు కూడా మీరు హంతకుడు అని నూటికి నూరుపాళ్ళు నిరూపించలేరు." వింటున్న ఇద్దరూ మాట్లాడలేదు.

"సాధారణంగా లాయర్లెవరూ వచ్చిన కేసుని వదిలి పెట్టరు. కానీ నేను అలాటివాడిని కాదు. నాకు డబ్బొక్కటే కాదు ముఖ్యం. మనం ఉన్న విషయం ఉన్నట్లు చర్చిద్దాం... రవితేజ భార్య హిస్టీరియా పేషెంటు. ఆమె నోట్లోంచి నురగలు కూడా వస్తూ వుంటాయని డాక్టరు చెపుతాడు. రవితేజ అన్నట్టు మనం కోర్టులో ఉన్నదున్నట్టు చెపుతాం. అంటే ప్రియంవదకీ, రవికీ సంబంధం ఉన్నదన్న విషయం కూడా ఒప్పుకుంటాం. ప్రియంవద చెంచురామయ్య మనిషనీ, కేవలం ఈ కేసులో రవిని ఇరికించడానికి మాధవిని చంపారనీ మనం వాదిస్తాం. కానీ కోర్టు నమ్మదు. ఈ కేసులో రవితేజ మీద ద్వేషం ఉంటే దానికి మాధవిని చంపవలసిన అవసరం చెంచురామయ్యకి లేదు. పోనీ రవిని మానసికంగా చిత్రహింస పెట్టడానికి చెంచురామయ్య ఈ ప్లాన్ వేశాడని అనడానికైనా, దానికంటే మంచి ప్లాన్ వెయ్యొచ్చు... అన్నిటికన్నా ముఖ్యంగా, మీరీ ఊళ్ళో లేరని ఎస్టాబ్లిష్ చెయ్యటానికి చేసిన ప్రయత్నాలన్నీ మీకు వ్యతిరేకంగా పని చేస్తాయి. మనకి "బెనిఫిట్ ఆఫ్ డవుట్" లభిస్తుంది అని కూడా నేను అనుకోవడం లేదు. మీ డైరీ, ఆఫీసులో ప్రియంవద పట్ల మీ అప్రవర్తన, ఇంట్లో విసుగు–ఇవన్నీ పోలీసులకి తెలుసు. రేపు ఇవన్నీ కోర్టులో వస్తాయి. పేపర్లో పడతాయి. చివరికి అంతో ఇంతో శిక్ష కూడా తప్పదు. మనం పై కోర్టుకి వెళ్ళినా లాభం ఉంటుందని నేను అనుకోను".

లాయర్ ఏం చెబుతున్నాడో అర్థంకాక "అయితే ఏం చేద్దాం" అన్నాడు రవితేజ.

"మీకు బాగా డబ్బుంది. పరపతి ఉంది. కొంత కాలం పాటు చీకట్లోకి వెళ్లిపోండి–"

రవితేజ ఉలిక్కిపడ్డాడు. అమాయకంగా రంగనాథం వైపు చూశాడు. అతడు చెప్పేది మనసుకి పట్టటానికి రెండు నిమిషాలు కావలసి వచ్చింది. రవితేజ మొహంలో మారుతున్న భావాల్ని రంగనాథం గ్రహించి నవ్వాడు. "మీకిదంతా షాకింగ్‌గా ఉండవచ్చు. ఇంటికి వెళ్ళి తీరిగ్గా ఆలోచించండి. పేపర్లు... కోర్టులు...చివరికి శిక్ష... దీనంతటి బదులు ఈ కేసు మూతపడే వరకు అండర్ గ్రౌండ్‌లో ఉండటం మంచిదని నా సలహా... మనం మళ్లీ రేపు కలుసుకుందాం" అంటూ లేచాడు.

శర్మ, రవితేజ కూడా లేచారు. ఇద్దరూ బయటికి నడిచి, కార్లో కూర్చున్నాక రవి ఏదో అనబోయాడు. "వద్దు రవీ! ఇప్పుడేమీ చర్చించుకోవద్దు, కొంచెం ఆలోచిద్దాం" అన్నాడు శర్మ.

తన గదిలో కూర్చుని నాలుగుగంటలు ఆలోచించాక రంగనాథం మాటల్లోని చేదు వాస్తవం నెమ్మది నెమ్మదిగా అర్థమవసాగింది. తనిక ఎమ్.డి.గా ఎలాగూ కొనసాగలేడు. బెయిల్ తీసుకున్నా బయట ప్రపంచంలో తిరగలేడు. కేసు పూర్తవగానే జైలుకి వెళ్ళాలి. ఇదీ తన భవిష్యత్తు.

చిన్న వెలుగు రేఖ కూడా కనపడని అంధకారం. తన భవిష్యత్తు శాశ్వతంగా మూతపడిపోయే సూచన... కానీ అండర్ గ్రౌండంటే... ఎంతకాలం తను పోలీసులకి దొరక్కుండా ఉండగలడు? క్షణం క్షణం భయపడుతూ ఎంతకాలం బ్రతగ్గలడు?

దానికి సమాధానం అతడికి సాయంత్రం దొరికింది. దాదాపు గ్రౌండ్ వర్క్ అంతా పూర్తిచేసుకుని వచ్చాడు శర్మ. రవితేజ ఎంతో భయపడిన విషయాలన్నీ చాలా సులువుగా నెరవేరాయి. భారతదేశంలో డబ్బు చేయలేనిది ఏదీ లేదని మరోసారి నిరూపణ అయ్యింది. రెండు రోజుల్లో పాస్-పోర్ట్ తయారవుతుంది. కొంతకాలం పాటు రవితేజ మరో పేరుతో సింగపూర్లో ఉంటాడు. విదేశాల్లో కొత్త జీవితం ప్రారంభిస్తాడు. పోలీసు రికార్డుల్లో కేసు సాధ్యమైనంత తొందర్లో మూతపడేలా లాయర్ రంగనాథం చూస్తాడు. దానికి కూడా ఖర్చవుతుంది.

అంత విషాదంలో కూడా రవితేజకి నవ్వొచ్చింది. ఎక్కడ ప్రారంభమైన జీవితం ఎటు వెళ్ళి ఎక్కడ సమాప్తమవుతుంది? ఎత్తులూ-పల్లాలూ ఆనందపుటంచులు... విషాదపు లోయలు...

తన జీవితంలో పరిపూర్ణమైన ఆనందం ఎప్పుడయినా లభించిందా అని అతను అనుకున్నాడు. అంచెలంచెలుగా ఎదుగుదల... మిస్ విజయవాడ దగ్గర్నుంచి ఉత్తరం... ప్రియంవదతో రెండు రోజులు... అన్నీ తాత్కాలికంగా ఆనందం ఇచ్చి చివర్లో వేదనగా మిగిలిపోయినవే..! అతడు విరక్తిగా నవ్వుకొన్నాడు. ఆనందం ఇచ్చే ప్రతీ విషయం వెనుక విషాదం ఉంటుంది కాబోలు.

మరో రెండ్రోజులు గడిచేసరికి మొత్తం రంగం సిద్ధమైంది. రవి ప్రమేయం లేకుండానే అతడి జీవితాన్ని విధి తన చేతుల్లోకి తీసుకుంది. అతడికిప్పుడు భయం

కూడా వెయ్యడం లేదు. నిండా మునిగినవాడి పరిస్థితి. పాస్ పోర్ట్‌లో తన మారుపేరు ఏమిటో, తన భవిష్యత్తు జీవితమంతా ఏ పేరుతో గడపాలి అన్నది కూడా తెలుసుకోవాలని ఉత్సాహం లేనంత నిరాసక్తత అతడిని ఆవరించింది.

అతడి ప్రయాణమంతా ఒక ఏజెన్సీకి అప్పగించబడింది. ఇటువంటి విషయాలలో ఆ ఏజెన్సీకి చాలా అనుభవం ఉంది. ఈ ప్రయాణం సంగతి తెలిసినవాళ్ళు లాయర్ రంగనాథం, శర్మ... ఇద్దరే.

ఇన్ని కష్టాల్లో కూడా రవి మనసు తన శ్రేయోభిలాషుల పట్ల కృతజ్ఞతతో నిండిపోయింది. ఎన్నో పనులు అతి జాగ్రత్తగా చెయ్యబడుతున్నాయి ఎవరికీ అనుమానం రాకుండా...

అతడు దేశాన్ని వదిలి వెళ్ళాల్సిన సమయం దగ్గరయ్యే కొద్దీ ఆందోళన కూడా ఎక్కువ అవసాగింది. బయట ప్రపంచంతో సంబంధం లేకపోయినా, అతడు రోజూ దినపత్రికలు చదువుతూ ఉండటం మాత్రం కొనసాగింది. అతడి గురించి గానీ, మాధవి మరణం గురించి గానీ పేపర్లలో ఇంకేమీ రావటం లేదు. అతడు చూసేది షేర్ మార్కెట్లు.

అతడికి ఆశ్చర్యం గొలిపేలా, షేర్ ధర బాగా పడిపోయింది. ప్రస్తుతం తనున్న స్థితికి జాలి పడాలో, లేక తను లేకపోగానే తన కంపెనీ భవిష్యత్తులో ఎలా మారుతున్నదో ఇప్పుడే కనపడుతున్న ఉదాహరణగా చూసి గర్వపడాలో అతడికి అర్థం కాలేదు. తను లేకపోతే రవితేజ టెక్స్‌టైల్స్ లేదు అని ప్రజలు అనుకొంటున్నారన్న విషయం మాత్రం స్పష్టమైంది.

మిగతా కార్యక్రమాలన్నీ కూడా జాగ్రత్తగా పూర్తయ్యాయి. అసలలాంటి ఏజెన్సీ కూడా ఒకటున్నదని తెలియని రవితేజ, ఆ ఏజెన్సీ చేస్తున్న ఏర్పాట్లు చూసి ఆశ్చర్యంతో తలమునకలయ్యాడు. దొంగ పాస్ పోర్ట్ ఏర్పాటు చేయటమే కాదు, అతను వెళ్ళే దేశంలో కొంతకాలం నివసించటానికి డాలర్లు, మిగతా విషయాలు కూడా ఆ ఏజెన్సీయే చూసుకొంది. దీనికయ్యే ఖర్చు మాత్రం రూపాయల్లో వాళ్ల దగ్గర తీసుకుంది. పాత తారీఖు వేసి తన షేర్లు అమ్మేసినట్టు రవితేజ వ్రాసిచ్చాడు. అలాగే పది సంవత్సరాల క్రితం శర్మతో చేసుకున్న అగ్రిమెంటు కాగితాలన్నీ చింపి వేయబడ్డాయి. లావాదేవీలన్నీ రహస్యంగా పూర్తయ్యాయి. అతడికున్న స్థిరాస్తుల విషయంలో మాత్రం ఏమీ

చెయ్యలేకపోయాడు. మరి రెండు-మూడు సంవత్సరాలు పోయాక వాటి విషయం చూసుకోవచ్చని ఏజెన్సీ వాళ్ళు సలహా ఇచ్చారు.

వెళ్ళవలసిన రోజు వచ్చింది. అంతకుముందు రోజు రాత్రి... అతడికి నిద్రపట్టలేదు. అతడు ఒక చిన్న బంగ్లాలో ఒంటరిగా ఉంటున్నాడు. వాచ్ మెన్ కూడా లేడు. చివరి క్షణం వరకూ అతడి విషయం మూడోకంటికి తెలియనివ్వకుండా జాగ్రత్తపడాలని ఏజెన్సీ వాళ్లు సలహా ఇచ్చారు. అందుకే వాచ్ మెన్‌ని నియమించలేదు.

రాత్రి పదయింది. అతడికి పిచ్చి పిచ్చిగా ఉంది.

మొన్న మొన్నటివరకూ అనుభవించిన పొజిషను, సమాజంలో గౌరవం, అంతస్తు... అన్నీ పోయాయన్నది ఇప్పుడిప్పుడే అర్థమై, దొంగబ్రతుకులో ఎంత మానసిక క్షోభ ఉంటుందో తెలుస్తోంది. తను మెంబరుగా ఉన్న ప్రతి క్లబ్‌లోనూ, తనకు తెలిసిన ప్రతి పరిచయస్తుని కంపెనీలోనూ ఇదంతా టాపిక్‌గా చర్చించబడిందని, చర్చించబడుతోందని అతడికి తెలుసు. 'మన మధ్య మొన్న మొన్నటి వరకూ పెద్దమనిషిలా తిరిగిన రవితేజ ఇలాటివాడా? ఏమో! ఇంత ప్రమాదరకమైన వ్యక్తని మేము అనుకోలేదు సుమా!' అని ప్రతి ఒక్కరూ భయం, తనపట్ల అసహ్యంగా ప్రకటించి ఉంటారని కూడా అతడికి తెలుసు. తన హీనస్థితికి తన మీద తనకే జాలి వేసింది. తన నిర్దోషిత్వాన్ని కూడా చెప్పుకోలేని పరిస్థితి ఇది. తనకింత సాయం చేస్తున్న శర్మ కూడా తను చెప్పిందంతా నిజమని నమ్మాడో లేదో తెలీదు. పైకి మాత్రం ఆ టాపిక్ మరి తేలేదు. బహుశా తనను హర్ట్ చెయ్యటం ఇష్టం లేకేమో!

తనకంటూ ఈ ప్రపంచంలో ఎవ్వరూ లేరు. కొన్నాళ్లకి తన గురించి అందరూ మరిచి పోతారు కూడా. అందరి మనసుల్లోనూ తనో పారిపోయిన హంతకుడిగా శాశ్వతంగా ముద్ర ఉండిపోతుంది. భవిష్యత్తులో ఇంత ఆస్తి హోదా లేకపోయినా తనకున్న ఆర్ట్‌కి, విదేశాల్లో ఏదో ఒక చిన్న ఉద్యోగం దొరికి జీవితం సాగిపోకపోదు.

అతడు ఒక్కడు-కనీసం ఒక్కరికి తన నిర్దోషిత్వం గురించి చెప్పాలనుకున్నాడు.

ఆ ఒక్కరు-మిస్ విజయవాడ!

ప్రపంచమంతా తన గురించి చెడ్డగా అనుకొన్నా ఫర్వాలేదు, ఆమె ఒక్కరూ నిజాన్ని తెలుసుకోగలిగితే చాలు.

ఆమె అతడికి ఏమీ కాదు. ఆమె ఎలా ఉంటుందో కూడా అతడికి తెలీదు. ఒక అద్భుతమైన ఉత్తరంతో అతడి మనసులో నిద్రాణమై ఉన్న ప్రేమ దాహాన్ని మేల్కొలిపి, పెద్ద వృక్షంగా మార్చింది ఆమె. ఆమె ఇప్పుడు తన గురించి ఏమనుకుంటూ ఉంటుంది? స్వంత భార్యనే హత్య చేసిన హంతకుడినా తను ప్రేమించానని అనుకుని బాధపడుతుందా? తన పట్ల అసహ్యాన్ని పెంచు కుంటుందా?

అతడి కోర్కె క్షణక్షణానికి వృద్ధి కాసాగింది. ఆ రాత్రి అతడికి నిద్ర దూరమైంది. పదకొండు అయ్యేసరికి మరి ఆగలేకపోయాడు. శర్మగారున్నారేమో ఆయన ఫోన్ ఎత్తుతారేమో అని కూడా ఆలోచించలేదు.

బంగ్లా నుంచి బయటకొచ్చాడు. వీధి నిర్మానుష్యంగా ఉంది. రోడ్డు చివర ఒక ఇరానీ హోటల్లో ఫోన్ కనపడింది. డయల్ చేస్తుంటే అతడి వేళ్ళు వణికాయి. "హల్లో" అని అట్నుంచి వినిపించింది. వెంటనే జవాబు చెప్పలేకపోయాడు.

"హల్లో... మిసెస్ శర్మా హియర్!"

"నేను రవితేజని... ఆగండి, ఫోన్ పెట్టేయకండి, ప్లీజ్!" అన్నాడు తొందర తొందరగా.

ఆ మాటలు చెప్పగానే అటు నుంచి సంచలనం అతడు ఊహించ గలిగినాడు.

"ఫోన్ పెట్టేయకండి. ఇదే ఆఖరిసారి నేను మాట్లాడటం. ముందు ముందు మిమ్మల్ని విసిగించను. రేపే నేనీ దేశం నుంచి వెళ్ళిపోతున్నాను. వెళ్ళిపోయే ముందు కనీసం మీ ఒక్కరికయినా నేను మర్డరర్‌ని కానని చెప్పుకోవాలని ఇలా ఫోన్ చేస్తున్నాను. అంతే తప్ప ఇంకేమీ కాదు".

అటు నుంచి సమాధానం లేదు. "హల్లో" అన్నాడు.

"చెప్పండి, వింటున్నాను". అదే స్వరం నెమ్మదిగా వినిపించింది. ఆ కంఠంలో కంపనాన్ని బట్టి, ఈ అర్ధరాత్రి తన నుంచి వచ్చిన ఫోన్ కాల్ ఆమెను ఎటువంటి స్థితిలో పెట్టిందో అతడు ఊహించుకున్నాడు. అయినా కూడా ఏదో తెలియని నిబ్బరం ఆ కంఠంలో కనపడుతోంది.

ఉత్తరంలో కనపడిన ప్రేమ ఆ కంఠంలో ధ్వనిస్తూ ఉండగా, "నా కెందుకో మీరు హత్య చెయ్యలేదనే అనిపించింది రవీ" అంది మృదువుగా. అతడికి ఒక్కసారి మనసులో దిగులంతా తొలగిపోయినట్టు అనిపించింది.

'చాలు, చాలు!' అనుకున్నాడు. "నా కంటూ ఎవరూ మిగల్లేదు. నా గురించి మీరొక్కరూ మంచిగా అనుకుంటే చాలు. నా మంచితనం మీద నమ్మకం ఉన్నవాళ్లు ఒకరైనా ఉన్నారు".

అతడికి వెయ్యి ఏనుగుల బలం వచ్చింది. ఆ రోజు నుంచి ఈ రోజు వరకూ జరిగింది జరిగినట్లు చెప్పాడు. ఎక్కడా ఏదీ వదల్లేదు. అంతా చెప్పి, "ఇదీ జరిగింది. మీరు వ్రాసిన ఉత్తరంతో మొదలైన అలజడి, ప్రియంవద మీద ప్రేమలాటి భ్రమతో ఉధృతమై తుఫానుగా మారింది. దానిలో ఇలా కొట్టుకుపోతున్నాను" పేలవమైన నవ్వు మిళితం చేసి అన్నాడు.

ఆమెకిది షాక్. దాని నుంచి తేరుకోవడానికి కొంచెంసేపు పట్టింది.

" 'అయామ్ సారీ' అన్న అయిదక్షరాలతో జరిగిన దాన్నలా కొట్టి పడెయ్యలేను రవీ! కానీ నేనెటుఒంటి పరిస్థితుల్లో ఆ ఉత్తరం వ్రాశానో మళ్ళీ ఆ ప్రభావం నుంచి బయటకు వచ్చి మనసు కంట్రోలు చేసుకోవటానికి ఎంత కష్టపడ్డానో ఈ అర్ధరాత్రి ఈ ఫోన్‌లో ఎలా వివరించను? ఎంత వివరించినా మీకు జరిగిపోయిన నష్టం పూడదు కదా!" అని ఆమె మనసులో అనుకుంది.

"ఎక్కడున్నావ్ రవీ, నువ్వు?"

"ఎందుకు?"

"నేను వస్తున్నాను".

"ఇప్పుడా?"

"అవును. ఇప్పుడే!"

"వద్దు, వద్దు" అన్నాడతడు.

"అదేమిటి రవీ?"

అతడు సమాధానం చెప్పటానికి తటపటాయించాడు. ఆమెని కూడా ప్రమాదంలోకి లాగటం అతడికి ఇష్టంలేదు. అయినా ముఖ్య కారణం అదికాదు. ఈ ఊరు, ఈ దేశం, ఈ మనుష్యులు అన్నీ వదిలేస్తూ అతడు దూరంగా వెళ్ళిపోవటానికి మానసికంగా తయారవుతున్నాడు. అటుఒంటి పరిస్థితుల్లో ఆమెను చూడటం అతడికి ఇష్టంలేదు.

అతడికి **హూజ్ లైఫ్ ఈజ్ ఇట్** ఎనీ వే అన్న ఆంగ్ల చిత్రం గుర్తొచ్చింది. అందులో కథానాయకుడు ఒక అద్భుతమైన చిత్రకారుడు. ప్రకృతిని ఆరాధించే యువకుడు. అతడికి జీవితం పూలపాన్పు. అటువంటి సమయంలో ఒక ఆక్సిడెంట్ జరిగి, మెడ నుంచి క్రింది భాగమంతా పూర్తిగా చచ్చుబడిపోతుంది. కేవలం తల ఒకటే కదలగల స్థితిలో ఉంటుంది. అతడి ప్రియురాలు మరొక కుర్రవాడి ప్రేమలో పడి అతడిని వదిలేసి వెళ్లిపోతుంది. తను చనిపోవటానికి అనుమతి నివ్వమని అతడు కోర్టుని కోరుకుంటాడు. జడ్జి హాస్పటల్‌కి వచ్చి అతని వాదన వింటాడు. తనెందుకు చనిపోవాలనుకుంటున్నాడో అతడు కరుణాపూరితంగా వాదిస్తాడు. అతడి మెర్సీకిల్లింగ్‌కి కోర్టు ఒప్పుకుంటుంది. అతడిని ట్రీట్ చేస్తున్న డాక్టరు ఆర్ధ్రతతో కదిలిపోతుంది. నీళ్ళు నిండిన కళ్ళతో అతడిని ముద్దు పెట్టుకోవటానికి ముందుకు వంగుతుంది. అతడు వద్దంటాడు. "ఈ ప్రకృతీ-ఈ పూలు-ఈ వర్షం రాత్రులు-నాకిష్టమైన చిత్రాలు... అన్నిటి నుంచీ శలవు తీసుకుంటున్నాను. జీవితం అంటే ఏమీలేదు అన్న వైరాగ్య భావాన్ని బలవంతంగా పెంచుకుంటూ మరణాన్ని ఆహ్వానిస్తున్న నన్ను, మీ ఈ ముద్దు తిరిగి జీవితంలోకి లాగుతుంది. జీవించాలనే ఆశ పెంచుతుంది. వద్దు..." అని అంటాడు.

రవితేజకి అలాటి భావమే కలిగింది. ఈ పరిసరాల్నుంచే దూరంగా పారిపోతున్నప్పుడు తిరిగి 'బెంగ' కలిగించే అనుభవాలు ఎందుకు? తన మనసులో భావాలు ఆమెకి చెప్పలేదు. క్లుప్తంగా 'వద్దు' అన్నాడు.

"మనం ఇంతవరకూ ఒక్కసారి కూడా కలుసుకోలేదు. నాకు మీ పేరు కూడా తెలీదు. ఇదేదో తెలియని బంధం. నేను హత్య చేయలేదన్న సంగతి మీరొక్కరూ నమ్మితే చాలని ఫోన్ చేయించింది. ఉంటాను..."

"రవి..."

"చెప్పండి".

"మరొక్కసారి ఆలోచించండి. ఇలా పారిపోవటం కన్నా కోర్టుకి వెళ్ళి తేల్చుకోవటం మంచిదేమో..."

"ఆ విషయం చాలా ఆలోచించాను. ఈ మనుష్యుల తిరస్కారాన్నీ, కోర్టునీ నేను ఫేస్ చేయలేను. ఉంటాను-" ఫోన్ పెట్టేశాడు.

32

"నేను – రవితేజని... ఆగండి. ఫోన్ పెట్టెయ్యకండి..." అంటూ మొదలైన ఆ సంభాషణ పూర్తిగా విని, టేప్ ఆపు చేశాడు ఇన్‌స్పెక్టర్.

మొదట శర్మ భార్యే 'మిస్ విజయవాడ' అని తెలియగానే అతడికి షాక్ తగిలినట్టు అయింది. వీళ్ళిద్దరికీ మధ్య చాలాకాలం నుంచి అఫైర్ ఉందన్నమాట అనుకున్నాడు. కానీ ఆమె సంభాషణ పూర్తిగా విన్న తరువాత, వాళ్ళు ఒక్కసారి కూడా కలుసుకోలేదని అర్థమైంది. ఇక అతడు వారి అఫైర్ గురించి ఆలోచించటం మానేశాడు.

అతడు ఆలోచిస్తున్నది రవితేజ ఆమెకి చెప్పిన కథ గురించి! అతడు చెప్పినదంతా వాస్తవమైతే నిజంగానే రవితేజ మెడలోతు 'ఊబి' లో కూరుకు పోయాడు. ఇన్‌స్పెక్టర్‌కి జాలేసింది. ఎంతో తెలివైనవాళ్ళు, వాళ్ళ వాళ్ళ రంగాల్లో నిష్ణాతులైన వాళ్ళు కొన్ని కొన్ని విషయాల్లో ఎంతో గొప్పగా, గొప్ప తెలివితేటల్తో ప్లాన్ చేశామనుకుంటూనే గోతిలో పడుతూ ఉంటారు.

రవితేజ చెప్పినదాన్లో ఎంతవరకూ నిజముందో తెలుసుకోవడం కోసం అతడు వెంటనే ప్రయత్నాలు ప్రారంభించాడు. అప్పుడు రాత్రి పన్నెండయింది. అయినా అతడు రేపటి వరకూ ఈ కార్యక్రమాన్ని వాయిదా వేయలేదు. ఆ ఊళ్ళో ఉన్న పన్నెండు పెద్ద హోటల్స్‌కి వెళ్ళాడు. ఓపిగ్గా పాత రిజిస్టర్లు తీయించాడు... ఆ డిపార్టుమెంట్‌లో చాలా తక్కువగా ఉండే నిజాయితీ పరుల్లో అతనొక్కడు. డ్యూటీ అంటే గౌరవం ఉన్నవాడు. మొత్తం 12 హోటల్స్ లోనూ జంటగా దిగి, ఆ మూడురోజులు ఉన్నవాళ్ళు ఎంతమంది అని చూశాడు. మాధవి చనిపోయిన రోజు మధ్యాహ్నం ఖాళీ చేసిన జంటలు మూడు కనపడ్డాయి. అందులో రెండు తేలాయి. రెండూ తప్పు అడ్రసులు ఇచ్చినవే.

అతడు హోటల్ బుక్స్ చూశాడు. ఒక జంట రాత్రిపూట డిన్నర్‌కి 'బయటికి' వెళ్ళింది. రవితేజ, ప్రియంవద అలా వెళ్ళి ఉండరని అతడు ఊహించాడు. కాబట్టి ఆ జంట కాదు. అలా చివరికి ఒక జంట మిగిలింది. ఆ గది నుంచి బయటకు వెళ్ళిన ఫోన్‌లు ఎన్ని? అని చూశాడు.

రూమ్ ఖాళీ చేయటానికి అయిదు నిముషాల ముందు ఆ గది నుంచి బయటకు ఒక ఫోన్ వెళ్ళింది. దాని నెంబరు చూశాడు. రవితేజ ఇంటి నెంబరు అది!

అంటే–తనూ ప్రియంవదా ఇక్కడే గడిపామని రవితేజ చెప్పిన విషయం వాస్తవమే! కనీసం అక్కడి వరకూ అతడు నిజం చెప్పాడు. ఇంక తెలియవలసింది అతడు తన భార్యని హత్య చేశాడా లేదా అన్నది!

❄ ❄ ❄

ఇక్కడ ఇన్‌స్పెక్టర్ ఎంక్వయిరీ చేస్తున్న సమయానికి అక్కడ రవితేజ ఆమెతో సంభాషణ ముగించి బయట రోడ్డు మీద తిరుగుతున్నాడు. అర్ధరాత్రి దాటింది. ఈ దేశంలో అతడికి అది ఆఖరి రాత్రి. విదేశాల్లో తన ఆచూకీ తెలుసుకుని పోలీసులు పట్టుకుంటే మళ్ళీ ఈ దేశం వస్తాడు. ఇలా స్వేచ్ఛగా తిరగటానికి కాదు. లాకప్పు, కోర్టు, జైలు... వీటిలో గడపటానికి.

అతడు తన భవంతి ముందు నిలబడ్డాడు. చీకట్లో ఎత్తుగా, నీడల మధ్య నల్లగా పోయిన తన పరువులా ఉంది ఆ భవంతి. నేల మీద నిద్ర స్థాయి నుంచి ఎయిర్ కండిషన్ బెడ్ రూమ్ స్థాయికి వెళ్ళిన తన జీవితం, పరమపద సోపానంలో క్రిందికి దిగిపోయింది. అతడికిప్పుడు ప్రియంవద మీద కూడా కోపం లేదు. ఆమె కూడా ఆ ఆటలో ఒక పావుగా ప్రాణం పోగొట్టుకుంది.

ఆ ఆఖరి రాత్రి గడపటానికి తన గెస్ట్ హౌస్‌కి వెళ్తూ ఉంటే–ఎడమ పక్కన కనబడింది–శ్మశానం.

మాధవిని దహనం చేసింది అక్కడే అని అతడికి శర్మ చెప్పాడు.

అర్ధరాత్రి చీకటి ఆ శ్మశానాన్ని పరదాలా కప్పేసింది. సమాధుల మధ్య నుంచి వీచే గాలి వెదురు బొంగుల్లో చేరి ఈలగా మారి, కీచురాళ్ళ లయకి పాటగా నాట్యం చేస్తోంది! దూరంగా కుక్క ఏడుస్తోంది. కాటికాపరి లేడు. అతడికి భయం వేయలేదు. అతడే ఒక ప్రేతంలా ఉన్నాడు.

అతడు లోపలికి ప్రవేశించాడు. పాతిక సంవత్సరాలు కలిసి పెరిగి తనతో పాటు పది సంవత్సరాలు కాపురం చేసిన మాధవి ఇక్కడే ఎక్కడో బూడిదగా మారి ఉంటుంది. ఈ మట్టిలోనే ఎక్కడో ఆమె తాలూకు చితాభస్మం కలిసిపోయి ఉంటుంది. ఇన్ని సమాధుల మధ్య ఎక్కడని వెతుకుతాడు? బ్రతికి ఉండగా మనసులో ఏముందో వెతికి పట్టుకోలేకపోయాడు! ఇప్పుడు మరణించాక ఎలా తెలుసుకుంటాడు?

అదే వాక్యం– **ఒకే దిండు మీద నిద్రించిన మన రెండు తలలు... ఉత్తర దక్షిణ ధృవాలు!**

నువ్వు చనిపోయి నన్ను నాకు వదిలిపెట్టి వెళ్ళాక తీరిగ్గా నన్ను నేను పరిశీలించుకునే వీలు దొరికింది. నీ మీద కోపం పోయాక నీ వైపు నుంచి ఆలోచించే విశాలత్వం అలవడింది. ఆదిలో నేను-అంతంలో నువ్వు- మధ్యలో నీ సమాధి మీద వెలుగుతున్న దీపం నన్ను పరిహసిస్తూ నా మనసులో చీకటిని పారద్రోలుతోంది.

మన వైవాహిక జీవితంలో 'నువ్వు నాకేమిచ్చావు' అన్న ప్రశ్న సరే. అది అటుంచు. 'నేను నీకేమి చేశాను' అన్న ప్రశ్న విశ్వరూపం దాల్చి నన్ను చీల్చి చెండాడుతూ ఉంది.

నువ్వు మూధురాలివన్న నా మూర్ఖత్వం నుంచి నేను బయట పడుతున్నాను.

నా కష్టాన్ని నువ్వు అర్థం చేసుకోలేదనే నేను చింతించాను తప్ప నీ స్థాయికి దిగివచ్చి (చూశావా! 'దిగిరావటం' అన్న పద ప్రయోగం మళ్ళీ నా అహాన్ని సూచిస్తూంది.) నిన్ను నాతోపాటు తీసుకువెళ్ళే ప్రయత్నం ఏదీ చేయలేకపోయాను.

నిద్రపోతున్న అంధకారాన్ని, ఉషస్సు మేల్కొలిపే దాకా వెలుగురేఖ ఎలా విచ్చుకోదో, అలాగే... మరణం చివరి అంచు వరకూ నడిచే దాకా నాకు బ్రతుకులో సమన్వయం అర్థం కాలేదు.

అర్ధరాత్రి అరవై మంది అతిథుల మధ్య అరపెగ్గు తాగుతూ, 'ఆహా' డబ్బు ఆర్జిస్తున్నానని అహంతో ఆత్మవంచన చేసుకునే నేను... అదే రాత్రి... ఆత్మీయత కరువైన పక్క మీద, బెడ్ లాంప్ ఓదార్పుతో ఒంటరిగా పడుకుని, నేను రాగానే ఆ చిరాకుని అసంతృప్తిగా ప్రకటించే నీ మీద విసుక్కునే హక్కుని ఎలా కలిగి ఉన్నాను?

పక్క డైరెక్టరు కొన్న కొత్త కారు బావుందని డ్రైవ్ చేసి అభినందించే నేను, పక్కింటావిడ కొన్న కొత్త నగ బావుందని నువ్వు మెళ్ళో వేసుకుంటే చీదరించుకుంటానెందుకు?

మీరు కట్టుకున్న టై బావుందని ఒకమ్మాయి అంటే గర్వంగా నవ్వుకునే నేను-మీరీ చీరలో బావున్నారని నిన్నెవరైనా అంటే ఉడుక్కున్నానెందుకు?

మాయమైన గతం నుంచి నాకు సంకేతం వస్తోంది. వాస్తవం బీడు మీద నా కన్నీరు పడి పశ్చాత్తాపం మొలక హృదయాన్ని చీల్చుకుని వెల్వడుతుంది. మృత్యు ద్వారం గుండా జీవితయాత్ర వెళుతూన్న సమయాన మాత్రమే శాశ్వత నిత్యసత్యాలు గోచరమవుతాయి.

నీ స్నేహితుడు నీకు ప్రేమ గురించి వ్రాసిన ఉత్తరం చదివి, 'ఇద్దరు అజ్ఞానులు చేరి జ్ఞానం గురించి మాట్లాడుకున్నట్టుంది' అని నవ్వుకున్నాను. నా ప్రియురాలు నాకు వ్రాసిన ఉత్తరం చదివి 'ఎంత అదృష్టవంతుడిని' అని పొంగిపోయాను. ఒకే తప్పు ఇద్దరు చేసినప్పుడు ఆ ఉత్తరం కృష్ణశాస్త్రిలా వ్రాసినా, కృష్ణారెడ్డిలా వ్రాసినా తప్పు తప్పేకదా అన్న సత్యాన్ని మర్చిపోయాను. నువ్వు దక్షిణ ప్రాంగణంలో కూర్చున్నప్పుడు నేను ఉత్తర శ్మశానంలో వెతికాను. ఎవరో కవి అన్నట్టు-

"నీకు సత్యం అర్థవంతం. నాకు నిజం భయంకరం.

ఏ కేంద్రంలో మనిద్దరం కలుసుకోవటం?

ఓ ప్రత్యూష పవనంలోని మందార లతాంతమా!

అటు-ఆనంద సుధర్మం వైపు నక్షత్రధూళిని జల్లుతూ నువ్వు వెళ్ళు.

ఇటు- కలల బూడిద రాసుల మీద కన్నీళ్ళు చిమ్ముతూ నే కూలబడతా.

ఎన్ని వేల సమాధులు ఇక్కడ! ఎన్ని వందల చితులు ఇక్కడ! ఎంతమంది భిన్న మనస్కులు అవతలివారితో రాజీ పడలేక మృత్యువుతో రాజీపడ్డారో, ఎంతమంది ప్రేమార్తులు చితిమంటల్లో చల్లారిపోయారో, ఓ నా ప్రియబాంధవీ! నన్ను క్షమించు. నాతి చరామి అన్న మాటకు నేను న్యాయం చేకూర్చలేకపోయాను. పెళ్ళయిన రోజు నుంచీ నిన్నొక మనిషిగా చూడలేకపోయాను. నీకూ ఒక మనసు ఉంటుందనీ, దానికీ కొన్ని కోర్కెలుంటాయనీ తెలుసుకోలేకపోయాను. నా అజ్ఞాతపు నేత్రాలతో నీలోని మూర్ఖత్వాన్నే చూశాను తప్ప, నా జ్ఞాన చక్షువుతో నీ అంతరంగాన్ని గ్రహించలేక పోయాను. కన్నీళ్ళతో విమానాశ్రయంలో తన భర్తకి వీడ్కోలు ఇస్తున్న ఇల్లాలిని చూసి మెచ్చుకున్నానే తప్ప-ఇన్నేళ్ల సంసార జీవితంలో నేను వెళ్తున్నప్పుడు నా ఎడబాటుతో నా భార్య కళ్ళలో కనీసం ఒక చుక్క నీటిని కూడా తెప్పించలేకపోయిన నా ప్రేమ రాహిత్యాన్ని గుర్తించ లేకపోయాను. కాలిన చేతుల్తో ఆకుల కోసం వెతక్కుండా, దోసిలి బట్టి గుర్తు తెలియని నీ సమాధి

ముందు నిలబడి క్షమాపణ వేడుకుంటున్నాను. నన్ను అసహ్యించుకోకు. జాలిపడు. నన్ను క్షమించు. వెళ్లొస్తాను" అతడు లేచి తూలుకుంటూ శ్మశానం నుంచి బయటకు వచ్చాడు.

అతడు ఆ సందులోంచి మెయిన్ రోడ్డుకొచ్చి అక్కడి వాతావరణం చూసి ఆశ్చర్యపోయాడు. అప్పటి వరకూ నిర్మానుష్యంగా ఉన్న వీధులు ఒక్కసారిగా రద్దీగా కనపడినయ్. స్కూటర్లు, కారు హారన్లు, జనం...అర్ధరాత్రి ఆకస్మాత్తుగా అంతమంది జనం బయటికి ఎందుకు వచ్చారో అతడికి అర్థం కాలేదు. వాళ్ళ అరుపులు విన్నాడు.

"హ్యాపీ న్యూ ఇయర్..." అని పరస్పరం అభినందించుకుంటూ అరుచుకుంటూ జనం సాగిపోతున్నారు. ఆరోజు కొత్త సంవత్సరం అడుగిడబోతూ ఉందని అతడికి అప్పుడు జ్ఞాపకం వచ్చింది.

తన ప్రయాణం జనవరి ఒకటో తారీఖునే ఎందుకు నిర్ణయింపబడిందో కూడా అతడికి అర్థమైంది. ఆ రోజు ప్రభుత్వాధికారులు ఎక్కువమంది నిఘా ఉండరు. "హాలీడే మూడ్" లో ఉంటారు. ఒక స్కూటరిస్టు పక్క నుంచి సాగిపోతూ ఒంటరిగా నడిచి వెళుతూన్న అతడిని చూసి "హ్యాపీ న్యూ ఇయర్" అన్నాడు. రవితేజకి నవ్వొచ్చింది. "హ్యాపీ-హ్యాపీ" అన్నాడు-నాకెలాగూ లేదు. నువ్వైనా ఆనందంగా ఉండు బ్రదర్-అన్న ధోరణిలో.

అంతలో అతడి పక్క నుంచి ఒక కారు వేగంగా దూసుకు పోయింది. లోపలివాళ్ళు ఫుల్ మందులో ఉన్నట్టున్నారు. స్టీరింగు అస్తవ్యస్తంగా తిప్పుతూ నడుపుతున్నారు. కారు లోపల్నుంచి నవ్వులు బిగ్గరగా వినిపిస్తున్నాయి. ఎలక్ట్రికల్ పోల్ పక్క నుంచి వెంట్రుక వాసిలో తప్పించుకుని ముందుకు వెళ్ళింది. నడిపే వాళ్ళకే కాదు. ఆ కారుకే ఆనందం ఎక్కువైనట్టుంది.

అతడికి మిస్ విజయవాడ పంపిన కాగితం గుర్తొచ్చింది. ఆ కొటేషన్‌ను కొద్దిగా మార్చి అనుకున్నాడు.

"బిగ్గరగా నవ్వటంలో పొలమారే రిస్క్ ఉంది.
మందు ఎక్కువైతే ఆక్సిడెంట్ రిస్క్ ఉంది.
భార్యని కాదని బయటకు పోవటంలో నిలువు
లోతు బురదలో నడుము విరిగే రిస్క్ ఉంది".

మరో రెండు నిముషాలు నడిచి మలుపు తిరిగాడు. అక్కడ రోడ్డు పక్క జనం గుంపుగా చేరి చూస్తున్నారు. అంతకు ముందు అతడి పక్క నుంచి తూలుకుంటూ వెళ్ళిన కారు ఎదురుగా వచ్చే మరో కారుని ఢీకొంది. అదీ గొడవ.

పెద్దగా ఎవరికీ దెబ్బలు తగల్లేదు. అతడు ఆ స్పాట్‌కి చేరుకునే సరికి రెండు కార్లవాళ్ళూ ఒకళ్ళ నొకళ్ళు తిట్టుకుంటూ కాస్త రివర్సు చేసుకొని ముందుకు వెళ్ళటానికి ఆయత్తమవుతున్నారు. రెండు కార్ల ముందు భాగాలూ బాగా చొట్టలు పడ్డాయి. మామూలు పరిస్థితుల్లో అయితే పోలీసు కేసులూ గొడవా అయ్యేవేమో గానీ, న్యూ ఇయర్ డే అవటం వల్ల, అందరూ మత్తులో ఉండటం వల్లా జరిగిన నష్టాన్ని ఎవరూ పట్టించుకోలేదు.

ఎదురుగా వచ్చి గుద్దుకున్న కారు అతడి పక్క నుంచి సాగిపోయింది. అప్పుడు చూశాడు అతడు. కుడిపక్క-వెనుక సీట్లో-ఒక చెయ్యి కిటికీ బయటకు ఆన్చి-గాలికి ఎగిరే ముంగురుల్ని సర్దుకుంటూ-స్టీరింగ్ దగ్గరున్న వ్యక్తి అప్పుడే వేసిన జోకుకి నవ్వుకుంటూ తల తిప్పి-తన ప్రక్క నుంచి కారులో వెళ్ళిన మనిషి-

ప్రియంవద.

33

హోటల్‌లో ఎంక్వయిరీ పూర్తిచేసి బయటకు వచ్చిన రాజశేఖర్ వెంటనే పోలీస్ స్టేషన్‌కి వెళ్ళలేదు. ఒకటే ప్రశ్న అతడిలో కదలాడుతూంది. రవితేజ ఫోన్‌లో మాట్లాడినట్టు-అతడు హత్య చేయకపోతే ఏ కారణం వల్ల అతడు ఇంతకాలం దాక్కున్నాడు?

ప్రియంవద మరణం పట్ల భయపడ్డాడా?

అతడిని ఇంత ఊబిలో ఇరికించి చెంచురామయ్య ఏం సాధిద్దా మనుకుంటున్నాడు? పోటీదార్ల వ్యాపారం పూర్తిగా పడగొట్టాలనా అతడి ఉద్దేశ్యం? అదే నిజమైతే మధ్యలో ఈ భాస్కర్ ఎవరు? రాజశేఖర్ రిసీవర్ ఎత్తి చెంచురామయ్యకి ఫోన్ చేశాడు. "హల్లో రామయ్యా హియర్" అని వినిపించగానే, "నేనూ భాస్కర్‌ని" అన్నాడు.

"భాస్కరా? ఏ భాస్కర్?" అట్నుంచి అడిగాడు చెంచురామయ్య..

"రవితేజ దగ్గర భాస్కర్ పేరు పెట్టుకున్నవాణ్ణి. పోలీసులు నన్ను చుట్టు ముడుతున్నారు. ఇంతకీ నేను చెప్పొచ్చేదేమిటంటే..." లైను కట్ అయింది.

రాజశేఖర్ ఆలోచనలో పడ్డాడు. చెంచురామయ్య ఎందుకు ఫోన్ కట్ చేశాడు? తను మాట్లాడుతున్నప్పుడు భాస్కర్ అక్కడే ఉన్నాడా? అందుకే చీకట్లో వేసిన బాణం సరీగ్గా తగల్లేదా? అతడు నిరాశ చెందలేదు. డిపార్ట్ మెంట్‌లో ఇలాంటివి మామూలే.

* * *

రవి తన కళ్ళని తానే నమ్మలేకపోయాడు. కొద్దిసేపు తను భ్రమపడుతున్నానా అనుకున్నాడు. కాదు. ఆమె ప్రియంవదే. తన పక్కనుంచే కార్లో వెళ్ళింది. అతడి రక్తం సలసలా కాగిపోయింది. ఇంతకాలం ఉన్న నిస్పృహ ఆవేశంగా మారింది. తననో ఫూల్‌ని చేసి ఆడుకున్న ఈ మనుష్యుల మీద పగ తీర్చుకోకుండా ఎందుకు వెళ్ళిపోవడం?

ఎలాగో తనకి హంతకుడిగా ముద్ర పడిపోయింది. వెళ్ళబోయే ముందు, తనని అధఃపాతాళానికి తోసేసి హాయిగా నవ్వుకుంటున్న ఆ చెంచురామయ్యకీ, ప్రియంవదకీ బుద్ధి చెప్పితే మాత్రం నష్టం ఏముంది. కనీసం ఆ తృప్తి అయినా దక్కుతుంది.

అతడు తల త్రిప్పి చూశాడు.

అప్పటికే ప్రియంవద ఉన్న కారు దూరంగా మలుపు తిరుగుతూ కనిపించింది.

ఆక్సిడెంట్ జరిగిన గుంపు నుంచి జనం నెమ్మదిగా వెళ్ళిపోతున్నారు.

రవితేజ ఒక మోటరిస్ట్ దగ్గరికి వెళ్ళి "లిఫ్ట్ ప్లీజ్" అన్నాడు.

"ష్యూర్" అన్నాడు మోటార్ సైకిలిస్ట్, "కొత్త సంవత్సరం ఎవరేమడిగినా కాదనకూడదు. ఎటు వెళ్ళాలి?" మందు వాసన గుప్పున కొట్టింది అతడి దగ్గిర్నుంచి.

"నా గర్ల్ ఫ్రెండ్ ఎవరితోనో కార్లో వెళుతూంది. ఆవిడని ఫాలో అవ్వాలి".

కళ్ళు చిట్లించాడు-మోటార్ సైకిల్ మీద హిప్పీలా కూర్చున్న ఆ కుర్రవాడు.

రవి చెపుతున్నది అతడికి మొదట అర్థం కాలేదు. అర్థం కాగానే “హుర్రే” అని గట్టిగా అరిచి, “ఎక్కండి” అన్నాడు తనలో తనే జేమ్స్ బాండ్‌ని ఊహించుకుంటూ.

మరుక్షణం ఆ కారు వెళ్ళిన వైపు మోటారు సైకిల్ రాకెట్‌లా దూసుకు పోయింది. క్రమక్రమంగా కారుకీ మోటార్ సైకిలిస్ట్‌కీ మధ్య దూరం తగ్గుతోంది.

“దాన్ని ఆపి లోపలున్న వాళ్ళని చితక బాదుదామా బ్రదర్” అడిగాడు ఆ యువకుడు.

“వద్దు. వద్దు. మీకభ్యంతరం లేకపోతే వాళ్ళు ఎక్కడికి వెళ్తున్నారో ఫాలో అవుదాం” అన్నాడు రవి. అతడి ఉద్దేశ్యం కారులో భాస్కరో, చెంచురామయ్యో ఉంటారు. మొత్తం ముగ్గుర్నీ కలిపి పట్టుకోవాలి. పట్టుకొని ఒక్కసారి చంపెయ్యాలి. అంతేగానీ ఇలా నడిరోడ్డు మీద గొడవ పెట్టుకుంటే తననే అరెస్టు చేస్తారు.

అతడి మనసులో, తను ఈ రాత్రి ఏం చెయ్యాలో ఒక ప్లాను సిద్ధమైంది. ప్రియంవద ఏ ఇంటికి వెళుతూందో ముందు చూస్తాడు. తరువాత తనూ లోపలికి ప్రవేశించి ఒక్కరొక్కర్నే విడివిడిగా చంపి-విదేశాలకి పారి పోతాడు. కనీసం కసి తీర్చుకున్నానన్న సంతృప్తి అయినా మిగులుతుంది!

“మీ పేరేమిటి బ్రదర్?”

“రవితేజ”

“కొత్త సంవత్సరం ప్రారంభంలోనే నీ గర్ల్ ఫ్రెండ్‌ని వేరే ఇంకొకరితో చూడవలసి వచ్చినందుకు... సారీ బ్రదర్. నేనైతే నరికి పోగులు పెడతాను”.

“నేను చేయబోతున్నదీ అదే”- మనసులో అనుకున్నాడు. కారు ఒక ఇంటి ముందు ఆగింది. రవి మోటార్ సైకిల్ దిగి, “థ్యాంక్స్” అన్నాడు.

“హ్యాపీ న్యూ ఇయర్. పాత గర్ల్ ఫ్రెండ్ గురించి మర్చిపోండి. ‘కో’ అంటే కోటి మంది అమ్మాయిలు. కొత్త సంవత్సరంలో...”

“.....కొత్త జీవితం. థ్యాంక్యూ” పూర్తి చేశాడు రవితేజ. “... నేను అడగ్గానే వచ్చినందుకు కృతజ్ఞతలు. మీక్కూడా హ్యాపీ న్యూ ఇయర్”.

“వెళ్ళొస్తా బ్రదర్. అదిగో మీ పిట్ట ఇంట్లోకి వెళ్తోంది. ఆ నడక చూస్తుంటే కాస్త మందు మీద ఉన్నట్టుంది. సారీ బ్రదర్, బ్యాడ్ సెలక్షన్!” అతడు షేక్ హాండిచ్చి స్టార్ట్ చేసి వెళ్ళిపోయాడు.

రవితేజ రెండు నిముషాలు చీకట్లో నిలబడ్డాడు. కార్లోంచి దిగిన ఆకారాల పోలికలు తెలియటం లేదు. ఒక స్త్రీ, ఒక పురుషుడు అని మాత్రం తెలుస్తూంది. పక్కనున్నది భాస్కరా? అతడిని 'అన్నయ్య' గా పరిచయం చేసినట్టు గుర్తు. అతడు శుష్కంగా నవ్వుకున్నాడు. ప్రేమ పేరిట ఇంత మోసం చేసిన స్త్రీ, ప్రియుడిని అన్నయ్యగా పరిచయం చేయటంలో ఆశ్చర్యం లేదు.

వాళ్ళిద్దరూ లోపలికి వెళ్ళారు. అతడు మరికొంచెం సేపు అక్కడే నిలబడి ఆ ఇంటి దగ్గరగా వెళ్ళాడు. మిగతా ఇళ్ళకి దూరంగా విసిరేసినట్టుంది ఆ ఇల్లు. సంసారులు ఉండే ఇల్లులా లేదు. ఇటుఒంటి కార్యకలాపాలకి, ఉంచుకున్నదాన్ని ఉంచటానికి సరిపోయే ఇల్లులా ఉంది అది. వీధి దీపాలు కూడా లేవు.

అతడు దగ్గరగా వెళ్ళి ఆ ఇంటిని పరిశీలించాడు. తలుపు వేసి ఉంది. లోపల లైటు వెలుగుతూ ఉండటం బట్టి కొత్త సంవత్సరాన్ని వాళ్ళు 'ఇంకా' జరుపుకోవటం కొనసాగిస్తున్నారని తెలుస్తూంది. చాలా ఆనందంగా ఉండి ఉంటారు వాళ్లు. అవును మరి. అనుకున్నది దిగ్విజయంగా సాధించారు. ఉండకేం చేస్తారు? వాళ్ళ దృష్టిలో తన ఓటమి సంపూర్తి అయింది. రవితేజ టెక్స్టైల్స్ మూలస్థంభం నిలువునా కూలిపోయింది. ఆ ఆనందోత్సాహాలని ఈ కొత్త సంవత్సరం సంరంభంతో కలుపుకుని ఎంజాయ్ చేస్తూ ఉండి ఉంటారు.

ప్రహరీ గేటు వేసి ఉంది. అతడు వెనుగ్గా వెళ్ళాడు. అక్కడ అలికిడి లేదు. శబ్దం చేయకుండా గోడ దూకి లోపలికి ప్రవేశించాడు. వెనుక వైపు పిచ్చిమొక్కలు ఇష్టం వచ్చినట్టు పెరిగి ఉన్నాయి. అతడు శబ్దం చేయకుండా ముందు వైపు వచ్చాడు. వీధి లైటు లేకపోవటం వల్ల అక్కడంతా చీకటిగా ఉంది.

లోపల ఎంతమంది ఉన్నారో తెలీదు. ముందు అది తెలుసుకోవాలి. ప్రియంవదతో ఫర్వాలేదు. లోపల ఇద్దరికన్నా ఎక్కువ మంది మగవాళ్లు ఉన్న పక్షంలో తన పని కష్టమవుతుంది. లోపలికి ప్రవేశించగానే ఒకరిని స్పృహ తప్పించి లోబర్చుకోవాలి. అది చూసి రెండో వ్యక్తి ఎంత ధైర్యవంతుడయినా బెదిరి పోతాడు.

అతడు చుట్టూ చూశాడు. తీగెకు కట్టివున్న ఇనుప వూచ కనపడింది. లావుగా, రెండు అడుగుల పొడవుతో బలంగా ఉంది. ఒక దెబ్బ చాలు మనిషిని స్పృహ తప్పించటానికి. దాన్ని భూమిలోంచి లాగి చేత్తో పట్టుకున్నాడు. ముందు

కాలింగ్ బెల్ కొడదామనుకున్నాడు. కానీ తనని చూడగానే ప్రియంవద గట్టిగా అరిచే ప్రమాదం ఉంది. అదీగాక, 'ఇంత అర్ధరాత్రి బెల్ కొట్టేది ఎవరా' అన్న అనుమానం కూడా లోపలి వాళ్ళకి రావచ్చు. కిటికీలోంచి బయటకు చూస్తే ప్రమాదం.

అతడు మళ్లీ వెనక్కి వెళ్ళాడు. లోపల గదిలోంచి వెలుతురు బాత్ రూమ్ వెంటిలేటర్ గుండా బయటకు పడ్తూంది. చిన్న చిన్న ప్లేట్లలా అద్దాలు అమర్చబడి ఉన్నాయి వెంటిలేటర్‌కి.

శబ్దం కాకుండా ఒక్కొక్క అద్దాన్నే బయటకు తీశాడు. క్లియర్ చేయటానికి దాదాపు పదిహేను నిముషాలు పట్టింది. అడ్డుగా ఉన్న ఇనుపవూచని తొలగించటానికి మరో పది నిముషాలు...

అతికష్టం మీద అతడు లోపలికి ప్రవేశించాడు. శరీరం అక్కడక్కడా రక్కుకుపోయి రక్తం వస్తూంది. అతడు పట్టించుకోలేదు.

బయట గదిలోంచి శబ్దం ఏమీలేదు. లైటు వేసుకునే నిద్రకుపక్రమించారా అనుకున్నాడు. అంతలో అతడి అనుమానం నివృత్తి చేస్తూ స్త్రీ కంఠం వినిపించింది. "థ్యాంక్స్, నా కోర్కె తీర్చినందుకు" అని. ఉద్వేగం ఒక కెరటంలా కొట్టుకుంది అతడిలో. అది ప్రియంవద కంఠమే.

అతడి చేతిలో ఇనుప వూచ బిగుసుకుంది.

"రేపటివరకూ బయటకు వెళ్ళకూడదన్నారు. కాని న్యూ ఇయర్ కోసం వదిలినందుకు... ఇప్పుడే వస్తాను. ఒక్క నిముషం–" అడుగుల చప్పుడు బాత్‌రూమ్ వేపు రావటంతో రవితేజ కంగారుపడ్డాడు. చప్పున బాత్ టబ్ వెనక్కి వెళ్లి ప్లాస్టిక్ తెరని ముందుకు లాక్కున్నాడు. క్షణం ఆలస్యం అయి ఉంటే ఆమె చూసేది. అతడు తెర వెనక్కి వెళ్ళటం, ఆమె లోపలికి రావటం ఒకేసారి జరిగాయి.

ఆమె ఒంటి మీద ఒక్క నూలుపోగు లేదు. వాష్ బేసిన్ వేపు వంగి మొహం కడుక్కుంటూంది. వెనుక నుంచి స్పష్టంగా కనపడుతూంది. ఫ్లోరోసెంట్ దీపం కాంతి వీపు మీద నుంచి జఘన భాగం మీదుగా క్రిందికి జారుతూంది. ముందుకు పడిన వెంట్రుకల్ని చెవి వెనక్కు తోసుకుంటూ అద్దంలో తన శరీరాన్ని చూసుకుని, బద్ధకంగా ఆవులిస్తూ ఒళ్ళు విరుచుకుంది.

అంత వెలుగులో నగ్న శరీరాన్ని అలా చూడటం అదే మొదటిసారి. ఈ శరీరాన్ని, చూసేనా పోతపోసిన బంగారం అనుకుంది? అదే ప్రేమ అనుకుని

భ్రమపడి, రెండు నిదురలేని రాత్రులు. నిదుర విడిచి, కలల నడిచి, మనసు వనమల్లి వల్లీ విచలిత పల్లవపాళీ అయినది? ఈ స్థనద్వయం మధ్యేనా మోము, రెక్కల మధ్య దాచుకున్న వివాగాలి అయినది. ఈ పొత్తికడుపు మీద తల ఆన్చినప్పుడేనా మంద పవనుడు మందాకిని తిన్నెల మీద మన్మథుడైనట్టు తోచింది? ఎంత మూర్ఖుడు మగవాడు. తొలి సిగ్గు తెరలకూ, నలిగిన పక్కకూ మధ్య తేడా తెలుసుకోలేడు. అనాఘ్రాత పెదవులకు, విస్కీ రుచి చూసిన అధరాలకు భేదం తెలుసుకోలేడు. ప్రేమకూ, కామానికీ మధ్య గీత గీయలేడు.

బరువెక్కిన నిశ్శబ్దం మధ్య నుంచి ఆమె వెళ్ళిపోయింది. అతడు మామూలు మనిషి అయ్యాడు.

... కర్తవ్యం గుర్తొచ్చింది.

...ఆమె వెళుతూ తలుపు వెయ్యలేదు. అది కలిసొచ్చింది.

అతడు తలుపు సందులోంచి నెమ్మదిగా ముందుకు జరిగాడు.

సోఫాలో కూర్చుని ఉన్న వ్యక్తి కూడా ప్రియంవదలాగే నగ్నంగా ఉన్నాడు. ఆ గదిలో వాతావరణం మూర్తీభవించిన పెర్వర్షన్‌కి ప్రతీకలా ఉంది. కొత్త సంవత్సరం ప్రారంభాన్ని వాళ్ళింకా సెలబ్రేట్ చేసుకుంటూనే ఉన్నారు. మధ్య సగం సీసా ఖాళీగా ఉంది. సిగరెట్ పొగ గదంతా నిండి ఉంది. ఆమె వెళ్ళి అతడి ఒళ్ళో కూర్చుంది. 'కమాన్ డార్లింగ్' అంటూ అతడు వంగి, ఆమె నోటికి గ్లాసు అందించటం కోసం ఇటువైపు తిరిగినప్పుడు రవితేజకి లైటు వెల్తురులో అతడు స్పష్టంగా కనిపించాడు.

భూమి కంపించినట్టయింది రవితేజకి. కరాళ కంకాళాల్ని ఆకాశంలోకి విసురుతూ ప్రమథ గణంచేసే ప్రళయ నృత్యానికి-పత్రతృణ శరత్ సస్యాలు కదిలిపోయి, నక్షత్రాలు ఆకాశపు లోయల్లోకి జారిపోయి, భయంకర పారావారం తన వేయిపడగల్ని సాచి ఒక్కసారిగా ఒళ్ళంతా కాటు వేసినట్టు అతడు వణికిపోయాడు.

ఆమె శరీరం చుట్టూ చేతులువేసి, ఆమె వక్షం మీద సిగరెట్ ఉంచుతానని బెదిరిస్తూ-ఆమె జారిపోతుంటే చూస్తూ ఆనందిస్తూ మధ్య మధ్యలో ఆమె నోట్లో బలవంతంగా మధువు పోస్తూ సాడిస్టిక్‌గా ఆనందిస్తూంది...

... రవితేజ టెక్స్‌టైల్స్ ఛైర్మన్ శర్మ!!!

ప్రియంవదతో కలిసి వున్న వ్యక్తి శర్మ అయ్యేసరికి అతడు అప్పటి వరకూ అనుకున్నదీ, చెయ్యాలనుకున్నదీ అంతా మర్చిపోయాడు. అతడి చేతిలో ఇనుప ఊచ అప్రయత్నంగా జారి శబ్దం చేసింది. ఆ శబ్దానికి బాత్ రూమ్ వైపు చూసిన ప్రియంవద కెవ్వున అరిచింది. రవితేజ చప్పున స్పృహలోకి వచ్చి, ఒంగి నేల మీదున్న రాడ్ తీసుకోబోయాడు. ఆ అరుపుకి, బయట గదిలో ఉన్న మరో వ్యక్తి లోపలికి వచ్చాడు. శర్మ దుప్పటి చుట్టుకుని తలుపు తీశాడు. రవితేజ బాత్రూంలోంచి ఆ గదిలోకి వెళ్ళేసరికి బయట వ్యక్తి లోపలికి రావడం, జేబులోంచి పిస్టల్ తీయటం అంతా క్షణాల్లో జరిగిపోయింది. శర్మ సర్దుకుని నవ్వుతూ లోపలికి వచ్చిన వ్యక్తి చేతిలో పిస్టల్ తను తీసుకుంటూ, "వెల్కమ్ రవితేజా!చివరి క్షణంలో అంతా కనుక్కోగలిగావన్న మాట. కంగ్రాచ్యులేషన్స్" అన్నాడు. బయట నుంచి లోపలికి వచ్చిన ఆ వ్యక్తి భాస్కర్.

34

చెంచురామయ్యతో మాట్లాడి ఫోన్ పెట్టేశాక ఇన్‌స్పెక్టర్ రాజశేఖర్‌కి ఏం చెయ్యాలో తోచలేదు. పోలీస్ స్టేషన్ దాదాపు నిర్మానుష్యంగా ఉంది. కొత్త సంవత్సరం సందర్భంగా అందరూ డ్యూటీలో తిరుగుతున్నారు.

ఇక ఈ రాత్రికి ఈ కేసు విషయంలో తను చేసేది ఏమీ లేదని అతడు నిశ్చయించుకుని బయటకు వెళ్ళబోతున్న సమయంలో ఫోన్ మ్రోగింది.

"హల్లో, పోలీస్ స్టేషన్" అన్నాడు తన ఏరియా చెప్తూ.

"మాధవిగారి హత్యకేసులో ఇన్వెస్టిగేట్ చేస్తున్న ఆఫీసర్‌తో మాట్లాడాలి" అని అట్నుంచి ఒక కోమల కంఠం వినిపించింది.

"ఇన్‌స్పెక్టర్ రాజశేఖర్ హియర్, నేనే ఆ కేసు చూస్తున్నది. చెప్పండి. మీరెవరు?"

"దానికంత ప్రాముఖ్యత లేదు ఇన్‌స్పెక్టర్ గారు! నేనొక ముఖ్య విషయం మీతో చెప్పాలి".

"చెప్పండి".

"మాధవిని హత్య చేసింది రవితేజ కాదు".

"మరి?"

"ఆయన ఆ సమయంలో ముంబాయిలో లేడు. ఈ ఊర్లోనే ఉన్నాడు."

"మీకెలా తెలుసు?"

అట్నుంచి మాట్లాడుతున్న ఆమె దానికి సమాధానం చెప్పకుండా "నేను చాలా రిస్క్ తీసుకుని ఈ ఫోన్ చేస్తున్నాను ఇన్‌స్పెక్టర్ గారు! రవితేజ ఈ దేశం నుంచి వెళ్ళిపోవటానికి ఏర్పాట్లు జరిగాయి. రేపే అతడి ప్రయాణం. దురదృష్టం ఏమిటంటే, హంతకుడు కాకపోయినా అతడి మీద ఈ నేరం మోపబడింది. ఆ ముద్రతోనే అతడీ దేశం వదిలి వెళుతున్నాడు".

"అతడు హంతకుడు కాకపోతే ఆ విషయం పోలీసులకి లొంగిపోయి చెప్పవచ్చుగా".

"భయపడుతున్నాడు. భయంలో మనిషికి తనేం చేస్తున్నాడో తెలీదు. ఇందులో పూర్తిగా ఇరుక్కుపోయాననీ, బయటకు రాలేనన్న నిరాశా నిస్పృహల్లో మునిగి ఉన్నాడు. స్వతహాగా రవి ధైర్యవంతుడే! ఇంతకన్నా పెద్ద ప్రోబ్లమ్స్‌ని చాలా ఎదుర్కొన్నాడు. కానీ ప్రియంవద ఎఫైర్‌లో అతడి మనసులో తప్పు చేశానన్న భావం బాగా పెరిగిపోయింది. ఎప్పుడైతే గిల్టీ ఫీలింగ్ ఏర్పడిందో అప్పుడే మనిషిలో భయం కూడా ప్రవేశిస్తుంది. అదే కారణం ఇన్‌స్పెక్టర్ గారు, ఏ కోర్టులోనూ నిరూపించలేని కారణం..."

"మీకు అతని గురించి బాగా తెలిసినట్టుందే..."

"ఏమీ తెలీదు. కానీ అతడు నిజం చెపుతున్నాడన్న నమ్మకం ఉంది. మీరు ఎంక్వయిరీ చేయండి. అతడు ఈ ఊర్లోనే ఉన్నాడని సాక్ష్యం దొరుకుతుంది".

"ఈ ఊర్లో ఉండి హత్యచేసి ఉండవచ్చుగా-"

"అది చెయ్యటానికి ఇంత ప్లాన్ అనవసరం".

"అతడు మాకు దొరికితేగానీ ఏ విషయమూ బయట పడదు-"

"రవితేజ రేపే ఈ దేశం నుంచి వెళ్ళిపోతున్నాడు. దాన్ని మీరు ఆపాలి! మీ మీద నమ్మకంతో ఈ విషయం చెపుతున్నాను. అతన్ని ఉరికంబం ఎక్కించటం కోసం కాదు. అతడి ద్వారా అసలు హంతకుడిని పట్టుకోవటానికి. రేపతను ఈ దేశం వదిలి వెళ్ళిపోతే అసలు వాళ్ళని వదిలేసి అతడి కోసమే వెతుకుతారు పోలీసులు -"

"అసలు వాళ్ళెవరో మీకేమైనా అనుమానం ఉందా?"

"తనకి వ్యాపారంలో అడ్డు వెళ్ళేవాళ్ళు ఈ పని చేయించి ఉంటారని నమ్ముతున్నాడు రవితేజ".

"పోనీ అతడు ఈ దేశం నుంచి పారిపోవడానికి సహాయ పడుతున్న వాళ్ళు ఎవరో మీకేమైనా తెలుసా?"

"తెలీదు ఇన్‌స్పెక్టర్ గారు-"

"మీ భర్తగారే-" తాపీగా అన్నాడు రాజశేఖర్. అతడా మాట అనగానే, ఒక్కసారిగా ఏర్పడిన అవతలి వైపు సంచలనం ఫోన్‌లో తెలిసింది. "నేను... నేను..." ఆ అమ్మాయి కంఠం తడబడింది.

"మీరు శర్మగారి భార్య అని నాకు తెలుసు. అరగంట క్రితమే రవితేజ మీతో మాట్లాడాడని కూడా తెలుసు".

అవతలి వైపు నుంచి చాలాసేపు నిశ్శబ్దం.

"మీరు మా సంభాషణ పూర్తిగా విని ఉంటే-మా ఇద్దరి బాంధవ్యం సంగతి కూడా మీకు బాగా తెలిసి వుండాలి".

"తెలుసు. రవితేజ కోసం మీరింత ధైర్యంతో నాకు ఫోన్ చేయటం మెచ్చుకోదగ్గ విషయం. మీకు అతడు ఫోన్ చేయగానే నేను హోటల్స్ అన్నీ వెతికాను. రవితేజ ప్రియంవదతో కలిసి ఈ ఊర్లో ఉన్నాడన్న విషయం యదార్థమే. కానీ అది ఏ విధంగానూ అతడి నిర్దోషిత్వాన్ని నిరూపించదు...

"అంటే అతడు పట్టుబడితే శిక్ష అనుభవించ వలసిందేనా" ఆ అమ్మాయి అంది. "అనవసరంగా ఫోన్ చేశానా?"

"మీరు ఫోన్ చేయకపోయినా ఈ విషయం మాకు తెలిసేది. మీ ఫోన్ ట్రాప్ చేసినట్టే మీ భర్త వెనుక మా మనుష్యులు ఉన్నారు. ఆయన రవితేజని కలుసుకోగానే అతడ్ని పట్టుకుంటారు..."

"కష్టం".

"ఎందుకు?"

"ఆయన వెనుక సి.ఐ.డిలు ఉన్నారని ఆయనకి తెలుసు-"

"ఓ.కే. మాడమ్. రేపు మీతో డిటెయిల్డ్‌గా మాట్లాడుతాను..."

"నేనిలా ఫోన్ చేసిన విషయం ఎవరికీ చెప్పకండి. రవితేజకి కూడా... ప్లీజ్..."

"ష్యూర్" అని ఫోన్ పెట్టేశాడు రాజశేఖర్. అతడికి కాస్త కన్ ఫ్యూజన్‌గా ఉంది.

తను వెంటనే శర్మని కలుసుకుని మొత్తం అంతా వెల్లడి చేసి నయానో భయానో బెదిరిస్తే తప్ప రవితేజ ఆచూకీ దొరకదు. ఆ తరువాత రవి విదేశాలకు పారిపోక ముందే ఈ పని జరగాలి. అంటే రేప్రొద్దున్న లోపలే జరగాలి. శర్మ ఎక్కడున్నాడో అతడికి తెలుసు.

అతడు మోటార్ సైకిల్ వేసుకుని క్లబ్‌కి బయల్దేరాడు. క్లబ్ ముందు పోలీసు మఫ్టీలో నిలబడి ఉన్నాడు. "శర్మగారు లోపలున్నారు సార్. రవితేజ టెక్స్‌టైల్స్ డైరెక్టర్లందరూ ఉన్నారు లోపల" అన్నాడు.

రాజశేఖర్ లోపలికి ప్రవేశించాడు.. సరీగ్గా అప్పుడే కొత్త సంవత్సరం ప్రవేశించింది. అందరూ లేచి "హ్యాపీ న్యూ ఇయర్-హ్యాపీ న్యూ ఇయర్" అని పరస్పరం విష్ చేసుకుంటున్నారు. అంతా గోలగోలగా ఉంది.

బోర్డు డైరెక్టర్స్ కూర్చున్న చోటుకి రాజశేఖర్ వెళ్ళాడు. అక్కడ వాళ్ళ మధ్య శర్మ లేడు.

రాజశేఖర్‌కి తన డిపార్టుమెంట్ మనుష్యుల అసమర్థత మీద విపరీతమైన కోపం వచ్చింది. రాజశేఖర్ బయటకొచ్చాడు. బయట నిలబడ్డ పోలీసు అతడి వైపు బెదిరిపోతూ చూశాడు.

రాజశేఖర్ అతడితో, "శర్మ లోపల లేడు. వెళ్ళటం నువ్వేమైనా చూశావా?" అన్నాడు.

"కారు ఇక్కడే ఉంది సార్".

"నీ మొహం. నేను అడుగుతున్నది కారు గురించి కాదు మనిషి గురించి".

పోలీసు బిక్కమొహం వేశాడు.

లోపల్నుంచి కేకలు, కేరింతలు వినపడుతున్నాయి. దూరంగా టపాకాయలు పేలుతున్నాయి. అంతా గోల గోలగా ఉంది. వెయిటర్ వచ్చి-డ్రింక్ అందిస్తూ "హ్యాపీ న్యూ ఇయర్ సార్" అన్నాడు. "హెక్టిక్ న్యూ ఇయర్" అనుకున్నాడు మనసులో. ఈ సంవత్సరం ప్రారంభమవటమే ఉక్కిరిబిక్కిరి

అయ్యేటంత పనితో మొదలైంది. ఇలాంటి కేసులు ఇంకా ఎన్ని వచ్చి చుట్టుకుంటాయో ఈ సంవత్సరం...

అతడు తిరిగి లోపలికి వెళ్ళాడు. డైరెక్టర్లందరూ పూర్తి కిక్‌లో ఉన్నారు. అతడికి ఆశ్చర్యమేసింది. వాళ్ళ మేనేజింగ్ డైరెక్టరు హత్యకేసులో ఇరుక్కుని పదిరోజులు కాలేదు– ఆ విషయం విస్మరించినట్టు వీళ్ళు ఇక్కడ ఆనందిస్తున్నారు. వ్యాపారస్తుల మధ్య స్నేహాలు, ఆప్యాయతలు కూడా ఆ విధంగానే ఉంటాయేమో అనుకున్నాడు. పోయినవాళ్ళు పోతూ ఉంటారు. వాళ్ళ వల్ల వచ్చిన నష్టం ఎంత? దాన్ని పూడ్చుకోవటానికి ఇంకా ఏం చెయ్యాలి?... ఇదే ఆలోచనతో ప్రపంచం సాగిపోతూ ఉంటుంది.

ఒక డైరెక్టర్ దగ్గరకి వెళ్ళి, "శర్మగారు ఎక్కడికి వెళ్ళారో మీకేమైనా తెలుసా?" అని అడిగాడు.

"లేదు. ఏదో ఫోన్ వచ్చిందంటే వెళ్ళారు".

రాజశేఖర్ ఉలిక్కిపడ్డాడు. అర్థరాత్రి పన్నెండింటికి ఫోన్ వస్తే అంత అర్ధంతరంగా పార్టీ మధ్యలో వెళ్ళిపోయాడంటే...?

బహుశ ఈ రాత్రికే రవితేజని ఈ ఊరి పొలిమేరలు దాటించే ప్రయత్నం జరుగుతూ ఉండవచ్చు. బయట పెట్టిన కాపలావాడిని నమ్ముకుని తను పొరపాటు చేశాడు. ఒక్కసారి రవితేజ తప్పించుకుంటే ఇక తను ఏమీ చేయలేదు. శర్మ తనకేం తెలీదని దబాయించినా ఏమీ చేయలేడు.

అతడు క్లబ్ లోపల ఇంకో గదిలోకి వెళ్ళాడు. అక్కడ టెలిఫోన్ ఆపరేటర్ కూర్చుని ఉన్నాడు.

ఆ సమయంలో ఫోన్‌లు రావటం గానీ, ఇక్కడి వాళ్ళు చేయటంగానీ లేకపోవటంతో, పి.బి.ఎక్స్ ముందు ఖాళీగా ఉన్నాడు. డ్రెస్‌లో ఉన్న ఇన్‌స్పెక్టర్‌ని చూసి లేచి నిలబడ్డాడు.

"ఇక్కడ ఎన్ని ఎక్స్‌టెన్షన్స్ ఉన్నాయి?" అడిగాడు.

"ఎనిమిది సార్".

"పది నిమిషాల క్రితం శర్మగారికి ఫోన్ ఇచ్చింది నువ్వేనా?"

"నేనే సార్".

"ఎవరు ఫోన్ చేసింది?"

"తెలీదు సార్".

"తెలీదా? మర్చిపోయావా?"

"మ... మర్చిపోయాను సార్".

రాజశేఖర్ అతడి వైపు సూటిగా చూశాడు. అతడు తల దించుకున్నాడు.

"పద" అన్నాడు.

ఆపరేటర్ బెదిరిపోయి "ఎక్కడికి సార్?" అన్నాడు.

"పోలీస్ స్టేషన్‌కి".

"ఏం...ఎందుకు సార్?"

"శర్మగారికి ఎవరు ఫోన్ చేశారో గుర్తు తెచ్చుకోవటానికి..."

ఏడుపొక్కటే తరువాయిగా, "గుర్తొచ్చింది సార్" అన్నాడు ఆపరేటరు.

"ఎవరు?"

"ఒకామె".

"పేరు?" ఆశ్చర్యంగా అడిగాడు రాజశేఖర్. ఆ సమయంలో ఆయనకి స్త్రీ ఫోన్ చేస్తుందని అతడు ఊహించలేదు. ఆమె నిశ్చయంగా శర్మ భార్య అయి ఉండదు.

"ఎవరు?"

"చె...చెప్పలేదు సార్"

"అబద్ధం చెప్పవలసి వచ్చినప్పుడల్లా తడబడటం నీ దురలవాటులా ఉంది. దీన్ని బట్టి చూస్తూంటే నువ్వు మొత్తం సంభాషణ అంతా విన్నట్టు తోస్తూంది".

ఆపరేటర్ మరింత కంగారుగా "లేద్సార్. అంతా వినలేదు" అన్నాడు.

"అంతా విన్లేదంటే కొంత విన్నావన్నమాట".

అతడు తెల్లమొహం వేశాడు.

"అర్ధరాత్రి పూట ఆడగొంతు మగాయనకి ఫోన్ చేసిందంటే వినకుండా ఉన్నావా? అందులోనూ ఇంత ఖాళీగా కూర్చొని... తొందరగా చెప్పేస్తే మంచిది. ఇక్కడ చెప్తావా పోలీస్ స్టేషన్‌కి వచ్చి చెప్తావా?"

"ఇక్కడే చెప్తాను సార్".

"చెప్పు".

అతడు పాఠం ఒప్పచెప్పినట్టు గడగడా చెప్పేశాడు.

"...నన్నిక్కడ గెస్ట్ హౌస్‌లో ఒక్కదాన్నే పెట్టి మీరు అక్కడ న్యూ ఇయర్ హాయిగా సెలబ్రేటు చేసుకుంటున్నారా? అదేం కుదర్దు. నేనొక్కదాన్నే ఇక్కడ ఉండలేను. నాకు బోరుకొడుతూంది. మీరు వచ్చెయ్యండి. ఇద్దరం కలిసి బయట కెళ్దాం' అందామె. 'ఇప్పుడా...' అన్నారు శర్మగారు. 'ఆఁ. ఇప్పుడే. మీరు రాకపోతే ఊరుకోను. రావల్సిందే" అంది ఆవిడ, శర్మగారు విసుక్కొని "సరే వస్తున్నాను" అన్నారు. అంతే సార్ జరిగింది".

"ఆవిడ పేరు?"

"నాకు జ్ఞాపకం లేదు సార్. ఏదో చెప్పింది".

"నిజంగా లేదా?"

"నిజంగా లేదు సార్. ఈసారి నా మాటలు తడబడటం కూడా లేదు మీరే చూశారుగా సార్..."

కొద్దిగా గుర్తు తెచ్చుకో... రాధ... సావిత్రి. పద్మ... కమల...సుప్రియా...."

"అ...అదే....'

"ఏది? సుప్రియా?"

"కాదు సార్.. కానీ.. ఆ... ప్రియా... అదే..."

చప్పున ఏదో స్ఫురించినట్టు అయి "ప్రియంవదా?" అని అడిగాడు.

"కరెక్ట్ సార్. ప్రియంవదే..." అరిచాడు ఆపరేటరు.

తన పదిహేనేళ్ళ సర్వీసులో అంత దిగ్భ్రమ ఎన్నడూ చెందలేదు ఇన్‌స్పెక్టర్ రాజశేఖర్.

టెలిఫోన్ ఆపరేటరు చెప్పిన పేరు వల్ల వచ్చిన షాక్ నుంచి క్రమంగా అతడు తేరుకున్నాడు. పోలీస్ ట్రైనింగ్‌లో చెప్పిన వాక్యం తిరిగి గుర్తొచ్చింది, 'ఒక తప్పు చేసినవాడు మరొక తప్పు చేయకపోడు. తన తప్పుని ప్రపంచం గుర్తించలేదన్న నమ్మకం కుదరగానే మరింత ధైర్యంగా రెండో తప్పు చేసి దొరికి పోతాడు...' అదే జరిగింది ఇప్పుడు.

రవితేజని విదేశాలకు పంపే వరకూ ప్రియంవదని బయట ప్రపంచంలోకి రావద్దని అడిగి ఉంటాడు శర్మ. అలాగేనని ఒప్పుకుని ఉంటుంది ఆమె. కానీ ఈ

కొత్త సంవత్సరం సంబరాల్ని చూసి, 'అందరూ అనుభవిస్తున్నారు. తనెందుకు అనుభవించ కూడదు' అన్న ఉక్రోషంతో శర్మకి ఫోన్ చేసి ఉంటుంది. శర్మకున్న జాగ్రత్త ఆమెకి ఉండవలసిన అవసరం లేదు.

అతను వాచీ చూసుకున్నాడు. 12-10. ఇప్పటి వరకూ శర్మ రవితేజని రక్షించటానికి ఇదంతా చేస్తున్నాడు అనుకున్నాడు. ఇప్పుడు అసలు విషయం తెలుసుకున్నాడు. కాబట్టి శర్మ రవితేజని విదేశాలకు పంపించే ఏర్పాట్లేవీ చేసి ఉండడనిపిస్తోంది. మరేం చేస్తారు?

హత్యా? దానివల్ల అతడికేమిటి లాభం? అసలు శర్మ రవి మీద ఎందుకింత కక్ష గట్టాడు?

35

"**'ప్రేమమంజరి'** అన్న గుర్రం నా జీవితాన్ని పూర్తిగా నీ చేతుల్లో పెట్టేసింది. ఆ రోజే కదూ నా షేర్లు అన్నీ నీ పేరు మీద మార్చింది?" అన్నాడు శర్మ.

"అన్నీ కాదు. మెజారిటీ శాతం".

"అవును. అప్పట్నించే అన్ని నిర్ణయాలూ నువ్వే తీసుకునే వీలు నీకు దొరికింది. ఎమ్.డి. అయ్యావు".

"ఈ కారణం వల్లనా నన్నింత ఉచ్చులో ఇరికించింది? ఇంత చిన్న కారణంగానా మీరు నా భార్యని చంపింది?"

"మరి నిన్ను ఏదో విధంగా ఇరుకులో పెట్టకపోతే షేర్లు తిరిగి నాకు ట్రాన్స్‌ఫర్ చెయ్యవుగా. ఇప్పుడు చూడు. విదేశాలకు వెళ్ళిపోయే తొందర్లో అన్ని కాగితాల మీదా పాత తారీఖు వేసి సంతకం పెట్టావు..."

"మనుషుల్లో రాక్షసులుంటారని తెలుసు. కానీ మనసుల్లో ఇంత విషం పెట్టుకుని పైకి నటిస్తారని మాత్రం ఇప్పుడే తెలుసుకున్నాను. మీకు నేను దేంట్లో తక్కువ చేశాను? అనుకున్న ప్రకారం లాభాలు పంచుతూనే ఉన్నానుగా..."

"తాగుడూ, గుర్రప్పందేలూ నా బలహీనత. వాటిని ఆధారం చేసుకుని నా దగ్గర్నుంచి కంపెనీ యాజమాన్యాన్ని నీ చేతుల్లోకి తీసుకున్నావు. కానీ అవి

ఏ మూలకి? ఒక గుర్రం మీద కాయటానికి కూడా సరిపోయేది కాదు. డబ్బు కోసం విలవిల లాడిపోయేవాడిని. కంపెనీ నా చేతుల్లో ఉన్న రోజుల్లో..." అంటున్న అతడి మాటల్ని మధ్యలో కట్ చేసి, రవితేజ కసిగా, "కంపెనీ మీ చేతుల్లో ఉన్నరోజుల్లో దాన్ని పీల్చి పిప్పిచేసి జీవచ్ఛవంలా మార్చారు. మీ మీద నమ్మకం ఉంచి డబ్బు పెట్టిన డైరెక్టర్లందరికీ విండో-షో చేసి చూపించారు" అన్నాడు.

"అవును కరెక్టు" నవ్వాడు శర్మ.

"కానీ నేనొచ్చి దానికి జీవం పోశాను. ఈ స్థాయికి తీసుకొచ్చాను".

"ఏం లాభం? కంపెనీ పెరగసాగింది. మాకు తక్కువ లాభాలు ఇచ్చి, మిగతా డబ్బంతా కంపెనీలోనే తిరిగి పెట్టసాగావు. చీర కొన్నవారికి బ్రా, ఫాల్స్ కుట్టి ఇవ్వడం ఉచితం అన్నావు. మేకప్ బాక్స్, బ్లౌజుపీసు ఉచితం అన్నావు. అన్నిటికన్నా ముఖ్యంగా పాపులర్ చీరలు అని పేరుపెట్టి-రెండొందలు ఖరీదు చేసే చీరలు వందకే పోస్టు ద్వారా పంపించే స్కీము ఏర్పాటు చేశావు. దానికి అడ్వర్టయిజ్మెంటు డెబ్భై అయిదు లక్షలు అన్నావు. ఈ లోపులో చెంచురామయ్య పోస్టల్ దొంగతనాలు ఏర్పాటు చేయించి ఈ స్కీమ్‌నీ దెబ్బకొట్టాడు. దాంతో మ్యాజిక్ మిర్రర్ అన్నావు. మరో కోటి రూపాయలు అందులో ఉంచటానికి డైరెక్టర్లని ఒప్పించావు. డబ్బు-డబ్బు-డబ్బు ఎక్కడ చూసినా పెట్టుబడే తప్ప రాబడి లేదు. నాకు వళ్లు మండిపోసాగింది. నిన్ను ఎలా ఈ పదవి నుంచి తప్పించాలా అని ఆలోచించసాగాను. కానీ బోర్డ్ ఆఫ్ డైరెక్టర్లలో చాలామంది నీ పక్షమే. నీవన్నట్టు కంపెనీ దినదినాభివృద్ధి చెందుతూ వచ్చింది. విమల్, వరేలి చీరలలో పోటీపడి, ఒక స్థాయిలో వాటిని దాటిపోయింది. డైరెక్టర్లందరికీ నువ్వు దేవుడివి. కానీ నాకు? చేతి దగ్గర స్వర్గాన్ని బలవంతంగా లాక్కున్న దుర్మార్గుడివి..! నా చేతికి నయాపైసా రానివ్వకుండా వచ్చింది వచ్చినట్లు పెట్టుబడి పెట్టే రాక్షసుడివి. నా చేతులు కట్టేసినట్టు అయింది. మామూలుగా అడిగితే ఇవ్వవని, నిన్ను ఇరుకున పెట్టే పరిస్థితులు సృష్టించాను..."

"నేను మీ దగ్గర్నుంచి కంపెనీ నా స్వాధీనంలోకి తీసుకున్నప్పుడు నాలిక గీసుకోవటానికి కూడా పనికిరాని కంపెనీ ఇది. దీన్ని బంగారు బాతు చేశాను".

"నిజమే. కానీ నాకు రోజుకొక బంగారు గుడ్డు అవసరం లేదు. నా జీవితపు చివరి రోజుల్లో మొత్తం బంగారు బాతునే చంపి తినెయ్యాలనుకున్నాను. దానికి నువ్వూ, నీ డైరెక్టర్లూ ఒప్పుకోరు... భవిష్యత్తులో ఎప్పుడో కంపెనీ నెంబర్ వన్ అయితే నాకేమిటి లాభం? ఈ లోపులో నాకున్న అప్పులకి నేను దివాలా తీస్తాను. నా మిగిలిన షేర్లు కూడా నీకే అమ్మేసి బికారిని అయి పోతాను..."

రవి అతడి వైపు పెర్‌ప్లెక్స్‌డ్‌గా చూశాడు. "మీ మనసులో ఇంత ఆలోచన ఉందని చెప్తే నేనే ఇంకేదైనా మార్గం ఉందేమో ఆలోచించేవాణ్ణి. నేను మీకేం ద్రోహం చేశానని నన్ను ఇంత హీనస్థితికి తీసుకొచ్చారు? మీ స్వంత మనిషికన్నా ఎక్కువగా..."

"స్వంత మనిషా?" బిగ్గరగా నవ్వాడు శర్మ– "నా భార్య కూడా అలా స్వంత మనిషనుకుని నీకు ప్రేమలేఖ వ్రాసిందనుకుంటాను.."

మొహం మీద బలంగా కొట్టినట్టు అయింది రవితేజకి. "ప్రేమలేఖా?" అన్నాడు.

"అవును. నా భార్య నీకు వ్రాసిన సుదీర్ఘమైన ఉత్తరాన్ని నేనూ చదివాను. అసలప్పుడే దానిని నరికి పోగులు పెట్టాలనుకున్నాను. కానీ నెమ్మదిగా ఆలోచిస్తే నాకో ప్లాన్ స్ఫురించింది. ఒకే దెబ్బకి రెండు పక్షులు. స్వంత పెళ్ళాం ఇంకో కుర్రాడిని చూసి ముచ్చటపడితే ఏ భర్త ఊరుకుంటాడు? నువ్వు ఊరుకున్నావేమో గానీ నాకంత శాంతీ సహనాలు లేవు. ఆ రోజు నుంచీ నువ్వంటే మరింత కోపం పెరిగింది. అందరికీ నువ్వంటే గ్లామరే. ఆటోగ్రాఫులు తీసుకునే అమ్మాయిలు... నువ్వంటే పడి చచ్చే డైరెక్టర్లు... ఇంతవరకూ ఏ కంపెనీ ఎగ్జిక్యూటివ్‌కీ లేని పరపతి నీకొచ్చింది. గతంలో ఈ రంగంలో ఎవరికీ ఇంత పాపులారిటీ లేదు! ఒక కంపెనీ ఎగ్జిక్యూటివ్‌కి జనంలో ఇంత పాపులారిటీనా? మాకెవరికీ లేని పేరు నీకు రావటం చూసి నా మనసు కుతకుతా ఉడికిపోసాగింది. చీరల్తో నువ్వు ఆడుకున్నావు..! చీర కట్టిన ప్రతి స్త్రీ నాలుక మీదా నీ పేరు ఆడసాగింది..! మా జీవితకాలం మొత్తంలో మేము సాధించలేనిది, ముప్ఫై ఏళ్ళ వయసులో నువ్వు సాధించావు. చివరకు నా భార్య కూడా నువ్వే నచ్చటం ఆ మండే అగ్నికి పరాకాష్ఠ. నిన్ను చంపకూడదు. నిన్ను కుమిలి కుమిలి పోయేలా చేయాలి. ఇంతవరకూ విజయం తాలూకు తీపే రుచి చూశావు. చేదు కూడా

చూపించాలి. సరీగ్గా ఆ సమయంలో సుధాకర్ పిక్నిక్‌లో నీ భార్యతో చనువుగా ప్రవర్తించటం నా కళ్ళపడింది. ఆ విషయం ఆకాశరామన్నగా నీకు ఫోన్ చేయించింది నేనే."

రవితేజ తెల్లబోయి అతడి వైపు చూశాడు.

శర్మ తనని ఒక కోణంలో నుంచే చూశాడు. ఈ స్థితికి రావటం కోసం తను ఎన్ని సుఖాలు వదులుకున్నాడో చూడలేదు. స్వంత ఇంటిని, భార్యని కూడా నిర్లక్ష్యం చేసి ఈ యజ్ఞాన్ని నిర్వహించాడు. ఈ స్థానానికి రావటం కోసం జీవితమంతా ధారపోశాడు. ఈ రంగానికే ఒక 'గౌరవం' కలిగించాడు. ఉప్పెన సృష్టించాడు. ఒక విజయం వెనుక ఇంత కష్టం ఉంటుందని తెలియని వీళ్ళు, కేవలం విజయాన్ని చూసి ఈర్ష్య పడుతున్నారు. తనకున్నది ఒకే ప్రపంచం. టెక్స్‌టైల్స్. బయట ప్రపంచంలో ఇంత అసూయా ద్వేషాలు ఉంటాయని తెలియనంతగా తన ప్రపంచంలో మునిగిపోయాడు. చివరికి కట్టుకున్న దానికి కూడా న్యాయం చేయలేకపోయాడు. అదీ తప్పేనా? ఇదంతా దేనికోసం చేశాడు? పేరు కోసమా? ఒక్కసారిగా అదీ పోయింది. డబ్బు కోసమా? అదెంత పాపిష్టిదో ఎదురుగా ఉన్న శర్మ రూపంలో కనపడుతూనే ఉంది.

"నీ భార్య విషయం తెలియగానే నువ్వు మండి పడతావనుకున్నాను. పెద్ద గొడవ జరుగుతుందనుకున్నాను. కానీ నీ బాధని నువ్వు నీలోనే దాచుకున్నావు. అక్కడ అలా నా ప్లాను ఫెయిలయింది. కానీ నీ అసంతృప్తిని ప్రియంవదతో గడపటం ద్వారా తీర్చుకోవాలనుకున్నావు. మూడు రోజులపాటు హోటల్‌లో గడపటం అన్న ఆలోచన ప్రియంవదకి నేనిచ్చిందే..! అందుకే నువ్వు ముంబాయిలో లేవని మిగతా డైరెక్టర్లకి తెలిసేలా ముంబాయి ఫోన్‌లు చేశాను. నీతో ఇంటికి ప్రియంవదా, భాస్కర్‌లు ఫోన్‌లు చేయించారు. అలా నీ చుట్టూ ఉచ్చు బిగించాను".

రవి మాట్లాడలేదు. శర్మ వైపే చూస్తున్నాడు.

"ఇదంతా చెంచురామయ్య చేయిస్తున్నాడని నువ్వు అనుకుంటావని నాకు తెలుసు. అందుకే నీకు ఆలోచించుకునే టైము ఇవ్వలేదు. 'ఈ కేసు లాభం లేదు' అని నేనే లాయర్‌తో చెప్పాను. కన్విన్స్ చేశాను. కాలు కాలిన పిల్లిలా నువ్వు తిరుగుతూ ఉంటే నాలో నేనే పొంగిపోతూ నవ్వుకున్నాను. అంతకు ముందు

నువ్వు కొన్ని నెలల క్రితం ఇలానే కంగారుగా తిరిగావు. జ్ఞాపకం ఉందా? నా భార్య తాజ్‌లో నిన్ను కలుసుకోమన్నప్పుడు...".

"మేమిద్దరం ఇంతవరకు కలుసుకోలేదు. మీరనవసరంగా అపోహ పడుతున్నారు".

"తొందరలో కలుసుకుందురు గానీ స్వర్గంలో" నవ్వాడు శర్మ.

రవి అతడి వైపు సూటిగా చూశాడు.

ఈ లోపులో ప్రియంవద చీర కట్టుకు వచ్చింది. శర్మ ఆమెతో, "నువ్వు ఇక్కడే ఉండు. మేమిద్దరం ఇతడితో వెళ్ళి మిగిలిన పని కూడా పూర్తిచేసుకుని వచ్చేస్తాం" అన్నాడు. ప్రియంవద రవి వైపు చూసి నవ్వింది.

"పద" అన్నాడు భాస్కర్.

రవి వెంటనే కదలకుండా, ప్రియంవదతో అన్నాడు. "అర్ధరాత్రి పుట్టినరోజు నాడు ఫోన్ చేయటం నుంచి, అదే మొదటిసారి మగాడ్ని ముద్దు పెట్టుకోవటం– అనేదాకా అద్భుతంగా నటించావు ప్రియంవదా! నువ్వు నాకిచ్చిన కాగితం గుర్తుందా! పదహారేళ్ళ అమ్మాయి మాటకారి అబ్బాయంటే ముచ్చట పడుతుంది... నిజమైన అమ్మాయెప్పుడూ తెలివితేటలకే పడిపోతుంది... వగైరా!... అందులో చివరి వాక్యంగా ఇంకొకటి చేర్చు... 'బరితెగించిన అమ్మాయి డబ్బు కోసం ఏమైనా చేస్తుంది' అని. నాకు నిన్ను చూస్తూంటే కోపంగా లేదు ప్రియంవదా, జాలి వేస్తూంది. కేవలం నటనలోనే ప్రేమని ఇంత అద్భుతంగా చూపించగలిగిన నువ్వు, నిజంగా ప్రేమించడం నేర్చుకుని ఉంటే, ఒక పురుషుడి జీవితానికి ఎంతో తృప్తిని ఇచ్చి ఉండేదానివి. ఇలా శర్మలాటి నక్కల దగ్గర ఎముకలు ఏరుకుంటూ, డబ్బు ఇచ్చే సుఖాల కోసం కక్కుర్తి పడేదానివి కాదు. నా జీవితం ఏమైనా కానీ, నేను మాత్రం నేర్చుకున్న పాఠాన్ని నీకు చెపుతాను విను. ఆనందం అనేది పనిలో, డబ్బులో, చివరికీ సెక్సులో... దేనిలోనూ లేదు. అర్ధరాత్రి దాటాక నిద్రలో మెడ చుట్టూ పరుచుకునే రెండు చేతుల మధ్య నిశ్చింతలో ఉంది... నీ జీవితంలో ఏ స్టేజిలోనూ అది శర్మ ద్వారా నీకు లభించదు!".

36

కిటికీ దగ్గర నిలబడి ఆమె చీకట్లోకి చూస్తూ ఉంది. ఆమె మొహం రక్తం ఇంకిపోయినట్టు పాలిపోయి ఉంది.

"రవితేజ విదేశాలకి పారిపోవడానికి సాయపడుతున్నది మీ భర్తగారే" అని ఇన్‌స్పెక్టర్ చెప్పిన ఒక వాక్యం ఆమెని బాగా కలవర పెడుతోంది.

ఇన్నేళ్ళ వైవాహిక జీవితంలో ఆమెకి భర్త గురించి బాగా తెలుసు. స్త్రీ కోసం, తాగుడు కోసం, గుర్రాల కోసం ఏమైనా చేస్తాడు. తాగుడు లేకపోతే మతి భ్రమిస్తుంది. గుర్రం ఓడిపోతే పిచ్చెక్కుతుంది. తన చర్మం మీద మచ్చలే దానికి సాక్షి, బట్టల కంపెనీని దాదాపు నిర్వీర్యం చేశాడు. రవి రాకపోతే ఎప్పుడో మూతపడి ఉండేది. రవి వ్యవహారాన్ని చేపట్టాక కొంతకాలం బాగానే ఉన్నాడు కానీ, మనిషి రక్తానికి అలవాటు పడ్డ పులిలాటివాడు అతడు. రవి అన్ని ద్వారాల్ని మూసివేయటంతో అతడు ఎంత ఫ్రస్టేట్ అయ్యాడో, తాగిన తరువాత అతడు మాట్లాడే మాటలే ఆమెకి చెప్పాయి. ఆమె ఒక ప్రేక్షకురాలిలా గమనిస్తూనే ఉంది. వచ్చిన డబ్బంతా రవి తిరిగి ఆ కంపెనీలోనే ఇన్వెస్టు చేయటం, దానికే ఒక సుస్థిరత్వం కల్పించటం, ఇదంతా అతడిని ఎంత ఇరుకున పెట్టాయో ఆమెకు తెలుసు. అతడిలోని రాక్షసుడు రోజు రోజుకీ విజృంభించటం భార్యగా గుర్తించింది. అటుఒంటిది ... తన భర్త అతడిని రక్షించటం ఏమిటి?

ఆమెలో ఏదో అనుమానం పెరిగి పెద్దదవుతూంది. అందులోనూ ఇన్‌స్పెక్టర్ చెప్పినదాన్ని బట్టి ఈ రోజు ఆఖరి రాత్రి. తనేం చెయ్యగలదు? అసలు-వాళ్ళిద్దరూ ఎక్కడున్నారో కూడా తెలీదు. తన భర్త తెలివితేటల గురించీ, క్రిమినల్ బ్రెయిన్ గురించీ తన వివాహ సమయంలోనే ఆమె గుర్తించింది. రాజకీయాల్లో సర్వం పోగొట్టుకున్న తన తండ్రిని ఎలా బుట్టలో వేశాడో ఆమెకు ఇంకా గుర్తుంది. అంత క్రిమినల్ తెలివితేటలున్న తన భర్త ఈ రోజు రవిని రక్షించాడంటే-

రవి దగ్గరున్న షేర్ సర్టిఫికెట్లు... అవును. తెలివిగా వాటిని తన పేరు మీద మార్చుకోవటానికే రవి మీద ప్రేమ నటించి ఉంటాడు. కంపెనీ వ్యవహారాలన్నీ తిరిగి తన చేతుల్లోకి తీసుకోవటానికే ఇలా రక్షిస్తున్నట్లు నాటకం ఆడి ఉంటాడు.

ఎలాగో విదేశాలకు వెళ్ళిపోతున్నాను అన్న భ్రమలో రవి ఆ కాగితాలన్నిటి మీదా సంతకం పెట్టి ఉంటాడు.

ఏం చేయాలి? ఏం చేయాలి?

ఆమె ఆలోచనల్ని చెదురుస్తూ రోడ్డు మీద దూరంగా ఒక కారు ఆగింది. ఆమె కళ్ళు చిట్లించి చీకట్లో చూసింది. అది తమ కారే. కాని అందులోంచి దిగింది తన భర్త కాదు. ఎవరో ఇద్దరు వ్యక్తులు...

అందులో ఒక వ్యక్తి రవి... కారు మళ్ళీ కదిలి గేట్లోంచి లోపలకు వస్తోంది.

కిటికీ తెర మూసేసి ఆమె కిందకి పరుగెత్తింది. కానీ అప్పటికే ఆలస్యం అయింది. భర్త లోపలికి వస్తూండటం చూసి ఆమె సోఫా వెనక్కు తప్పుకుంది. శర్మ మెట్లెక్కి లోపలి మేడ మీదకు వెళ్తున్నాడు. ఆమెని చూడలేదు. ఆమెకి క్షణక్షణం టెన్షన్ పెరిగిపోతోంది. బయట రోడ్డు మీద రవి, మరో వ్యక్తి ఉన్నారు.

రవిని కలుసుకుని అసలు విషయం ఏమిటో తెలుసుకోవాలి. ఇప్పుడు కలుసుకో లేకపోతే ఇక జీవితంలో ఎప్పటికీ అతడిని కలుసుకోలేకపోవచ్చు. తన భర్త అతడిని విదేశాలకి పంపించవచ్చు. లేదా... లేదా... ఆమె మరి ఆలోచించలేక పోయింది.

ఆమె కిటికీ తెర తొలగించి చూసింది. దూరంగా చీకట్లో ఆకారాలు అక్కడే నిలబడి ఉన్నాయి. రవి ఇంకా అక్కడే ఎందుకు నిలబడి ఉన్నాడో ఆమెకి అర్థం కాలేదు. తన భర్త ఏమైనా డబ్బు ఇస్తానన్నాడా?... విదేశాల్లో కొంతకాలం గడపటానికి సరిపోయే డాలర్లు అందజేస్తానన్నాడా?

క్షణం క్రితం తన భర్త గురించి చెడుగా ఆలోచించినందుకు ఆమె బాధపడి సోఫా వెనుక నుంచి రాబోయింది. అదే సమయానికి శర్మ మెట్లు దిగుతూ కనిపించాడు. అతడి చేతిలో పిస్టల్ ఉంది. ఆ దృశ్యాన్ని ఆమె ఊహించలేదు. తిరిగి చప్పున సోఫా వెనక్కి వెళ్లి పోయింది. అతడు దేని కోసమో వెతుకుతున్నాడు. (లేదా తన కోసమా?) ఆ తర్వాత చిరాగ్గా బయటకు నడిచాడు.

ఆమె ఆలోచనలు పరిపరి విధాలుగా సాగుతున్నాయి. తన భర్త పిస్టల్తో బయటకు ఎందుకు వెళ్తున్నాడు? రోడ్డు మీద నిలబడి ఉన్న రవిని చంపడానికా? ఆ పక్కన నిలబడి ఉన్న వ్యక్తి, రవి శవాన్ని మాయం చేయడానికి వచ్చినవాడా?

ఆ ఆలోచన వచ్చాక ఆమె ఇంకా అక్కడ ఆగలేకపోయింది. ఆ పరిస్థితుల్లో తనను చూస్తే వాళ్ళు చంపేస్తారని తెలుసు. అయినా ప్రాణాలకు తెగించి భర్త వెనకే ఇంటి ముందున్న తోటలోకి పరిగెత్తుకు వచ్చింది.

* * *

బయట రోడ్డు మీద నిలబడిన రవితేజకి, తామిద్దరినీ ఇలా ఇంటి ముందు వదిలేసి, శర్మ కార్లో లోపలికి ఎందుకు వెళ్ళిపోయాడో అర్థం కాలేదు. అతడి అనుమానం గ్రహించినట్టుగా భాస్కర్ నవ్వాడు. "నీ కథకి ఇది చివరి అధ్యాయం రవితేజా! శర్మగారు తన భార్యని చంపటానికి లోపలికి వెళ్ళారు".

రవి ఉలిక్కిపడ్డాడు.

"లోపలి నుంచి పిస్టల్ శబ్దం వినపడగానే నిన్ను ఇలా రోడ్డు మీద వదిలేసి వెళ్ళి పోతాను... శర్మగారు అరుచుకుంటూ బయటకు వస్తారు... తాను పార్టీ నుంచి ఇంటికి వచ్చేసరికి పిస్టల్ శబ్దం వినిపించిందని, నువ్వు కిటికీలోంచి దూకి పారిపోతుండగా చూశానని శర్మగారు పోలీసులకి చెప్తారు. మాధవిని చంపిన పిస్టల్ కాంపౌండ్ తుప్పల్లో దొరుకుతుంది. ఎలా ఉంది? రెండు హత్యల హంతకుడిగా నీ గురించి పోలీసులు వెతుకుతారు. నా చెల్లెలు- అదే ప్రియంవదకి, చిన్న ఇల్లు, నాకు రెండు లక్షలు......" నవ్వాడు భాస్కర్.

రవి వినటం లేదు. అతడి రక్తం కుతకుత ఉడికిపోతోంది. ఆమె మరణానికి కొన్ని క్షణాల దూరంలో ఉంది – అన్న ఆలోచన అతడిని నిలువునా ఊపేసింది. భాస్కర్ పిస్టల్తో నిలబడి ఉన్నాడు.

రక్షించాలి!

ఆమెను రక్షించాలి!! తన ప్రాణం పోయినా సరే!!!

అతడు భాస్కర్ వైపు చూశాడు. తను పరుగెట్టి లోపలికి వెళితే? భాస్కర్ పిస్టల్ పేలుస్తాడు. పేల్చనీ.. తను మరణిస్తే నష్టం ఏముంది? పరువు పోయింది, ప్రతిష్ఠ పోయింది. హంతకుడిగా ఎలాగూ ముద్రపడింది. ఉరికంబం ఎదురు చూస్తోంది. ఇటువంటి పరిస్థితిలో ఛస్తే నష్టం ఏముంది?

తన చావు ఆమెని బ్రతికిస్తే అంతకన్నా ఏమి కావాలి? అతడు చురుగ్గా ఆలోచించాడు.

పిస్టల్ శబ్దం వినిపించగానే అంతా హడావుడిగా అవుతుంది. ముఖ్యంగా శర్మ కంగారుపడి బయటకొస్తాడు. అది చాలు. తన చుట్టూ జనం మూగుతారు. తన ప్రాణాలు పోవటానికి రెండు క్షణాలు ఆలస్యమయితే చాలు. గొంతులో గాలి రెండు క్షణాలు ఉంటే చాలు. ఈ ఊపిరి శబ్దంగా మారి, గొంతులోంచి మాటలుగా బయటకొచ్చి, శర్మ ఘాతకాన్ని బయట పెడతాయి. ప్రపంచం నమ్మకపోయినా ఆమె నమ్ముతుంది. శేషజీవితం ఆ రాక్షసుడికి దూరంగా గడుపుతుంది.

అన్నిటికన్నా ముఖ్యంగా – ఆమె బ్రతుకుతుంది..! ఈ ప్రయోజనం లేని తన జీవితానికి కనీసం చివర్లోనైనా ఒక సార్థకత ఏర్పడుతుంది.

తన శరీరాన్ని చీల్చే పిస్టల్ గుండు ఆమె మరణాన్ని ఆపే సంకేతం అయితే చాలు.

రెప్పపాటు కాలంలో అతడు ఇంత ఆలోచించాడు.

ఇక టైమ్ లేదు. శర్మ అప్పుడే ఇంటి లోపలికి వెళ్ళాడు. ఇక సమయం ఎక్కువ లేదు.

అతడొకసారి గుండెల్నిండా ఊపిరి పీల్చుకుని చటుక్కున వెనుదిరిగి, మెరుపు కన్నా వేగంగా శర్మ ఇంటి వైపు పరుగెత్తసాగాడు. ఈ హఠాత్ పరిణామానికి భాస్కర్ నివ్వెరపోయినా, వెంటనే తేరుకొని, పరుగెడుతున్న రవిని వెనుక నుంచి గురి చూశాడు. ఇటువంటి విషయంలో ఎంతో అనుభవమున్నవాడిలా ఏ మాత్రం తొణక్కుండా గురి సరిగ్గా చూసి ట్రిగ్గర్ నొక్కాడు.

ఒకటి.. రెండు... మూడు... మూడుసార్లు నొక్కినా పిస్టల్ పేలలేదు. అతడికి సేఫ్టీ క్యాచ్ గురించి గుర్తొచ్చింది. దాన్ని రిలీజ్ చేసే లోపలే రవితేజ గేట్ లోపలికి ప్రవేశించబోతున్నాడు. ఇద్దరికీ మధ్య పదిహేను గజాల దూరం ఉంది. భాస్కర్‌కి తను చేయబోయిన తప్పు, రవి ఆలోచన అర్థమైంది. పిస్టల్ శబ్దం బయటకు వినిపించడానికి వీల్లేదు.

రవితేజ వెనుకే పరుగెత్తడం ప్రారంభించాడు.

అతడు ఇటువంటి విషయాల్లో ప్రొఫెషనల్. సరిగ్గా నాలుగు గజాల దూరంలో ఉండగా పిస్టల్ విసిరాడు. అది రవితేజ తలకి తగిలి, గేటు ముందు పడింది.

రవికి కళ్లు బైర్లు కమ్మాయి. అలాగే తల పట్టుకొని కూలబడి పోయాడు.

ఈ లోపులో శర్మ లోపల్నుంచి పరుగెత్తుకు వచ్చాడు. కారు మీద పిస్టల్ పెడుతూ "ఆవిడ లోపల లేదు" అన్నాడు.

ఇద్దరి మధ్యా సూదిపడితే వినపడే అంత నిశ్శబ్దం. దాన్ని చీలుస్తూ ఆమె బయటకు వచ్చింది. వెనుక నుంచి పులి తరుముతోంటే ప్రాణాలకి తెగించి పరిగెత్తే జింకలా, ఇంట్లోంచి బయటకు వచ్చిన ఆమె, వాళ్ళిద్దరి మధ్య నుంచి రవి వద్దకు దూసుకుపోయింది.

గాలికన్నా వేగంగా... తుఫాను కన్నా తీవ్రంగా...

"షూట్ " శర్మ అరిచాడు.

భాస్కర్ ఆమె వైపు పిస్తోలు గురిపెట్టడం చూసి "నో... నాట్ హర్. హిమ్!" అని శర్మ మళ్ళీ అరిచాడు. ఆ మాటలు అర్థమవగానే ఆమె భర్త వైపు తిరిగింది.

ఆమె దృష్టి కారు మీద ఉన్న పిస్టల్ మీద పడింది. భాస్కర్ రవిని కాల్చబోతున్నాడు. భర్త పిస్టల్ తీసుకొని, ఒక ఉన్మాదావస్థలో ఉన్నదానిలా వరుసగా బుల్లెట్స్ పేల్చింది.

ఫ్లాప్... ఫ్లాప్... ఫ్లాప్...

భాస్కర్ శరీరం తూట్లుపడి రక్తం కాలువలు కట్టింది. శరీరం గిలగిలా కొట్టుకొని, క్షణం తరువాత అచేతనం అయ్యాడు. ఊహించని ఈ పరిణామానికి శర్మ, రవి ప్రేక్షకులు అయ్యారు. ఆమె అలాగే నిలబడి ఉంది.

పిస్టల్ నుంచి పొగలు ఇంకా వస్తూనే ఉన్నాయి. ముందు మోటార్ సైకిలు శబ్దం వినబడింది. ఆ పై ఆమె మీద దాని వెలుతురు పడింది. తరువాత ఇన్‌స్పెక్టర్ తాలూకు వాహనం ఆ ఇంటి ముందు ఆగింది.

ఉపసంహారం

"హౌ ఈజ్ ది షేర్ మార్కెట్?" ఆమె సీట్లో కూర్చోగానే అతడు అడిగిన మొదటి ప్రశ్న అది.

"స్టేబుల్ సార్" అంది సరస్వతి.

సమయం పదిన్నర కావస్తోంది. "టర్నోవర్ ఫిగర్స్ ఇవ్వండి".

ఆమె కాగితాలు అందించింది. అతడు రెండు నిముషాలు చూసి 'గుడ్' అన్నాడు... "అమ్మకాలు ఏవీ తగ్గలేదు". ఆమె జవాబు చెప్పలేదు కానీ మనస్సులో "ఆడవాళ్ళు రవితేజ చీరలు కొనటానికీ, ఆ కంపెనీ యజమాని మీద హత్యానేరపు అభియోగానికి ఏ సంబంధమూ లేదు" అనుకుంది.

"షేరు మార్కెట్ ఇంకా పికప్ కాకపోవటమే ఆశ్చర్యంగా ఉంది" అతనన్నాడు.

"విషయమంతా ఇంకా పేపర్లలో రాలేదు సార్. బహుశా రేపు రావచ్చు. రేపట్నుంచీ ధర పెరగవచ్చు".

అతడు తలూపాడు. "మీ కాలు ఎలా ఉంది?"

"ఇపుడు బాగానే ఉంది సార్. నో ట్రబుల్".

"ఆ రోజు నేను కిటికీలోంచి చూశాను. మీరు ఎటూ చూడకుండా రోడ్డు దాటుతున్నారు. లేకపోతే మీ మీదకు వచ్చే ఆ వెహికల్ని చూసే ఉండేవారు".

"అవును సార్"..

"రోడ్డు దాటేటప్పుడు జాగ్రత్తగా ఉండాలి".

"అవును. రోడ్డు దాటేటప్పుడు జాగ్రత్తగా ఉండాలి"

ఆమె మాటల్లో శ్లేష ఏమీ లేదు. కానీ అతడు మాత్రం ఆ మాటల్ని మనసులో మరొకసారి మననం చేసుకున్నాడు.

"నేనొక గంటలో తిరిగి వస్తాను" కుర్చీకి తగిలించిన కోటు చేతిలోకి తీసుకుంటూ "నిన్నరాత్రి కొత్త సంవత్సరం ఎలా గడిపారు?" అని అడిగాడు.

ఆమె నవ్వింది. "పెద్దోడికి దగ్గు. చిన్నవాడికి జ్వరం. మేము పడుకునేసరికి నాలుగయింది. కొత్తయినా, పాతయినా సంవత్సరంలో ప్రతిరోజూ మాకు ఒకేలా ఉంటుంది. థ్రిల్స్ ఏమీ ఉండవు".

"అదృష్టవంతులు" అనుకున్నాడు మనసులో.

అతను తన ఛాంబర్ బయటకొచ్చి చుట్టూ చూశాడు. ఎవరి పనిలో వారున్నారు. టైప్ మిషన్ శబ్దం తప్ప మరేమీ వినపడటం లేదు. అతడు క్రిందికి వస్తూంటే రిసెప్షన్ దగ్గర "ఫోన్ వచ్చింది" అని అందించింది రిసెప్షనిస్టు.

అతడు రిసీవర్ తీసుకుని "హల్లో" అన్నాడు విసుగ్గా. రాత్రంతా నిద్ర లేకపోవడం వల్ల కళ్ళు మండుతున్నాయి.

"నేను... లాయర్ రంగనాథాన్ని"

"చెప్పండి"

"కంగ్రాచ్యులేషన్స్ రవితేజ".

"చెప్పండి" క్లుప్తంగా అన్నాడు- అసలు విషయం త్వరగా చెప్పమన్నట్టు! అవతలి వైపు నుంచి ఇబ్బందికరమైన మౌనం. తటపటాయిస్తున్నట్టు రంగనాథం స్వరం వినిపించింది. "ఐ యామ్ సారీ. శర్మ మాటల్తో నేను తప్పు నిర్ణయం తీసుకోవలసి వచ్చింది".

"దట్సాల్ రైట్..."

మళ్ళీ తటపటాయింపు.

"కోయంబత్తూరు చీరల కంపెనీ ఫైలు వేరే ఇంకో లాయర్‌కి యిచ్చారట".

"అవును. మీరు చాలా బిజీ అయిపోతున్నారు. కొన్ని ఫైల్స్ ఇంకో లాయర్‌కి ట్రాన్స్‌ఫర్ చేయమని చెప్పాను..."

"కానీ..."

"నేనిప్పుడు బయటకు వెళ్తూన్నాను. ఏమైనా ముఖ్య విషయాలుంటే తరువాత మాట్లాడండి. అర్జెంటేమీ లేదు. నేను విదేశాలకు పారిపోవడం లేదు." ఫోను పెట్టేసి వచ్చి కార్లో కూర్చుని, 'పోలీస్ స్టేషన్‌కి పోనివ్వు' అన్నాడు.

అయిదు నిముషాల్లో కారు పోలీస్ స్టేషన్‌కి చేరుకుంది. ఇన్‌స్పెక్టర్ రాజశేఖర్ కుర్చీలో వెనక్కి తలవాల్చి నిద్రపోతున్నాడు. అలికిడికి కళ్ళు తెరచి రవితేజని చూసి 'హల్లో!' అన్నాడు.

ఎదురు కుర్చీలో కూర్చుంటూ "హ్యాపీ న్యూ ఇయర్!" అన్నాడు రవి.

"మీ కోసం ఇంటికి ఫోన్ చేశాను. ఆఫీసుకి వెళ్ళిపోయారన్నారు. నాకు ఆశ్చర్యం వేసింది. ఇంత తొందరగా మీరు పనిలో ఎడ్జస్ట్ అయి పోతారనుకోలేదు. ఇట్స్ వండర్".

రవితేజ నవ్వి ఊరుకున్నాడు.

"ఇంకా ఆశ్చర్యం ఏమిటంటే మీరింత తొందరగా పరిస్థితుల్ని కంట్రోల్‌లోకి తెచ్చుకుని నిర్వహించడం..." ఇంగ్లీషులో అన్నాడు- "ఇప్పుడు మిమ్మల్ని చూస్తుంటే ఆ పది రోజులూ అంత భయపడి అండర్ గ్రౌండ్‌లోకి వెళ్లింది అసలు మీరేనా? అన్న అనుమానం కలుగుతోంది. అప్పుడే ఆమె వైపు లాయర్ని నియమించడం, అతడు వకాలత్ ఫైల్ చేయడం, అంతా అరగంటలో అయిపోయాయి..."

"ఆమెకేం ఫర్వాలేదుగా..."

"నో-నో-ఏమీ కేసు లేదు. ఒక మనిషిని రక్షించడం కోసం ఇంకొక మనిషిని చంపడం నేరం కాదు. మామూలు ప్రొసీజర్స్ తప్పవనుకోండి. ఆమె ప్రస్తుతం ఇంట్లోనే ఉన్నారు".

"శర్మగారు ఏమంటున్నారు"

"నేరం ఒప్పుకుంటూ కన్ఫెషన్ స్టేట్‌మెంట్ ఇచ్చాడు -"

"ప్రియంవద?"

"జరిగిన హత్యకీ, ఆమెకూ ఏ సంబంధమూ లేదు. హత్య జరిగిన సమయంలో ఆమె అక్కడ లేదు. మామూలు పరిస్థితుల్లో అయితే ఆమె మీద కేసు అసలు నిలబడదు. కానీ శర్మ ఇచ్చిన స్టేట్‌మెంట్‌లో తామిద్దరూ కలిసి దీన్ని ప్లాన్ చేసినట్టు చెప్పాడు. 'నేను ఉరికంబం ఎక్కుతున్నప్పుడు ఆమె మాత్రం బయట ఎందుకు ఉండాలి' అన్న సాడిజం".

రవికి ప్రియంవద మీద జాలేసింది. ఇంతలో ఇన్‌స్పెక్టర్ అన్నాడు- "నేను మీ స్టేట్‌మెంట్ రికార్డు చేసుకోవడానికి రేపొస్తున్నాను. ముందు ఇంటికి వెళ్ళి పది గంటలపాటు నిద్రపోవాలి ".

"ష్యూర్ ఇన్‌స్పెక్టర్" అని పక్కనే అప్పటి వరకు ఉంచిన పాకెట్ తీసి అందిస్తూ, "మా కంపెనీ చీర. తీసుకోండి" అన్నాడు.

"సారీ. నేను లంచాలు తీసుకోను రవితేజా!"

"లంచం కాదు, కాంప్లిమెంటరీ".

"పదాలు వేరే గానీ, రెండింటి అర్థమూ ఒకటే".

"కాదు. నాకు మీతో ఏదైనా అవసరం ఉండి ఇస్తే అది లంచం. నా సంతోషంతో ఇస్తే అది కాంప్లిమెంటరీ. తీసుకోండి ప్లీజ్!"

అతడు దాన్ని తీసుకుంటూ, "కొత్త సంవత్సరం రాత్రంతా ఇంటికి రానందుకు మా ఆవిడ కారాలూ, మిరియాలూ నూరుతూ ఉండి ఉంటుంది".

"ఈ చీర ఆ కోపాన్ని కాస్త తగ్గిస్తుంది. మీకూ ఉన్నదన్నమాట ఆ ప్రాబ్లమ్?"

"ఏదీ? ఇంట్లో పోరా?"

"కాదు. తప్పుచేసి దాన్ని కప్పిపుచ్చుకోవడం... దాని కోసం పెళ్ళానికి నగలూ, చీరలూ తీసుకెళ్ళడం..." నవ్వాడు రవితేజ.

"తప్పదు రవితేజా! ఈ ఉద్యోగంలో ఇంతే! నా మొదటి భార్య ఈ పోలీస్ స్టేషనే... రెండోది భార్య. రాత్రి పదింటికి ముందు ఇంటికి వెళితే అదృష్టమే".

"మీకెంత జీతం వస్తుంది?"

"కట్స్ పోనూ వెయ్యి".

"రెండు వేలిస్తాను. మా కంపెనీలో వచ్చి చేరండి. నేను నవ్వులాటగా అనడం లేదు. మీలాంటి సిన్సియర్ మనుషులు మాకు చాలా ఉపయోగం. జీతం ఒక లెక్క కాదు. అన్నిటి కన్నా ముఖ్యంగా మీకు నేను చేసే వాగ్దానం ఏమిటంటే-మా కంపెనీలో పనిచేస్తే ఏ రోజూ అయిదు దాటి పని చెయ్యనవసరం లేదు".

"నిజంగా అంటున్నారా?"

"నిజంగానే అంటున్నాను".

రాజశేఖర్ ఒక్క క్షణం ఆలోచించి, "వద్దులేండి, ఇలా అలవాటయి పోయింది. రేపట్నుంచి ఇంటికి తొందరగా వెళితే అక్కడ ఏం చెయ్యాలో తోచక నాకు పిచ్చెక్కే ప్రమాదం ఉంది" అన్నాడు. "ఒకసారెప్పుడో తొందరగా ఇంటికి

వెళితే, వచ్చింది నేనేనా ఇంకెవరైనానా అన్న అనుమానం మా వాళ్ళకు గంట వరకు వదల్లేదు".

"మనింట్లో మనం అతిథులుగా ఉండడం దురదృష్టం. ప్రమాదకరం కూడా".

"నాకు ప్రమాదకరం కాదనుకుంటున్నాను".

"అదేం?"

"మా డిపార్ట్‌మెంట్లో ఆడవాళ్లు చాలా తక్కువ. పర్సనల్ సెక్రటరీలు అసలుండరు. ఎంత గొప్ప కేసు పరిశోధించి పట్టుకున్నా అమ్మాయిలు ఆటోగ్రాఫులు తీసుకోరు".

రవితేజ మొట్టమొదటిసారిగా బిగ్గరగా నవ్వాడు. "హ్యాపీ న్యూ ఇయర్".

"సేమ్ టూ యూ".

ఈ నల్లంచు తెల్లచీర వెనుక...

ఋషి తరువాత మనుష్యులకి దగ్గరగా వ్రాసిన రెండో నవలగా (డ్రమటిక్ క్లైమాక్స్ వదిలేస్తే) దీన్ని భావిస్తున్నాను. ప్రార్థన, ఆనందోబ్రహ్మ, మరణమృదంగం, అష్టావక్రలలో లేని 'ఐడెంటిటీ' దీనిలో ఉండబట్టేమో బహుశ ఈ సీరియల్ వస్తున్నంత సేపు, గత మూడు నాలుగు సంవత్సరాల్లో ఏ సీరియల్‌కీ రాని పాపులారిటీ వచ్చి ఆంధ్రలోకాన్ని ఊపేసింది. యాభై రోజులు అనుకున్నది 106 రోజులు నడపవలసి వచ్చింది. (ఇలా వ్రాసుకోవటం 'అహం' గా కనిపించవచ్చు. కానీ ఫ్లాప్ అయిన సీరియల్స్ విషయంలో కూడా ఆ నవలలకి ముందు మాట వ్రాస్తూ ఆ సంగతి చెప్పాను).

ఈ నవలకి థీమ్ కూడా గమ్మత్తుగా దొరికింది. అప్పటికీ, మహేశ్వరీ మూవీస్ వారి చిత్రం కోసం చాలా రోజుల్నుంచి చర్చలు జరుపుతున్నాం. కథ ఓ కొలిక్కి రావటం లేదు. ఒకరోజు ప్రొద్దున్న శ్రీమతి మాలతీచందూర్ గారింటికి, సాయంత్రం మరో స్నేహితుడి ఇంటికి డిన్నర్‌కి వెళ్ళటం జరిగింది. రాత్రి భోజనాలయ్యాక ఆ స్నేహితుడు "లాజిక్ ఆలోచించని ఆడవాళ్ళ గురించి ఒక నవల వ్రాయి వీరేంద్రనాథ్. .... మా ఆవిడ చూడు-ప్రొద్దున్న మిగిలిన అన్నం సాయంత్రం, అప్పుడు మిగిలిన అన్నం ప్రొద్దున తిని రోజుకి అర్ధరూపాయి ఆదాచేసి, సంవత్సరం చివర్లో మెడికల్ బిల్లు మూడొందలు ఇస్తుంది" అన్నాడు.

దానికి ఆవిడ, 'చల్లటి అన్నం తినటానికీ, మెడికల్ బిల్లుకీ సంబంధం లేద'ని వాదించింది. 'సంవత్సరానికి ఒక చీర కొనుక్కోవటం మానెయ్యటం ద్వారా రోజూ వేడి వేడి అన్నం తినవచ్చు' అని మరో వాదన లేవదీశాడు. 'రోజూ గిన్నెడు అన్నం పనిమనిషికివ్వటం మనసు ఉసూరుమంటూంది' అని ఆవిడ అంది. ఈ వాదోపవాదాల్ని వింటూన్నప్పుడు నాకు ఈ 'నల్లంచు తెల్లచీర' కథ స్ఫురించింది. దీని చుట్టూ కథ అల్లి, గోరంతలు కొండంతలు చేసి, మరుసటిరోజు మా వాళ్ళకి సినిమా కథ చెప్పాను. యూనిట్‌లో దాదాపు ప్రతి ఒక్కరూ ఎక్కడో ఒక చోట ఇది మా కథ లాగానే ఉంది అన్నారు. అయితే సినిమాగా కావల్సిన హంగులన్నీ చేర్చాక అది మరొక విధంగా తయారైంది. మిస్ విజయవాడ పాత్ర మాయమైంది. ప్రియంవద మంచిదైంది. మాధవి మరణించలేదు. కాబట్టి నల్లంచు తెల్ల చీర నవలకీ దొంగమొగుడు సినిమాకీ ఏ సంబంధమూ లేదు. కేవలం పాత్రల ఆధారంగా తీయబడిన సినిమా అది.

సరే.... సినిమా కథ తయారైంది. చిరంజీవి హీరో. కానీ నా మనసులో అసంతృప్తి మాత్రం అలాగే ఉండిపోయింది. భార్యాభర్తల మధ్య కమ్యూనికేషన్ గ్యాప్ సినిమాలో సున్నితంగా చూపించటం కష్టం. అది నవలలోనే సాధ్యం. కాబట్టి ఈ సబ్జెక్టు నవలగా వ్రాయాలనుకున్నాను. సరీగ్గా ఆ సమయంలోనే

జగదీష్ ప్రసాద్ హడావుడిగా కారేసుకు వచ్చి, "హైదరాబాద్‌లో కొత్త ఎడిషన్ పెడుతున్నాం. దానికి డైలీ సీరియల్ వ్రాయాలి. నీ గురించి వాకబు చేస్తే మద్రాసులోనే ఉన్నావు అన్నారు. నాల్రోజుల్లో వ్రాయటం ప్రారంభించు" అన్నారు. అప్పటివరకూ డైలీల్లో సీరియల్స్‌కి అంత ప్రాముఖ్యత లేదు. డైలీకి సీరియల్ వ్రాయటానికి రచయితలు కూడా అంతగా ఇష్టపడటం జరిగేది కాదు. ఆ విషయమే అన్నాను.

"ఆ ట్రెండ్ మనమే సృష్టిద్దాం, నువ్వు ప్రారంభించు. సంవత్సరం తిరిగేసరికి అదే అలవాటు అయిపోతుంది" అన్నారు. స్ట్రయికులూ, మానభంగాలూ, లాకప్ మరణాలూ, వీటితో నిండిన డైలీ పేపరుకి, ఈ చీరల సబ్జెక్టు బాగా అతుకుతుందని అందరూ భావించారు. నేనే కొద్ది అపనమ్మకంతో ఉన్నాను.

ఈ నవలంతా మగవాడి పరంగా చెప్పబడుతూంది. ఆలోచనల్నీ రవితేజ పక్షంగా సాగుతాయి. ఈ విషయాన్ని పాఠకులు అర్థం చేసుకోక "స్త్రీకి మాత్రం పురుషుడి వల్ల ఇన్ని సమస్యలు లేవా?" అనుకుంటే కష్టం. అది వ్రాయవలసి వస్తే మళ్లీ 'తెల్లంచు నల్లచీర' అనే ఇంకో నవల వ్రాయాలి. ఒకే నవలలో ఇద్దరి భావాలు చొప్పించటం కష్టం. అలా వ్రాస్తే చివర్లో ఇద్దరూ కలుసుకున్నట్లు వ్రాయాలి. ఇన్ని తర్కవితర్కాలతో మొత్తానికి సీరియల్ మొదలైంది.

నేననుకున్నట్టే ఓ పదిమంది దాకా మాధవిని సపోర్టు చేస్తూ, స్త్రీని సరిగ్గా అర్థం చేసుకోలేక పోయినందుకు నన్ను మందలిస్తూ ఉత్తరాలు వ్రాశారు. బహుశ వారు, నేను వ్రాసిన వెన్నెల్లో ఆడపిల్ల, ఆనందోబ్రహ్మలలో స్త్రీ పాత్రల గురించి మర్చిపోయుంటారు. ఏది ఏమైతేనేం-నేననుకున్నంత విమర్శ లేదు. కానీ ఒకటి మాత్రం నిజం. మాధవిని మంచిగా, రవితేజని ఇల్లు పట్టించుకోని వాడిగా సృష్టిస్తూ వ్రాసివుంటే ఈ నవల ఇంకా హిట్ అయి ఉండేది. ఎవరైనా వర్ధమాన రచయితలు దీని కోసం ప్రయత్నిస్తే మంచిదే!

ఈ నవలలో నాకు నచ్చిన మరో విషయం హీరో హీరోయిన్లు లేకపోవడం. పాపం రవితేజకి స్కీములూ, వ్యాపారం తప్ప ఇంకేమీ తెలీదు. కనీసం పిస్టల్ పట్టుకోవటం కూడా తెలీదు.

ఇలాంటి చిన్న చిన్న థ్రిల్స్ రచయితకి బాగా తృప్తి నిస్తాయి. హీరో పరంగా కథ చెప్పటం కాక, కథలో పాత్రగా మాత్రమే హీరోని ఉంచటం కేవలం మంచి నవలల్లో (చదువు, అల్పజీవి, అసమర్ధుడి జీవయాత్ర) నే మనం చూస్తాం. సరే కమర్షియల్ సీరియల్ అన్నప్పుడు గిమ్మిక్కులు తప్పవనుకోండి. ఉన్నంతలో చిన్న ప్రయోగం అన్న సంతృప్తి... ఉంటాను.

యండమూరి వీరేంద్రనాథ్
సెల్: 92465 02662